AF747610

മനുഷ്യനും ബഹിരാകാശവും

Manushyanum Bhahirakashavum
Science

Dr. Arun D I
Dr. P Sasikumar

CHINTHA PUBLISHERS
Thiruvananthapuram

First Edition
January 2024

Published & Typesetting
Chintha Publishers, Thiruvananthapuram

Printed at
Repro India Ltd, Mumbai

Cover Design
Vinod Mangoes

ISBN : 978-81-19131-84-6

CO - 3424 / 6813

Email: chinthapublishers@gmail.com
Website: www.chinthapublishers.com

A version is available at National Libraries
Kolkata, Mumbai, Chennai and Delhi

Distribution
DESHABHIMANI BOOKHOUSE
H O Thiruvananthapuram 695035

Branch
Head Office Kunnukuzhi • Statue Thiruvananthapuram
KSRTC Bus Terminal Thampanoor • Saphalyam Complex Thiruvananthapuram
KSRTC Bus Station Alappuzha • KSRTC Bus Station Ernakulam
Machingal Lane Thrissur • IG Road Kozhikode
Mavoor Road Kozhikode • NGO Union Building Kannur
Central Bus Terminal Complex Thavakkara Kannur

മനുഷ്യനും
ബഹിരാകാശവും

ഡോ. അരുൺ ഡി ഐ
ഡോ. പി ശശികുമാർ

ചിന്ത പബ്ലിഷേഴ്സ്
തിരുവനന്തപുരം-695 035

ഡോ. അരുൺ ഡി ഐ

ഭാരതീയ ബഹിരാകാശ ഗവേഷണ കേന്ദ്രത്തിലെ (ഐ എസ് ആർ ഒ) ശാസ്ത്രജ്ഞനായ ഡോ. അരുൺ ഡി ഐ, വാഗ്മിയും ഗ്രന്ഥകാരനുമാണ്. ശാസ്ത്ര പുസ്തകങ്ങൾ, ലേഖനങ്ങൾ, ബാലസാഹിത്യ പുസ്തകങ്ങൾ, ചെറുകഥാ സമാഹാരങ്ങൾ തുടങ്ങി നിരവധി മേഖലകളിൽ വ്യക്തിമുദ്ര പതിപ്പിച്ചിട്ടുള്ള ആളാണ് അരുൺ. ഇതിനുപുറമെ ചിത്ര കാരൻ കൂടിയായ ഇദ്ദേഹം യാത്രകളും ഫോട്ടോഗ്രാഫിയും ഇഷ്ടപ്പെടുന്നു.

ഡോ. പി ശശികുമാർ

ഭാരതീയ ബഹിരാകാശ ഗവേഷണ കേന്ദ്രത്തിലെ ശാസ്ത്ര ജ്ഞനായി പ്രവർത്തിക്കുന്നു. സങ്കീർണ്ണമായ ശാസ്ത്ര സാങ്കേതിക ആശയങ്ങൾ തന്റെ പ്രഭാഷണങ്ങളിലൂടെ വിദ്യാർത്ഥികളിലേക്കും പൊതുജനങ്ങളിലേക്കും എത്തി ക്കുന്നതിൽ പ്രാവീണ്യമുള്ള വ്യക്തിയാണ് അദ്ദേഹം. അദ്ദേഹത്തിന്റെ നിരവധി ശാസ്ത്ര ലേഖനങ്ങളും പുസ് തകങ്ങളും തമിഴിൽ പ്രസിദ്ധീകരിച്ചിട്ടുണ്ട്. ലാളിത്യമാർന്ന രചനാരീതിയും, ദൈനംദിന ജീവിതത്തിൽ കാണുന്നവ ഉദാഹരിച്ച് കാര്യങ്ങൾ വിശദീകരിക്കുന്ന അദ്ദേഹത്തിന്റെ ശൈലിയും വളരെ പ്രശസ്തമാണ്.

ഉള്ളടക്കം

പ്രസാധകക്കുറിപ്പ്

ബഹിരാകാശത്തെ സംബന്ധിച്ചുള്ള പഠനങ്ങൾ ഏറ്റവും പുതിയ അറിവുകളാണ് നമുക്കോരോരുത്തർക്കും പകർന്നു നൽകുന്നത്. ബഹിരാകാശത്തെ സംബന്ധിച്ച വിഷയത്തെ അത്രമേൽ ലളിതമായും അതേ സമയം ആധികാരികമായും അവതരിപ്പിക്കുന്ന ഗ്രന്ഥമാണ് *മനുഷ്യനും ബഹിരാകാശവും.* ഭാരതീയ ബഹിരാകാശ ഗവേഷണ കേന്ദ്രത്തിലെ ശാസ്ത്രജ്ഞരായ ഡോ. അരുൺ ഡി ഐയും ഡോ. പി ശശികുമാറും ചേർന്നു രചിച്ച ഈ ഗ്രന്ഥം ബഹിരാകാശ യാത്രയെ സംബന്ധിച്ച സമഗ്ര പഠനമാണ്. അക്കാദമിക് ഗവേഷകർക്കും വിദ്യാർത്ഥികൾക്കും മികച്ച ഒരു പഠന മാതൃകയായ ഈ ഗ്രന്ഥം വായനക്കാർക്കായി അവതരിപ്പിക്കുന്നു.

ചിന്ത പബ്ലിഷേഴ്സ്

അവതാരിക

ശാസ്ത്രസാഹിത്യമേഖലയ്ക്ക് മുതൽക്കൂട്ടാകുന്ന ഗ്രന്ഥം

പി രാധാകൃഷ്ണൻ

ഏകദേശം 1400 കോടി വർഷങ്ങൾക്ക് മുൻപ് ഉടലെടുത്ത്, സദാ വികസിച്ചുകൊണ്ടിരിക്കുന്ന നമ്മുടെ പ്രപഞ്ചത്തിൽ കോടിക്കണക്കിന് താരസമൂഹ (galaxies) ങ്ങളാണുള്ളത്. അവയിലെല്ലാംകൂടി കോടാനുകോടി നക്ഷത്രങ്ങളുമുണ്ട്. അതിലൊരു ശരാശരിക്കാരനായ, നക്ഷത്രത്തിനുചുറ്റും കറങ്ങിക്കൊണ്ടിരിക്കുന്ന എട്ട് ഗ്രഹങ്ങളിൽ അകലത്തിൽ മൂന്നാം സ്ഥാനത്ത് നിൽക്കുന്ന ഒരു ഗ്രഹമുണ്ട്. എന്തോ ഭാഗ്യവശാൽ ആ ഗ്രഹത്തിൽ ജീവൻ ഉത്ഭവിക്കാനുള്ള അനുകൂല സാഹചര്യങ്ങളുണ്ടായി. ഇത്തരം സാഹചര്യം മറ്റെവിടെയെങ്കിലും ഉണ്ടോ എന്നറിയില്ല. ജീവന്റെ ഉത്ഭവം 400 കോടി വർഷം മുൻപാണെങ്കിലും, നമ്മൾ പെടുന്ന ഹോമോസാപിയൻസ് എന്ന ജീവിവർഗ്ഗം പ്രത്യക്ഷപ്പെട്ടിട്ട് കഷ്ടിച്ച് 3 ലക്ഷം വർഷങ്ങളേ ആയിട്ടുള്ളു. സൂര്യനെയും ഭൂമിയെയും മനുഷ്യനെയുംകുറിച്ചാണ് സൂചിപ്പിക്കുന്നതെന്ന് വ്യക്തമാണല്ലോ!

താരതമ്യേന നവാഗതരായ മനുഷ്യന് ചിന്തിക്കാനുള്ള വിശേഷബുദ്ധിയുണ്ട്. ജിജ്ഞാസയും പര്യവേക്ഷണ ത്വരയും മനുഷ്യന്റെ ജീനുകളിൽ ആലേഖനം ചെയ്തിരിക്കുന്നു. കാലാകാലങ്ങളിൽ ലഭ്യമായ സാങ്കേതികോപാധികളുടെ സഹായത്താൽ അവൻ അപരിചിതമായ മേഖലകളിൽ സഞ്ചരിച്ചു. ഇരുപതാം നൂറ്റാണ്ടിന്റെ പ്രാരംഭദശയോടെ കര, കടൽ, ആകാശം എന്നിവയിലൂടെ സഞ്ചരിക്കാനുള്ള കഴിവ് നേടിക്കഴിഞ്ഞിരുന്നു. ശേഷിച്ചത് ഭൗമാന്തരീക്ഷത്തിന് പുറത്തുള്ള ബഹിരാകാശമാണ്. താമസിയാതെ റോക്കറ്റുകളും വികസിപ്പിച്ചെടുത്തതോടെ, ബഹിരാകാശവും നമുക്ക് പ്രാപ്യമായി. 1957 ഒക്ടോബർ നാലാം തീയതി, മനുഷ്യ നിർമ്മിതമായ ഒരു വസ്തുവിനെ ഭൂമിക്കുചുറ്റുമുള്ള ഒരു ഭ്രമണപഥത്തിലെത്തിക്കാൻ കഴിഞ്ഞു. അന്നാദ്യമായാണ് ഭൂമിക്കൊരു

കൃത്രിമ ഉപഗ്രഹം ലഭിച്ചത്. അതുവരെ പ്രകൃതിദത്തമായ ചന്ദ്രനാണ് ഭൂമിയുടെ ഏക ഉപഗ്രഹം. ബഹിരാകാശയുഗം അതോടെ ആരംഭിച്ചു. ആയിരക്കണക്കിന് ഉപഗ്രഹങ്ങൾ ഇതിനോടകം നാം വിക്ഷേപിച്ചു കഴിഞ്ഞു. മനുഷ്യനിർമ്മിതമായ പേടകങ്ങൾ സൗരയൂഥത്തിലെ മറ്റുഗ്ര ഹങ്ങളിലേക്കും നാം അയച്ചുകഴിഞ്ഞു. എന്തിന്, നമ്മുടെ ബഹിരാകാശ പേടകങ്ങളിൽ ചിലവ സൗരയൂഥത്തിന്റെ അതിരുകളും കടന്നുപോ യിരിക്കുന്നു. അൻപതിലേറെ വർഷം മുൻപ്, മനുഷ്യന്റെ കാൽപ്പാടുകൾ ചന്ദ്രന്റെ മണ്ണിൽ പതിഞ്ഞു. ഭൂമിക്കുപുറത്തുള്ള മറ്റിടങ്ങളിൽ താവള മുറപ്പിക്കുവാനുള്ള ശ്രമങ്ങളും ഇപ്പോൾ സജീവമാണ്.

ബഹിരാകാശ സാങ്കേതികവിദ്യക്ക് മൂന്ന് പ്രധാന ശാഖകളാ ണുള്ളത്. പ്രപഞ്ചത്തെക്കുറിച്ചുള്ള ശാസ്ത്രീയ അറിവുകൾ നേടുക, മറ്റ് ഗ്രഹങ്ങളിലേക്ക് യാത്രചെയ്യുക, സർവ്വോപരി ദൈനംദിന ജീവിതത്തി നുപകരിക്കുന്ന ഉപാധികൾ സജ്ജീകരിക്കുക എന്നിവയാണ് മുൻപ് പറഞ്ഞ ശാഖകൾ. ബഹിരാകാശ സാങ്കേതികവിദ്യയെ ആശ്രയിക്കാതെ നമുക്ക് ഒരു ദിവസംപോലും ജീവിക്കാൻ സാധ്യമല്ല എന്ന് പറഞ്ഞാൽ അതിശയോക്തിയല്ലതന്നെ!

ബഹിരാകാശ സംബന്ധിയായ വിഷയങ്ങൾ വളരെ ലളിതമായി പ്രതിപാദിക്കുന്ന *മനുഷ്യനും ബഹിരാകാശവും* എന്ന ഈ ഗ്രന്ഥം അവതരിപ്പിക്കുന്നതിൽ എനിക്കതിയായ സന്തോഷമുണ്ട്. ബഹിരാകാശ മേഖലയിൽ സജീവമായി പ്രവർത്തിച്ചുവരുന്ന ഡോ. അരുൺ ഡി ഐ, ഡോ. പി ശശികുമാർ എന്നീ യുവ സുഹൃത്തുക്കളാണ് ഗ്രന്ഥകർത്താ ക്കൾ. ഈ വിഷയം ആധികാരികമായി കൈകാര്യം ചെയ്യാൻ ആവശ്യ മായ അറിവും, ഭാഷാസ്വാധീനവുംകൊണ്ട് അനുഗ്രഹീതരായ ഈ യുവാക്കളുടെ ഈ ഗ്രന്ഥം മലയാള ശാസ്ത്രസാഹിത്യ മേഖലയ്ക്ക് മുതൽക്കൂട്ടായിരിക്കും എന്നെനിക്കുറപ്പാണ്.

ഗ്രന്ഥകർത്താക്കളെ ആത്മാർത്ഥമായി അനുമോദിക്കുന്നതിനോ ടൊപ്പംതന്നെ വായനക്കാർക്കും നല്ല വായനാനുഭവവും ഞാൻ വാഗ്ദാനം ചെയ്യുന്നു.

(മുൻ ISRO ശാസ്ത്രജ്ഞനും, അമേരിക്കൻ ബഹിരാകാശ ഏജൻസിയായ 'നാസ' 1986 സെപ്തംബറിൽ നടത്താനിരുന്ന 'ചലഞ്ചർ സ്പേസ് ഷട്ടിൽ' ദൗത്യത്തിൽ, 'പെലോഡ് സ്പെഷ്യലിസ്റ്റായി' തെരഞ്ഞെടുക്കപ്പെട്ട രണ്ട് ഭാരതീയരിൽ ഒരാളും, മികച്ച ഒരു വാഗ്മിയും ഗ്രന്ഥകാരനുമാണ് പി രാധാകൃഷ്ണൻ)

ആമുഖം

'**അ**ത് എത്രദൂരെയായിരിക്കും?'

ഏറെനേരമായി, ആകാശത്ത് അങ്ങിങ്ങായി മിന്നുന്ന നക്ഷത്രങ്ങളെ നോക്കിയിരുന്ന കുഞ്ചുണ്ണൂലി ചോദിച്ചു.

'ആയിരക്കണക്കിന് മൈലുകൾ ദൂരെ. ആ നക്ഷത്രങ്ങളിൽനിന്ന്, പ്രകാശം നമ്മുടെ അടുത്തെത്തുമ്പോൾ അവ അവിടെ ഉണ്ടാകണമെന്നില്ല,' ഞാൻ പറഞ്ഞു.

'അതായത് നമ്മൾ കാണുന്നത് നക്ഷത്രങ്ങളുടെ ഭൂതകാലമാണ്, അല്ലേ?' വീണ്ടും അവളുടെ ചോദ്യം. ഞാൻ പുഞ്ചിരിച്ച് തലകുലുക്കി.

'തിരിച്ചും അങ്ങനെയായിക്കൂടെ?, അകലെയുള്ള മറ്റൊരിടത്തുനിന്ന് ഭൂമിയിൽ നമ്മളെ നോക്കുമ്പോൾ, ഇവിടുന്നുള്ള പ്രകാശം സഞ്ചരിച്ചെത്തുമ്പോൾ കാണുന്നത് നമ്മുടെ ഭൂതകാലമാകില്ലേ?'

കുഞ്ചുണ്ണൂലിയുടെ ചോദ്യങ്ങൾ അവസാനിക്കുന്നില്ല.

എന്റെ, നിങ്ങളുടെയൊക്കെ ബാല്യകാലത്തിന്റെ ഒരേടാണിത്.

ആകാശക്കാഴ്ചകൾ എന്നും നമുക്കുമുന്നിൽ അനേകായിരം ചോദ്യങ്ങളായി നിന്നിട്ടുണ്ട്. അവയ്ക്കുള്ള ഉത്തരങ്ങൾതേടി നമ്മുടെ ശാസ്ത്രമുന്നേറ്റങ്ങൾ സൗരയൂഥത്തിന്റെ അതിർത്തികൾ എന്നേ താണ്ടിയിരിക്കുന്നു.

ഉല്പത്തിയുടെ ചരിത്രവും, ഭൂമിയെന്ന ഗ്രഹത്തിന് പുറത്തെ ജീവസാധ്യതയ്ക്കുള്ള അന്വേഷണങ്ങളും മനുഷ്യനെ ചന്ദ്രനിൽവരെ എത്തിച്ചു.

വൈകാതെ, നാം ഒരു ബഹുഗ്രഹ വംശമായേക്കാം. നമ്മുടെ ഒരു തലമുറ ചൊവ്വയിലോ മറ്റേതെങ്കിലും ഗ്രഹത്തിലോ താമസമാക്കിയേക്കാം.

ഗവേഷണങ്ങൾക്കപ്പുറം ഇത്തരം യാത്രകൾ വിനോദസഞ്ചാരവും ആയേക്കാം.

അടുത്ത വിപ്ലവം ബഹിരാകാശ ഗവേഷണങ്ങളിലാകാം.

ബഹിരാകാശയാത്രയെപ്പറ്റി ഇതുവരെ നടന്നിട്ടുള്ളതും ഭാവിയിൽ വിഭാവനം ചെയ്തിട്ടുള്ളതുമായ പ്രാപ്യമായ എല്ലാ അറിവുകളും ഈ പുസ്തകത്തിലൂടെ വിവരിക്കാൻ ഗ്രന്ഥകർത്താക്കൾ ശ്രമിച്ചിട്ടുണ്ട്. ഇത്തരത്തിൽ, മനുഷ്യ ബഹിരാകാശയാത്രയുടെ ചരിത്രവും വികാസവും, വഴികളും, അതിലെ ഗുണങ്ങളും ദോഷങ്ങളും, സാങ്കേതിക വിദ്യകളും വെല്ലുവിളികളും, ഭാവി സാഹചര്യങ്ങളും അടങ്ങുന്ന വിശാലമായ വിഷയങ്ങളെപ്പറ്റി നേരിട്ടുള്ള ഉൾക്കാഴ്ച ഈ പുസ്തകത്തിലൂടെ വായനക്കാർക്ക് ലഭിക്കുമെന്ന് വിശ്വസിക്കുന്നു.

ഡോ. അരുൺ ഡി ഐ
ഡോ. പി ശശികുമാർ

പ്രപഞ്ചത്തെപ്പറ്റി
ചോദ്യങ്ങളുള്ളവർക്കായി

നന്ദി

ഞങ്ങളുടെ കുടുംബങ്ങൾ, സൗഹൃദങ്ങൾ, ഇതിലേക്കുള്ള അറിവിന് കാരണക്കാരായ ഗ്രന്ഥകാരന്മാർ, പ്രസാധകർ, ബഹിരാകാശവും അവിടേക്കുള്ള മനുഷ്യന്റെ പ്രയാണവും അന്വേഷിച്ചുള്ള യാത്രയിൽ സഹായയാത്രികനായിനിന്ന, ഭാരതീയ ബഹിരാകാശ ഗവേഷണ കേന്ദ്രത്തിലെ ശാസ്ത്രജ്ഞനായ ശ്രീ. അരവിന്ദ്.

ബഹിരാകാശ യാത്രയ്ക്ക് തൊട്ടരികെ വരെയെത്തി തിരിച്ചെത്തിയ, ഈ പുസ്തകത്തിന് അവതാരിക എഴുതിയ മുൻ ഐ എസ് ആർ ഒ ശാസ്ത്രജ്ഞൻ ശ്രീ. പി രാധാകൃഷ്ണൻ.

ചെറുപ്പത്തിൽ ചോദിച്ച ചോദ്യങ്ങൾക്ക് ഉത്തരങ്ങൾ തന്നവർക്കും, അവ കണ്ടെത്താൻ വഴി തുറന്നുതന്നവർക്കും, ഈ പുസ്തകരചനയിൽ നേരിട്ടോ അല്ലാതെയോ ഭാഗഭാക്കായി മാറിയ ജീവനുള്ളതും അല്ലാത്തതുമായ എല്ലാത്തിനും നന്ദി.

ഡോ. അരുൺ ഡി ഐ
ഡോ. പി ശശികുമാർ

ബഹിരാകാശം

ഭൂമിയുൾപ്പെടുന്ന ഈ പ്രപഞ്ചത്തിലെ ഏറ്റവും ചെറുകണികകൾ മുതൽ ഭീമാകാരങ്ങളായ നക്ഷത്രക്കൂട്ടങ്ങൾവരെ നിലനിൽക്കുന്ന അനന്തതയാണ് ബഹിരാകാശം (OUTER SPACE) എന്നറിയപ്പെടുന്നത്. ഭൂമിയെന്ന നമ്മുടെ ഗ്രഹാന്തരീക്ഷത്തിനു ബാഹ്യമായുള്ളവയെപ്പറ്റി പറയുന്നതുകൊണ്ടാണ് ഇതിനെ ബഹിരാകാശമെന്ന് വിളിക്കുന്നത്. ഇവിടെ കൂറ്റൻ നക്ഷത്രങ്ങളും, അവയെ ചുറ്റുന്ന ഗ്രഹസഞ്ചയങ്ങളും, നക്ഷത്ര പൊടിപടലങ്ങളും, തമോഗർത്തങ്ങളും (BLACKHOLE) ഒക്കെ കാണപ്പെടുന്നു. വായുവും ജീവൻ നിലനിർത്താനാവശ്യവുമായ ഒന്നും ഇല്ലാത്തത് കാരണം ഇവിടം ശൂന്യാകാശം എന്നും അറിയപ്പെടുന്നു.

നമ്മുടെ സൗരയൂഥത്തിലെ മാതൃനക്ഷത്രമായ സൂര്യനിൽ നിന്നുള്ള പ്രത്യേക അകലം കാരണം ഭൂമിയിൽ ജീവൻ നിലനിൽക്കാനുള്ള സാഹചര്യമുണ്ട്. എല്ലാത്തരം ജീവജാലങ്ങളുടെയും നിലനിൽപ്പിനും വികാസത്തിനും ഏറ്റവും അനുയോജ്യമായ താപനില, വായു, ദ്രവരൂപത്തിലുള്ള വെള്ളം എന്നിവ ജീവന് കാരണമാകുന്നു. സൗരയൂഥത്തിന് പുറത്തുള്ള നക്ഷത്രക്കൂട്ടങ്ങളിൽ ഭൂമിയുടേതിനു സമാനമായി ജീവസാധ്യതയുള്ള ഒട്ടനേകം ഗ്രഹങ്ങൾ കണ്ടെത്തിയിട്ടുണ്ട്. ഭൂമിയിലെ ഏറ്റവും വികാസം പ്രാപിച്ച ജീവിവംശം എന്നനിലയിൽ, മനുഷ്യൻ തന്റെ ഉല്പത്തിയെയും നിലനില്പിനെയും പറ്റിയുള്ള ചോദ്യങ്ങൾക്കുള്ള സ്വീകാര്യമായ ഉത്തരങ്ങൾ തേടി ബഹിരാകാശം വരെ എത്തിനിൽക്കുന്നു.

ടൈക്കോ ബ്രാഹെ, കെപ്ലർ, ന്യൂട്ടൺ തുടങ്ങി നിരവധി ശാസ്ത്രജ്ഞരുടെ പ്രയത്നത്തിലൂടെ പ്രപഞ്ചത്തിന്റെ ഈ രഹസ്യങ്ങൾ വിശദീകരിക്കാനും ശ്രമങ്ങളുണ്ടായി. ഈ പ്രപഞ്ചത്തിലെ സകല വസ്തുക്കൾക്കും അവയുടെ പിണ്ഡത്തിന്റെ അടിസ്ഥാനത്തിൽ ഒരു

ആകർഷണശക്തി ഉണ്ട് എന്നതാണ് അവരുടെ കണ്ടെത്തലുകളുടെ സംഗ്രഹം. ഇതിനെ ഗുരുത്വാകർഷണം എന്ന് പറയുന്നു. പ്രപഞ്ചത്തിലെ ഓരോ വസ്തുക്കളും മേൽപ്പറഞ്ഞ ഗുരുത്വാകർഷണബലം കാരണം ആപേക്ഷികചലനത്തിലാണ്. വ്യത്യസ്ത വേഗതയിൽ അവ ഗുരുത്വാകർഷണകേന്ദ്രത്തിനു ചുറ്റും കറങ്ങിക്കൊണ്ടിരിക്കുന്നു എന്ന വിശദീകരണമാണ് ന്യൂട്ടന്റെയും കെപ്ലറുടെയും നിയമങ്ങളായി അറിയപ്പെടുന്നത്.

ഈ നിയമങ്ങൾക്കനുസൃതമായാണ് ചന്ദ്രൻ ഭൂമിയെ ചുറ്റുന്നതും, ഭൂമി സൂര്യനെ ചുറ്റുന്നതും. സൗരയൂഥത്തിലെ മറ്റു ഏഴു ഗ്രഹങ്ങളും സൂര്യനെ ഭ്രമണം ചെയ്യുന്നതും ഇതിന് വിധേയമായാണ്. ഗ്രഹങ്ങളെ കൂടാതെ നിരവധി കുള്ളൻ ഗ്രഹങ്ങളും, ഛിന്നഗ്രഹങ്ങളും, അനേകം പാറകളും ധൂമകേതുക്കളുമൊക്കെ സൂര്യനെ ചുറ്റുന്നുണ്ട്. ഇവയൊക്കെ ചേർന്നതാണ് നമ്മുടെ സൗരയൂഥം. അറിയപ്പെടുന്ന പ്രപഞ്ചത്തിൽ ഇത്തരം നിരവധി ഗ്രഹസംവിധാനങ്ങളുണ്ട്. ഭൂമിയുടേതിന് സമാനമായി, മറ്റ് പലതരത്തിലുള്ള ജീവജാലങ്ങളും ഇത്തരം വിദൂര ഗ്രഹങ്ങളിൽ നിലനിൽക്കുന്നുണ്ടെന്ന് വിശ്വസിക്കപ്പെടുന്നു. അവർ ഒരുപക്ഷേ, മനുഷ്യരേക്കാൾ ബുദ്ധിശക്തിയിൽ വളരെ ഉയർന്നതോ താഴ്ന്നതോ ആയ തലത്തിൽ ആകാം. ഇത്തരം വിദൂര ജീവസാധ്യതതേടി ഒരുപാട് ഗവേഷണങ്ങൾ മനുഷ്യൻ നടത്തിയിട്ടുണ്ട്.

ഒരുവേള അത്തരത്തിൽ ജീവൻ നിലനിൽക്കുന്നുണ്ടെങ്കിലും, നമ്മുടെ ഭാഷയോ സന്ദേശങ്ങളോ മനസ്സിലാക്കാനോ വ്യാഖ്യാനിക്കാനോ

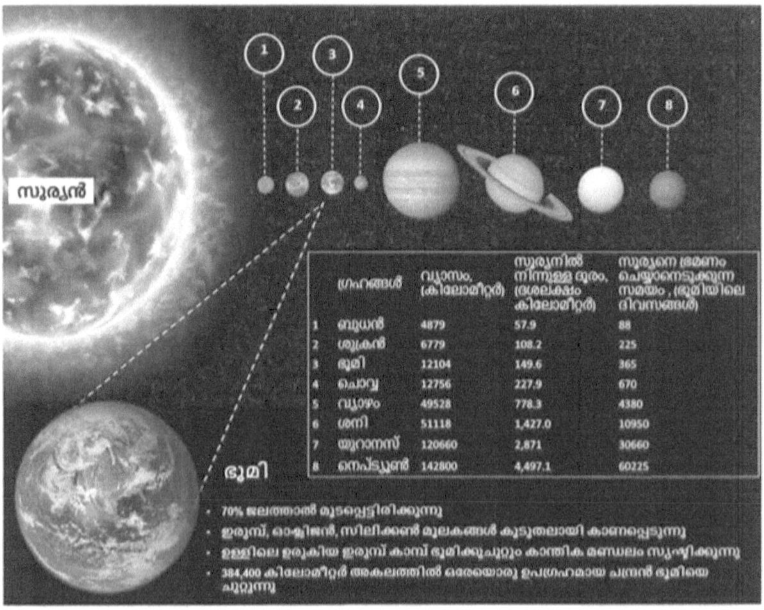

സൗരയൂഥം

അവർക്ക് കഴിയണമെന്നില്ല. ഒരുവേള മറ്റ് ഗ്രഹങ്ങളിലെ ഇത്തരം ജീവജാലങ്ങൾ സന്ദേശങ്ങൾ അയച്ചാലും നമുക്കു അത് മനസ്സിലാക്കാൻ കഴിയണമെന്നില്ല.

നമ്മുടെ ഭൂമിയുടെ ഉപരിതലത്തിൽനിന്ന് മുകളിലേക്ക് നീങ്ങുമ്പോൾ, വായുവിന്റെ സാന്ദ്രത കുറയുന്നു. അതായത്, ഉപരിതലത്തിന് മുകളിലേക്കു അന്തരീക്ഷം നേർത്തതായിത്തീരുകയും, ഒരു ഘട്ടത്തിൽ അത് പൂർണ്ണമായും ശൂന്യമാകുകയും ചെയ്യുന്നു. ഇത്തരത്തിൽ അന്തരീക്ഷത്തിന്റെ ശൂന്യത ആരംഭിക്കുന്ന ഉയരം ബഹിരാകാശത്തിന്റെ തുടക്കമായി നിർവചിക്കപ്പെടുന്നു. ഇത് ഏകദേശം ഭൂവുപരിതലത്തിൽനിന്ന് നൂറ് കിലോമീറ്റർ ഉയരത്തിലാണ്. നമ്മുടെ ഭൂമിയുടെ അന്തരീക്ഷം അഞ്ച് മേഖലകളായി തിരിച്ചിരിക്കുന്നു:

ട്രോപോസ്ഫിയർ (TROPOSHPERE)
സ്ട്രാറ്റോസ്ഫിയർ (STRATOSPHERE)
മെസോസ്ഫിയർ (MESOSPHERE)
തെർമോസ്ഫിയർ (THERMOSPHERE)
എക്സോസ്ഫിയർ (EXOSPHERE)

ഉപരിതലത്തിൽനിന്ന് 13 മുതൽ 18 കിലോമീറ്റർ വരെ ഉയരത്തിൽ

വ്യത്യസ്ത അന്തരീക്ഷ മേഖലകൾ

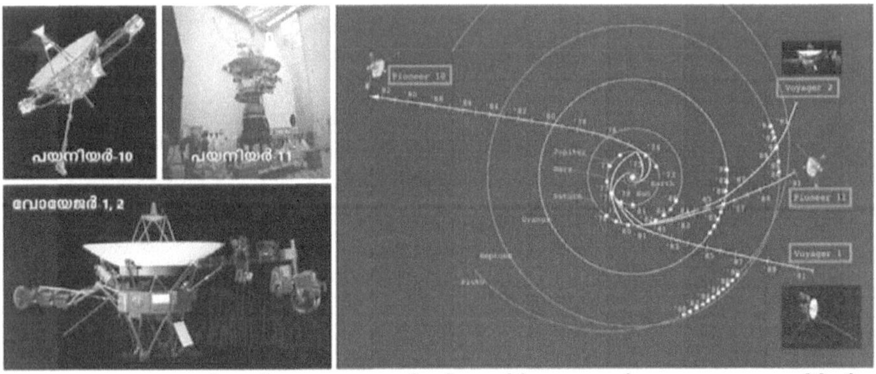

പ്രപഞ്ച രഹസ്യങ്ങൾതേടി സൗരയൂഥത്തിന്റെ അതിർവരമ്പുകൾ കടന്ന മനുഷ്യ നിർമ്മിത പേടകങ്ങളായ പയനിയർ-10, 11, വോയേജർ 1,2 എന്നിവയാണ് ചിത്രത്തിൽ. 1977 ൽ വിക്ഷേപിച്ച വോയേജർ 1 ഉം 2 ഉം ഭൂമിയിൽ നിന്ന് ഏറ്റവും ദൂരത്തേക്ക് യാത്രചെയ്ത പേടകങ്ങളായി. സൂര്യനിൽ നിന്ന് ഏകദേശം 2 പ്രകാശ വർഷത്തോളം അകലെയാണ് ഇവ രണ്ടും (2021 ലെ വിവരങ്ങളനുസരിച്ച്). സൗരവാതത്തിന്റെയും സൂര്യന്റെ കാന്തിക ക്ഷേത്രത്തിന്റെയും സ്വാധീനത്താൽ നിർവചിക്കപ്പെട്ടിരിക്കുന്ന 'ഹീലിയോസ്ഫിയറിന്റെ' അരികിലാണ് വോയേജർ 2. ആകാശഗംഗയിലേക്കുള്ള മനുഷ്യവംശത്തിന്റെ ആദ്യ പ്രതിനിധിയായ വോയേജർ 1, നക്ഷത്രാന്തര ബഹിരാകാശത്തിലെ ഹീലിയോസ്ഫിയറിനപ്പുറം കടന്നു. പയനിയർ-10, 11 ഉം ഇപ്പോൾ പ്രവർത്തനരഹിതമാണ്. ഭൂമിയിലേതല്ലാത്ത ഏതെങ്കിലും ജീവി വംശം ഇവയെ കണ്ടെത്തിയാൽ അവയ്ക്കായുള്ള സന്ദേശങ്ങളും ഈ പേടകങ്ങളിൽ അടങ്ങിയിട്ടുണ്ട്.

വ്യാപിക്കുന്ന പ്രദേശമാണ് ട്രോപോസ്ഫിയർ. അന്തരീക്ഷത്തിന്റെ മൊത്തം പിണ്ഡത്തിന്റെ 75 മുതൽ 80 ശതമാനംവരെ ഇതിൽ കണക്കാക്കപ്പെടുന്നു.

സമുദ്രനിരപ്പിൽ, വായുവിൽ 21% ഓക്സിജൻ അടങ്ങിയിരിക്കുന്നു. ഉയരം കൂടുംതോറും വായു നേർത്തതായിത്തീരുകയും ഓക്സിജന്റെ അളവ് കുറയുകയും ചെയ്യുന്നു. അന്തരീക്ഷത്തിലെ മറ്റ് വാതകങ്ങളെ അപേക്ഷിച്ച് ഓക്സിജൻ സാന്ദ്രവും ഭാരമേറിയതുമായതിനാൽ, അത് അന്തരീക്ഷത്തിന്റെ താഴത്തെ ഭാഗത്ത് കാണപ്പെടുന്നു. ജീവജാലങ്ങൾ ഉപരിതലത്തിൽ കൂടുതലായി വസിക്കുന്നതും ഇതിനു കാരണമാണ്. അതേസമയം, ഭാരം കുറഞ്ഞ വാതകങ്ങൾ അന്തരീക്ഷത്തിന്റെ മുകൾത്തട്ടിലേക്ക് നീങ്ങുന്നു. ഉദാഹരണത്തിന്, മലയോര മേഖലകളിലെ ഓക്സിജന്റെ അളവ് സമതലങ്ങളിലെക്കാൾ അല്പം കുറവായിരിക്കും. നമ്മുടെ ശരീരത്തിന് ആവശ്യമായ ഓക്സിജൻ അന്തരീക്ഷ വായുവിൽ നിന്ന് മാത്രമേ എടുക്കാനാകു എന്നതുകൊണ്ട്, ഉയരമുള്ള പർവ്വതങ്ങൾ കയറുമ്പോൾ, അതേ അളവിൽ ഓക്സിജൻ ലഭിക്കുന്നതിന് (സമതലങ്ങളുമായി താരതമ്യപ്പെടുത്തുമ്പോൾ) ശരീരം കൂടുതൽ വായു ശ്വസിക്കേണ്ടിവരും. ശ്വാസകോശ സംബന്ധമായ പ്രശ്നങ്ങളുള്ളവർ പർവ്വ

തങ്ങളിലേക്ക് യാത്ര ചെയ്യുമ്പോൾ ശ്വസിക്കാൻ കൂടുതൽ ബുദ്ധിമുട്ടുണ്ടാകുന്നത് ഇതുകാരണമാണ്.

അടുത്ത മേഖല സ്ട്രാറ്റോസ്ഫിയറാണ്. ഭൂമിയുടെ ഉപരിതലത്തിൽ നിന്ന് ഏകദേശം 11 മുതൽ 50 കിലോമീറ്റർ വരെയാണ് ഈ മേഖല നിലനിൽക്കുന്നത്. ഈ സ്ട്രാറ്റോസ്ഫിയറിലാണ് സൂര്യന്റെ അൾട്രാവയലറ്റ് രശ്മികൾ ഭൂമിയിൽ എത്തുന്നത് തടഞ്ഞുകൊണ്ട് ജീവജാലങ്ങൾക്ക് ഒരു സംരക്ഷണ കവചം തീർക്കുന്ന ഓസോൺ പാളി സ്ഥിതി ചെയ്യുന്നത്.

മൂന്നാമത്തെ മേഖലയാണ് മെസോസ്ഫിയർ. ഇത് 45 മുതൽ 90 കിലോമീറ്റർ വരെ ഉയരത്തിലാണ് സ്ഥിതി ചെയ്യുന്നത്. ഇവിടെനിന്ന് അടുത്ത മേഖലയായ തെർമോസ്ഫിയറിലേക്ക് പോകുമ്പോൾ അന്തരീക്ഷ സാന്ദ്രത കുറയുകയും ശൂന്യതയിലേക്ക് അടുക്കുകയും ചെയ്യുന്നു.

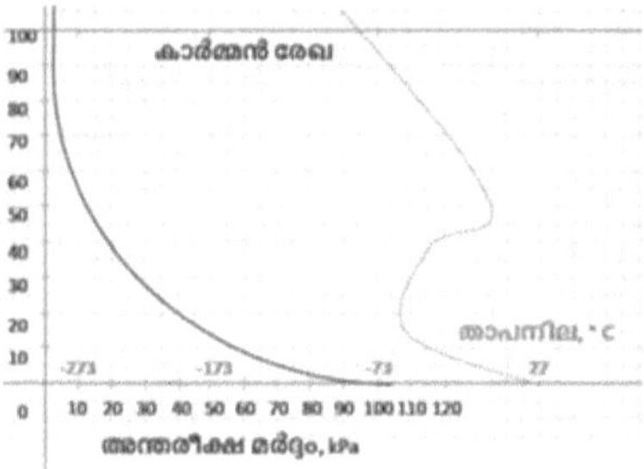

ഉയരത്തിനനുസരിച്ചു അന്തരീക്ഷ മർദ്ദത്തിന്റെയും, താപനിലയുടെയും മാറ്റം, കർമ്മൻ അതിർത്തിവരെ (ഇടത്); അമേരിക്കൻ ഗണിതശാസ്ത്രജ്ഞൻ തിയോഡോർ വോൻ കർമ്മൻ (വലത്)

പൂർണ്ണമായ ശൂന്യതയുടെ അവസ്ഥ ആരംഭിക്കുന്നത് 100 കിലോമീറ്റർ ഉയരത്തിൽ നിന്നാണെന്ന് അമേരിക്കൻ ഗണിത ശാസ്ത്രജ്ഞൻ തിയൊഡോർ വോൺ കാർമ്മൻ കണ്ടെത്തിയിരുന്നു. അതിനാൽ ഈ ഉയരത്തിന് കാർമ്മൻ രേഖ അല്ലെങ്കിൽ കാർമ്മൻ അതിർത്തി എന്ന് പേരിട്ടു. കാർമ്മൻ രേഖയ്ക്ക് മുകളിലുള്ള പ്രദേശം ആഗോളതലത്തിൽ 'ബഹിരാകാശം' അഥവാ 'ശൂന്യാകാശം' ആയി അംഗീകരിക്കപ്പെട്ടിരിക്കുന്നു. ഈ രേഖ കടക്കുന്ന ഏതൊരു വസ്തുവോ, ഉപഗ്രഹമോ, മനുഷ്യരോ, ബഹിരാകാശത്തെത്തിയെന്ന് കണക്കാക്കപ്പെടുന്നു.

ഉപഗ്രഹങ്ങൾ

മറ്റൊരു വസ്തുവിനെ/ഗോളത്തിനെ ചുറ്റുന്ന എന്തിനെയും ഉപഗ്രഹം എന്ന് വിളിക്കുന്നു. ഭൂമിയെ ചുറ്റുന്ന ചന്ദ്രനെ ഭൂമിയുടെ സ്വാഭാവിക ഉപഗ്രഹം എന്ന് വിളിക്കാം. അതുപോലെ, മനുഷ്യൻ ഉണ്ടാക്കിയ ഒരു വസ്തു ഭൂമിയെ ചുറ്റുന്നുവെങ്കിൽ അതിനെ കൃത്രിമ ഉപഗ്രഹം അഥവാ ഉപഗ്രഹം എന്ന് വിളിക്കുന്നു. ഉപഗ്രഹങ്ങളിൽ നിന്ന്

ലഭിക്കുന്ന വിവരങ്ങൾ ഭൂമിയിലെ ജീവിതം വളരെയധികം മെച്ചപ്പെടുത്താൻ സഹായിക്കുന്നു. കൃത്രിമ ഉപഗ്രഹങ്ങൾ പല ആവശ്യങ്ങൾക്കായി വികസിപ്പിക്കുകയും വിക്ഷേപണ വാഹനങ്ങൾ/റോക്കറ്റ് ഉപയോഗിച്ച് അവയെ ബഹിരാകാശത്തേക്ക് വിക്ഷേപിക്കുകയും ചെയ്യുന്നു. ഉപഗ്രഹങ്ങളുടെ ഉപയോഗങ്ങൾ ഇനിവരുന്ന ഭാഗങ്ങളിൽ വിശദമായി വിവരിച്ചിട്ടുണ്ട്.

നമ്മൾ ഇടതൂർന്ന ഒരു വനത്തിലൂടെ സഞ്ചരിക്കുകയാണെന്നു കരുതുക, അപ്പോൾ നമ്മുടെ ചുറ്റുപാടുകൾ മാത്രമേ നമുക്കറിയാൻ സാധിക്കുകയുള്ളു. കുന്നുകളും അരുവികളും പുൽമേടുകളുമൊക്കെ കടക്കാം, പക്ഷേ, നമ്മുടെ സ്ഥാനവും പാതകളും മനസ്സിലാക്കാൻ പ്രയാസമാണ്. മറ്റൊരുവിധത്തിൽ പറഞ്ഞാൽ, പ്രദേശത്തിന്റേയും വഴികളുടേയും ആകെയുള്ള ഒരു ചിത്രം നമുക്ക് ലഭിക്കില്ല. മുകളിലൂടെ പറക്കുന്ന ഒരു പക്ഷിക്ക് ഈ പറഞ്ഞ രീതിയിലുള്ള ഒരു ചിത്രം ലഭിച്ചേക്കാം. അതിനാൽ ഇതിനെ ഒരു പക്ഷിയുടെ കാഴ്ച അല്ലെങ്കിൽ 'പനോരമിക്' കാഴ്ച എന്ന് വിളിക്കുന്നു. ഉദാഹരണത്തിന്, ഇരയെ തിരയുന്ന കഴുകൻ നിലത്തുനിന്ന് ശ്രമിച്ചാൽ വയലിലോടുന്ന എലിയെയും, വെള്ളത്തിൽ മുങ്ങിപ്പൊങ്ങുന്ന മീനിനെയും, പൊത്തിലൊളിച്ചിരിക്കുന്ന പാമ്പിനെയും പിടിക്കാൻ സാധിക്കില്ല. പകരം അത് ആകാശത്തേക്ക് ഉയർന്ന് ഏകദേശം 1 കിലോമീറ്റർ ഉയരത്തിൽനിന്ന് നോക്കുമ്പോൾ, അതിന്റെ ഇരയായ ഒരു എലിയെ, മത്സ്യത്തെ അല്ലെങ്കിൽ പാമ്പിനെ എളുപ്പത്തിൽ കണ്ടെത്തുന്നു. ആ ഉയരത്തിൽനിന്ന് അവരുടെ ചലനവും വേഗതയും അനുമാനിക്കുകയും കൃത്യമായി അതിലേക്കെത്തി ദ്രുത ചലനത്തിലൂടെ, അനായാസം പിടിക്കുകയും ചെയ്യുന്നു. മുകളിൽനിന്നുള്ള ഒരു ചിത്രം ഉള്ളതിന്റെ ഗുണം ഇതാണ്. കൂടുതൽ വിശദാംശങ്ങളും മൊത്തത്തിലുള്ള സാഹചര്യത്തിന്റെ മികച്ച വിവരവും ഇത് നൽകുന്നു.

ഉദാഹരണത്തിന്, ഭൂമി ഗോളാകൃതിയിലുള്ളതാണെന്നും നമ്മൾ ഉപരിതലത്തിൽനിന്ന് സാധാരണയായി കാണുന്നതുപോലെ പരന്നതല്ലെന്നും എല്ലാവർക്കും അറിയാവുന്നതും വ്യാപകമായി അംഗീകരിക്കപ്പെട്ടിട്ടുള്ളതുമാണ്, എന്നാൽ അത് ദൃശ്യവൽക്കരിക്കുന്നത് അത്ര എളുപ്പമല്ല. ബഹിരാകാശത്ത് നിന്ന് എടുത്ത ഗോളാകൃതിയിലുള്ള നമ്മുടെ ഗ്രഹത്തിന്റെ ചിത്രങ്ങൾ കണ്ടതിനുശേഷം മാത്രമേ അത് വ്യക്തമാക്കാൻ കഴിയൂ. ഇത്തരത്തിൽ, പക്ഷിയുടെ കണ്ണിലൂടെ കാണുന്ന രീതിയിലുള്ള കാഴ്ചകൾ നമ്മുടെ ജീവിതത്തിലെ പല പ്രവർത്തനങ്ങളെയും ലളിതമാക്കുന്നു. നഗര സർവേ ഒരു ഉദാഹരണമാണ്. ഒരു നഗരത്തിലെ വീടുകളുടെ എണ്ണം, അവയുടെ വലുപ്പം മുതലായവ, നികുതി ചുമത്തലിനായി കണക്കാക്കേണ്ടതുണ്ട്. മുൻ കാലങ്ങളിൽ, സർവേ നടത്തുന്ന സംഘം ഓരോ വീടുകളും സന്ദർശിച്ച് അളവുകൾ എടുക്കുകയും വിവരങ്ങൾ രേഖപ്പെടുത്തുകയും ചെയ്തിരുന്നു. ഉപഗ്രഹ ചിത്രങ്ങളുടെ ആവിർഭാവത്തോടെ, ബഹിരാകാശത്തുനിന്നുള്ള ഏതാനും ചിത്രങ്ങ

ളുടെ സഹായത്തോടെ മുഴുവൻ സർവേയും വളരെ വേഗത്തിൽ നടത്താൻ സാധിക്കുന്നു. കമ്പ്യൂട്ടർ ഇമേജ് പ്രോസസ്സിംഗ് സോഫ്റ്റ്-വയർ ഉപയോഗിച്ച് ഓരോ കെട്ടിടങ്ങളുടെ വലിപ്പങ്ങൾ എളുപ്പത്തിൽ കണക്കാക്കാം. പുതിയ റെയിൽവേ ലൈനുകൾ, റോഡുകൾ, ജല കണക്ഷനുകൾ, ജലപാതകൾ മുതലായവയുടെ നിർമ്മാണം ആസൂത്രണം ചെയ്യുന്നതിനും ഈ ചിത്രങ്ങൾ വളരെയധികം സഹായിക്കുന്നു.

ഉപഗ്രഹ ചിത്രങ്ങളുടെ മറ്റ് ഉപയോഗങ്ങളിൽ, കെട്ടിടങ്ങളുടെയും നഗര-റോഡ് സംവിധാനങ്ങളുടെയും ത്രിമാന 'ഡിജിറ്റൽ എലിവേഷൻ മോഡലുകൾ,' പാർക്കുകൾ, ഡ്രെയിനേജ് കനാലുകൾ, ജലസംഭരണികൾ, വിതരണ സംവിധാനങ്ങൾ, മഴവെള്ള സംഭരണം, വൃക്ഷ സർവേകൾ, മലിനീകരണ നിരീക്ഷണം, ജനസംഖ്യാടിസ്ഥാനത്തിലുള്ള ബാങ്ക്/എടിഎം അനുപാതങ്ങൾ, പെട്രോൾ, ഡീസൽ എന്നിവ ഉൾപ്പെടുന്ന ഇന്ധന വിതരണ സംവിധാന സാന്ദ്രതകളും, റെസ്റ്റോറന്റുകൾ, സ്കൂളുകൾ ആശുപത്രികൾ തുടങ്ങി നിരവധി സംവിധാനങ്ങളെപ്പറ്റിയുള്ള വിവരശേഖരണങ്ങളും ഉൾപ്പെടുന്നു.

ജല വിഭവ സംവിധാനങ്ങൾ

ഒരു പ്രദേശത്ത് മഴ പെയ്യാനുള്ള സാധ്യത, മഴയുടെ അളവും അതിന്റെ കാലാവധിയും നിലവിലുള്ള താപനില, മരങ്ങൾ, മേഘങ്ങൾ, മേഘ സാന്ദ്രത മുതലായ നിരവധി ഘടകങ്ങളെ ആശ്രയിച്ചിരിക്കുന്നു. മേഘങ്ങളുടെയും കാറ്റിന്റെയും ചലനം ഉപഗ്രഹ ചിത്രങ്ങൾ ഉപയോഗിച്ച് എളുപ്പത്തിൽ നിരീക്ഷിക്കാൻ കഴിയുന്നു. ഇത്തരത്തിൽ മഴ ലഭിക്കുന്ന സ്ഥലങ്ങളും സമയവും കൃത്യമായി പ്രവചിക്കാൻ സാധിക്കും.

മഴമൂലം മണ്ണിലെ ഈർപ്പത്തിന്റെ അളവ്, ജല വിതരണ സംവിധാനങ്ങളുടെ ഫലപ്രാപ്തി, ജലസ്രോതസ്സുകളിലെ മണ്ണുവീഴ്ച, ചതുപ്പു നിലങ്ങൾ എന്നിവയുടെ സർവേ, മഞ്ഞുമലകളുടെ ഉരുകൽ, കൈയേറ്റ നിരീക്ഷണം, നഗര മാലിന്യ നിർമാർജനം, മാലിന്യ ശേഖരണം, നദികളുടെ ഉത്ഭവവും ശോഷണവും, നദികളിൽനിന്നു കടലിലേക്ക് തള്ളപ്പെടുന്ന ധാതുക്കളുടെ വിവരങ്ങൾ, സമുദ്രങ്ങളിൽനിന്ന് ശുദ്ധജല പ്രവാഹങ്ങളിലേക്കും ഭൂഗർഭജലങ്ങളിലേക്കും ഉപ്പുവെള്ളത്തിന്റെ പ്രവേശനം, മണ്ണൊലിപ്പ് എന്നിവ ഉപഗ്രഹചിത്രങ്ങൾ വഴി വളരെയധികം വികാസം പ്രാപിച്ചിട്ടുള്ള ചില മേഖലകളാണ്.

പ്രകൃതി ദുരന്ത പ്രവചനവും നിരീക്ഷണവും

സമുദ്രത്തിൽ ഒരു ചുഴലിക്കാറ്റ് രൂപപ്പെടുമ്പോൾ, അതിന്റെ സ്വഭാവസവിശേഷതകൾ സൂക്ഷ്മമായി നിരീക്ഷിക്കുന്നത്, അതുണ്ടാക്കാൻ സാധ്യതയുള്ള പ്രത്യാഘാതങ്ങളും നാശനഷ്ടങ്ങളും കുറയ്ക്കുന്നതിനോ ഒഴിവാക്കുന്നതിനോ ഉള്ള മുൻകരുതലുകൾ എടുക്കാൻ വളരെയധികം സഹായിക്കും. ചുഴലിക്കാറ്റിന്റെ കേന്ദ്രം, അതിന്റെ ദൂരം, തീവ്രത, ചലന

ദിശ, വേഗത, പ്രതീക്ഷിക്കുന്ന ലാൻഡ്ഫോൾ ലൊക്കേഷൻ/കരതൊടുന്ന പ്രദേശം എന്നിവ ഇന്നത്തെ ഉപഗ്രഹങ്ങൾ ഉപയോഗിച്ച് എളുപ്പത്തിൽ നിരീക്ഷിക്കാനാകും. ദുരന്ത സാധ്യതയുള്ള പ്രദേശങ്ങൾ ഒഴിപ്പിക്കാനും അതുവഴി ജനങ്ങളുടെ ജീവൻ രക്ഷിക്കാനും ഭൗതിക നഷ്ടം തടയാനും ഇതുപകരിക്കും.

ഉപഗ്രഹാടിസ്ഥാനത്തിലുള്ള കാലാവസ്ഥാ പ്രവചനത്തിന്റെ

നഗരത്തെ മുകളിൽ നിന്ന് വീക്ഷിക്കുമ്പോൾ (ഇടത്); കാലാവസ്ഥ പ്രവചനത്തിനും ദുരന്തനിവാരണത്തിനുമായി ഉപഗ്രഹ ഭൂപടം (വലത്)

ആവിർഭാവത്തിനുശേഷം, പ്രകൃതിദുരന്തങ്ങൾ മൂലമുണ്ടാകുന്ന നാശനഷ്ടങ്ങളിൽ ഗണ്യമായ കുറവുണ്ടായതായി കാണാം. ഉദാഹരണത്തിന്, 2020 ൽ പശ്ചിമബംഗാൾ, ഒഡിഷ മേഖലകളെ തകർത്ത 'അംബാൻ' എന്ന ചുഴലിക്കാറ്റിന്റെ ചലനം കൃത്യമായി പ്രവചിക്കുകയും സാധ്യമായ ദുരന്തനിവാരണ പദ്ധതികൾ നടപ്പിലാക്കുകയും ചെയ്തു. കടുത്ത സാമ്പത്തിക, ഭൗതിക നഷ്ടങ്ങൾക്കിടയിലും, പ്രവചിക്കപ്പെട്ട കരപ്രദേശങ്ങളിൽ താമസിക്കുന്ന ആളുകളെ ഒഴിപ്പിക്കുന്നതിന് മുൻകൂട്ടി എടുത്ത ദ്രുത നടപടികൾ കാരണം നിരവധി ജീവനുകൾ രക്ഷപ്പെട്ടു. ഇത് കൈവരിക്കുന്നതിൽ ഉപഗ്രഹ ചിത്രങ്ങളുടെയും ഉപഗ്രഹാധിഷ്ഠിത കാലാവസ്ഥാ പ്രവചനങ്ങളുടെയും പങ്ക് വളരെ വലുതാണ്.

വന്യജീവി, അതിർത്തി നിരീക്ഷണം

രാത്രിയിൽ നമ്മൾ ഉറങ്ങുമ്പോൾ, ലൈറ്റുകൾ ഓഫ് ചെയ്യുമ്പോൾ, കൊതുകുകൾ നമ്മൾ എവിടെയാണെന്നത് കൃത്യമായി വന്ന് അവരുടെ ജോലി ഒരു ബുദ്ധിമുട്ടും കൂടാതെ ചെയ്യുന്നു. കൊതുകുകൾക്ക് എങ്ങനെയാണ് ഇരുട്ടിൽ നമ്മെ കണ്ടെത്താൻ കഴിയുക? നമ്മളെ കണ്ടെത്താൻ അവർക്ക് വെളിച്ചം ആവശ്യമില്ല എന്നതാണ് വസ്തുത. നമ്മുടെ വിയർപ്പിന്റെ ഗന്ധവും, ശരീരത്തിന്റെ താപനിലയും, നമ്മൾ നിശ്വസിക്കുന്ന കാർബൺ-ഡൈ-ഓക്സൈഡും ഒക്കെ തിരിച്ചറിഞ്ഞ് അവ

ഭക്ഷണത്തിന്റെ സ്ഥാനം കണ്ടെത്തുന്നു. മറ്റൊരുവിധത്തിൽ പറഞ്ഞാൽ, കൊതുക് അതിന്റെ ഭക്ഷണം കണ്ടെത്തുന്നതിന് താപനില അടിസ്ഥാനമാക്കിയുള്ള വിദൂര സംവേദനം നടത്തുന്നു. പല വിദൂര സംവേദന (REMOTE SENSING) ഉപഗ്രഹങ്ങളുടെയും തത്വം ഇതാണ്.

ഒരു രാജ്യത്തിന്റെ അതിരുകളിലെയും ആഴമേറിയ വനങ്ങളിലെയും ചലനങ്ങൾ ആ പ്രദേശങ്ങളിലെ താപനില വ്യതിയാനങ്ങൾ ഉപയോഗിച്ച് നിരീക്ഷിക്കാൻ സാധിക്കും. ചുറ്റുമുള്ള അന്തരീക്ഷ ഊഷ്മാവ് കണക്കിലെടുക്കാതെ മനുഷ്യശരീരത്തിന്റെ താപനില എല്ലായ്പ്പോഴും ചില തലങ്ങളിൽ നിലനിർത്തുന്നു. അതുപോലെ, ആയുധങ്ങൾ, യുദ്ധ സംബന്ധിയായ വാഹനങ്ങൾ, ടാങ്കുകൾ, മറ്റ് സൈനിക വാഹനങ്ങൾ, ഉപകരണങ്ങൾ എന്നിവയ്ക്ക് അവ നിർമിച്ചിട്ടുള്ള വസ്തുക്കൾ അനുസരിച്ച് ഒരോന്നിനും സവിശേഷമായ താപനിലകൾ ഉണ്ട്. ഉപഗ്രഹങ്ങൾ ഉപയോഗിച്ച് അതിർത്തിയിലെ സൈനിക നീക്കങ്ങൾ നിരീക്ഷിക്കാൻ ഈ സവിശേഷതകൾ ഉപയോഗിക്കുന്നു. ഈ ഉപഗ്രഹങ്ങളിൽ അടങ്ങിയിരിക്കുന്ന 'ഇൻഫ്രാറെഡ് സെൻസറുകൾക്കും' വിദൂര താപനില സെൻസറുകൾക്കും നിയന്ത്രിത മേഖലകളിലെ മൃഗങ്ങളുടെയും സൈന്യങ്ങളുടെയും ചലനം കണ്ടെത്താൻ സാധിക്കുന്നു.

കൃഷി

ഭൂമിയിലെ ഓരോ വസ്തുവിനും അതിന്റേതായ പ്രത്യേക ഉദ്വമനം അല്ലെങ്കിൽ വികിരണ ഗുണങ്ങളുണ്ട്. അതനുസരിച്ച് അവ പ്രത്യേക തീവ്രതയോടെ ഒരു പ്രത്യേക ആവൃത്തിയിൽ പ്രത്യേക തരം വികിരണം പുറപ്പെടുവിക്കുന്നു. വെള്ളം ഒരു തരം വികിരണങ്ങൾ, പുല്ല് മറ്റൊരുതരം, മരങ്ങൾ ഒരു തരം. കൂടാതെ, ഒരു വസ്തു അതിന്റെ ജീവിതചക്രത്തിന്റെ വിവിധ ഘട്ടങ്ങളിൽ വ്യത്യസ്തതരം ഉദ്വമനം പുറപ്പെടുവിക്കുന്നു. ഉദാഹരണത്തിന്, നെൽവിളകൾ വിതയ്ക്കുന്ന സമയം ഒന്നും, വിളവെടുപ്പിന് തയ്യാറാകുമ്പോൾ മറ്റൊരു വിധത്തിലുള്ള ഉദ്വമനവും പുറപ്പെടുവിക്കുന്നു. ഏതെങ്കിലും ചെടിയിൽ രോഗം ബാധിച്ചാൽ ഒരേ വിളകൾ വ്യത്യസ്തമായി വികിരണം ചെയ്യുന്നതും കാണാം. ഇക്കാരണത്താൽ, വിദൂര സംവേദന ഉപഗ്രഹങ്ങൾ ഉപയോഗിച്ച് അവയുടെ വളർച്ചാ നിരക്കുകൾ, വിളവിന്റെ അളവുകൾ, അണുബാധകളുടെ വ്യാപനം മുതലായവ അറിയാനും, അതുപയോഗിച്ചു കൃഷിയുടെ വികാസം കണക്കാക്കാനും ഉപയോഗിക്കാം. ഉപഗ്രഹങ്ങൾ ഉപയോഗിച്ച് ഈ വിശദാംശങ്ങൾ രാജ്യമെമ്പാടും നിന്നും സമഗ്രമായി ശേഖരിക്കാനും ഏതെങ്കിലും പ്രദേശങ്ങളുമായി ബന്ധപ്പെട്ട നിർദ്ദിഷ്ട വിശദാംശങ്ങൾ പ്രാദേശിക സമൂഹങ്ങൾക്ക് നൽകാനും കഴിയും. വിളവ് വർദ്ധിപ്പിക്കുന്നതിനോ അണുബാധ കുറയ്ക്കുന്നതിനോ ആവശ്യമായ നടപടികൾ കൈക്കൊള്ളാനും പ്രാദേശിക കർഷകർക്ക് അനുയോജ്യമായ മാർഗ്ഗനിർദ്ദേശങ്ങൾ നൽകാനും ഇത്തരം വിശദാംശങ്ങൾ വളരെ ഉപയോഗപ്രദമാണ്.

ഉപഗ്രഹങ്ങളുടെ സഹായത്തോടെയുള്ള വിദൂര സംവേദനം (ഇടത്); വിദൂര സംവേദനം ഉപയോഗിച്ച് കാർഷികാസൂത്രണത്തിന് സഹായിക്കുന്ന അടയാളപ്പെടുത്തൽ (വലത്)

കൂടാതെ, വിവിധ പ്രദേശങ്ങളിൽ വളരുന്ന വിവിധതരം വിളകൾ, അവയുടെ അളവുകൾ, കാർഷിക ഉൽപ്പന്നങ്ങളുടെ ആവശ്യകതകൾ, വിതരണവും കുറവും, വളം, കീടനാശിനി ആവശ്യകതകൾ മുതലായവയെക്കുറിച്ചുള്ള ഉപയോഗപ്രദമായ നിരവധി വിവരങ്ങൾ ഉപഗ്രഹ അധിഷ്ഠിത വിദൂര സംവേദനത്തിൽനിന്ന് ലഭിക്കുന്നു. ദേശീയ തലത്തിലുള്ള കാർഷിക ആസൂത്രണത്തിനും, കാർഷിക ഉൽപ്പന്നങ്ങളുടെ സംഭരണത്തിനും വിതരണത്തിനും ആവശ്യമായ വിവരങ്ങളാണ് ഇവ.

മത്സ്യബന്ധനം

കടലിലെ മത്സ്യങ്ങൾ ഭക്ഷണം തേടി വലിയ സംഘങ്ങളായി ഒരിടത്തുനിന്ന് മറ്റൊരിടത്തേക്ക് നീങ്ങുന്നു എന്ന് നമുക്കറിയാം. അവർ ഭക്ഷണം കണ്ടെത്തുന്ന സ്ഥലങ്ങളിൽ താമസിക്കുകയും അത് തീരുംവരെ അവിടെ തുടരുകയും ചെയ്യുന്നു. ഭക്ഷണം തീർന്നുകഴിഞ്ഞാൽ, അവ അടുത്ത സ്ഥലത്തേക്ക് നീങ്ങുന്നു. 'ക്ലോറോഫിലിന്റെ' അംശം, സമുദ്രോപരിതല താപനില, വെള്ളത്തിലെ ഓക്സിജന്റെ അളവ്, വെള്ളത്തിനടിയിലുള്ള പ്രവാഹങ്ങൾ മുതലായ നിരവധി ഘടകങ്ങൾ ഉപയോഗിച്ച് ഇത്തരം സ്ഥലങ്ങൾ തിരിച്ചറിയാൻ കഴിയും. ഈ സ്ഥലങ്ങൾ തീരത്തോട് താരതമ്യേന അടുത്തോ വളരെ അകലെ കടലിനുള്ളിൽ ആഴത്തിലോ ആയിരിക്കാം. ചെറുവള്ളങ്ങളിലും മത്സ്യബന്ധന യാനങ്ങളിലും സഞ്ചരിക്കുന്ന മത്സ്യത്തൊഴിലാളികൾക്ക് ഈ സ്ഥലങ്ങൾ കൃത്യമായി തിരിച്ചറിയുന്നത് പ്രായോഗികമായി അസാധ്യമാണ്. എന്നാൽ വിദൂര സംവേദന ഉപഗ്രഹങ്ങൾ ഉപയോഗിച്ച്, ഈ സ്ഥലങ്ങൾ കണ്ടെത്തി മത്സ്യത്തൊഴിലാളികളെ എല്ലാ ദിവസവും കൃത്യമായി അറിയിക്കുന്നു. ഇങ്ങനെ കുറഞ്ഞ പരിശ്രമത്തിലൂടെ അവരുടെ മത്സ്യ ശേഖരണം വർദ്ധിപ്പിക്കുന്ന വിവരങ്ങൾ വളരെയധികം പ്രയോജനം ചെയ്യുന്നു.

വെള്ളപ്പൊക്കനിവാരണവും ധാതുനിക്ഷേപങ്ങളും

മഴക്കാലത്ത് നദികളിലെ ജലനിരപ്പ് നിരീക്ഷിക്കുന്നതിനും ഉപഗ്രഹ ചിത്രങ്ങളും വിവരങ്ങളും ഉപയോഗിക്കുന്നു എന്നുപറഞ്ഞല്ലോ. അധിക മഴ കാരണം ജലസംഭരണികൾ നിറയുന്നത് പ്രവചിക്കാനും, താഴ്ന്ന പ്രദേശങ്ങളിൽ താമസിക്കുന്ന ആളുകൾക്ക് ആവശ്യമായ മുന്നറിയിപ്പുകൾ കൃത്യസമയത്ത് നൽകാനും ഇതുവഴി കഴിയുന്നു. വെള്ളപ്പൊക്കം മൂലമുണ്ടാകുന്ന വലിയ ദുരന്തങ്ങൾ ഒഴിവാക്കാൻ ഇത് സഹായിക്കും. ഭൂഗർഭ ജലനിരപ്പും ഭൂഗർഭ ജല പ്രവാഹങ്ങളും ഉപഗ്രഹ അധിഷ്ഠിത വിദൂര സംവേദനം ഉപയോഗിച്ച് നിരീക്ഷിക്കാനും കഴിയും. കുഴൽക്കിണറുകൾ കുഴിക്കുന്നതിന് അനുയോജ്യമായ സ്ഥലങ്ങൾ തിരിച്ചറിയാൻ ഇത് സഹായിക്കും. ഇത് ഉപയോഗിച്ച് ഖനന പ്രവർത്തനങ്ങൾക്ക് ഭൗമോപരിതലത്തിന്റെ ഉള്ളിൽ കാണപ്പെടുന്ന ധാതുക്കളുടെ ലഭ്യതയും തരങ്ങളും അനുമാനിക്കാറുണ്ട്.

ആശയവിനിമയം

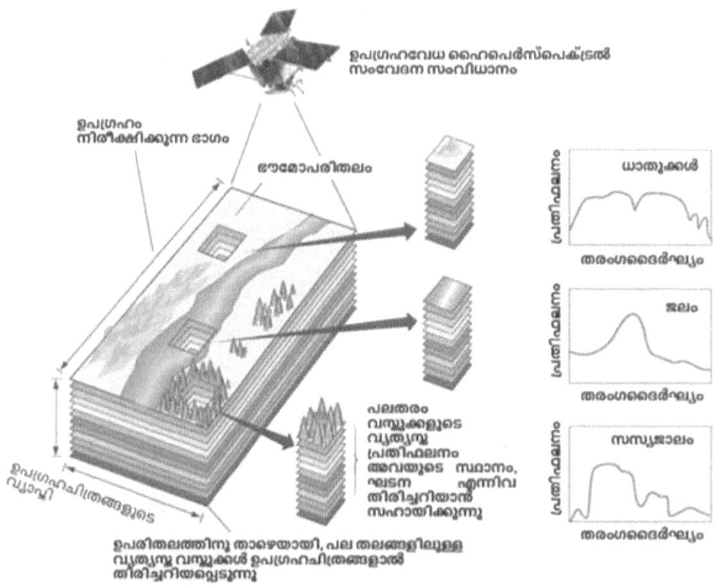

ഓരോ വസ്തുവും അവയിൽ പതിക്കുന്ന വികിരണങ്ങൾ പ്രതിഫലിപ്പിക്കുന്നത് ഓരോ തരത്തിലാണ്. ഇത് മറ്റൊരു വസ്തുവിന്റെ പ്രതികരണത്തിൽനിന്നും തികച്ചും വ്യത്യസ്തമായിരിക്കും. ഇപ്രകാരം വസ്തുക്കളുടെ വിശിഷ്യാ ഉള്ള കയ്യൊപ്പുകളിൽനിന്ന് അവയെ തിരിച്ചറിയുന്ന തത്വമാണ് ധാതുനിക്ഷേപങ്ങൾ കണ്ടെത്താനുപയോഗിക്കുന്നത്.

അടിസ്ഥാനപരമായി രണ്ട് സംവിധാനങ്ങൾ അല്ലെങ്കിൽ രണ്ട് സ്ഥലങ്ങൾ തമ്മിലുള്ള ആശയവിനിമയത്തിന് രണ്ടുതരം കണക്ഷനുകൾ ആണ് സാധാരണയായി ഉപയോഗിക്കുന്നത്: 'വയർഡ് കണക്ഷനുകളും' 'വയർലെസ് കണക്ഷനുകളും.' കേബിളുകൾ ഉപയോഗിച്ച് രണ്ട് ഉപകരണങ്ങളെ ഭൗതികമായി ബന്ധിപ്പിക്കുന്നത് വയർഡ് കണക്ഷനുകൾ എന്നുപറയുന്നു. കേബിളുകൾ, ലോഹ ചാലക വയറുകളോ ഒപ്റ്റിക്കൽ ഫൈബർ കേബിളുകളോ ആകാം. ഏതെങ്കിലും ഭൗതിക ബന്ധിപ്പിക്കൽ ഇല്ലാതെ വൈദ്യുതകാന്തിക വികിരണം ഉപയോഗിച്ചുള്ള ആശയവിനിമയത്തിൽ ഉൾപ്പെടുന്നതാണ് വയർലെസ് കണക്ഷൻ. രാജ്യത്തിന്റെ മുക്കിലും മൂലയിലും വയർഡ് കണക്റ്റിവിറ്റി/കണക്ഷൻ നൽകുന്നത് പ്രായോഗികമല്ല. അതുപോലെ, നഗര കേന്ദ്രങ്ങളിൽനിന്ന് വളരെ അകലെയുള്ള വിദൂര പ്രദേശങ്ങളിലേക്ക് വയർഡ് കണക്ഷനുകൾ സ്ഥാപിക്കുന്നതും സാധ്യമല്ല. വയർലെസ് കണക്റ്റിവിറ്റി മാത്രമാണ് ഇത്തരം സാഹചര്യങ്ങളിൽ ഏക പരിഹാരം. ഇങ്ങനെ വിദൂര പ്രദേശങ്ങളിലേക്ക് വയർലെസ് ആശയവിനിമയ കണക്റ്റിവിറ്റി നൽകുന്നതിൽ ഉപഗ്രഹങ്ങൾക്ക് സുപ്രധാനമായ പങ്കുവഹിക്കാൻ സാധിക്കും.

വെള്ളപ്പൊക്കം, ഭൂകമ്പം, മണ്ണിടിച്ചിൽ, ചുഴലിക്കാറ്റ് തുടങ്ങിയ പ്രകൃതിദുരന്ത ബാധിത പ്രദേശങ്ങളിൽ പലതും ചുറ്റുമുള്ള പ്രദേശങ്ങളിൽനിന്ന് ഭൗതികമായി ഒറ്റപ്പെടുകയും ആശയവിനിമയം വിച്ഛേദിക്കപ്പെടുന്നതായും നമ്മൾ കാണാറുണ്ട്. ദുരിതബാധിതരുടെ ശബ്ദം പുറം ലോകം കേൾക്കാനും, അവരുടെ കഷ്ടപ്പാടുകൾ അധികാരികൾക്കും, സാമൂഹിക

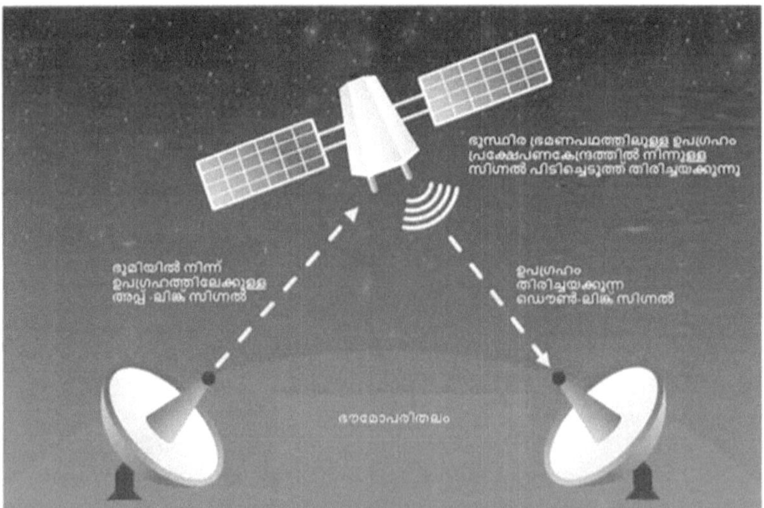

സിഗ്നൽ കൈമാറുന്നതിനും സ്വീകരിക്കുന്നതിനുമുള്ള ഉപഗ്രഹ ആശയവിനിമയം

സേവന സംഘടനകൾക്കും, രക്ഷാപ്രവർത്തകർക്കും പൂർണ്ണമായി അറിയാനും ഉപഗ്രഹ ആശയവിനിമയത്തിലൂടെ സാധിക്കുന്നു.

ഇത്തരത്തിൽ ഉപഗ്രഹ ആശയവിനിമയം വളരെയധികം സംഭാവനകൾ നൽകിയ മറ്റൊരു മേഖലയാണ് സാധ്യതകളനേകമുള്ള 'ടെലി മെഡിസിൻ' രംഗം. ആധുനിക സൂപ്പർ സ്പെഷ്യാലിറ്റി ആശുപത്രികളും വിദഗ്ധരായ ഡോക്ടർമാരും രാജ്യത്തിന്റെ എല്ലാ ഭാഗങ്ങളിലും ലഭ്യമാകണമെന്നില്ല. വിദൂര ഗ്രാമങ്ങളിൽനിന്നും ആദിവാസി മേഖലകളിൽ നിന്നുമുള്ള ആളുകൾക്കു ഗുരുതരമായ അസുഖങ്ങൾ ബാധിക്കുമ്പോൾ, ശരിയായ തരത്തിലുള്ള വൈദ്യ പരിചരണവും ചികിത്സയും ലഭിക്കുന്നില്ല എന്നത് ഇന്നും സംഭവിക്കുന്ന ഒന്നാണ്. പരിമിതമായ മെഡിക്കൽ സൗകര്യങ്ങളും ഡോക്ടർമാരും ഉള്ള സാഹചര്യത്തിൽ, എല്ലാത്തരം അസുഖങ്ങൾക്കും ചികിത്സ എത്തിക്കാൻ കഴിയണമെന്നില്ല. ഈ ബുദ്ധിമുട്ട് മറികടക്കാൻ, ടെലിമെഡിസിൻ എന്ന ആശയം ഉപയോഗിക്കുന്നു. ഇതുവഴി പ്രാദേശിക ആരോഗ്യ കേന്ദ്രങ്ങൾ നഗരത്തിലെ ആശുപത്രികളുമായി ഉപഗ്രഹ ആശയവിനിമയം വഴി ബന്ധിപ്പിച്ചിരിക്കുന്നു. ഒരു വിദൂര ഗ്രാമത്തിലെ ഒരു രോഗിയിൽ കാണപ്പെടുന്ന ലക്ഷണങ്ങൾ നഗരത്തിലെ മറ്റൊരു സ്ഥലത്തിരുന്നു വിദഗ്ധരായ ഡോക്ടർമാർ ശ്രദ്ധാപൂർവ്വം മനസ്സിലാക്കുന്നു. അങ്ങനെ കൃത്യമായ രോഗനിർണയം നടത്തുകയും രോഗിക്ക് പൂർണ്ണാരോഗ്യം വീണ്ടെടുക്കാൻ അനുയോജ്യമായ ചികിത്സാ രീതികൾ നിർദ്ദേശിക്കുകയും ചെയ്യുന്നു. ഈ രീതിയിൽ, ഗുരുതരമായ രോഗങ്ങൾ പലതും വളരെ നേരത്തെ തന്നെ കണ്ടെത്തുകയും സമയബന്ധിതമായ ഇടപെടലുകൾ നടത്തുകയും ചെയ്യുന്നു.

ഗ്രാമീണ വിദ്യാർത്ഥികളുടെ വിദ്യാഭ്യാസത്തിലും ടെലി-വിദ്യാഭ്യാസ പരിപാടിയുടെ രൂപത്തിലും ഉപഗ്രഹ ആശയവിനിമയം ഒരു പ്രധാന പങ്ക് വഹിക്കുന്നു. രാജ്യത്തെ എല്ലാ ഗ്രാമങ്ങളിലെയും, എല്ലാ സ്കൂളുകളിലും നഗരത്തിലെ സ്കൂളുകൾക്ക് സമാനമായ ഉയർന്ന നിലവാരമുള്ള വിദ്യാഭ്യാസം നൽകാൻ മതിയായ യോഗ്യതയുള്ള അധ്യാപകർ ഉണ്ടാകണമെന്നില്ല. ഉപഗ്രഹ ആശയവിനിമയത്തിലൂടെ നഗരത്തിലെ സ്കൂളുകളിൽ നടക്കുന്ന ക്ലാസുകൾ എല്ലാ സ്കൂളുകൾക്കും ഒരുപോലെ പ്രയോജനം ചെയ്യുന്ന രീതിയിൽ, ഒരിടത്ത് പഠിപ്പിക്കുന്ന വിഷയങ്ങൾ, വിദൂര പ്രദേശങ്ങൾ ഉൾപ്പെടെ രാജ്യമെമ്പാടുമുള്ള വിദ്യാർത്ഥികളിലേക്ക് എത്തുന്നു. ഇത് പ്രാദേശിക വിദ്യാഭ്യാസത്തിന്റെ ഗുണനിലവാരം മെച്ചപ്പെടുത്തുന്നതിന് കാരണമാകുകയും, അതുവഴി അവരുടെ ജീവിതനിലവാരം ഉയർത്തുന്നതിലേക്ക് നയിക്കുകയും, രാജ്യത്തെ മൊത്തത്തിലുള്ള വിദ്യാഭ്യാസ നിലവാരത്തിലും മാറ്റംവരുത്തുന്നതിനും സഹായകരമാകുന്നു.

ദൈനംദിന ജീവിതത്തിൽ ഉപഗ്രഹങ്ങളുടെ മറ്റൊരു പ്രധാനവും അനിവാര്യവുമായ പ്രയോഗമാണ് സ്ഥാനനിർണ്ണയ സേവനങ്ങൾ

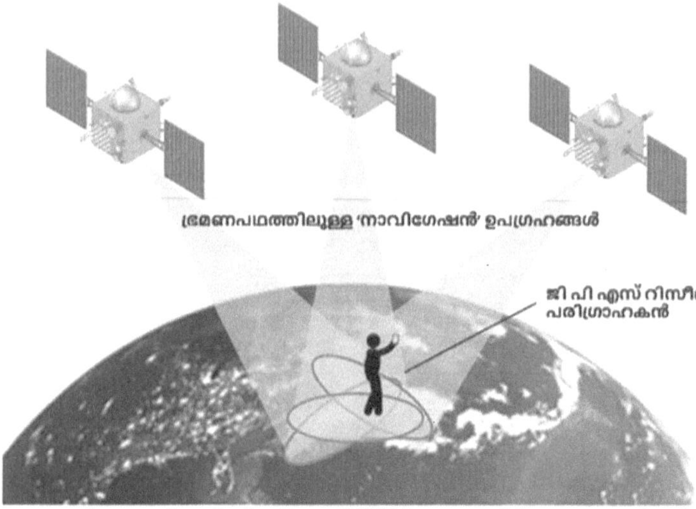

ഗ്ലോബൽ പൊസിഷനിംഗ് സിസ്റ്റം (GPS)/സ്ഥാന നിർണ്ണയം പ്രവർത്തിക്കുന്നത് ട്രൈലാറ്ററേഷൻ എന്ന തത്വത്തിലധിഷ്ഠിതമായാണ്. ഇതിൽ കുറഞ്ഞത് മൂന്ന് ഉപഗ്രഹങ്ങളുടെ സഹായത്തോടെ ഒരു ത്രികോണത്തിന്റെ വശങ്ങളും കോണുകളും കണ്ടെത്തുന്നു. ഇതുവഴി ഭൂമിയിൽ എവിടെയുമുള്ള വസ്തുക്കളുടെയും സ്ഥാന നിർണ്ണയം സാധ്യമാണ്.

അല്ലെങ്കിൽ നാവിഗേഷൻ സേവനങ്ങൾ. നമ്മുടെ വാഹനങ്ങൾ, മൊബൈൽ ഫോണുകൾ മുതലായവയിലെ നാവിഗേഷൻ റിസീവറുകൾ, ഇത്തരം സേവനങ്ങൾക്കുവേണ്ടിയുള്ള ഉപഗ്രഹത്തിൽ നിന്നുള്ള വിവരങ്ങൾ സ്ഥാനം നിർണ്ണയിക്കാൻ ഉപയോഗിക്കുന്നു. ഈ വിവരങ്ങൾ/സിഗ്നലുകളും, ഉപകരണങ്ങളിൽ ലഭ്യമായ ഭൂപടങ്ങളും ഉപയോഗിച്ച്, സമീപകാലത്ത് നിരവധി നൂതന സാങ്കേതികവിദ്യകൾ വികസിപ്പിച്ചെടുത്തിട്ടുണ്ട്. അവയിൽ പലതും വിജയകരമായ വാണിജ്യ സംരംഭങ്ങളായി പിൽക്കാലത്ത് പരിവർത്തനം ചെയ്യപ്പെടുകയുണ്ടായി. യാത്രയ്ക്കായുള്ള വഴി കണ്ടെത്തൽ, വാണിജ്യ ചരക്ക് വാഹനങ്ങളുടെ നീക്കങ്ങൾ, മൃഗങ്ങളുടെ യാത്രാപാത, ഹോം ഡെലിവറി സേവനങ്ങൾ, ഇരുചക്രവാഹനങ്ങൾ വാടകയ്ക്കെടുക്കൽ, ടാക്സികൾ മുതലായ സേവനങ്ങൾ, സുരക്ഷാ സേനയ്ക്കുള്ള നാവിഗേഷൻ, നിപ്പ, കോവിഡ് പോലെയുള്ള പകർച്ചവ്യാധികളുടെ വ്യാപനം ട്രാക്കുചെയ്യൽ എന്നിവയും ഇതിൽ ഉൾപ്പെടുന്നു. ഡയറക്റ്റ് ടു ഹോം (DTH) ടെലിവിഷൻ, റേഡിയോ സേവനങ്ങൾ, കപ്പലുകൾക്കുള്ള ആശയവിനിമയ സേവനങ്ങൾ, മറ്റ് മത്സ്യബന്ധന ബോട്ടുകൾ മുതലായവ, എടിഎം ആശയവിനിമയങ്ങൾ, അന്താരാഷ്ട്ര ടെലിഫോൺ കോളുകൾ, കാർഷിക ഉൽപ്പന്നങ്ങൾക്ക് ന്യായവില നിശ്ചയിക്കൽ എന്നിവ ആശയവിനിമയ ഉപഗ്രഹങ്ങളുടെ മറ്റ് ഉപയോഗങ്ങളാണ്.

ഇത്തരത്തിൽ, ബഹിരാകാശത്തേക്ക് ഉപഗ്രഹങ്ങൾ അയയ്ക്കുന്നതിലൂടെ ധാരാളം ഉപയോഗങ്ങളും പ്രയോജനങ്ങളും ഉണ്ട്. അടുത്ത സ്വാഭാവിക ചോദ്യം എന്തുകൊണ്ടാണ് മനുഷ്യർ ബഹിരാകാശത്തേക്ക് യാത്ര ചെയ്യേണ്ട സാഹചര്യം ഉണ്ടാകുന്നത് എന്നതാണ്. ഇതിനകം ആളില്ലാത്ത ഉപഗ്രഹങ്ങൾ ഈ ആനുകൂല്യങ്ങളെല്ലാം നമുക്ക് നൽകുമ്പോൾ, മനുഷ്യരെ ബഹിരാകാശത്തേക്ക് അയയ്ക്കേണ്ടതിന്റെ ആവശ്യകത എന്താണ്?

മനുഷ്യ ബഹിരാകാശ യാത്രയുടെ ആവശ്യം

കഴിഞ്ഞ 100 വർഷത്തിനുള്ളിൽ, ഭൂമിയിലെ മനുഷ്യ ജനസംഖ്യ 160 കോടിയിൽ നിന്ന് 750 കോടിയായി ഉയർന്നു. നിലവിൽ, സമുദ്രങ്ങൾ ഒഴികെ മിക്കവാറും എല്ലാ സ്ഥലങ്ങളിലും മനുഷ്യർ വസിക്കുന്നു. അതേസമയം, നമ്മുടെ ഗ്രഹത്തിലെ പ്രകൃതിവിഭവങ്ങൾ അതിവേഗം ഇല്ലാതാകുകയും ചെയ്യുന്നു. ഇവ ശ്രദ്ധാപൂർവ്വം കൈകാര്യം ചെയ്തില്ലെങ്കിൽ, വിഭവങ്ങൾ പൂർണ്ണമായും തീർന്നുപോകുന്ന ഒരു സമയം വരും. പുതിയ കാഴ്ചകൾ തേടി കപ്പൽ കയറിയ നാവികരെ പോലെ, മനുഷ്യരാശിയും സൗരയൂഥത്തിൽ ജീവിക്കാൻ പുതിയ സ്ഥലങ്ങൾ അന്വേഷിച്ചേക്കാം. മധ്യകാലഘട്ടത്തിലെ ആ ശ്രമത്തിൽ കൊളംബസ് കണ്ടെത്തിയ അത്തരമൊരു സ്ഥലം മാത്രമാണ് അമേരിക്ക. പിൽക്കാലത്ത് ലോകത്തിലെ ഏറ്റവും വിജയകരവും ശക്തവുമായ രാജ്യമായി അത് മാറിയെന്ന് ഇന്ന് നമുക്ക് കാണാൻ കഴിയും. അതുപോലെ, ഭൂമിയല്ലാത്ത മറ്റ് ചില ആകാശഗോളങ്ങളിൽ നമുക്ക് പുതിയ വാസസ്ഥലങ്ങൾ കണ്ടെത്താം, അത് ഭാവിയിൽ മനുഷ്യരെ ഉയർന്നതലത്തിലുള്ള അഭിവൃദ്ധിയിലേക്ക് നയിച്ചേക്കാം.

ഹരിതഗൃഹ വാതകങ്ങളുടെ അതിപ്രസരം കാരണം ലോകം ആഗോളതാപനത്തിന്റെ വെല്ലുവിളി നേരിടുകയാണ്. ഇത് മൂലം സമുദ്രനിരപ്പ് ഉയരുമെന്ന് പരിസ്ഥിതി ശാസ്ത്രജ്ഞർ പ്രവചിക്കുന്നു. സമുദ്രങ്ങൾക്കടിയിൽ ഗണ്യമായ തോതിൽ ഭൂപ്രദേശം മുങ്ങിപ്പോകുന്നതിനും വാസസ്ഥലത്തിന് ലഭ്യമായ മൊത്തം ഭൂവിസ്തൃതി കുറയുന്നതിനും ഇടയാക്കും. വർദ്ധിച്ചുവരുന്ന വ്യവസായവൽക്കരണവും സാങ്കേതിക തലത്തിൽ ഉണ്ടാകുന്ന വികാസങ്ങളും, ദ്രുതഗതിയിലുള്ള പാരിസ്ഥിതിക ചൂഷണത്തിലേക്ക് നയിക്കുന്നു. ഇത്തരത്തിൽ ഹരിതഗൃഹ വാതകങ്ങൾ കാരണമുണ്ടാകുന്ന മലിനീകരണ ഉദ്വമനം ഓസോൺ പാളിയെ ബാധിക്കുന്നു. ജനസംഖ്യാ വിസ്ഫോടനവും ജലസ്രോതസ്സുകളുടെ ദ്രുതഗതിയിലുള്ള ശോഷണവും എല്ലാ പൗരന്മാർക്കും ശുദ്ധമായ കുടിവെള്ള ലഭ്യത ഉറപ്പാക്കുന്നത് കൂടുതൽ ബുദ്ധിമുട്ടാക്കുന്നു. വായു എല്ലായിടത്തും മലിനമാകുകയും എല്ലാ ദിവസവും മലിനമായ വായു മൂലം നിരവധി ആളുകൾക്ക് ജീവൻ നഷ്ടപ്പെടുകയും ചെയ്യുന്നു. ഇവയെല്ലാം കാരണം, മനുഷ്യവംശം സൗരയൂഥം പര്യവേക്ഷണം ചെയ്ത്

ജനവാസത്തിന് അനുയോജ്യമായ മറ്റ് സ്ഥലങ്ങൾ കണ്ടെത്താൻ നിർബന്ധിതരാകുന്നു. അല്ലെങ്കിൽ നമ്മുടെ ക്ഷീരപഥത്തിലോ മറ്റ് താരാപഥങ്ങളിലോ, ഭൂമിയെപ്പോലുള്ള ഗ്രഹങ്ങൾ ഉണ്ടാകാൻ സാധ്യതയുണ്ടോ എന്ന് അന്വേഷിക്കുന്നു.

ആധുനിക വാഹനങ്ങൾ വരുന്നതിനുമുമ്പ്, ആളുകൾ കാൽനടയായോ മൃഗങ്ങളെ ഉപയോഗിച്ചോ മാത്രമേ സഞ്ചരിച്ചിരുന്നുള്ളൂ. സമുദ്രങ്ങൾ കടക്കാനുള്ള ഒരേയൊരു മാർഗ്ഗം കപ്പലുകളായിരുന്നു. ലക്ഷ്യസ്ഥാനത്ത് എത്താൻ അവർക്ക് ധാരാളം സമയമെടുക്കുകയും ചെയ്തിരുന്നു. സ്വാമി വിവേകാനന്ദൻ 1893 ൽ ലോക സമാധാന സമ്മേളനത്തിനായി ഇന്ത്യയിൽനിന്ന് അമേരിക്കയിലേക്ക് പോകാൻ മൂന്ന് മാസമെടുത്തു. ഏകദേശം 125 വർഷം മുമ്പാണ് ഇത് സംഭവിച്ചത് എന്നോർക്കണം. എന്നാൽ ഇന്ന് ഇന്ത്യയിൽനിന്ന് 12 മണിക്കൂറിനുള്ളിൽ ഒരാൾക്ക് അമേരിക്കയിലെത്താം. ഇത് സാധ്യമാക്കാൻ സാങ്കേതികവിദ്യകളും ഗതാഗത സംവിധാനങ്ങളും പ്രാപ്തമായിരിക്കുന്നു. ഗതാഗത സാങ്കേതികവിദ്യകൾ വികസിപ്പിക്കുകയും പുതിയ വാഹനങ്ങൾ നിർമ്മിക്കുകയും ചെയ്താൽ മാത്രം വികാസമുണ്ടാകുകയില്ല. അവ ഉപയോഗിക്കുന്നതിന് ആവശ്യമായ കഴിവുകൾ വികസിപ്പിക്കേണ്ടതും അത്യാവശ്യമാണ്. ഉദാഹരണത്തിന്, ഒരാൾ നിങ്ങൾക്ക് ഒരു കാർ തരുന്നുവെന്ന് കരുതുക, കാസർഗോഡ് നിന്ന് തിരുവനന്തപുരത്തേക്ക് യാത്ര ചെയ്യാൻ നിങ്ങളോട് ആവശ്യപ്പെടുന്നു. കാർ ഉണ്ടെങ്കിൽ മാത്രം പോരാ, ഓടിക്കാൻ നിങ്ങൾ അറിഞ്ഞിരിക്കണം അല്ലെങ്കിൽ ഓടിക്കാൻ അറിയാവുന്ന ഒരാൾ അവിടെ ഉണ്ടായിരിക്കണം. മറ്റൊരുവിധത്തിൽ പറഞ്ഞാൽ, പുതിയ വാഹനങ്ങൾ നിർമ്മിക്കുന്നത് മാത്രം ഗതാഗതത്തിന് പര്യാപ്തമല്ല, ഇത്തരം വാഹനങ്ങൾ ഫലപ്രദമായി ഉപയോഗിക്കാൻ വേണ്ടുന്ന പരിശീലനം നല്കേണ്ടതും അത്യാവശ്യമാണ്.

ബഹിരാകാശ യാത്രയ്ക്കും ഇതേ ആശയം ബാധകമാണ്. ഇന്നത്തെ വിക്ഷേപണ വാഹനങ്ങളുടെ പരമാവധി വേഗത മണിക്കൂറിൽ 40,000 കിലോമീറ്ററാണ്. മനുഷ്യവംശത്തിന് വസിക്കാൻ ഇന്നത്തെ അറിവുവച്ച്, സാധ്യതയുള്ള ഏറ്റവും അടുത്തുള്ള ഗ്രഹമായി കണക്കാക്കപ്പെടുന്ന ചൊവ്വ ഭൂമിയിൽ നിന്ന് 54.6 മില്യൺ കിലോമീറ്റർ അകലെയാണ്. ഇന്ന് സാധ്യമായ പരമാവധി വേഗതയിൽ, ഭൂമിയിൽ നിന്ന് ചൊവ്വയിലെത്താൻ 6 മാസത്തിലധികം സമയമെടുക്കും. ഭാവിയിൽ അധിക ശക്തിയുള്ള വിക്ഷേപണ വാഹനങ്ങൾ വികസിപ്പിച്ചെടുത്താൽ, ഈ യാത്രാ സമയത്തിൽ ഗണ്യമായ കുറവ് ഉണ്ടായേക്കാം. നമ്മൾ ഒരു നഗരത്തിൽ നിന്ന് മറ്റൊന്നിലേക്ക് പോകുന്നതുപോലെ, ചൊവ്വയിൽ നിന്ന് നേരിട്ട് മറ്റ് ഗ്രഹങ്ങളിലേക്ക് സഞ്ചരിക്കാനും സാധ്യതയുണ്ട്. ഇതുപോലെ ഒരാൾക്ക് ബഹിരാകാശത്തെ എത് ആകാശഗോളത്തിലേക്കും സഞ്ചരിക്കാൻ കഴിയുന്ന ഒരു കാലഘട്ടം വിദൂരമല്ല.

എന്നിരുന്നാലും, ബഹിരാകാശ യാത്രകൾ ഭൂമിയിലും വെള്ളത്തിലും വായുവിലുമുള്ള നമ്മുടെ പതിവ് യാത്രകളിൽനിന്ന് വ്യത്യസ്തമാണ്.

നമ്മിൽ മിക്കവാറും എല്ലാവരും ഭൂമിയിലും വെള്ളത്തിലും വായുവിലും സഞ്ചരിക്കാൻ ശാരീരികമായി പ്രാപ്തരാണ്. പർവ്വതാരോഹണം അല്ലെങ്കിൽ കടലിനടിയിലേക്കുള്ള യാത്ര പോലുള്ള തീവ്ര സാഹചര്യങ്ങളിൽ ഒഴികെ ബാക്കി യാത്രകൾക്ക് പ്രത്യേക ശാരീരിക മാനദണ്ഡം ആവശ്യമില്ല. ബഹിരാകാശയാത്ര അതിനാവശ്യമായ ശാരീരിക മാനദണ്ഡങ്ങൾ പാലിക്കുന്നവർക്ക് മാത്രമേ നടത്താൻ കഴിയൂ.

മനുഷ്യ ബഹിരാകാശ യാത്ര

ഉപഗ്രഹങ്ങളും റോബോട്ടിക് ബഹിരാകാശ ദൗത്യങ്ങളും ഉപയോഗിച്ച് നാം നിരവധി നേട്ടങ്ങൾ കൈവരിച്ചിട്ടുണ്ടെങ്കിലും, ബഹിരാകാശത്തിന്റെ പ്രയോജനങ്ങൾ പൂർണ്ണമായി ഉപയോഗപ്പെടുത്താൻ ഇവ മാത്രം പര്യാപ്തമല്ല. ആ ജോലിക്കായി ഒരു യന്ത്രം അയയ്ക്കുന്നതിനു പകരം മനുഷ്യർ തന്നെ നേരിട്ടുചെയ്താൽ, ചില പ്രവർത്തനങ്ങൾ പല മടങ്ങ് നേട്ടങ്ങൾ നൽകാം. 'ആർട്ടിഫിഷ്യൽ ഇന്റലിജൻസ്,' 'റോബോട്ടിക്സ്' എന്നിവയുടെ വികസനം പരിഗണിച്ചാലും, ഒരിക്കലും അവ മനുഷ്യന്റെ മനസ്സിന്റെ സാന്നിധ്യത്തിനും തീരുമാനമെടുക്കലിനും തുല്യമാകില്ല എന്നത് ശ്രദ്ധേയമാണ്. ഭൂമിയിൽ അന്തരീക്ഷവും ഗുരുത്വാകർഷണവും ഉള്ളതിനാൽ, ചില തരത്തിലുള്ള ശാസ്ത്രീയ ഗവേഷണങ്ങളും പഠനങ്ങളും ഇവിടെ നടത്താൻ കഴിയില്ല. ബഹിരാകാശത്ത് എളുപ്പത്തിൽ ലഭ്യമാകുന്ന ഭാരരാഹിത്യവും മറ്റ് പാരിസ്ഥിതിക സാഹചര്യങ്ങളും ഇത്തരം ശാസ്ത്രപരീക്ഷണങ്ങൾക്കു ഗുണകരമായി വന്നേക്കാം.

ദൂരെയുള്ള ഗ്രഹങ്ങളിൽ എത്താൻ ആവശ്യമായ വിക്ഷേപണ വാഹനത്തിന്റെ പിണ്ഡം (ഇന്ധനം ഇതിൽ വലിയ ഒരു പങ്കുവഹിക്കുന്നു) വളരെ വലുതായിരിക്കും. കൂടാതെ അവ വളരെ ചെലവേറിയതായിരിക്കും. ഉദാഹരണത്തിന്, ചന്ദ്രനിലേക്ക് ഒരു ഉപഗ്രഹം വിക്ഷേപിക്കുമ്പോൾ, ഭൂമിയുടെ അന്തരീക്ഷം മാത്രം മറികടക്കാൻ ഏതാണ്ട് 99% ഇന്ധനവും ആവശ്യമാണ്. ബാക്കിയുള്ള യാത്ര പൂർത്തിയാക്കാൻ, 1% മാത്രമേ വാഹനത്തിലുണ്ടാകുകയുള്ളു. അതിനാൽ, ഭൂമിയിൽ നിന്ന് ആരംഭിക്കുന്നതിനുപകരം ചന്ദ്രോപരിതലങ്ങളിൽ നിന്നോ ബഹിരാകാശ നിലയങ്ങളിൽ നിന്നോ ദൂരെയുള്ള ഗ്രഹങ്ങളിലേക്കുള്ള യാത്ര ആരംഭിക്കുന്നത് ഭാവിയിൽ കൂടുതൽ ലാഭകരമായിരിക്കും. ചന്ദ്രനിലും മറ്റ് ഗ്രഹങ്ങളിലും ലഭ്യമായ വസ്തുക്കളിൽനിന്ന് ഇന്ധനം ഉല്പാദിപ്പിക്കാനും ഉപയോഗിക്കാനും കഴിയുന്ന വിക്ഷേപണ വാഹനങ്ങൾ വികസിപ്പിച്ചെടുത്താൽ, ഭൂമിയിൽ നിന്ന് ഇന്ധനം കൊണ്ടുപോകേണ്ടതിന്റെ ആവശ്യകതയും ഉണ്ടാകില്ല. ഒരു ബഹിരാകാശ വാസസ്ഥലം അല്ലെങ്കിൽ ഒരു ചാന്ദ്രനിലയം തുടക്കത്തിൽ സ്ഥാപിക്കാവുന്നതാണ്. സഞ്ചാരികൾക്ക് ആദ്യം ഈ താവളങ്ങളിലേക്ക് യാത്ര ചെയ്യാം, തുടർന്ന് അവിടെനിന്ന് കൂടുതൽ ഗ്രഹങ്ങളിലേക്ക് പോകാം.

അതിനാൽ, ബഹിരാകാശ ഗവേഷണവും മൈക്രോഗ്രാവിറ്റി (MICROGRAVITY)/ഗുരുത്വാകർഷണമില്ലായ്മ പരീക്ഷണങ്ങൾ നട

സമീപഭാവിയിൽ, വിദൂര ഗ്രഹങ്ങളിലേക്കുള്ള പര്യവേക്ഷണങ്ങൾക്ക് ചന്ദ്രൻ ഒരു ഇടത്താവളമായേക്കാം. IMAGE COURTESY: NASA

ത്താനും, ബഹിരാകാശത്തും ചന്ദ്രൻ പോലുള്ള മറ്റ് ഗ്രഹ ഉപരിതലങ്ങളിലും ആവാസവ്യവസ്ഥകൾ സ്ഥാപിക്കുന്നതിനും ബഹിരാകാശയാത്രികരെ പരിശീലിപ്പിക്കുകയും സാങ്കേതികവിദ്യകൾ വികസിപ്പിക്കുകയും ചെയ്യേണ്ടതാണ്. അങ്ങനെ അവിടെ തുടരുകയും ഗവേഷണ പ്രവർത്തനങ്ങൾ നടത്തുകയും വേണം. ബഹിരാകാശത്ത് ഇത്രയും കാലം താമസിക്കുമ്പോൾ അവരുടെ ശരീരത്തിലുണ്ടാകുന്ന മാറ്റങ്ങളും ആരോഗ്യപ്രശ്നങ്ങളും വൈദ്യശാസ്ത്രവിദഗ്ദ്ധർ പഠിക്കേണ്ടതുണ്ട്. അത്തരം പ്രശ്നങ്ങൾ മറികടക്കാൻ ആവശ്യമായ മുൻകരുതലുകളും വികസിപ്പിക്കേണ്ടതുണ്ട്. അങ്ങനെ മാത്രമേ ബഹിരാകാശ യാത്രയ്ക്ക് കൂടുതൽ ആളുകളെ പ്രാപ്തരാക്കാൻ സാധിക്കുകയുള്ളു.

നമുക്കറിയാവുന്നതുപോലെ, ഉപഗ്രഹങ്ങളെയും യാത്രികരെയും ബഹിരാകാശത്തെ നിർദ്ദിഷ്ട ഭ്രമണപഥത്തിലേക്ക് കൊണ്ടുപോകാൻ, റോക്കറ്റുകൾ/വിക്ഷേപണ വാഹനങ്ങൾ ഉപയോഗിക്കുന്നു. റോക്കറ്റുകളുടെ ചരിത്രവും അവയുടെ പ്രവർത്തന തത്വങ്ങളും അടുത്ത അധ്യായത്തിൽ വിശദീകരിച്ചിരിക്കുന്നു.

റോക്കറ്റ്

“**ഓ**രോ പ്രവർത്തനത്തിനും തുല്യവും വിപരീതവും ആയ ഒരു പ്രതിപ്രവർത്തനം ഉണ്ടായിരിക്കും”

സ്കൂൾ പഠനകാലത്ത്, ഭൗതികശാസ്ത്രത്തിലെ ഏറ്റവും പ്രിയപ്പെട്ട നിയമങ്ങളിൽ ഒന്നാണിത്.

സർ ഐസക് ന്യൂട്ടന്റെ (1643–1727) മൂന്നാം ചലന നിയമമാണിത്. ഇതാണ് റോക്കറ്റിന്റെ ചലനത്തിന്റെ അടിസ്ഥാന തത്വം.

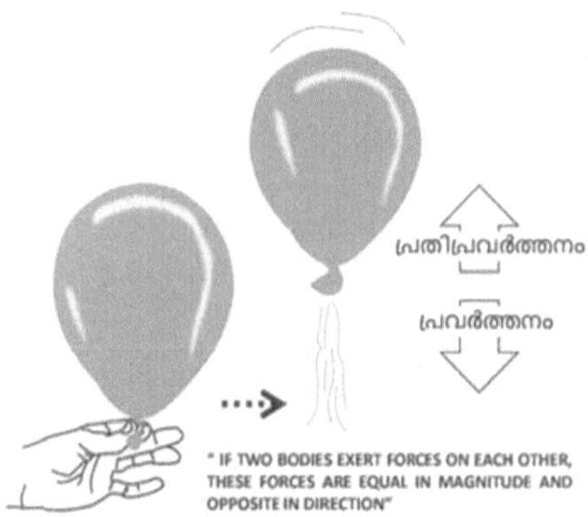

പ്രായഭേദമന്യെ എല്ലാവരെയും ചിന്തിക്കാൻ പ്രേരിപ്പിച്ച ഒരു പരീക്ഷണം (ഇടത്); സർ. ഐസക് ന്യൂട്ടൺ (വലത്)

റോക്കറ്റുമായി ബന്ധപ്പെട്ട് സ്ഥിരം കേൾക്കാറുള്ള പ്രയോഗമാണ് ‘റോക്കറ്റ് ശാസ്ത്രം’ ഏറ്റവും സങ്കീർണ്ണമായ വിഷയമാണ് എന്നത്.

ശാസ്ത്രത്തിന്റെ ശക്തിയും ലാളിത്യവും സൗന്ദര്യവും അങ്ങനെയാണ്, ലളിതമായ തത്വങ്ങളാൽ വലിയ കാര്യങ്ങൾ മനസ്സിലാക്കാൻ കഴിയും.

ഒരു ബലൂണിന്റെ ഉദാഹരണം ഉപയോഗിച്ച് ഇത് വിശദീകരിക്കാം. വായു നിറച്ച ഒരു ബലൂൺ നമുക്ക് സങ്കൽപ്പിക്കാം. അതിന്റെ വായ താഴേക്ക് പിടിച്ച്, പെട്ടെന്ന് തുറന്നാൽ, അതിൽ നിറച്ചിരിക്കുന്നു വാതകം ശക്തിയായി പുറത്തേക്ക് പോകുകയും എതിർദിശയിലേക്ക് ബലൂൺ പറക്കുകയും ചെയ്യുന്നു. പുറത്തേക്ക് വരുന്ന വായുവിന്റെ ശക്തികാരണം ഉണ്ടാകുന്ന പ്രതിപ്രവർത്തനമാണ് ഇതിന് കാരണം. ഇതേ രീതിയിലാണ് റോക്കറ്റിന്റെ പ്രവർത്തനം. ഉയർന്ന മർദ്ദമുള്ള വാതകം റോക്കറ്റിൽ നിന്ന് വേഗതയിൽ പുറന്തള്ളുകയും അത് സൃഷ്ടിക്കുന്ന പ്രതിപ്രവർത്തന ശക്തി റോക്കറ്റിനെ വിപരീത ദിശയിലേക്ക് ഉയരാൻ സഹായിക്കുകയും ചെയ്യുന്നു. സംവേഗശക്തി തത്വത്തിന്റെ സഹായത്തോടെ ഇതിനെപ്പറ്റി സംസാരിക്കുന്നതാവും കൂടുതൽ ശരി. ഇന്ധനത്തിന്റെ ജ്വലനം കാരണമുണ്ടാകുന്ന ചൂടുവാതകങ്ങൾ പുറംതള്ളുമ്പോൾ, അവയുടെ പിണ്ഡവും, പ്രവേഗവും കാരണമുണ്ടാകുന്ന ആക്കം, മേൽപ്പറഞ്ഞ സംവേഗശക്തി തത്വപ്രകാരം സംരക്ഷിക്കുന്നതിനായി തുല്യ പിണ്ഡവും പ്രവേഗവും എതിർദിശയിലേക്കുണ്ടാകുന്നു. ഇത് റോക്കറ്റിനെ ഭൂമിയുടെ ഗുരുത്വാകർഷണത്തിന് എതിർ ദിശയിൽ ഉയർത്താൻ സഹായിക്കുന്നു.

പുറംതള്ളുന്ന വാതകങ്ങൾ ഉൽപ്പാദിപ്പിക്കുന്ന പ്രതിപ്രവർത്തന ശക്തി റോക്കറ്റ് എഞ്ചിനിൽ ഉപയോഗിക്കുന്ന ഇന്ധനത്തെ ആശ്രയിച്ചിരിക്കുന്നു. വ്യത്യസ്ത ഇന്ധനങ്ങൾക്ക് വ്യത്യസ്ത ഊർജ്ജ ഉൽപ്പാദന ശേഷിയും അവ കത്തിക്കുമ്പോൾ വ്യത്യസ്ത തലത്തിലുള്ള പ്രതിപ്രവർത്തന ശക്തിയും ഉണ്ടാക്കുന്നു. ഉദാഹരണത്തിന്, വിറകും എൽ പി ജി ഗ്യാസ് സ്റ്റൗവും ഉപയോഗിച്ച് ഒരു കലം വെള്ളം തിളപ്പിക്കുന്നത് സങ്കല്പിച്ചാൽ, ഒരേ അളവിലുള്ള വെള്ളം തിളപ്പിക്കാൻ, എൽ പി ജി വാതകത്തേക്കാൾ പതിന്മടങ്ങ് വിറക് ആവശ്യമാണ് എന്ന് മനസ്സിലാക്കാം. റോക്കറ്റ് സയൻസ് ഒരു സങ്കീർണ്ണ ശാസ്ത്രമായി കാണപ്പെടുന്നതിന്റെ കാരണം ഇതാണ്. തത്വം വളരെ ലളിതമാണെങ്കിലും, ഉപയോഗത്തിന് ആവശ്യമായ ഊർജ്ജമുള്ള ഇന്ധനങ്ങൾ വികസിപ്പിക്കുന്നത് സങ്കീർണ്ണമാണ്.

ചൈനക്കാരാണ് റോക്കറ്റുകൾ ആദ്യമായി നിർമ്മിച്ചത്. ഒൻപതാം നൂറ്റാണ്ടിൽ കണ്ടുപിടിക്കപ്പെട്ട വെടിമരുന്നായിരുന്നു ആദ്യകാലത്തെ റോക്കറ്റുകളുടെ ഇന്ധനം. യുദ്ധങ്ങളിൽ ആയുധമായാണ് അക്കാലത്ത് ഇവയുടെ പ്രയോഗം. പതിമൂന്നാം നൂറ്റാണ്ടിൽ ചൈനക്കാരും മംഗോളിയക്കാരും തമ്മിലുള്ള യുദ്ധത്തിൽ ആദ്യമായി റോക്കറ്റുകൾ ഉപയോഗിച്ചതായി രേഖപ്പെടുത്തിയിട്ടുണ്ട്. പാറപൊട്ടിക്കൽ, ഖനികൾ കുഴിക്കൽ തുടങ്ങിയ മറ്റ് പല ആവശ്യങ്ങൾക്കും വെടിമരുന്ന് സ്ഫോടകവസ്തുവായി ഉപയോഗിച്ചുപോന്നിരുന്നു.

ആദ്യകാലത്ത് ആയുധങ്ങളായി
ഉപയോഗിച്ചപ്പോൾ

വാൻഹു പറക്കും കസേരയിൽ,
ചിത്രകാരന്റെ ഭാവനയിൽ

ദീപാവലി/വിഷു ആഘോഷങ്ങൾക്ക്
ഉപയോഗിക്കുന്നവ

ടിപ്പു സുൽത്താനും മൈസൂരിയൻ റോക്കറ്റും

റോക്കറ്റ് സാങ്കേതികവിദ്യയുടെ ആദ്യകാലം

'വാൻ ഹു' എന്നയാൾ വെടിമരുന്നു നിറച്ച ചെറു റോക്കറ്റുകൾ തന്റെ കസേരയിൽ ഘടിപ്പിക്കുകയും അത് ഒരേസമയം കത്തിച്ചു പറക്കാൻ ശ്രമിക്കുകയും ചെയ്തതായി ചരിത്രരേഖയുണ്ട്. അങ്ങനെ പറക്കുന്ന ആദ്യത്തെ മനുഷ്യനായി അറിയപ്പെടുകയുണ്ടായെങ്കിലും, നിർഭാഗ്യവശാൽ റോക്കറ്റുകൾ കത്തിച്ചപ്പോഴുണ്ടായ ചൂട് നിയന്ത്രിക്കാൻ സാധിക്കാതെവരുകയും നിമിഷങ്ങൾക്കകം അദ്ദേഹം വളരെ ദാരുണമായി മരണപ്പെടുകയും ചെയ്തു. ഇത്തരം കഥകളിൽ നിന്ന് പറക്കാനുള്ള ത്വരയ്ക്ക് മനുഷ്യരാശിയുടെ അറിയുന്ന ചരിത്രത്തോളം പഴക്കമുണ്ടെന്ന് മനസ്സിലാക്കാം.

യുദ്ധങ്ങളും റോക്കറ്റും - മിസൈൽ സങ്കേതികവിദ്യയും

മൈസൂർ രാജാവായിരുന്ന ഹൈദർ അലിയും അദ്ദേഹത്തിന്റെ മകൻ ടിപ്പു സുൽത്താനും ആയിരുന്നു യുദ്ധങ്ങളിൽ ആദ്യമായി റോക്കറ്റുകൾ ഫലപ്രദമായ ആയുധങ്ങളായി ഉപയോഗിച്ചത്. റോക്കറ്റ് സാങ്കേതികവിദ്യ ഉപയോഗിച്ച് ശക്തമായ മിസൈലുകൾ വികസിപ്പിക്കുകയും വലിയ അളവിൽ ശത്രു സൈനികരെ അവർ കൊന്നൊടുക്കുകയും ചെയ്തു.

'മൈസൂരിയൻ' റോക്കറ്റുകളുടെ ആക്രമണത്തെ അതിജീവിക്കാൻ ശത്രു സൈന്യത്തിന് കഴിയാതെ വരികയും, അവർ നന്നേ കഷ്ടപ്പെടുകയും ചെയ്തു. എന്നാൽ തന്റെ പിതാവിന്റെ മിസൈലുകളെക്കാൾ മെച്ചപ്പെട്ടതും, ശക്തികൂടിയവയുമായിരുന്നു 'ടിപ്പുവിന്റെ' ആയുധശേഖരത്തിലുണ്ടായിരുന്നത്. അങ്ങനെ ബ്രിട്ടീഷ് ഈസ്റ്റ് ഇന്ത്യ കമ്പനിക്കെതിരെ നടന്ന രണ്ടാം മൈസൂർ യുദ്ധത്തിൽ (1780–84) ടിപ്പു ഇവ ഉപയോഗിച്ചു എന്ന് രേഖപ്പെടുത്തപ്പെട്ടിട്ടുണ്ട്. ഹൈദർ അലി ഉപയോഗിച്ചപോലെ വെടിമരുന്നു നിറയ്ക്കുന്ന ഭാഗം തടിക്കുപകരം ലോഹമാക്കി മാറ്റുകയും ഉയർന്ന അളവിൽ സ്ഫോടകവസ്തുക്കൾ നിറയ്ക്കുകയും ചെയ്തത് ടിപ്പുവിന്റെ മിസൈലുകളുടെ ശക്തിയും ദൂരപരിധിയും കൂട്ടാൻ സഹായിച്ചു. ഇത്തരം മിസൈലുകളുടെ അഗ്രഭാഗത്ത് മുനയുള്ള ഒരു വാൾത്തല കൂടി ആയപ്പോൾ ടിപ്പുവിന്റെ ആയുധത്തിനുമുന്നിൽ ശത്രുക്കൾക്കു നിക്കക്കള്ളിയുണ്ടായില്ല.

1799 ൽ നാലാം മൈസൂർ യുദ്ധത്തിൽ ടിപ്പു സുൽത്താൻ ബ്രിട്ടീഷുകാരോട് പരാജയപ്പെട്ടു. അക്കാലത്ത് ഗവർണ്ണറായിരുന്ന 'വെല്ലസ്ലി,' ടിപ്പുവിന്റെ മിസൈൽ നിർമ്മാണ കേന്ദ്രം കണ്ട് അത്ഭുതപ്പെടുകയും ആയിരക്കണക്കിന് മിസൈലുകളും അവയുടെ ഭാഗങ്ങളും ബ്രിട്ടനിലേക്ക് കയറ്റിയയക്കുകയും ചെയ്തു. ബ്രിട്ടനിലെ 'റോയൽ വൂൾവിച്ച്' ആഴ്സണലിലെ വില്യം കോൺഗ്രേവ് ഈ മിസൈലുകളുടെ സാങ്കേതികവിദ്യ പഠിക്കുകയും ബ്രിട്ടീഷ് സൈന്യത്തിന് സമാനമായ മിസൈലുകൾ നിർമ്മിക്കുകയും ചെയ്തു. 1805 മുതൽ അത്തരം മിസൈലുകൾ ഉപയോഗിച്ച് ലോകമെമ്പാടുമുള്ള യുദ്ധങ്ങളിൽ ബ്രിട്ടീഷ് സൈന്യം തങ്ങളുടെ ആധിപത്യം സ്ഥാപിച്ചത് ചരിത്രവസ്തുതയാണ്.

ഏതൊരു പുതിയ സാങ്കേതികവിദ്യയും പോലെ, റോക്കറ്റ് സാങ്കേതികവിദ്യയും രണ്ടുതരത്തിൽ ഉപയോഗിക്കാം - മനുഷ്യരാശിയുടെ നന്മയ്ക്കുവേണ്ടിയുള്ള ക്രിയാത്മകമായ കാര്യങ്ങൾക്കും, അതുപോലെതന്നെ വിനാശകരവുമായ കാര്യങ്ങൾക്കും മിസൈലിന്റേയും റോക്കറ്റിന്റെയും സാങ്കേതികവിദ്യ ഒരുപോലെയാണെന്നു പറഞ്ഞല്ലോ, പേരിൽ മാത്രമാണ് വ്യത്യാസം. ആക്രമണാത്മക ലക്ഷ്യങ്ങൾക്കായി ഉപയോഗിക്കുന്നതിനെ മിസൈൽ എന്നും, ബഹിരാകാശത്തേക്ക് ഉപഗ്രഹങ്ങളും മനുഷ്യ പേടകങ്ങളും വിക്ഷേപിക്കാൻ ഉപയോഗിക്കുമ്പോൾ അതിനെ വിക്ഷേപണ വാഹനം അഥവാ റോക്കറ്റ് എന്നും വിളിക്കുന്നു. ഇത്തരം റോക്കറ്റുകളിലേറി ബഹിരാകാശത്തേക്ക് യാത്രചെയ്യാൻ ഉപയോഗിക്കുന്ന ഭാഗത്തെ ബഹിരാകാശപേടകം അഥവാ 'സ്പേസ് കാപ്സ്യൂൾ' എന്ന് വിളിക്കുന്നു.

ഒന്നും രണ്ടും ലോകമഹായുദ്ധങ്ങളിൽ പങ്കെടുത്ത മിക്കവാറും എല്ലാ രാജ്യങ്ങൾക്കും ശക്തിയുടെയും ആധിപത്യത്തിന്റെയും ഒരു പ്രധാന സ്രോതസ്സായിരുന്നു മിസൈലുകൾ.

അഗ്രിഗാറ്റ് 4 (A4) എന്നുകൂടി അറിയപ്പെട്ടിരുന്ന, ലോകത്തിലെ ആദ്യത്തെ ദീർഘദൂര ഗൈഡഡ് ബാലിസ്റ്റിക് മിസൈലായ ജർമനിയുടെ 'വീ-2' (ഇടത്); രണ്ടാം ലോക മഹായുദ്ധത്തിന് കാരണമായി മാറിയ, ജർമനിയുടെ പോളണ്ട് ആക്രമണത്തിന്റെ ആസൂത്രികനും, ഏകാധിപതിയുമായിരുന്ന അഡോൾഫ് ഹിറ്റ്ലർ (1889–1945) (വലത്)

ഹിറ്റ്ലർ ജർമ്മനിയുടെ ഭരണാധികാരിയായിത്തീർന്നശേഷം, ലോകം മുഴുവൻ കീഴടക്കുക എന്ന ഉദ്ദേശ്യത്തിൽ ജർമ്മനിയുടെ 'മിസൈൽ' വികസന പരിപാടി ത്വരിതപ്പെടുത്തി. രണ്ടാം ലോകമഹായുദ്ധസമയത്ത്, പല പ്രമുഖ ജർമ്മൻ ശാസ്ത്രജ്ഞരേയും തങ്ങളുടെ കുടുംബങ്ങളെ കാണാൻ പോലും അനുവദിക്കാതെ തടങ്കലുകളിലാക്കുകയും, ശക്തമായ മിസൈൽ സംവിധാനങ്ങൾ വികസിപ്പിക്കാൻ നിർബന്ധിതരാക്കുകയും ചെയ്തു. ദിവസം 16 മണിക്കൂറിലധികം ജോലിയിലേർപ്പെട്ടിരുന്ന ഇവരിൽ തൃപ്തി വരാതിരുന്ന ഹിറ്റ്ലർ ഏവരുടേയും മുന്നിൽവച്ച് തന്റെ അതൃപ്തി അറിയിക്കുന്നതിനായി ചില ശാസ്ത്രജ്ഞരെ ക്രൂരമായി കൊലപ്പെടുത്തുകയുണ്ടായി. അത്തരം തീവ്ര നടപടികൾക്കൊടുവിൽ ജർമ്മനി വി 2 എന്നപേരിൽ ആദ്യത്തെ മിസൈൽ നിർമ്മിക്കുകയും ചെയ്തു.

ലോകത്തിലെ ആദ്യത്തെ ദീർഘദൂര മിസൈലായ വി 2 നിർമ്മിക്കപ്പെട്ടത് കഴിയുന്നത്ര രാജ്യങ്ങളെ പരാജയപ്പെടുത്തുകയും കീഴടക്കുകയും ചെയ്യുക എന്ന ലക്ഷ്യത്തോടെയാണ്. പിൽക്കാലത്ത് വികസിപ്പിച്ചെടുത്ത പല നൂതന മിസൈലുകളുടെ പ്രചോദനവും ജർമ്മനിയുടെ വി 2 ആയിരുന്നു. ഹിറ്റ്ലറുടെ കാലത്ത് ജർമ്മനിയിലെ പല നിർമ്മാണശാലകളിലും വി 2 മാത്രം നിർമ്മിക്കാൻ ആവശ്യപ്പെട്ടതായി ചരിത്രം രേഖപ്പെടുത്തിയിരിക്കുന്നു. 1943 സെപ്തംബറിനും 1944 മാർച്ചിനും ഇടയിലുള്ള 6 മാസങ്ങളിൽ മാത്രം 3200 മിസൈലുകൾ നിർമ്മിക്കുകയും വിക്ഷേപിക്കുകയും ചെയ്തതായി രേഖകളുണ്ട്. ഓരോ 2 മണിക്കൂറിലും ഒരു മിസൈൽ എന്ന നിരക്കിന് തുല്യമാണ് ഈ കണക്ക്.

യുദ്ധാനന്തരം

രണ്ടാം ലോകമഹായുദ്ധത്തിന്റെ അവസാനം അമേരിക്കയും

റഷ്യയും ലോകത്തിലെ മഹാശക്തികളായി മാറുകയും, യുദ്ധാനന്തരം ജർമ്മനിയിൽനിന്നു വി 2 മിസൈൽ സാങ്കേതികവിദ്യ അവർ പിടിച്ചെടുക്കുകയും ചെയ്തു. ഇതിനായി അവർ അഞ്ഞൂറിലധികം ശാസ്ത്രജ്ഞരെയും സാങ്കേതിക വിദഗ്ധരെയും ജർമ്മനിയിൽനിന്ന് അമേരിക്കയിലേക്ക് രഹസ്യമായി മാറ്റുകയുണ്ടായി. ഇതിനെ ചരിത്രകാരന്മാർ 'ഓപ്പറേഷൻ പേപ്പർ ക്ലിപ്പ്' എന്ന് വിളിക്കുന്നു. ഉപയോഗിക്കാത്ത വി 2 മോഡലുകൾ, ഭാഗങ്ങൾ, രൂപരേഖകൾ മുതലായവ അമേരിക്ക ഉപേക്ഷിക്കുകയും മിസൈൽ വികസിപ്പിച്ചെടുത്ത മുൻനിര ജർമ്മൻ വിദഗ്ധരിൽ ഒരാളായ 'വെർണർ വോൺ ബ്രൗണിനെ' അമേരിക്കയിലെത്തിക്കുകയും ചെയ്തു. പില്ക്കാലത്ത് അമേരിക്കൻ ബഹിരാകാശപദ്ധതിയിൽ അദ്ദേഹം ഗണ്യമായ സംഭാവനകൾ നൽകുകയുണ്ടായി. 1969 നും 1972 നും ഇടയിൽ ആറ് അപ്പോളോ ദൗത്യങ്ങളിൽ ചന്ദ്രനിലേക്ക് പോകാൻ ഉപയോഗിച്ച സാറ്റേൺ-വി വിക്ഷേപണ വാഹനത്തിന്റെ മുഖ്യ ഡിസൈനറായിരുന്നു അദ്ദേഹം.

ജർമ്മൻ-അമേരിക്കൻ എയ്റോസ്പേസ്-ബഹിരാകാശ എഞ്ചിനീയറായിരുന്നു വെർണർ മാഗ്നസ് മാക്സിമിലിയൻ ഫ്രീഹെർ വോൺ ബ്രൗൺ (1912–1977). അമേരിക്കയുടെ റോക്കറ്റ്, ബഹിരാകാശ സാങ്കേതികവിദ്യയുടെ തുടക്കക്കാരനുമായിരുന്നു അദ്ദേഹം (ഇടത്); പ്രായോഗിക ബഹിരാകാശ ശാസ്ത്രത്തിന്റെ പിതാവായി അറിയപ്പെടുന്ന സെർജി പവ്‌ലൊവിച് കൊറോലെവ് (1907–1966) സോവിയറ്റ് റഷ്യയുടെ ആർ-7 റോക്കറ്റ്, സ്പുട്നിക് 1 പേടകം, ലൈക, ബെൽക്ക, സ്ട്രെൽക എന്നിവയെയും ആദ്യത്തെ മനുഷ്യനായ യൂറി ഗഗാറിൻ എന്നിവയെയും ബഹിരാകാശത്തേക്ക് അയച്ച ദൗത്യങ്ങളുടെ സൂത്രധാരനായിരുന്നു (വലത്).

ഇപ്രകാരം, അമേരിക്കയിലേക്ക് പോകാൻ ആഗ്രഹിക്കാത്തവർ റഷ്യയിലേക്ക് പോയി. അതുപോലെ അമേരിക്ക ഉപേക്ഷിച്ച വി 2

മിസൈലുകളുടെ ഡിസൈനും ഭാഗങ്ങളും റഷ്യ ഉപയോഗിച്ചു. റഷ്യയിലേക്ക് പോയ വിദഗ്ദ്ധരിൽ ഏറ്റവും പ്രമുഖനായിരുന്നു 'സെർജി കൊറോലെവ്.' നേരത്തെ, ജർമ്മൻ മിസൈൽ പദ്ധതി വൈകിപ്പിച്ചെന്നാരോപിച്ച് അദ്ദേഹത്തെ ഹിറ്റ്ലറുടെ പോലീസ് അറസ്റ്റ് ചെയ്യുകയുണ്ടായി. റഷ്യയിൽ എത്തിയശേഷം കൊറോലെവ് ആദ്യം ചെയ്തത് വി 2 മിസൈലിന്റെ പുനർവികസനമാണ്. ലോകത്തിലെ ആദ്യത്തെ രണ്ട് ഉപഗ്രഹങ്ങളായ സ്പുട്നിക് -1, സ്പുട്നിക് -2 എന്നിവ അദ്ദേഹത്തിന്റെ നേതൃത്വത്തിലാണ് വികസിപ്പിച്ചത്. പിന്നീട് കൊറോലെവ് റഷ്യൻ ബഹിരാകാശ പദ്ധതിയുടെ പിതാവ് എന്നറിയപ്പെട്ടു. അമേരിക്കക്കാർക്ക് മുമ്പ് ചന്ദ്രനിൽ മനുഷ്യരെ ഇറക്കുന്നതിനുള്ള ഒരു പദ്ധതിയും അദ്ദേഹം വികസിപ്പിച്ചിരുന്നു. നിർഭാഗ്യവശാൽ, 1966 ൽ 59 ാം വയസ്സിൽ കൊറോലെവ് മരണപ്പെട്ടു. അങ്ങനെ റഷ്യക്ക് തങ്ങളുടെ സ്വപ്ന പദ്ധതി വിജയകരമായി നടപ്പിലാക്കാൻ കഴിഞ്ഞില്ല.

മനുഷ്യനെ ചന്ദ്രനിൽ എത്തിക്കാൻ അമേരിക്ക ഉപയോഗിച്ച വിക്ഷേപണ വാഹനമായ സാറ്റേൺ-V റോക്കറ്റ്, വിക്ഷേപണത്തറയിൽ; image courtesy: NASA

രണ്ടാം ലോകമഹായുദ്ധത്തിനുശേഷം, അമേരിക്കയും റഷ്യയും നൂതന സാങ്കേതികവിദ്യകളിൽ തങ്ങളുടെ കഴിവും നേതൃത്വവും പ്രകടിപ്പിക്കുന്നതിനായി മത്സരബുദ്ധിയോടെ പ്രവർത്തിച്ചു. ഇത് ആയുധങ്ങളുപയോഗിച്ചുള്ള യുദ്ധമല്ലെങ്കിലും, യുദ്ധസമാന സാഹചര്യങ്ങൾ നിലനി

ന്നതുകൊണ്ട് 'ശീതയുദ്ധം' എന്നറിയപ്പെടുന്നു. ശീതയുദ്ധകാലത്തെ പ്രവർത്തനങ്ങളിൽ നിന്ന് ഇരു രാജ്യങ്ങളും നിരവധി നേട്ടങ്ങൾ കൈവരിച്ചു. യുദ്ധങ്ങൾ പല രാജ്യങ്ങൾക്കും കടുത്ത സാമ്പത്തിക നാശമുണ്ടാക്കിയതിനാൽ, ലോകത്തിലെ കൂടുതൽ യുദ്ധങ്ങൾക്കും സംഘർഷങ്ങൾക്കുമെതിരെ മിക്ക രാജ്യങ്ങളും വ്യക്തമായ നിലപാട് സ്വീകരിക്കുകയും സമാധാന ഉടമ്പടികൾ നടപ്പിലാക്കുകയും ചെയ്തു.

ബഹിരാകാശവാഹനങ്ങൾ

നമ്മുടെ ഭൂമിയുടെ ചുറ്റളവ് ഏകദേശം 40,000 കിലോമീറ്ററാണ്. അങ്ങനെ, ഭൂമിയിലെ ഏത് സ്ഥലത്തേക്കും എത്താൻ ഒരു മിസൈലിന് പരമാവധി 20000 കിലോമീറ്റർ മാത്രം സഞ്ചരിക്കണം.

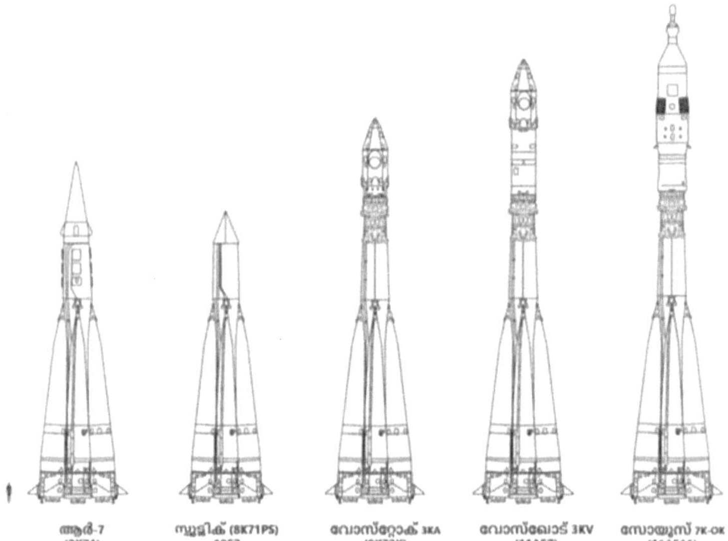

ഗ്രാ 8K71 എന്നറിയപ്പെടുന്ന ആർ-7 സെമിയോർക്ക (റഷ്യൻ ഭാഷയിൽ 'ഏഴ്') റോക്കറ്റും അതിന്റെ പരിഷ്കരിച്ച രൂപങ്ങളായ സ്പുട്നിക്, വോസ്റ്റോക്, വോസ്ഖോട്, സോയൂസ് എന്നിവ. സോയൂസ് 50 വർഷങ്ങൾക്കിപ്പുറവും മനുഷ്യബഹിരാകാശ ദൗത്യങ്ങളിൽ ഉൾപ്പെടെ സജീവമാണ്.

കൂടുതൽ ശക്തമായ മിസൈലുകളുടെ ശേഷികൾ പരീക്ഷിക്കാൻ ഭൂമിയുടെ മുഴുവൻ വലിപ്പവും അപര്യാപ്തമായി വരും. അങ്ങനെ വാഹനങ്ങൾ ബഹിരാകാശത്തേക്ക് അയക്കുന്നത് രാജ്യങ്ങളുടെ ശക്തിയും കഴിവുകളും ഭൂമിയിൽ പരീക്ഷിക്കുന്നതിനേക്കാൾ കൂടുതൽ സുരക്ഷിതവും ഫലപ്രദവുമാകുമെന്ന് കണക്കാക്കപ്പെട്ടു. തൽഫലമായി, റഷ്യ മിസൈലിന്റെ രൂപകൽപ്പന പരിഷ്കരിക്കുകയും ആർ-7 വിക്ഷേപണ

വാഹനം വികസിപ്പിക്കുകയും ചെയ്തു. തങ്ങളുടെ ആർ-7 റോക്കറ്റ് ഉപയോഗിച്ച് മനുഷ്യനിർമ്മിതമായ വസ്തുക്കൾ ബഹിരാകാശത്തേക്ക് കൊണ്ടുപോകാനുള്ള ശേഷി കാണിക്കാൻ റഷ്യക്കാർ ശ്രദ്ധിച്ചിരുന്നു.

1957 ൽ റഷ്യ ലോകത്തിലെ ആദ്യത്തെ ഉപഗ്രഹമായ സ്പുട്നിക് -1 വിക്ഷേപിച്ചു. ഇത് അമേരിക്കയും റഷ്യയും തമ്മിലുള്ള ശീത യുദ്ധത്തിനപ്പുറം ബഹിരാകാശ മത്സരത്തിന്റെ തുടക്കം കുറിച്ചു. തങ്ങളുടെ മികവുകൾ ലോകത്തിനു മുന്നിൽ പ്രദർശിപ്പിക്കുന്നതിനായി ഇരുവരും പരസ്പരം മത്സരിക്കുകയായിരുന്നു. ഇത് തുടക്കത്തിൽ കൂടുതൽ ശക്തമായ മിസൈലുകൾ വികസിപ്പിക്കുന്ന രൂപത്തിൽ ആരംഭിക്കുകയും, ഒടുവിൽ അത് മനുഷ്യരാശിയുടെ പ്രയോജനത്തിനായി ബഹിരാകാശം ഉപയോഗിക്കുന്നതിലേക്ക് തിരിയുകയും ചെയ്തു. ബഹിരാകാശ മത്സരം ഈ രാജ്യങ്ങൾ തമ്മിലുള്ള ശീതയുദ്ധത്തിന്റെ ഭാഗമാണെങ്കിലും, മനുഷ്യവർഗത്തിന് ഉപയോഗപ്രദമായ നിരവധി കണ്ടുപിടിത്തങ്ങൾ ഈ മത്സരത്തിൽ നിന്നുണ്ടായി എന്നത് നിഷേധിക്കാനാവാത്ത വസ്തുതയാണ്. 1975 ൽ ബഹിരാകാശത്ത് ഇരു രാജ്യങ്ങളിൽ നിന്നുള്ള യാത്രികരുടെ ഒത്തുചേരൽ ബഹിരാകാശത്തിന്റെ സഹകരണത്തിന്റെ ആദ്യ കാൽവെയ്പായി കണക്കാക്കപ്പെടുന്നു.

ഭ്രമണപഥത്തിലേക്ക്

1000 കിലോമീറ്റർ ഉയരമുള്ള ഒരു ഭ്രമണപഥത്തിലേക്ക് ഒരു വസ്തു വിക്ഷേപിക്കാൻ കിലോക്ക് 5 ലക്ഷം മുതൽ 10 ലക്ഷം വരെ ചെലവ് വരും എന്നാണ് കണക്കുകൾ കാണിക്കുന്നത്. പുനരുപയോഗിക്കാവുന്ന വിക്ഷേപണ വാഹനങ്ങൾ ഈ ചെലവ് വീണ്ടും കുറയ്ക്കുന്നു.

വസ്തുക്കൾ ബഹിരാകാശത്തേക്ക് കൊണ്ടുപോകാൻ ഇത്രയധികം ചെലവ് വരുന്നത് എന്തുകൊണ്ടാണ്?

രസകരമായ ഒരു താരതമ്യം നോക്കാം

ഒരു സൈക്കിളിന്റെ ഭാരം 10 കിലോയാണെന്ന് സങ്കല്പ്പിക്കാം. ഇതിനു 50 കിലോഗ്രാം ഭാരമുള്ള രണ്ട് പേരെ വഹിക്കാൻ കഴിയും. മറ്റൊരു വിധത്തിൽ പറഞ്ഞാൽ, അതിന്റെ ഭാരത്തിന്റെ 10 മടങ്ങ് ഭാരമുള്ള വസ്തുക്കളെ വഹിക്കാൻ സൈക്കിളിനു കഴിയും. ഉറുമ്പുകൾക്ക് അവരുടെ ശരീരഭാരത്തിന്റെ 50 മടങ്ങ് വരെ ഭാരം വഹിക്കാൻ കഴിയും എന്നാണ് പഠനങ്ങൾ വ്യക്തമാക്കുന്നത്. എന്നാൽ 60 കിലോഗ്രാം ഭാരമുള്ള ഒരു മനുഷ്യൻ ശരീരഭാരത്തിന്റെ 1/6 ഭാഗം മാത്രമായ 10 കിലോഗ്രാം പോലും ഉയർത്താൻ ബുദ്ധിമുട്ടുന്നു. 800 കിലോഗ്രാം ഭാരമുള്ള ഒരു വാഹനത്തിന് 5 പേരെ അല്ലെങ്കിൽ 400 കിലോഗ്രാം ഭാരം വഹിക്കാൻ കഴിയും. അതായത്, അതിന്റെ ഭാരത്തിന്റെ പകുതി വരെ ഭാരം (PAYLOADS/ പേലോഡുകൾ) വഹിക്കാൻ കഴിയും. അതുപോലെ, ഒരു വിമാനത്തിന്

അതിന്റെ ഭാരത്തിന്റെ 1/4 ഭാഗം ഭാരം വഹിക്കാൻ കഴിയുന്നു. എന്നാൽ വിക്ഷേപണവാഹനങ്ങൾക്കു കൊണ്ടുപോകാവുന്ന ഭാരം വിക്ഷേപിക്കേണ്ട ഭ്രമണപഥത്തിന്റെ ഉയരത്തെയും വിക്ഷേപണ വാഹനത്തിന്റെ രൂപകൽപ്പനയെയും ആശ്രയിച്ചിരിക്കുന്നു. മേല്പ്പറഞ്ഞ താരതമ്യങ്ങളിൽ നിന്ന് വ്യത്യസ്തമായി വിക്ഷേപണത്തിന് ഭൂമിയുടെ ഗുരുത്വാകർഷണവും ഒരു ഘടകമാണ്. 128 മിനിട്ടോ അതിൽ കുറവോ പരിക്രമണകാലയളവും 0.25 ൽ താഴെ ഉത്കേന്ദ്രതയുമുള്ളതായുള്ള ഭ്രമണപഥമാണ് ഭൂമിയോട് അടുത്തുള്ളത്. 2000 കിലോമീറ്റർ ഉയരത്തിലുള്ള ഈ ഭ്രമണപഥത്തിലേക്ക് വാഹനത്തിന്റെ വിക്ഷേപണ പിണ്ഡത്തിന്റെ 1% ഭാരമുള്ള വസ്തുക്കളെത്തിക്കാൻ ഇന്ന് ലഭ്യമായ ഏറ്റവും കാര്യക്ഷമമായ റോക്കറ്റിനാൽ സാധിക്കുന്നു. അതുപോലെതന്നെ ഏകദേശം 36,000 കിലോമീറ്റർ അകലെയുള്ള ഭൂസ്ഥിര ഭ്രമണപഥത്തിലേക്ക് വാഹനത്തിന്റെ വിക്ഷേപണ പിണ്ഡത്തിന്റെ 0.5% ഭാരമുള്ള വസ്തുക്കളെത്തിക്കാനും സാധിക്കുന്നു.. ഉദാഹരണത്തിന്, 400 ടൺ ഭാരമുള്ള ഒരു റോക്കറ്റിന് 1000 കിലോമീറ്റർ പരിക്രമണപഥത്തിൽ 4 മുതൽ 6 ടൺ ഉപഗ്രഹവും 36000 കിലോമീറ്റർ ഭൂസ്ഥിര (GEOSTATIONARY) ഭ്രമണപഥത്തിൽ 2 മുതൽ 3 ടൺ ഉപഗ്രഹവും വിക്ഷേപിക്കാൻ കഴിയുന്നു. മറ്റൊരു

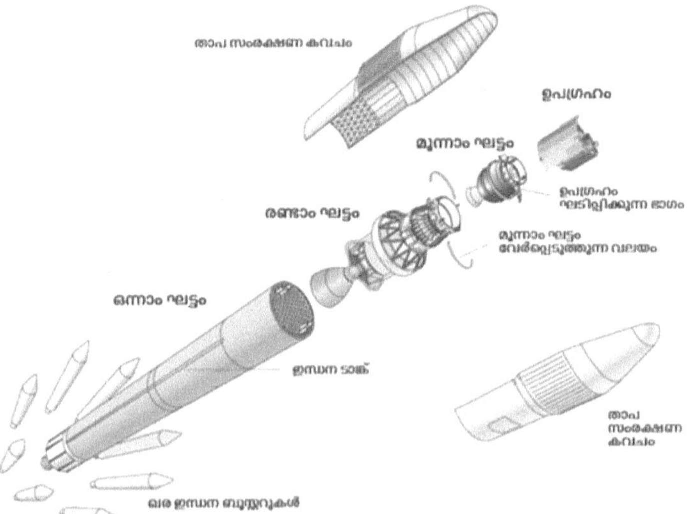

റോക്കറ്റിന്റെ വിവിധ ഘട്ടങ്ങൾ/ഭാഗങ്ങൾ (അമേരിക്കയുടെ ഡെൽറ്റ II)

ഭൂമിയുടെ ഗുരുത്വാകർഷണത്തെ അതിജീവിച്ച് ഭാരമുള്ള ഉപഗ്രഹങ്ങളും പേടകങ്ങളും ബഹിരാകാശത്തെത്തിക്കാൻ ഒറ്റത്തവണ മാത്രം ഉപയോഗിക്കുന്ന (EXPENDABLE) റോക്കറ്റിന്റെ ഭാഗങ്ങൾ. കത്തിത്തീരുന്ന ഓരോ ഘട്ടങ്ങളും വേർപെടുത്തി ഭൂമിയിലേക്ക് ഉപേക്ഷിക്കുന്നു.

വിധത്തിൽ പറഞ്ഞാൽ, വിക്ഷേപണ വാഹനങ്ങൾ വഹിക്കുന്ന ഉപഗ്രഹങ്ങളേക്കാൾ നൂറിരട്ടി ഭാരമുള്ളതായിരിക്കണം. ബഹിരാകാശത്തേക്ക് വസ്തുക്കൾ കൊണ്ടുപോകുന്നതിന് മുമ്പ് സൂചിപ്പിച്ച വലിയ ചെലവുകളുടെ കാരണം ഇതാണ്.

നിരവധി ഘട്ടങ്ങളുള്ള വിക്ഷേപണ വാഹനത്തിന്റെ ഏതാണ്ട് 80% പിണ്ഡം അതിന്റെ ഇന്ധനത്തിന്റെ പിണ്ഡമായിരിക്കും. ഈ ഇന്ധനം സംഭരിക്കാനും കൊണ്ടുപോകാനും ഉപയോഗിക്കുന്ന ടാങ്കുകൾ, ഇന്ധനം പൂർണ്ണമായി ഉപയോഗിച്ചുകഴിഞ്ഞാൽ ഉപയോഗശൂന്യമായ ഭാരമായി തീരും. പ്രധാന വാഹനത്തിൽ നിന്ന് അവയെ വേർപ്പെടുത്തേണ്ടതുണ്ട്. ഈ പ്രക്രിയയെ വിക്ഷേപണ വാഹനത്തിന്റെ 'സ്റ്റേജിംഗ്' എന്ന് വിളിക്കുന്നു. റോക്കറ്റിന്റെ യാത്രയുടെ അവസാന പാദത്തിൽ, ആവശ്യമുള്ള ഭ്രമണപഥം നേടുന്നതിന് വിക്ഷേപണവാഹനത്തിന്റെ അവസാന ഘട്ടവുമായി ഉപഗ്രഹം ഘടിപ്പിക്കുന്നു. ആവശ്യമുള്ള ഭ്രമണപഥത്തിലെത്തിയ ശേഷം, അവസാന ഘട്ടവും ഉപഗ്രഹത്തിൽ നിന്ന് വേർപെടുന്നു. ഈ പ്രക്രിയയെ പരിക്രമണ സ്ഥാപിക്കൽ/'ഓർബിറ്റൽ ഇൻജെക്ഷൻ' എന്ന് വിളിക്കുന്നു.

വിക്ഷേപണ വാഹനത്തിന്റെ അഗ്രഭാഗത്ത് കോൺപോലുള്ള ഘടനയിലാണ് ഉപഗ്രഹം സ്ഥാപിക്കുക. ബഹിരാകാശത്ത് എത്തുന്നതിന് മുമ്പ് വാഹനം ഭൂമിക്കു ചുറ്റുമുള്ള അന്തരീക്ഷത്തിലൂടെ അതിവേഗ

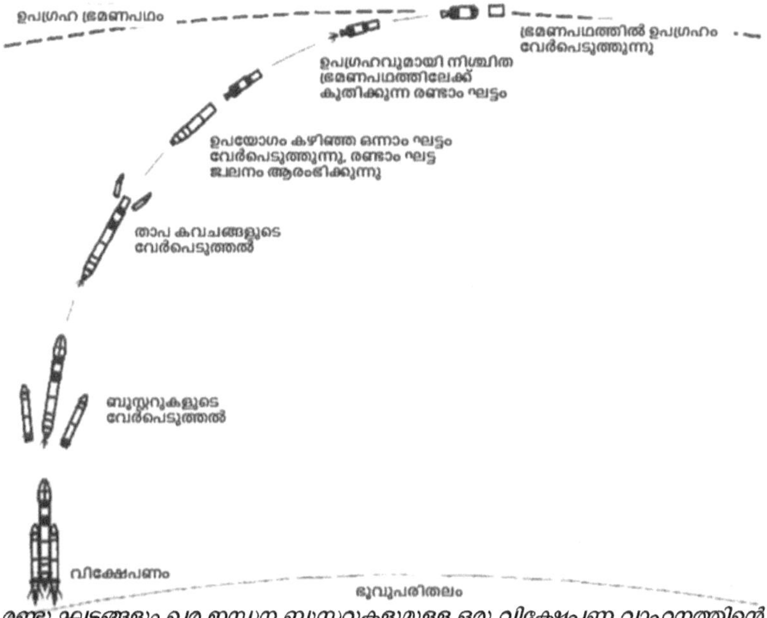

രണ്ടു ഘട്ടങ്ങളും ഖര ഇന്ധന ബൂസ്റ്ററുകളുമുള്ള ഒരു വിക്ഷേപണ വാഹനത്തിന്റെ പ്രവർത്തനം

ത്തിൽ കുതിക്കുമ്പോൾ, വായുവിനും വാഹനത്തിനും ഇടയിൽ വലിയ തോതിൽ ഘർഷണം സൃഷ്ടിക്കപ്പെടുകയും, ഇത് കടുത്ത ചൂടിന് കാരണമാകുകയും ചെയ്യുന്നു. മുകളിലെ കോണാകൃതിയിലുള്ള ഘടന അന്തരീക്ഷത്തിലെ ഘർഷണം മൂലമുണ്ടാകുന്ന ഈ ചൂടിൽ നിന്ന് ഉപഗ്രഹത്തെ സംരക്ഷിക്കുന്നു. വാഹനത്തിന്റെ ചൂട് കവചം/ഹീറ്റ് ഷീൽഡ് ആയാണ് ഇത് അറിയപ്പെടുന്നത്. ഏകദേശം 110 കിലോമീറ്റർ ഉയരത്തിൽ, അന്തരീക്ഷത്തിൽ നിന്ന് മാറിയതിനുശേഷം, ഈ ചൂട് കവചവും ഒരു അനാവശ്യ ഭാരം ആയിത്തീരുകയും അതിനെ വാഹനത്തിൽ നിന്ന് വേർപെടുത്തുകയും ചെയ്യുന്നു.

ഭൂമിയിൽ നിന്ന് ഇത്രയും വലിയ വാഹന ഘടന ഉയർത്താൻ, അതിന്റെ ഭാരത്തേക്കാൾ വലിയ ഒരു ശക്തി ആവശ്യമാണ്. റോക്കറ്റിന്റെ 'ലിഫ്റ്റ് ഓഫ് ത്രസ്റ്റ്' അഥവാ വ്യാപക മർദ്ദം എന്നാണ് ഇതിനെ വിളിക്കുന്നത്. ഉദാഹരണത്തിന്, 400 ടൺ റോക്കറ്റിന് ഉയർത്താൻ കുറഞ്ഞത് 480 ടൺ 'വ്യാപക മർദ്ദം' ആവശ്യമാണ്. അതായത് റോക്കറ്റിന്റെ പിണ്ഡത്തിന്റെ 20% അധികം വ്യാപക മർദ്ദമുണ്ടെങ്കിൽ അവ വിക്ഷേപിക്കാൻ സാധിക്കുന്നു.. അത്തരം വലിയ എഞ്ചിനുകൾ പ്രവർ

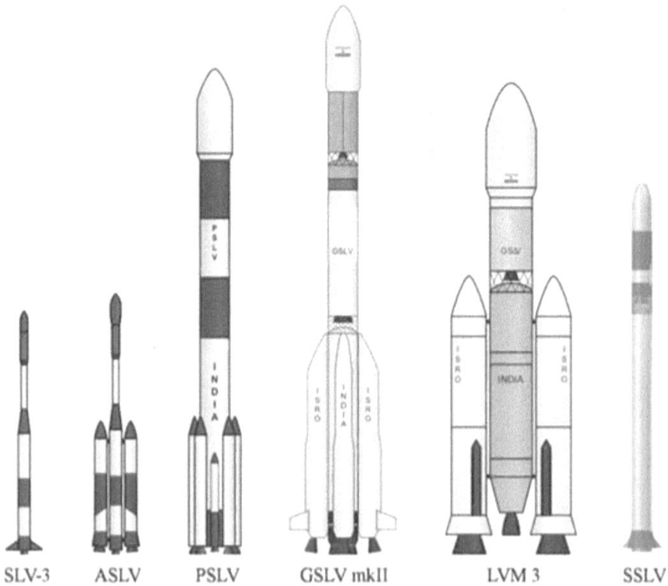

ഭൗമ നിരീക്ഷണം, വിദൂര സംവേദനം, കാലാവസ്ഥ പ്രവചനങ്ങൾ, ആശയവിനിമയം, ശാസ്ത്ര പഠനങ്ങൾ തുടങ്ങിയവയ്ക്കായുള്ള ഉപഗ്രഹങ്ങളും, ഉപകരണങ്ങളും ഇന്ത്യൻ മണ്ണിൽ നിന്ന് ബഹിരാകാശത്തെത്തിക്കുന്ന, ഭാരതീയ ബഹിരാകാശ ഗവേഷണ കേന്ദ്രത്തിന്റെ വിക്ഷേപണ വാഹനങ്ങൾ

ത്തിക്കുമ്പോൾ വലിയ അളവിൽ ചൂടും ശബ്ദവും സൃഷ്ടിക്കപ്പെടും. വാഹനത്തിനുള്ളിൽ ഇരിക്കുന്ന ആളുകളിലേക്ക് ഇത് എത്താതിരിക്കാൻ മതിയായ താപ, ശബ്ദസംരക്ഷണ സംവിധാനങ്ങളിലൂടെ യാത്രികരെ അല്ലെങ്കിൽ ഉപഗ്രഹങ്ങളെ നന്നായി സംരക്ഷിക്കുന്നു.

ഒരു വിക്ഷേപണ വാഹനം വളരെ പതുക്കെ നിലത്തുനിന്ന് ഉയരുന്നു. എന്നാൽ ഏതാനും മിനിറ്റുകൾക്കുള്ളിൽ ഇത് മണിക്കൂറിൽ 25,000 കിലോമീറ്റർവരെ വേഗതയിൽ എത്തുന്നു. എഞ്ചിനുകൾ സൃഷ്ടിക്കുന്ന വലിയ പ്രതിപ്രവർത്തനത്തിന്റെ ഫലമായി വാഹനത്തിന്റെ ദ്രുതഗതിയിലുള്ള ത്വരണം സാധ്യമാകുന്നു. അത്തരം ദ്രുതഗതിയിലുള്ള ത്വരണ സമയത്ത്, വാഹനത്തിൽ സഞ്ചരിക്കുന്ന ബഹിരാകാശയാത്രികർക്ക് ഉയർന്ന ഗുരുത്വാകർഷണ ത്വരണം/ ജി-ശക്തികൾ അനുഭവപ്പെടും. ഇത് കാരണം വലിയ ഒരു ഭാരം അവരുടെ ശരീരത്തിലും അസ്ഥികളിലും തുടർച്ചയായി അമർത്തുന്നതായി തോന്നുന്നു. തീവ്രമായ ഇത്തരം അവസ്ഥകളിൽനിന്ന് അവരെ സംരക്ഷിക്കാൻ സ്വീകരിച്ചിട്ടുള്ള നടപടികൾ പിന്നീടുള്ള അധ്യായങ്ങളിൽ വിവരിച്ചിട്ടുണ്ട്.

പുനരുപയോഗിക്കാവുന്ന വിക്ഷേപണ വാഹനങ്ങൾ

സാധാരണയായി, അന്തരീക്ഷത്തിൽ വച്ച് റോക്കറ്റുകളുടെ ഉപയോഗിച്ച ഘട്ടങ്ങൾ വേർപ്പെടുമ്പോൾ അവ കടൽ വെള്ളത്തിൽ ഉപേക്ഷിക്കപ്പെടും. അന്തരീക്ഷത്തിന് പുറത്ത് വച്ച് നീക്കംചെയ്യുന്ന ഘട്ടങ്ങൾ അന്തരീക്ഷത്തിലേക്ക് പ്രവേശിക്കുമ്പോൾ വായുവിന്റെ ഘർഷണം മൂലം കത്തിപോകുന്നു. എന്നാൽ അത്തരം ഭാഗങ്ങൾ പൂർണ്ണമായോ ഭാഗികമായോ വീണ്ടെടുക്കാനും, അവ വീണ്ടും ഉപയോഗിക്കാനും കഴിയും. അവ സുരക്ഷിതമായി വീണ്ടെടുക്കുന്നതിന് പ്രത്യേക സംവിധാനങ്ങളും പ്രവർത്തന നടപടിക്രമങ്ങളും ആവശ്യമാണ്. ഒരു വിദ്യാർത്ഥി സൈക്കിളിൽ സ്കൂളിൽ പോകുന്നതുപോലെയാണ് ഇത്. ഇവിടെ വാഹനം സൈക്കിളാണ്, പേലോഡ് വിദ്യാർത്ഥിയുമാണ് എന്ന് സങ്കല്പിക്കാം. വാഹനം വിദ്യാർത്ഥിയെ രാവിലെ സ്കൂളിലേക്ക് കൊണ്ടുപോകുന്നു, അതേ സൈക്കിൾ വൈകുന്നേരം അവനെ/അവളെ തിരികെ വീട്ടിലേക്ക് കൊണ്ടുവരുന്നു. അടുത്ത ദിവസം, വീണ്ടും സ്കൂളിൽ കൊണ്ടുപോകാൻ അതേ സൈക്കിൾ ഉപയോഗിക്കുന്നു. അതുപോലെ, ഒരു ഭ്രമണപഥത്തിൽ പേലോഡ് സ്ഥാപിച്ചതിനുശേഷം, വിക്ഷേപണ വാഹനം ഭൂമിയിലേക്ക് തിരികെ കൊണ്ടുവന്ന് അടുത്ത ഉപഗ്രഹം വിക്ഷേപിക്കുന്നതിന് വീണ്ടും ഉപയോഗിക്കാനാകും.

എന്നിരുന്നാലും, പുനരുപയോഗിക്കാവുന്ന വിക്ഷേപണ വാഹനങ്ങൾ എല്ലാ സാഹചര്യങ്ങളിലും സാമ്പത്തികമായി ലാഭകരമാകണമെന്നില്ല. ഉദാഹരണത്തിന്, ചില പ്രകൃതിദുരന്തങ്ങൾ കാരണം ഒരു സമുദ്രക്കപ്പൽ തീരത്ത് അടിഞ്ഞാൽ, അത് വീണ്ടും യാത്രയ്ക്ക് യോഗ്യമാക്കി,

വെള്ളത്തിലേക്ക് തിരികെ കൊണ്ടുവരുന്നതിനുള്ള ചെലവ് അതിന്റെ നിർമ്മാണച്ചെലവിന് വളരെ അടുത്തായിരിക്കാം. അത്തരം സാഹചര്യങ്ങളിൽ, വാഹനം വീണ്ടെടുക്കാൻ ശ്രമിക്കുന്നതിനുപകരം അത് ഉപേക്ഷിക്കുന്നത് ലാഭകരമാകാം. അതുപോലെ, പുനരുപയോഗിക്കാവുന്ന റോക്കറ്റിന്റെ അറ്റകുറ്റപ്പണി ചെലവ് ഒരു പുതിയ വാഹനത്തിന്റെ നിർമ്മാണത്തെക്കാൾ കുറവാണെങ്കിൽ, പുനരുപയോഗം പരിഗണിക്കും. സൈക്കിളിന്റെ മുമ്പത്തെ ഉദാഹരണത്തിൽ, സൈക്കിൾ തിരികെ വീട്ടിലെത്തിച്ച് അടുത്ത ദിവസം വീണ്ടും ഉപയോഗിക്കുന്നതിനുള്ള ചെലവായി ഇത് കാണാം. ദിവസേന പുതിയത് വാങ്ങുന്നതിനേക്കാൾ കൂടുതലാണ് അത് തിരികെ കൊണ്ടുവരുന്നതിനുള്ള ചെലവ് എങ്കിൽ, അത് വീണ്ടും ഉപയോഗിക്കുന്നതിനുപകരം പുതിയത് വാങ്ങുന്നതാണ് നല്ലത്.

1970 കളിൽ അമേരിക്കൻ ശാസ്ത്രജ്ഞർ വിശ്വസിച്ചത് പുനരുപയോഗിക്കാവുന്ന വിക്ഷേപണ വാഹനങ്ങൾ ബഹിരാകാശ യാത്രയുടെ ചെലവ് കുറയ്ക്കുമെന്നാണ്. ഈ ലക്ഷ്യത്തോടെയാണ് അവർ 'സ്പേസ് ഷട്ടിലിന്റെ' വികസനം ആരംഭിച്ചത്. വലിയ 'ബൂസ്റ്റർ റോക്കറ്റുകൾ' ഉപയോഗിച്ച് ഇത് ബഹിരാകാശത്തേക്ക് വിക്ഷേപിക്കും. ബഹിരാകാശത്ത് ആസൂത്രിതമായ പ്രവർത്തനങ്ങൾ യാത്രികരുടെ സംഘം നിർവഹിക്കും. പ്രവർത്തനങ്ങൾ പൂർത്തിയാക്കിയ ശേഷം അവർ അതേ ബഹിരാകാശവാഹനത്തിൽ ഭൂമിയിലേക്ക് മടങ്ങുന്നു. സ്പേസ് ഷട്ടിലിന്റെ

പുനരുപയോഗിക്കാവുന്ന ബഹിരാകാശ വാഹനങ്ങളായി വികസിപ്പിച്ച അമേരിക്കൻ സ്പേസ് ഷട്ടിൽ (ഇടത്), റഷ്യയുടെ എനെർജിയ ബ്യുറാൻ (വലത്)

കൂടുതൽ വിശദാംശങ്ങൾ പിന്നീടുള്ള അധ്യായങ്ങളിൽ വിവരിക്കുന്നുണ്ട്. ഏകദേശം 30 വർഷത്തോളം ഇത് ഉപയോഗിച്ചതിന് ശേഷം, അതിന്റെ പ്രയോജനങ്ങളും ചെലവുകളും വീണ്ടും വിലയിരുത്തിയപ്പോൾ, സ്പേസ് ഷട്ടിൽ പുനരുപയോഗിക്കുന്നതിലൂടെ സാമ്പത്തിക നേട്ടമില്ലെന്ന് കണ്ടെത്തുകയുണ്ടായി. ഒടുവിൽ അത് 2011 ൽ പ്രവർത്തനങ്ങളിൽ നിന്ന് പിൻവലിക്കപ്പെട്ടു. അതേ സമയം, എണ്ണമറ്റ സാങ്കേതിക ഉപോൽപ്പന്നങ്ങൾ ഷട്ടിൽ നിർമ്മാണത്തിലും വികസനത്തിൽനിന്നും ഉരുത്തിരിഞ്ഞു. ഈ സാങ്കേതികവിദ്യകൾ മറ്റ് പല മേഖലകളിലും ഉപഭോഗങ്ങൾ കണ്ടെത്തി. ഇപ്രകാരം ബഹിരാകാശവാഹനം മനുഷ്യരാശി സൃഷ്ടിച്ച അത്ഭുതകരമായ യന്ത്രമാണെന്ന് ലോകം മുഴുവൻ പ്രശംസിക്കപ്പെട്ടു.

ഈ കാലയളവിൽ, 300 ലധികം ബഹിരാകാശയാത്രികരെയും വസ്തുക്കളെയും റഷ്യ ഒറ്റത്തവണ ഉപയോഗിക്കുന്ന റോക്കറ്റുകളും പേടകങ്ങളും ഉപയോഗിച്ച് ബഹിരാകാശത്തേക്ക് അയച്ചു. ബഹിരാകാശവാഹനത്തിന് സമാനമായ പുനരുപയോഗിക്കാവുന്ന വാഹനം വികസിപ്പിക്കാൻ റഷ്യയും ശ്രമിച്ചു. എന്നാൽ പലകാരണങ്ങളാൽ ശ്രമങ്ങളിൽ പരാജയപ്പെടുകയും അവർക്ക് ഒടുവിൽ അത് ഉപേക്ഷിക്കുകയും ചെയ്യേണ്ടിവന്നു. ഇന്നത്തെ ബഹിരാകാശ ദൗത്യങ്ങളിൽ ഉപയോഗിക്കുന്ന മിക്ക വിക്ഷേപണ വാഹനങ്ങളും ഒറ്റത്തവണ ഉപയോഗിക്കുന്ന വാഹനങ്ങളാണ്.

സ്പേസ്-എക്സ് 'ഫാൽക്കൺ'

അമേരിക്കയുടെ സ്പേസ് ഷട്ടിൽ, പുനരുപയോഗിക്കാവുന്ന വിക്ഷേപണ വാഹന സാങ്കേതികവിദ്യയിൽ ഒരു തുടക്കം മാത്രമായിരുന്നു. മറ്റ് പല രാജ്യങ്ങളും സമാനമായ വാഹനങ്ങൾ നിർമ്മിക്കാൻ ശ്രമിച്ചു. ആ സാഹചര്യത്തിൽ, 2003 ൽ സ്ഥാപിതമായ ഒരു അമേരിക്കൻ സ്വകാര്യ കമ്പനി, വിക്ഷേപണ വാഹനങ്ങൾ പുനരുപയോഗിക്കുന്നതിന് ധീരമായ ഒരു പുതിയ സമീപനം പിന്തുടർന്നു. അവരുടെ വിക്ഷേപണവാഹനമായ ഫാൽക്കണിന്റെ എല്ലാ ഘട്ടങ്ങളും പൂർണ്ണമായും വീണ്ടെടുക്കാവുന്ന രീതിയിൽ രൂപകൽപ്പന ചെയ്തിരിക്കുന്നു.

ഉദാഹരണത്തിന്, ആദ്യ-ഘട്ട ബൂസ്റ്ററുകൾ 9 എഞ്ചിനുകൾ ഉപയോഗിച്ചാണ് നിർമ്മിച്ചിരിക്കുന്നത്. വിക്ഷേപണത്തിന് അതിന്റെ പ്രവർത്തനം പൂർത്തിയായ ശേഷം, അതിൽ ഒരു ചെറിയ അളവിലുള്ള ഇന്ധനം മാത്രമേ ശേഷിക്കുന്നുള്ളൂ. സ്റ്റേജിന്റെ ഇന്ധനമില്ലാത്ത ഭാരം ഏകദേശം 22 ടൺ ആണ്. ആ അവസ്ഥയിൽ അത് പ്രധാന വാഹനത്തിൽ നിന്ന് വേർപിരിഞ്ഞതിനുശേഷം, മുഴുവൻ ഘട്ടവും നിയന്ത്രിതമായ രീതിയിൽ മുൻനിശ്ചയിച്ച ഒരു സ്ഥലത്തേക്ക് ഇറക്കുന്നു. ബാക്കിയുള്ള ഇന്ധനം ഈ ആവശ്യത്തിനായി ഉപയോഗിക്കും. ക്ലസ്റ്ററിലെ 9 എഞ്ചിനുകളിൽ ചിലത് അതിന്റെ മൊത്തം ഭാരത്തേക്കാൾ അൽപ്പം കുറഞ്ഞ ത്രസ്റ്റ് സൃഷ്ടിക്കാൻ ഉപയോഗിക്കുന്നു. ഭൂമിയിൽ ഇറങ്ങുന്നതിനു തൊട്ടുമുമ്പ്,

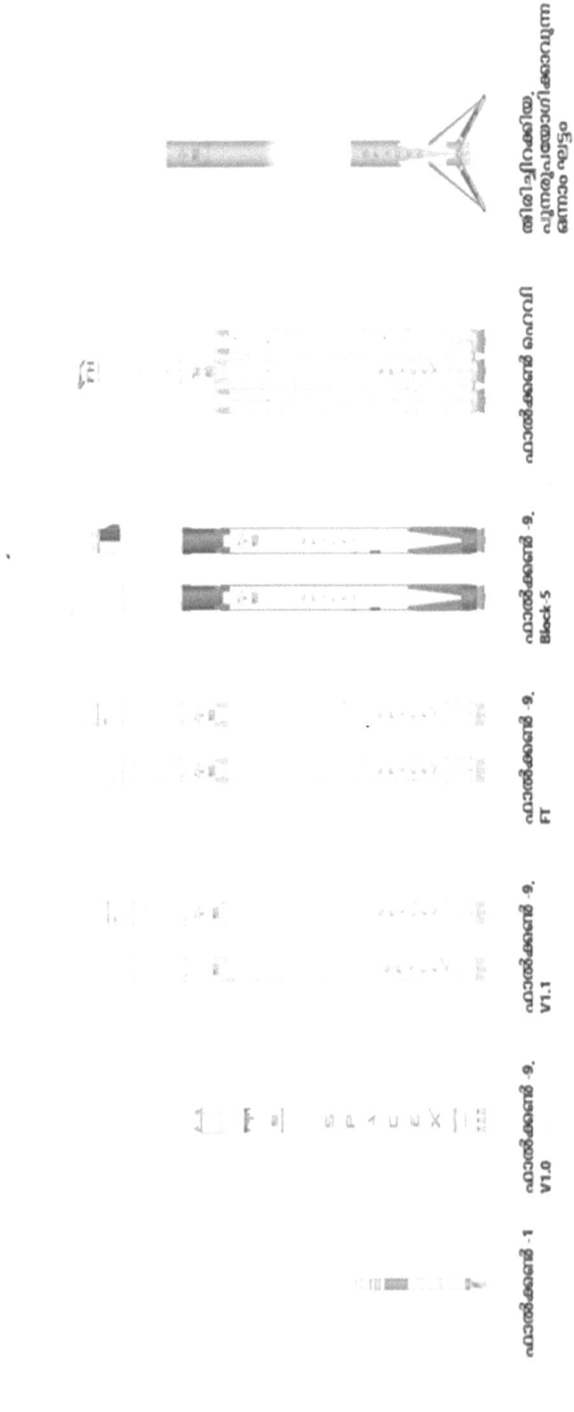

സ്പേസ് എക്സിന്റെ വിക്ഷേപണ വാഹനങ്ങൾ

അതിന്റെ ഭാരം കൃത്യമായി സന്തുലിതമാക്കുന്നതിന് എല്ലാ എഞ്ചിനുകളും പ്രവർത്തിപ്പിക്കുകയും വ്യാപക മർദ്ദം വർധിപ്പിക്കുകയും ചെയ്യുന്നു.

വളരെ ലളിതമായ ഒരു തത്വത്തിലൂടെ ഇതിനെ വിശദീകരിക്കാം.

ഒരു ബക്കറ്റ് ഉപയോഗിച്ച് കിണറ്റിൽനിന്ന് വെള്ളം എടുക്കുന്നതുമായി ഇതിനെ താരതമ്യം ചെയ്യാം. ബക്കറ്റ് മുകളിലേക്ക് വലിക്കാൻ പ്രയോഗിക്കുന്ന ശക്തി ബക്കറ്റിന്റെ ഭാരത്തേക്കാൾ കൂടുതലായിരിക്കണം. മുകളിലേക്കോ താഴേക്കോ നീങ്ങാതെ നിശ്ചലമാക്കാൻ, ശക്തി അതിന്റെ ഭാരത്തിന് തുല്യമായിരിക്കണം.

2018 ൽ ആദ്യമായി ഇത് വിജയകരമായി പരീക്ഷിക്കപ്പെട്ടു. അതിനുശേഷം, ഉപയോഗിച്ച ഘട്ടങ്ങൾ വിക്ഷേപണവാഹനങ്ങളിൽ നിന്ന് വീണ്ടെടുക്കുന്നത് പതിവാക്കുകയും, നിരവധി ഉപഗ്രഹ വിക്ഷേപണങ്ങൾക്ക് ഒന്നിലധികം തവണ ഉപയോഗിക്കുകയും ചെയ്യുന്നു. വീണ്ടെടുക്കൽ, വിക്ഷേപണവാഹന ഭാഗങ്ങളുടെ പുനരുപയോഗം എന്നിവയുടെ ഈ ലളിതമായ സാങ്കേതികതയിൽ പ്രാവീണ്യം നേടിയതിലൂടെ, കമ്പനി അതിന്റെ വിക്ഷേപണ ചെലവ് ഏകദേശം 40% കുറച്ചു. പുതിയ എഞ്ചിനുകൾ നിർമ്മിക്കേണ്ട ആവശ്യമില്ലാത്തതിനാൽ, ചെറിയതോതിലുള്ള നവീകരണങ്ങളോടെ റോക്കറ്റിന്റെ ഭാഗങ്ങൾ ഉടനടി വീണ്ടും ഉപയോഗിക്കാനാകും. റോക്കറ്റിന്റെ ചരിത്രത്തിലെ അസാധാരണ നേട്ടമായി ഇത് പ്രശംസിക്കപ്പെടുന്നു. ലോകമെമ്പാടുമുള്ള ബഹിരാകാശ ഏജൻസികൾക്ക് ഇത്തരം ധീരമായ പുതിയ സംരംഭങ്ങൾ ആരംഭിക്കാൻ ഇത് പ്രചോദനമായി നിൽക്കുന്നു.

ഇപ്രകാരം റോക്കറ്റിന്റെ തത്വങ്ങളും, അവ എങ്ങനെ ഒരു വസ്തുവിനെ ഭൗമാന്തരീക്ഷത്തിന് പുറത്തെത്തിക്കുന്നു എന്നതും മനസ്സിലാക്കിയശേഷം, അവയിൽ ബഹിരാകാശത്തെത്തുന്ന വസ്തുക്കൾ നേരിടേണ്ടി വരുന്ന സാഹചര്യങ്ങളെപ്പറ്റി അടുത്ത അദ്ധ്യായത്തിൽ വിവരിച്ചിട്ടുണ്ട്.

ഭ്രമണപഥത്തിലെ ഭാരരാഹിത്യം

ഭൂമിയിൽനിന്ന് ബഹിരാകാശത്തേക്ക് വസ്തുക്കൾ കൊണ്ടുപോകാൻ വിക്ഷേപണ വാഹനം അഥവാ റോക്കറ്റ് ഉപയോഗിക്കുന്നു എന്നു പറഞ്ഞല്ലോ. ഇവ ഉപഗ്രഹങ്ങളോ, ബഹിരാകാശയാത്രികരോടു കൂടിയ പേടകങ്ങളോ, ബഹിരാകാശ നിലയങ്ങളുടെ നിർമ്മാണത്തിന് ആവശ്യമായ വസ്തുക്കളോ ആകാം. പലതരത്തിലുള്ള ഉപഗ്രഹങ്ങൾ വിക്ഷേപണ വാഹനങ്ങളിലേറി ബഹിരാകാശത്തെത്താറുണ്ട്. അവയിലെ ഉപകരണങ്ങളും അവയുടെ യഥാർത്ഥ പ്രയോഗങ്ങളും ഓരോരോ ദൗത്യങ്ങളനുസരിച്ചു വ്യത്യാസപ്പെട്ടിരിക്കുന്നു. ഭൂമിയുടെ ഉപരിതലത്തിലെ സവിശേഷതകൾ നിരീക്ഷിക്കുന്നതിനും പഠിക്കുന്നതിനും ക്യാമറകൾ പോലെയുള്ള 'ഇമേജിംഗ്' ഉപകരണങ്ങൾ അല്ലെങ്കിൽ മറ്റ് വിദൂര സംവേദന ഉപകരണങ്ങൾ ആവശ്യമാണ്. ആശയവിനിമയത്തിന് 'ട്രാൻസ്പോണ്ടറുകൾ'/TRANSPONDERS ആവശ്യമാണ്.

ബഹിരാകാശ നിലയങ്ങൾക്കുള്ള ഭക്ഷണം, വെള്ളം, ശ്വസിക്കാനുള്ള വായു, പുതിയ ഗവേഷണ ഉപകരണങ്ങൾ, കേടായവ മാറ്റിസ്ഥാപിക്കൽ തുടങ്ങിയ ആവശ്യങ്ങൾക്കായുള്ള നിരവധി വസ്തുക്കൾ പതിവായി ഭൂമിയിൽ നിന്ന് കൊണ്ടുപോകേണ്ടതുണ്ട്. ബഹിരാകാശ നിലയങ്ങളിലെ വലിപ്പവും സൗകര്യങ്ങളും വിപുലീകരിക്കാൻ ഉപയോഗിക്കുന്ന അധിക നിർമാണ സാമഗ്രികളും ഇതിൽ ഉൾപ്പെടുന്നു. അതുപോലെ, മനുഷ്യ ബഹിരാകാശ പേടകങ്ങളും വിക്ഷേപണ വാഹനങ്ങൾ വഴി ഭ്രമണപഥത്തിലെത്തിക്കുന്നു എന്ന് മുൻ അധ്യായത്തിൽ പറഞ്ഞല്ലോ. കുറച്ച് ദിവസങ്ങൾ ദൈർഘ്യമുള്ള ദൗത്യങ്ങൾ മുതൽ, വർഷങ്ങൾ നീണ്ട ദൗത്യങ്ങളായ, ഭൂമിക്കുചുറ്റും കറങ്ങുന്ന പരീക്ഷണശാലകളിൽ താമസിച്ചു ഗവേഷണങ്ങൾ നടത്തുന്നവയും ഇതിൽപ്പെടുന്നു.

ഭ്രമണപഥം

ഒരു വസ്തു ഭ്രമണപഥത്തിൽ തുടരാൻ, അത് ഒരു പ്രത്യേക വേഗതയിൽ സഞ്ചരിക്കണം. ഇത് നമ്മളുപയോഗിക്കുന്ന സൈക്കിളിന്റെ ചലനത്തിനു സമമാണ്.

ന്യൂട്ടന്റെ ഗുരുത്വാകർഷണ നിയമവും അപകേന്ദ്രബലം എന്ന ആശയവും ഉപയോഗിച്ചാണ് ആ വേഗതയുടെ മൂല്യം കണക്കാക്കുന്നത്.

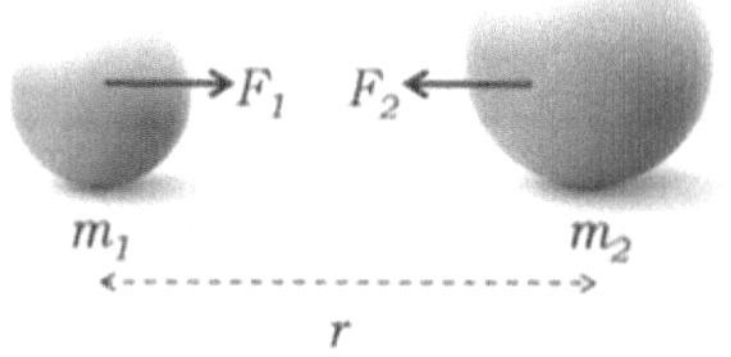

$$F_1 = F_2 = F_g = \frac{G m_1 m_2}{r^2}$$

ന്യൂട്ടന്റെ ഗുരുത്വാകർഷണ നിയമം

നേരത്തെ സൂചിപ്പിച്ചതുപോലെ, ബഹിരാകാശത്തുള്ള ഓരോ വസ്തുവും അതത് പിണ്ഡത്തെ അടിസ്ഥാനമാക്കി ഒരു പ്രത്യേക ശക്തിയോടെ മറ്റെല്ലാ വസ്തുക്കളെയും ആകർഷിക്കുന്നു. ഇതാണ് ഗുരുത്വാകർഷണബലം. ഭൂമിയുടെ ഉപരിതലത്തിൽ ഈ ബലം കൂടുതലും ഉപരിതലത്തിൽ നിന്ന് അകന്നുപോകുമ്പോൾ കുറയുകയും ചെയ്യുന്നു.

ഒരു കല്ല് ഒരു ചരടിന്റെ അറ്റത്തു കെട്ടിയശേഷം ആ ചരട് വേഗത്തിൽ കറക്കിയാൽ, അങ്ങനെ രൂപപ്പെടുന്ന വൃത്തത്തിന്റെ മധ്യത്തിൽ നിന്ന് അകറ്റുന്ന ഒരു ശക്തി കല്ലിന് അനുഭവപ്പെടുന്നതായി നമുക്ക് കാണാം. ഈ ശക്തിയെ അപകേന്ദ്രബലം എന്ന് വിളിക്കുന്നു. ഇത് കല്ലിന്റെ പിണ്ഡത്തിനും അതിന്റെ കറക്കത്തിന്റെ വേഗതയുടെ വർഗ്ഗവുമായി ആനുപാതികവും ചരടിന്റെ നീളത്തിന് വിപരീത അനുപാതവുമാണ്. ഭ്രമണ വേഗത വർദ്ധിക്കുംതോറും വൃത്താകൃതിയുടെ പുറത്തേക്കു വലിക്കുന്ന ശക്തി വർദ്ധിക്കുകയും, ഒരു പരിധി കഴിഞ്ഞാൽ ചരട് മുറിഞ്ഞ് കല്ല് പുറത്തേക്കു പറന്നുപോകുകയും ചെയ്യുന്നു. 'വാഷിംഗ് മെഷീനും' ഇതേ തത്വം ഉപയോഗിച്ചാണ് വസ്ത്രങ്ങൾ ഉണക്കുന്നത്. അതിലെ ടബ് വേഗത്തിൽ കറങ്ങുമ്പോൾ, വസ്ത്രങ്ങളിൽ പറ്റിപ്പിടിച്ചിരിക്കുന്ന ഈർപ്പവും വെള്ളത്തുള്ളികളും അപകേന്ദ്രബലം കാരണം പുറത്തേക്കു തള്ളപ്പെടുകയും ട്യൂബിന്റെ ചുവരുകളിൽ ചെറു ദ്വാരങ്ങളിലൂടെ പുറത്തേക്കു വരികയും ചെയ്യുന്നു. ഇത് വസ്ത്രങ്ങൾ എളുപ്പത്തിലും വേഗത്തിലും ഉണക്കാൻ സഹായിക്കുന്നു. കറങ്ങുന്ന വേഗത

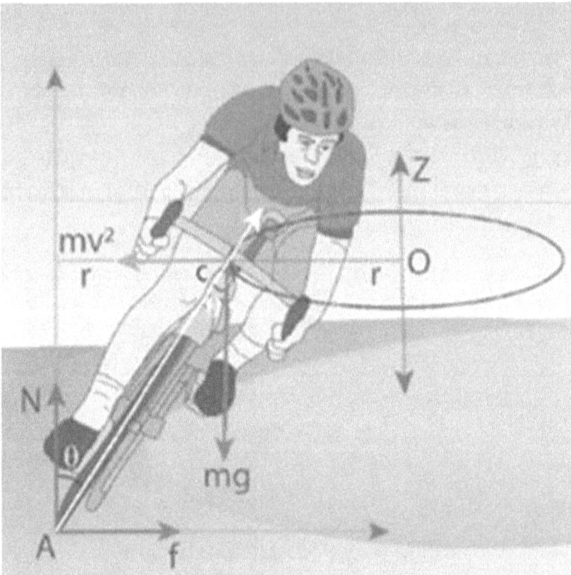

വൃത്താകൃതിയിലുള്ള ഒരു പാതയിലൂടെ യാത്രചെയ്യുന്ന സൈക്കിൾ യാത്രക്കാരൻ, വേഗത കുറച്ചാൽ, അനുഭവപ്പെടുന്ന അപകേന്ദ്ര ബലം കുറയുകയും വൃത്തത്തിനുള്ളിലേക്ക് വീഴുകയും ചെയ്യുന്നു. സ്ഥിരതയ്ക്കായി അയാൾ ഒരു കുറഞ്ഞ വേഗത നിലനിർത്തേണ്ടതുണ്ട്. ഇതുപോലെ ഭ്രമണപഥം നിലനിർത്തുന്നതിന് ഉപഗ്രഹങ്ങളും ഓരോ ഉയരത്തിനും കൃത്യമായ വേഗതയിൽ ഗ്രഹത്തെ ചുറ്റിക്കൊണ്ടിരിക്കണം.

ഒരു നിശ്ചിത മൂല്യത്തിനപ്പുറം വർദ്ധിക്കുമ്പോൾ, ചരടിൽ നിന്ന് കല്ല് പൊട്ടിപ്പോകുന്നതിനു സമാനമാണിത്.

അതുപോലെ, ന്യൂട്ടന്റെ ഗുരുത്വാകർഷണ നിയമമനുസരിച്ച്, പ്രപഞ്ചത്തിലെ ഓരോ കണികയും മറ്റെല്ലാ കണങ്ങളെയും ഗുരുത്വാകർഷണ ബലത്താൽ ആകർഷിക്കുന്നു. ഗുരുത്വാകർഷണബലത്തെ സന്തുലിതമാക്കാൻ ആവശ്യമായ അപകേന്ദ്രബലം സൃഷ്ടിക്കാൻ വേണ്ടത്ര വേഗതയിൽ ഒരു വസ്തു ഭൂമിക്കുചുറ്റും കറങ്ങുമ്പോൾ, അത് ഒരു നിശ്ചിത ഭ്രമണപഥത്തിൽ ചുറ്റുകയും, ഉപരിതലത്തിലേക്ക് വീഴുകയോ ഭൂമിയിൽനിന്ന് പുറത്തേക്കു പറന്നുപോകുകയോ ചെയ്യുന്നില്ല. ഇത്തരത്തിൽ തുടർച്ചയായി പരിക്രമണം ചെയ്തുകൊണ്ടിരിക്കും. ഗുരുത്വാകർഷണ ബലത്തെ അപകേന്ദ്രബലവുമായി സന്തുലിതമാക്കുന്നതിന് ആവശ്യമായ വേഗത, ഭൂമിയിൽ നിന്നുള്ള ഉയരം കൂടുംതോറും, കുറയുന്നതായി കാണാം. ഉദാഹരണത്തിന്, ഉപരിതലത്തിൽനിന്ന് 150 കിലോമീറ്റർ ഉയരത്തിൽ ഭൂമിയെ ചുറ്റാൻ സെക്കന്റിൽ 7.8 കിലോമീറ്റർ വേഗത ആവശ്യമാണെങ്കിൽ, അതെ വസ്തുവിന് 10,000 കിലോമീറ്റർ ഉയരത്തിൽ ഇത്

സെക്കൻഡിൽ 4.9 കിലോമീറ്റർ ആയിരിക്കും, അതുപോലെ 36,000 കിലോമീറ്റർ ഉയരത്തിൽ, സെക്കൻഡിൽ ഏകദേശം 3 കിലോമീറ്റർ വേഗത മതിയാകും.

ഉപഗ്രഹത്തിന്റെ ദൗത്യ-ഉദ്ദേശ്യത്തെ അടിസ്ഥാനമാക്കി ഭ്രമണ പഥത്തിന്റെ ഉയരവും അനുബന്ധ ഭ്രമണ വേഗതയും തിരഞ്ഞെടുക്കുകയാണ് പതിവ്. ആശയവിനിമയ ഉപഗ്രഹങ്ങൾ ഭൂമിയുടെ അതേ ഭ്രമണ വേഗതയിൽ ഭൂമിയെ ചുറ്റിയാൽ മാത്രമേ അവയുടെ ദൗത്യം സഫലമാകു. അങ്ങനെ അവ എല്ലായ്പ്പോഴും ഭൂമിയിലെ ഒരേ സ്ഥലത്തിന് മുകളിലായിരിക്കും കാണപ്പെടുക. മറ്റൊരുവിധത്തിൽ പറഞ്ഞാൽ, ഈ ഉപഗ്രഹങ്ങളുടെ പരിക്രമണ കാലയളവ് 24 മണിക്കൂർ തന്നെ ആയിരിക്കണം, കാരണം ഭൂമി സ്വന്തം അച്ചുദണ്ഡിൽ ഒരു ഭ്രമണം പൂർത്തിയാക്കാൻ 24

ഉപഗ്രഹത്തിനുമേൽ ഭൂമിയുടെ ഗുരുത്വാകർഷണ ബലം ഉപഗ്രഹം ചുറ്റുന്നതുകൊണ്ടുള്ള അപകേന്ദ്ര ബലത്തിന് തുല്യമാകുമ്പോൾ, ഒരു നിശ്ചിത ഭ്രമണപഥം നിലനിർത്താൻ ഉപഗ്രഹത്തിന് സാധിക്കുന്നു.

മണിക്കൂർ എടുക്കുന്നതാണ്. ഗുരുത്വാകർഷണബലത്തെ ഈ വേഗത സൃഷ്ടിക്കുന്ന അപകേന്ദ്രബലവുമായി സന്തുലിതമാക്കാൻ, ഇത്തരം ഉപഗ്രഹങ്ങൾ 36,000 കിലോമീറ്റർ പരിക്രമണ ഉയരത്തിൽ (ഭൂസ്ഥിര ഭ്രമണപഥം/GEOSTATIONARY ORBIT) സ്ഥാപിക്കേണ്ടതുണ്ട്. നേരത്തെ പറഞ്ഞതുപോലെ ഈ ഉയരത്തിൽ ആവശ്യമായ വേഗത മണിക്കൂറിൽ 3 കിലോമീറ്ററായിരിക്കും. ആ വേഗതയിൽ ഉപഗ്രഹം നീങ്ങുമ്പോൾ, ഭൂമിയുമായി സഹകാലീനതയായി ഒരേ സ്ഥലത്തിന് മുകളിൽ സ്ഥിതി ചെയ്യുന്നതായി കാണപ്പെടും. വിദൂര സംവേദനവും ഭൗമ നിരീക്ഷണ ഉപഗ്രഹങ്ങളും 500 മുതൽ 1000 കിലോമീറ്റർ വരെ പരിക്രമണപഥത്തിൽ ആണ് സ്ഥാപിക്കുന്നത്. ഓരോ ഭ്രമണപഥവും പൂർത്തിയാക്കാൻ ഇവ

ഏകദേശം 90 മുതൽ 100 മിനിറ്റ് വരെ എടുക്കുന്നു. ദിവസവും 15 മുതൽ 16 തവണ വരെ ഇത്തരം ഉപഗ്രഹങ്ങൾ ഭൂമിയെ ചുറ്റുന്നു. മുൻപ് പ്രതിപാദിച്ചപോലെ, ഭൂമിയിൽ നിന്ന് 100 കിലോമീറ്ററിനു ശേഷമുള്ള ഉയരം അന്താരാഷ്ട്രതലത്തിൽ ബഹിരാകാശമായി അംഗീകരിക്കപ്പെട്ടിരിക്കുന്നു.

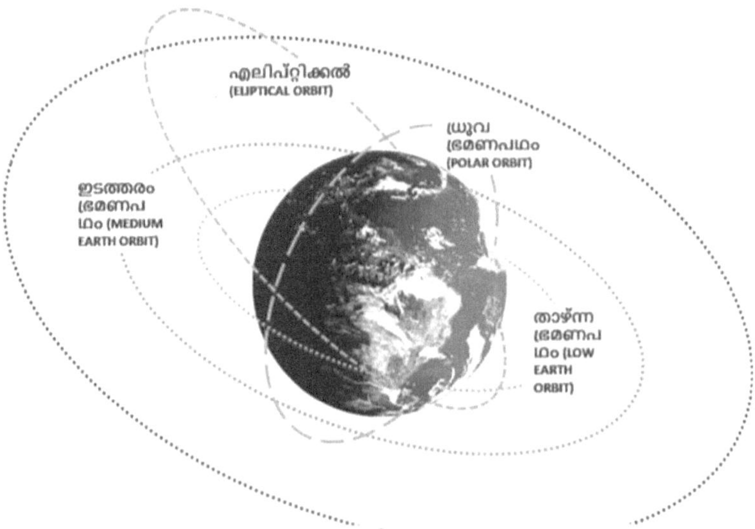

ഭൂമിക്കു ചുറ്റുമുള്ള, ഉപഗ്രഹങ്ങളുടെ/പേടകങ്ങളുടെ ഭ്രമണപഥങ്ങൾ

ഈ പ്രദേശം ഏതാണ്ട് പൂർണ്ണമായും ശൂന്യമാണ്. ബഹിരാകാശത്തിന്റെ ശൂന്യതയിൽ പരീക്ഷണങ്ങൾ നടത്തുന്നതിന് തുടരുക മാത്രമാണ് ലക്ഷ്യം എങ്കിൽ, പരിക്രമണ ഉയരം വെറും 100 കിലോമീറ്റർ മതിയാകും. ഈ ഉയരത്തിലുള്ള അന്തരീക്ഷ സാന്ദ്രത വളരെ കുറവാണ്, പക്ഷേ, വായു സാന്ദ്രത പൂജ്യമല്ലാത്തതുകാരണം ഇത്തരം താഴ്ന്ന ഭ്രമണപഥങ്ങളിൽ തുടരാൻ വളരെ വലിയ പരിക്രമണ വേഗത വേണ്ടതായുണ്ട്. വായുവിന്റെ നേർത്ത കണികകൾ ഉള്ളതുകാരണം ഈ ഉയരത്തിൽ ഘർഷണ ശക്തി ഉണ്ടായിരിക്കുകയും അത് ഉപഗ്രഹങ്ങളുടെ ഭ്രമണവേഗം കുറയ്ക്കുകയും ചെയ്യുന്നു. ഇക്കാരണത്താൽ അവയുടെ ഉയരം ദ്രുതഗതിയിൽ കുറയുകയും ഒടുവിൽ ഭൂമിയുടെ അന്തരീക്ഷത്തിലേക്ക് പ്രവേശിക്കുകയും ചെയ്യുന്നു.

സൂര്യന്റെയും ചന്ദ്രന്റെയും മറ്റ് ഗ്രഹങ്ങളുടെയും ഗുരുത്വാകർഷണ ശക്തികൾ, സൗരവികിരണ മർദ്ദം എന്നിവ ഭ്രമണപഥത്തിലുള്ള ഒരു ഉപഗ്രഹത്തെ ബാധിക്കുന്നു. ഇത്തരം ബാഹ്യ പ്രഭാവങ്ങളെ അതിജീവിച്ചു ഉപഗ്രഹത്തെ ഒരു നിശ്ചിത ഭ്രമണപഥത്തിൽ നിർത്താനായി

ചെറു-റോക്കറ്റുകൾ അഥവാ ത്രസ്റ്ററുകൾ ഉപയോഗിക്കുന്നു. ഇതിനാവശ്യമായ ഇന്ധനവും ഉപഗ്രഹത്തിൽ ഉണ്ടാകും. ഈ ഇന്ധനം പൂർണമായും ഉപയോഗിച്ച് തീരുമ്പോൾ ഉപഗ്രഹം അതിന്റെ ആയുസ്സു പൂർത്തിയാക്കിയതായി കരുതപ്പെടുന്നു.

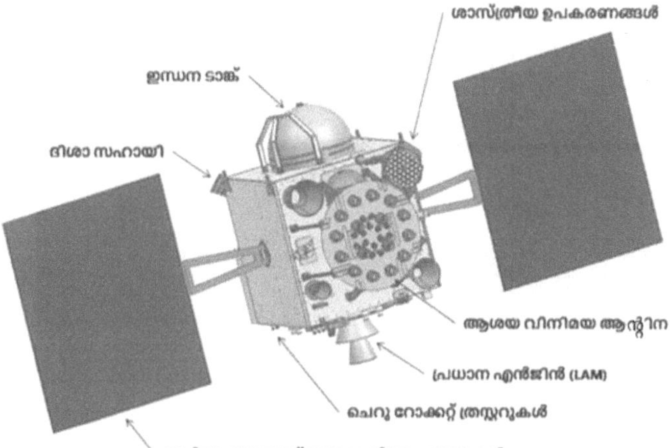

ഉപഗ്രഹത്തിന്റെ പ്രധാന ഭാഗങ്ങൾ

ഭൂമിക്ക് മുകളിൽ 300 കിലോമീറ്ററിൽ താഴെ ഉയരത്തിൽ ഭ്രമണം ചെയ്യുന്ന ഏത് ഉപഗ്രഹങ്ങളുടേയും ഭ്രമണപഥം അതിവേഗം കുറയുന്നതായി കാണാൻ സാധിക്കും. ഇക്കാരണത്താൽ അവയുടെ യഥാർത്ഥ ഭ്രമണപഥത്തിൽ ദീർഘകാലം തുടരാൻ വലിയ അളവിൽ ഇന്ധനം ആവശ്യമായി വരികയും ചെയ്യുന്നു. അതേസമയം, വളരെ വലിയ ഉയരങ്ങളിലേക്ക് യാത്ര ചെയ്യുന്നത് ഉപഗ്രഹത്തെയും മനുഷ്യരെയും ബഹിരാകാശത്തെ ദോഷകരമായ വികിരണങ്ങളുമായി സമ്പർക്കത്തിൽ വരാൻ കാരണമാകുന്നു എന്നതാണ് പഠനങ്ങൾ വെളിപ്പെടുത്തിയിട്ടുള്ളത്. വിക്ഷേപണ വാഹനങ്ങൾക്ക് അത്തരം ഭ്രമണപഥങ്ങളിൽ എത്താൻ വേണ്ടുന്ന ഊർജ്ജവും വളരെ വലുതായിരിക്കും. മേൽപ്പറഞ്ഞ കാരണങ്ങൾ കണക്കിലെടുക്കുമ്പോൾ, മനുഷ്യ ബഹിരാകാശ ദൗത്യങ്ങൾക്കായി കണക്കാക്കപ്പെടുന്ന സാധാരണ പരിക്രമണ ഉയരങ്ങൾ 300 മുതൽ 600 കിലോമീറ്റർ വരെ ആയിരിക്കും. അപ്പോളോ ദൗത്യങ്ങൾ ഒഴികെ, ഇതുവരെ നടത്തിയ എല്ലാ മനുഷ്യ ബഹിരാകാശ ദൗത്യങ്ങളും 600 കിലോമീറ്റർ പരിക്രമണ ഉയരത്തിൽ താഴെയായിരുന്നു. പേടകത്തെ ഈ ഉയരത്തിൽ ആവശ്യമായ വേഗതയിൽ ബഹിരാകാശവാഹനം എത്തിച്ചാൽ അത് ഭൂമിക്കു ചുറ്റുമുള്ള ഭ്രമണപഥത്തിൽ ഏറെനേരം നിലനിൽക്കും. പക്ഷേ, ഈ ഉയരത്തിൽ ആവശ്യമായ വേഗത കൈവരിക്കാൻ

കഴിഞ്ഞില്ലെങ്കിൽ, ബഹിരാകാശ പേടകം ഉടൻ തന്നെ ഒരു ദീർഘവൃത്ത പാതയിലൂടെ ഭൂമിയിലേക്ക് വീഴും. ഇതിനെ ഉപ-ഭ്രമണപഥ യാത്ര (SUB-ORBITAL FLIGHT) എന്ന് വിളിക്കുന്നു.

വിർജിൻ ഗാലക്ടിക്, ബ്ലൂ ഒറിജിൻ എന്നീ സ്വകാര്യ ബഹിരാകാശ കമ്പനികളുടെ ഉപ ഭ്രമണപഥ യാത്രകൾ (image courtesy: NASA)

ഒരു വെടിയുണ്ട തോക്കിൻകുഴലിൽ നിന്ന് പുറപ്പെടുംപോലെയോ, വില്ലിൽ നിന്ന് പുറപ്പെടുന്ന അമ്പുപോലെയോ ആണ് പേടകങ്ങൾ ഭ്രമണപഥത്തിലെത്തുന്ന പ്രക്രിയ. വെടിയുണ്ട കൈവരിക്കുന്ന പരമാവധി ഉയരവും വേഗതയും, പ്രാരംഭ കോണുകളും ആശ്രയിച്ചിരിക്കും. തുടർച്ചയായ ഗുരുത്വാകർഷണത്താൽ അതിന്റെ വേഗത കുറയുകയും ഒടുവിൽ നിലത്തേക്ക് വീഴുകയും ചെയ്യും. തുടക്കത്തിലെ മനുഷ്യ ബഹിരാകാശ യാത്രകളിൽ ചിലത് അത്തരം ഉപ-ഭ്രമണപഥ യാത്രകൾ ആയിരുന്നു. ബഹിരാകാശയാത്രികരെ ഏകദേശം 150 മുതൽ 250 കിലോമീറ്റർ വരെ ഉയരത്തിൽ പേടകങ്ങളിൽ കൊണ്ടുപോയി മതിയായ വേഗതയില്ലാതെ ഭ്രമണപഥത്തിൽ വിടുന്നു. താമസിയാതെതന്നെ ആ പേടകം ഭൂമിയിലേക്ക് വീഴുകയും ഇക്കാരണത്താൽ അവർക്ക് ഭാരക്കുറവ് അല്ലെങ്കിൽ പൂജ്യം-ജി അവസ്ഥകൾ അനുഭവപ്പെടുകയും ചെയ്യുന്നു. ഇത്തരം യാത്രകൾ സാധാരണയായി കുറച്ച് മിനിറ്റ് മാത്രമേ നിലനിൽക്കാറുള്ളൂ. ഉദാഹരണത്തിന്, ഈ അടുത്തകാലങ്ങളിൽ ഉണ്ടായ ബ്ലൂ ഒറിജിൻ, വിർജിൻ ഗാലക്ടിക് സബോർബിറ്റൽ ഫ്ലൈറ്റുകൾ ഇത്തരത്തിലുള്ളവയായിരുന്നു.

റഷ്യയുടെയും അമേരിക്കയുടെയും ആദ്യത്തെ മനുഷ്യ ബഹിരാകാശ യാത്രകളിൽ യാത്രികരായിരുന്ന 'യൂറി ഗഗാറിനും' 'അലൻ ഷെപ്പേർഡും' ഇത്തരത്തിൽ ഭൂമിയെ ഭ്രമണം ചെയ്തു. 1961 ഏപ്രിൽ 12 ന് രാവിലെ 6:07 ന് വിക്ഷേപണത്തറയിൽ നിന്ന് ഗഗാറിൻ വിക്ഷേപണ വാഹനത്തിൽ ഉയരുകയും, 108 മിനിട്ട് ബഹിരാകാശത്ത് ചെലവിട്ട ശേഷം 7:55 AM ന് അദ്ദേഹം ഭൂമിയിലേക്ക് തിരിച്ചു വന്നു. ഗഗാറിന്റെ പേടകം

169 മുതൽ 327 കിലോമീറ്റർ വരെ വ്യാസമുള്ള ഒരു ദീർഘവൃത്ത ഭരണ പഥത്തിൽ ഭൂമിയെ ചുറ്റി. അത്തരമൊരു ഭ്രമണപഥം പൂർത്തിയാക്കാൻ ഏകദേശം 89 മിനിറ്റ് എടുത്തു.

റഷ്യയുടെയും അമേരിക്കയുടെയും ആദ്യത്തെ മനുഷ്യ ബഹിരാകാശ യാത്രകളിൽ യാത്രികരായിരുന്ന കോസ്മനോട്ട് യൂറി ഗഗാറിനും ആസ്ട്രനോട്ട് അലൻ ഷെപ്പേർഡും (image courtesy: ESA, NASA)

ആദ്യത്തെ അമേരിക്കൻ മനുഷ്യ ബഹിരാകാശയാത്ര 23 ദിവസങ്ങൾക്ക് ശേഷം അതേ വർഷം മെയ് 5 ന് നടന്നു. പ്രാദേശിക സമയം ഉച്ചയ്ക്ക് 2:34 ന് 'അലൻ ഷെപ്പാർഡ്' ഭൂമിയിൽ നിന്ന് യാത്രതിരിക്കുകയും 2:49 ന് തിരികെ ഇറങ്ങുകയുമുണ്ടായി. ദൗത്യം പൂർത്തിയാക്കാൻ അദ്ദേഹം ഏകദേശം 15 മിനിറ്റ് എടുത്തു. ഏകദേശം 188 കിലോമീറ്റർ ഉയരത്തിൽ പോയി, ഭൂമിയെ ഭ്രമണം ചെയ്യാതെ ഉടൻ തിരിച്ചെത്തുകയും ചെയ്തു.

ഗുരുത്വാകർഷണത്തിന്റെ അഭാവവും ഭാരക്കുറവും

സാധാരണ നിലയേക്കാൾ ഒരു ദശലക്ഷം മടങ്ങ് ഗുരുത്വാകർഷണ ശക്തി കുറവുള്ള അവസ്ഥയെ 'മൈക്രോ ഗ്രാവിറ്റി' എന്ന് വിളിക്കുന്നു. മറ്റൊരുതരത്തിൽ പറഞ്ഞാൽ ഇത്തരം അവസ്ഥയെ 'പൂജ്യം-ജി'/ ZERO-G (ഗുരുത്വാകർഷണ ബലത്തിന്റെ ആകെ അഭാവം) അവസ്ഥ അല്ലെങ്കിൽ ഭാരക്കുറവ് എന്ന് വിളിക്കുന്നു.

ഭൂമിയുടെ ഉപരിതലത്തിൽനിന്ന് അകന്നുപോകുമ്പോൾ ഗുരുത്വാകർഷണബലം കുറയുന്നു എന്ന് നമുക്കറിയാമല്ലൊ. എന്നാൽ മൈക്രോ ഗ്രാവിറ്റിയുടെ അളവുകളിൽ എത്താൻ ആയിരക്കണക്കിന് കിലോമീറ്ററുകൾ ഉയരം ആവശ്യമാണ്. ഉദാഹരണത്തിന്, താഴ്ന്ന ഭ്രമണപഥത്തിന്റെ ഉയരത്തിൽ, ഗുരുത്വാകർഷണബലം അതിന്റെ സാധാരണ

നിലയേക്കാൾ 10% കുറവായിരിക്കും. ഭൂമിയുടെ ഉപരിതലത്തിലെ ഗുരുത്വാകർഷണ ത്വരണം 9.81 മീ/സ്ക്വയർ സെ. ആണ്. എവറസ്റ്റ് കൊടുമുടിയുടെ മുകളിൽ (ഉപരിതലത്തിൽ നിന്ന് എകദേശം 8000 മീറ്റർ ഉയരത്തിൽ) ഇത് 9.72 മീ/സ്ക്വയർ സെ. ആണ്. 200 കിലോമീറ്റർ ഉയരത്തിൽ, ഇത് 9.21 മീ/ സ്ക്വയർ സെ. ഉം, 1000 കിലോമീറ്റർ ഉയരത്തിൽ, ഇത് 7.32 മീ/സ്ക്വയർ സെ. ഉം, 36,000 കിലോമീറ്ററിൽ, ഇത് 0.22 മീ/സ്ക്വയർ സെ. ഉം ആണ്. ഭൂമിയുടെ ഉപരിതലത്തിൽനിന്ന് ഒരു ലക്ഷം കിലോമീറ്ററിൽ പോലും, മൈക്രോ ഗ്രാവിറ്റി അവസ്ഥ എത്തുകയില്ല, പക്ഷേ, അത്തരം ഉയരങ്ങളിൽ, ഗുരുത്വാകർഷണ ത്വരണത്തിന്റെ മൂല്യം 0.035 മീ/സ്ക്വയർ സെ. ആണ്.

ആധുനിക അഡ്വെഞ്ചർ പാർക്കുകളിൽ റോളർ കോളാസ്റ്ററുകളും, സ്കൈ ഡൈവിംഗ് പോലുള്ള വിനോദങ്ങളിലേർപ്പെടുമ്പോൾ ഭാരരാഹിത്യം കുറച്ചു നേരത്തേക്ക് അനുഭവപ്പെടുന്നു

മൈക്രോ ഗ്രാവിറ്റി അവസ്ഥ അല്ലെങ്കിൽ ഭാരക്കുറവ് അനുഭവിക്കാൻ നമ്മൾ അത്ര വലിയ ദൂരങ്ങളിലേക്ക് യാത്ര ചെയ്യേണ്ടതില്ല. ഭൂമിക്കു ചുറ്റുമുള്ള ഏത് ഭ്രമണപഥത്തിലും നമുക്ക് ഈ മൈക്രോഗ്രാവിറ്റി അല്ലെങ്കിൽ ഭാരക്കുറവ് അനുഭവപ്പെടാം. മേളകളിലെയും വിനോദ പാർക്കുകളിലെയും ചില റൈഡുകളുമായി ഇതിനെ താരതമ്യം ചെയ്യാം. ഉദാഹരണത്തിന്, ഒരു 'റോളർ കോസ്റ്റർ' അതിന്റെ ഏറ്റവും ഉയരത്തിൽ നിന്ന് വേഗതയിൽ ഇറങ്ങുമ്പോൾ, കുറച്ച് നിമിഷങ്ങൾ ഭാരക്കുറവ് അനുഭവപ്പെടുന്നു. ഇതുപോലെത്തന്നെ വിമാനങ്ങളിൽ നിന്ന് ചാടി 'സ്കൈ ഡൈവിംഗ്' ചെയ്യുന്ന ആളുകൾക്ക് ഏതാനും നിമിഷങ്ങൾക്കുള്ളിൽ ഭാരക്കുറവ് അനുഭവപ്പെടുന്നു.

ഒരു ബഹിരാകാശവാഹനം ഭ്രമണപഥത്തിലായിരിക്കുമ്പോൾ, അത് തുടർച്ചയായി ഭൂമിയിലേക്ക് വീഴുന്ന അവസ്ഥയിലാണ്. ഇത് ഉപരിതല

ത്തിലേക്ക് പതിക്കുന്നത് സെക്കൻഡിൽ 7 മുതൽ 8 കിലോമീറ്റർ വേഗതയിൽ അല്ലെങ്കിൽ മണിക്കൂറിൽ 25,000 മുതൽ 30,000 കിലോമീറ്റർ വരെയാണ്. എന്നാൽ ഉപരിതലവും ഏതാണ്ട് അതേ വേഗതയിൽ അകന്നു പോകുന്ന കാരണം ഇത് തുടർച്ചയായി വീഴുന്നതായ് തോന്നുന്നു. ഇപ്രകാരം മൈക്രോഗ്രാവിറ്റി അവസ്ഥ സൃഷ്ടിക്കുകയും, പേടകം ഭ്രമണപഥത്തിൽ നിലനിർത്തുകയും ചെയ്യുന്നു. ഇങ്ങനെ ബഹിരാകാശ പേടകത്തിനുള്ളിലെ വസ്തുക്കളും, മനുഷ്യരും മൈക്രോഗ്രാവിറ്റി അല്ലെങ്കിൽ ഭാരമില്ലാത്ത അവസ്ഥ അനുഭവിക്കുകയും ചെയ്യുന്നു.

ഭൂമിയുടെ ഗുരുത്വാകർഷണം ഭേദിച്ച് ബഹിരാകാശത്തേക്ക് പോയ യാത്രകളെപ്പറ്റി അടുത്ത അധ്യായത്തിൽ വിശദമായി വിവരിക്കുന്നുണ്ട്.

നക്ഷത്രങ്ങളുടെ ലോകത്തേക്ക്

ഭൂമിയുടെ അന്തരീക്ഷത്തിന്റെ മുകൾത്തട്ടുകളെപ്പറ്റി പഠിക്കാനായി 1948 ൽ അയച്ച 'സൗണ്ടിങ് റോക്കറ്റുകളാണ്' സോവിയറ്റ് യൂണിയന്റെ റോക്കറ്റ് പദ്ധതികളുടെ തുടക്കം.

ലൈക, ഹാം - ആദ്യ യാത്രികർ

1957 ഒക്ടോബറിൽ ആദ്യത്തെ മനുഷ്യനിർമ്മിത ഉപഗ്രഹമായ സ്പുട്നിക് -1 വിക്ഷേപിച്ച റഷ്യയുടെ നേട്ടം രണ്ടാം ലോക മഹായുദ്ധത്തിനുശേഷം അവരുമായി ശീതയുദ്ധത്തിലായിരുന്ന അമേരിക്കയെ സ്വാഭാവികമായും ഞെട്ടിച്ചു. റഷ്യക്കാർക്ക് ഉചിതമായ മറുപടി നൽകാനുള്ള ശ്രമങ്ങൾക്കിടയിൽ, അടുത്ത 25 ദിവസത്തിനുള്ളിൽ വീണ്ടുമൊരു ഞെട്ടിക്കുന്ന വാർത്ത അവരെത്തേടിയെത്തി. റഷ്യക്കാർ വിജയകരമായി

ആദ്യ ബഹിരാകാശ യാത്രികരായ ലൈക (ഇടത്), ഹാം (വലത്); image courtesy: NASA

സ്പുട്നിക് -2 ൽ ഒരു നായയെ ബഹിരാകാശത്തേക്ക് അയക്കുകയും ഭൂമിയെ ചുറ്റുന്ന ആദ്യത്തെ ജീവിയെ അയച്ചതിന്റെ ഖ്യാതി നേടുകയും ചെയ്തു എന്നതായിരുന്നു ആ വാർത്ത. ബഹിരാകാശത്തുള്ള സാഹചര്യങ്ങളെ ഭൂമിയിലെ ജീവജാലങ്ങൾ ഏതു തരത്തിലാകും അതിജീവിക്കുക എന്നതിനെപ്പറ്റി പഠിക്കുക വളരെ അത്യന്താപേക്ഷികമായിരുന്നു.

ഇപ്രകാരം 1957 നവംബറിൽ 'ലൈക' എന്നുപേരുള്ള ഒരു നായ ഭൂമിയുടെ അന്തരീക്ഷം വിട്ടു പുറത്തുപോകുന്ന ആദ്യ ജീവിയായി. അവിടുത്തെ അസാധാരണമായ സാഹചര്യങ്ങൾ അതിജീവിക്കാൻ വളർത്തു നായയെക്കാളും തെരുവിലെ സാഹചര്യങ്ങളോട് പൊരുതി ജീവിക്കുന്ന ഒരു നായ്ക്കു സാധിക്കും എന്നതിനാലാവണം 'മൺഗ്രൽ-ഹസ്കി' ഇനത്തിൽപ്പെട്ട ഒരു നായ തിരഞ്ഞെടുക്കപ്പെട്ടത്. ഇങ്ങനെ ലൈക്കയെ 110 കിലോമീറ്റർ ഉയരത്തിലേക്ക് അയച്ച സോവിയറ്റ് റഷ്യ ബഹിരാകാശ സഞ്ചാരത്തിനുള്ള വഴിതെളിച്ചു. ബാഹ്യാകാശത്തേക്ക് സഞ്ചരിച്ച ഭൂമിയിൽനിന്നുള്ള ആദ്യത്തെ ജീവിയായി ഈ നായ മാറി. ലൈക്കയ്ക്ക് മുമ്പ് മറ്റ് നിരവധി ജീവജാലങ്ങൾ ബഹിരാകാശത്തേക്ക് അയച്ചിട്ടുണ്ടെങ്കിലും, ഭൂമിയെ ചുറ്റുന്ന ആദ്യത്തെ ജീവി ലൈക്ക ആയിരുന്നു. 10 ദിവസത്തേക്ക് ആവശ്യമായ ഭക്ഷണവും വെള്ളവുമായാണ് ലൈക്കയെ അയച്ചതെങ്കിലും ഏതെങ്കിലും രീതിയിലുള്ള ചലനങ്ങൾക്ക് അനുവദിച്ചിരുന്നില്ല. ഹൃദയമിടിപ്പ്, ശ്വസന നിരക്ക് തുടങ്ങിയ സുപ്രധാന കാര്യങ്ങൾ നിരീക്ഷിച്ചു. കഷ്ടതയനുഭവിച്ചുള്ള ഒരു മരണമുണ്ടാകാതിരിക്കാനായി ലൈക്കയുടെ ഭക്ഷണത്തിൽ ചെറിയ അളവിൽ വിഷംകലർത്തിയിരുന്നു. പക്ഷേ, താപ നിയന്ത്രണ സംവിധാനത്തിന്റെ തകരാറുമൂലം ബഹിരാകാശത്തെ 4 ഭ്രമണപഥങ്ങളിൽ മാത്രമേ അത് ജീവിച്ചിരുന്നുള്ളൂ.

ഇതിനു മറുപടിയായി അമേരിക്ക 'ഹാം' എന്ന് പേരിട്ടുവിളിച്ച ഒരു ചിമ്പാൻസിയെ ബഹിരാകാശത്തേക്കയച്ചു. നിർണ്ണായകമായ സാഹചര്യങ്ങളിൽ മനുഷ്യന്റെ പ്രതികരണങ്ങളെപ്പറ്റി പഠിക്കാനായാണ് ഇത്തരം ഒരു പരീക്ഷണം എന്നവർ ന്യായീകരിച്ചു. ഇതിനായി 'ഹാം'ന് ആവശ്യമായ പരിശീലനം കൊടുത്തിരുന്നു. നീലയും ചുവപ്പുമായ രണ്ടു നിറത്തിലുള്ള പ്രകാശം മിന്നുന്ന വേളയിൽ ഒരു ബട്ടൺ അമർത്തേണ്ടതുണ്ടായിരുന്നു. ഓരോ തവണ അതമർത്തുമ്പോളും ഒരു പഴം കിട്ടുമായിരുന്നു ഹാമിന്. ഇത്തരത്തിൽ സുരക്ഷിതമായി തിരിച്ചിറങ്ങും വരെ ഹാം നൂറോളം പഴങ്ങൾ കഴിച്ചതായി പറയപ്പെടുന്നു. അമേരിക്കയുടെ ബഹിരാകാശ ഏജൻസിയായ നാസയുടെ പ്രതീക്ഷകൾക്കുമപ്പുറമായിരുന്നു ഹാമിന്റെ പ്രതികരണം. അത് പിന്നീടുണ്ടായ ദൗത്യങ്ങളുടെ രൂപരേഖയിൽ വലിയ പങ്കുവഹിച്ചതായി പറയപ്പെടുന്നു.

'ആർ-7' എന്ന റോക്കറ്റ് ഉപയോഗിച്ചാണ് സ്പുട്നിക് -1 വിക്ഷേപിച്ചത്. ജർമ്മൻ V2 മിസൈലിന്റെ രൂപകൽപ്പന അടിസ്ഥാനമാക്കിയുള്ള വളരെ ശക്തമായ റോക്കറ്റായിരുന്നു അത്. ഒരു റോക്കറ്റായി ഉപയോഗിക്കുന്നതിന് മുമ്പ്, ആർ-7 ആദ്യം രൂപകൽപ്പന ചെയ്തത് ഒരു

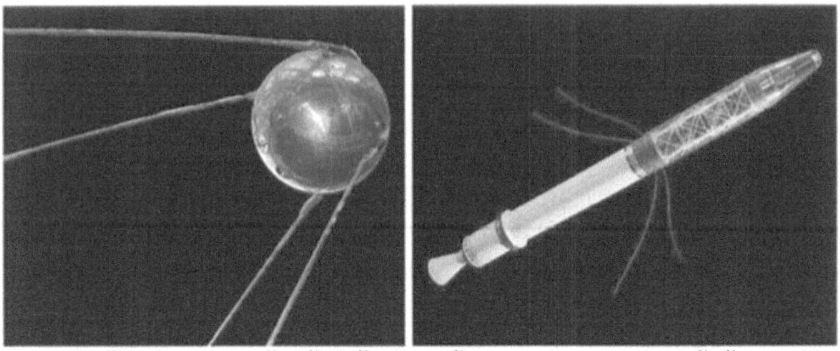

സോവിയറ്റ് റഷ്യയുടെ സ്പുട്നിക്-1 (ഇടത്) അമേരിക്കയുടെ എക്സ്പ്ലോറർ - 1 (വലത്)

ഭൂഖണ്ഡാന്തര ബാലിസ്റ്റിക് മിസൈൽ (INTER-CONTINENTAL BALLISTIC MISSILE - ICBM) ആയാണ്. ലോകത്തിലെ ആദ്യത്തെ ഐസിബിഎം ആയിരുന്നു അത്. ഈ മിസൈലിന്റെ രൂപകല്പനയിൽ പ്രധാനി റഷ്യൻ ശാസ്ത്രജ്ഞനായ സെർജി കൊറോലെവ് ആയിരുന്നു. 1947 നും 1957 നും ഇടയിൽ നിരവധി റോക്കറ്റുകൾ വിക്ഷേപിക്കപ്പെട്ടു. കുരങ്ങുകൾ, നായ്ക്കൾ തുടങ്ങിയ അനവധി മൃഗങ്ങൾ ഇവയിൽ യാത്ര ചെയ്തു ബഹിരാകാശത്തേക്ക് പോയി. എന്നാൽ ഈ യാത്രകളെല്ലാം സബോർബിറ്റൽ ഫ്ലൈറ്റുകളായിരുന്നു, അതിൽ വാഹനം ബഹിരാകാശത്ത് എത്തിയ ഉടൻ ഭൂമിയിലേക്ക് മടങ്ങിയിരുന്നു. സ്പുട്നിക് -1 മാത്രമാണ് ഭൂമിയെ ചുറ്റുന്ന ആദ്യത്തെ മനുഷ്യനിർമ്മിത വസ്തു ആയത്. ഭൂമിയെ ചുറ്റി ഏകദേശം 1440 ഭ്രമണപഥങ്ങൾ പൂർത്തിയാക്കിക്കൊണ്ട് ഇത് മൂന്ന് മാസം ബഹിരാകാശത്ത് തുടർന്നു.

അതേസമയം, ബഹിരാകാശ സാങ്കേതികവിദ്യയിൽ തങ്ങളുടെ മികവും ആധിപത്യവും നേടുന്നതിനുമുള്ള ശ്രമങ്ങൾ അമേരിക്കയും നിരന്തരം തുടരുകയായിരുന്നു. 1958 ജനുവരി 31 ന് അമേരിക്ക ആദ്യ ഉപഗ്രഹമായ എക്സ്പ്ലോറർ -1 വിക്ഷേപിച്ചു. 90 മാസത്തിലധികം സമയം ഭ്രമണപഥത്തിൽ തുടർന്ന ഇത് വ്യത്യസ്ത ഗവേഷണങ്ങളും പരീക്ഷണങ്ങളും അതിന്റെ 4 മാസത്തെ പ്രവർത്തന കാലയളവിൽ നടത്തി. ഇതിൽ പ്രധാനപ്പെട്ട ഒന്ന് ഭൂമിക്കുചുറ്റുമുള്ള വികിരണ വലയങ്ങളെക്കുറിച്ചുള്ള പഠനമായിരുന്നു. സൂര്യനിൽ നിന്ന് വരുന്ന ഊർജ്ജ കണങ്ങൾ ഭൂമിയുടെ കാന്തികക്ഷേത്രത്താൽ ആകർഷിക്കപ്പെടുകയും ഭൂമിക്കു ചുറ്റുമുള്ള വലയങ്ങളുടെ രൂപത്തിൽ കാണപ്പെടുകയും ചെയ്യുന്നു. റേഡിയോ ആക്ടീവ് കണങ്ങളുടെ ഈ പാളികളിലൂടെ കടന്നുപോകുമ്പോൾ ഉപഗ്രഹങ്ങളുടെ ഇലക്ട്രോണിക് ഉപകരണങ്ങൾ തകരാറിലാകുന്നുണ്ടെന്ന് കണ്ടെത്തി. എക്സ്പ്ലോറർ -1 ബഹിരാകാശ പേടകത്തിൽ നിന്ന് ശേഖരിച്ച വിവരങ്ങൾ ഉപയോഗിച്ചാണ് 'വാൻ അലൻ' ഈ പ്രതിഭാസം കണ്ടെത്തിയത്. അദ്ദേഹത്തോടുള്ള ആദരസൂചകമായി, ഈ പാളികൾക്ക് 'വാൻ അലൻ

വികിരണ വലയങ്ങൾ'/റേഡിയേഷൻ ബെൽറ്റുകൾ അല്ലെങ്കിൽ വാൻ അലൻ ബെൽറ്റുകൾ എന്ന് നാമകരണം ചെയ്തു.

അസ്ട്രോനോട്ട് - കോസ്മോനോട്ട്

അമേരിക്കയിൽനിന്നുള്ള ബഹിരാകാശ യാത്രക്കാരെ 'അസ്ട്രോനോട്ട്സ്' എന്നും റഷ്യയിൽ നിന്നുള്ളവരെ 'കോസ്മോനോട്ട്സ്' എന്നും വിളിച്ചിരുന്നു. 'അസ്ട്രോ' എന്നത് നക്ഷത്രത്തിന്റെ ഗ്രീക്ക് പദമാണ്. 'കോസ്മോനോട്ട്' എന്നത് പ്രപഞ്ചം എന്നർത്ഥംവരുന്ന ഗ്രീക്ക് പദമായ 'കോസ്മോസ്' എന്നതിൽനിന്നും നാവികൻ എന്നർത്ഥംവരുന്ന 'നൗട്ട്' ൽ നിന്നുമാണ് ഉത്ഭവിച്ചത്.

യൂറി ഗഗാറിൻ

ബഹിരാകാശത്തേക്ക് മനുഷ്യരെ അയക്കുന്ന ആദ്യത്തെ രാജ്യമാകാൻ അമേരിക്ക ശക്തമായ ശ്രമങ്ങൾ നടത്തുകയായിരുന്നെങ്കിലും ഈ ശ്രമത്തിലും അവർ റഷ്യക്കാരോട് പരാജയപ്പെട്ടു. 1961 ഏപ്രിലിൽ റഷ്യ വോസ്റ്റോക് -1 പേടകത്തിൽ ബഹിരാകാശത്തേക്ക് സോവിയറ്റ് എയർ ഫോഴ്സ് പൈലറ്റായിരുന്ന 'യൂറി ഗഗാറിനെ' അയക്കുകയും സുരക്ഷിതമായി തിരിച്ചെത്തിക്കുകയും ചെയ്തു. യൂറി ഗഗാറിന്റെ ആദ്യ വിജയകരമായ മനുഷ്യ ബഹിരാകാശ യാത്രയ്ക്ക് മുമ്പ്, നിരവധി പരാജയങ്ങൾ ഉണ്ടായിരുന്നു. പരിശീലനത്തിനിടെയുണ്ടായ തീപിടുത്തത്തിൽ അദ്ദേഹത്തിന്റെ സഹ പരിശീലകരിലൊരാളായ 'വാലന്റൈൻ ബോണ്ടാരെങ്കോ' കൊല്ലപ്പെട്ടു. ഈ അപകടം ഉണ്ടായശേഷം യാത്രികരുടെ സുരക്ഷയെക്കുറിച്ച് സംശയം ഉണ്ടായിരുന്നിട്ടും, റഷ്യൻ ബഹിരാകാശ ഏജൻസി അമേരിക്കയ്ക്ക് മുൻപ് തങ്ങളുടെ ആദ്യത്തെ മനുഷ്യ ദൗത്യം പൂർത്തിയാക്കുന്നതിൽ ശ്രദ്ധിച്ചു. പരിശീലനത്തിനിടെ സഹയാത്രികന്റെ വിയോഗം കണ്ട് ഗഗാറിൻ ദൗത്യത്തിൽ നിന്ന് സ്വയം പിന്മാറുമെന്ന് അവർ ആശങ്കപ്പെട്ടിരുന്നു. എങ്കിലും, ബഹിരാകാശത്തെ ആദ്യത്തെ മനുഷ്യൻ എന്ന ഖ്യാതി നേടാൻ ഗഗാറിൻ തന്നെ തെരഞ്ഞെടുക്കപ്പെട്ടു. വോസ്റ്റോക് -1 പേടകത്തിൽ ബഹിരാകാശത്ത് ഒരു ഭ്രമണപഥം പൂർത്തിയാക്കിയ ശേഷം ഭൂമിയിലേക്കുള്ള മടക്കത്തിൽ, ഉപരിതലത്തിൽനിന്ന് ഏകദേശം 5 കിലോമീറ്റർ ഉയരത്തിൽ നേരത്തെ ആസൂത്രണം ചെയ്തതുപോലെ അദ്ദേഹം പേടകത്തിൽനിന്ന് ചാടുകയും പാരച്യൂട്ട് ഉപയോഗിച്ച് നിലത്തിറങ്ങുകയും ചെയ്തു.

ഇതിനോടുള്ള പ്രതികരണമായി, അമേരിക്ക 'അലൻ ഷെപ്പാർഡിനെ' 1961 മേയിൽ മെർക്കുറി റെഡ്സ്റ്റോൺ -3 പേടകത്തിൽ ബഹിരാകാശത്തേക്ക് അയച്ചു. ലോകത്തിലെ രണ്ടാമത്തെ മനുഷ്യനും ബഹിരാകാശത്തേക്ക് സഞ്ചരിച്ച ആദ്യ അമേരിക്കക്കാരനുമായി അദ്ദേഹം. എന്നാൽ ഇത് ഒരു സബോർബിറ്റൽ ഫ്ലൈറ്റ് മാത്രമായിരുന്നു, ഭൂമിയെ

പരിക്രമണം ചെയ്യാതെ ബഹിരാകാശത്ത് എത്തിയ ഉടൻ അദ്ദേഹം മടങ്ങുകയുണ്ടായി.

വാലന്റീന തെരേഷ്കോവ

ആദ്യ മനുഷ്യനെ ബഹിരാകാശത്തെത്തിച്ച ശേഷം ഒരു വനിതയെ ഭൂമിയുടെ ഭ്രമണപഥത്തിലെത്തിക്കുക എന്നതായി റഷ്യയുടെ അടുത്ത പദ്ധതി. ഇതിനായി സ്കൈ ഡൈവിംഗിൽ പരിശീലനം നേടിയ 100 സ്ത്രീകളെ റഷ്യ തെരഞ്ഞെടുക്കുകയും പരിശീലിപ്പിക്കുകയും ചെയ്തു. അവരിൽനിന്നു തെരഞ്ഞെടുക്കപ്പെട്ട വാലന്റീന തെരേഷ്കോവ ആദ്യത്തെ വനിതാ ബഹിരാകാശ യാത്രികയായി 1963 ൽ വോസ്റ്റോക്-6 ൽ 48 തവണ ഭൂമിയെ ചുറ്റുകയും സുരക്ഷിതമായി തിരിച്ചിറങ്ങുകയും ചെയ്തു. മടക്കയാത്രയ്ക്കിടെ, 6.5 കിലോമീറ്റർ ഉയരത്തിൽ പേടകത്തിൽ നിന്ന് പുറത്തേക്ക് ചാടി, പാരച്യൂട്ടുകൾ ഉപയോഗിച്ച് സുരക്ഷിതയായി നിലത്തിറങ്ങുകയും ചെയ്തു. കാറ്റിന്റെ വേഗത പ്രതീക്ഷിച്ചതിലും കൂടുതലായത് ഇറങ്ങിയ ശേഷവും അവർക്ക് ബുദ്ധിമുട്ടുണ്ടാക്കി. പ്രവചനാതീതമായ കാറ്റ് കാരണം ഇറങ്ങിക്കഴിഞ്ഞയുടനെ അവർ 400 മീറ്റർ ദൂരത്തേക്ക് പാരച്യൂട്ടിനാൽ വലിച്ചിഴയ്ക്കപ്പെട്ടു. ഇതുമൂലം ചെറിയ പരിക്കുകളും ചതവുകളും സംഭവിച്ചുവെങ്കിലും സമീപത്തുണ്ടായിരുന്ന കർഷകർ അവരെ രക്ഷപ്പെടുത്തുകയായിരുന്നു.

ബഹിരാകാശ യാത്ര നടത്തിയ ആദ്യ മനുഷ്യനായി ചരിത്രം സൃഷ്ടിച്ച് ഏഴര മാസത്തിന് ശേഷം യൂറി ഗഗാറിൻ ഇന്ത്യ സന്ദർശിച്ചപ്പോൾ, അന്നത്തെ പ്രധാനമന്ത്രി ശ്രീ. ജവഹർലാൽ നെഹ്രുവിനൊപ്പം (ഇടത്), ആദ്യ അമേരിക്കൻ ബഹിരാകാശയാത്രികൻ അലെൻ ഷെപാർഡ് ഭൂമിയിൽ തിരിച്ചിറങ്ങിയ ശേഷം മെർക്കുറി റെഡ്സ്റ്റോൺ പേടകത്തിന് പുറത്തേക്കു വരുന്നു (വലത്)

റഷ്യൻ ബഹിരാകാശ ദൗത്യങ്ങൾ എപ്പോഴും രഹസ്യമായാണ് നടപ്പിലാക്കുന്നത്. ബഹിരാകാശത്തേക്ക് ഒരു വനിതാ ബഹിരാകാശയാത്രികയെ അയക്കാനുള്ള അവരുടെ പദ്ധതിയും വ്യത്യസ്തമായിരുന്നില്ല. അമേരിക്കക്കാർ ഇതിനെപ്പറ്റി അറിയുന്നത് തടയാൻ സാധ്യമായതെല്ലാം അവർ ചെയ്തു. വാലന്റീനയുടെ അമ്മയെപ്പോലും യാത്രയെപ്പറ്റി അറിയിച്ചിരുന്നില്ല, ഏതാനും മാസത്തെ 'സ്കൈ ഡൈവിങ്'/SKY DIVING

പരിശീലനവുമായി ബന്ധപ്പെട്ട് തിരക്കിലാകും താൻ എന്നാണ് അമ്മയോട് പറഞ്ഞത്. സ്വന്തം മകളുടെ ബഹിരാകാശ യാത്രയെക്കുറിച്ച് അവർ അറിഞ്ഞത് പത്രങ്ങളിൽ നിന്നാണ്.

ആദ്യ വനിതയെ ബഹിരാകാശത്തേക്ക് അയച്ച നേട്ടം റഷ്യക്കാർ കൈവരിച്ചതിനാൽ, അമേരിക്ക പിന്നീട് അതിൽ കൂടുതൽ താൽപ്പര്യം കാണിച്ചില്ല. ബഹിരാകാശത്തേക്ക് പോയ ആദ്യത്തെ അമേരിക്കൻ

ആദ്യ വനിതാ കോസ്മനോട്ടായ വാലെന്റീന തെരഷ്കോവ (ഇടത്), ആദ്യ അമേരിക്കൻ വനിതാ അസ്ട്രോനോട്ടായ സാലി റൈഡ് (വലത്)

വനിത 1984 ൽ യാത്ര ചെയ്ത 'സാലി റൈഡ്' ആയിരുന്നു.

അമേരിക്കൻ ചാന്ദ്ര ദൗത്യങ്ങൾ

ബഹിരാകാശ പര്യവേക്ഷണങ്ങളിൽ സോവിയറ്റ് റഷ്യയുടെ കുതിച്ചുചാട്ടങ്ങൾ അമേരിക്കൻ പ്രസിഡന്റായിരുന്ന 'ജോൺ എഫ് കെന്നഡിയെ' അസ്വസ്ഥനാക്കിയിരുന്നു. ബഹിരാകാശ സാങ്കേതികവിദ്യയിൽ റഷ്യക്ക് മുകളിൽ തന്റെ രാജ്യത്തിന്റെ മികവ് പ്രകടിപ്പിക്കണമെന്ന് അദ്ദേഹം ആഗ്രഹിച്ചു. 1961 മേയ് 25 ന് അദ്ദേഹം നടത്തിയ പ്രസംഗം ചരിത്ര പ്രാധാന്യമുള്ള ഒന്നായി മാറി. ആ ദശകം അവസാനിക്കുന്നതിനു മുമ്പ് അമേരിക്ക മനുഷ്യനെ ചന്ദ്രനിലേക്ക് അയക്കുമെന്ന് അദ്ദേഹം പ്രഖ്യാപിച്ചു. വികാരഭരിതമായ ആ പ്രസംഗത്തിൽ, മനുഷ്യനെ ചന്ദ്രനിലേക്ക് അയക്കേണ്ടതിന്റെ പ്രാധാന്യം അദ്ദേഹം വിശദീകരിച്ചു. ആ ലക്ഷ്യം സുഗമമായതുകൊണ്ടല്ല, മറിച്ച് ദുഷ്കരമായ ഈ പദ്ധതി മനുഷ്യരാശിക്കു മൊത്തമായി എല്ലാകാലത്തും ഒരു പ്രചോദനമകും എന്നദ്ദേഹം പ്രത്യാശിച്ചു.

അങ്ങേയറ്റം വെല്ലുവിളി നിറഞ്ഞ ഇത്തരം ഒരു ലക്ഷ്യം, സമ്പദ് വ്യവസ്ഥയിലും വ്യാവസായിക വളർച്ചയിലും അമേരിക്കയ്ക്ക് പിന്നിൽ നില്ക്കുന്ന റഷ്യയെ ബഹിരാകാശ മത്സരത്തിൽനിന്ന് പിന്മാറാൻ പ്രേരിപ്പിക്കുമെന്ന് അദ്ദേഹം വിശ്വസിച്ചു. 1963 ൽ കെന്നഡി വധിക്കപ്പെട്ട

ശേഷവും അമേരിക്കൻ ബഹിരാകാശ ഏജൻസിയായ നാസ ചാന്ദ്ര ദൗത്യത്തിനുള്ള ശ്രമങ്ങൾ തുടർന്നു. ഈ ലക്ഷ്യത്തിനായി 1965 ലും 1966 ലും നാസയ്ക്കുള്ള ബജറ്റ് സാമ്പത്തിക വിഹിതം ദേശീയ ചെലവിന്റെ 0.5 ശതമാനത്തിൽ (60 കളുടെ തുടക്കത്തിൽ) നിന്ന് 4.5 ശതമാനമായി ഉയർത്തപ്പെട്ടു.

ബഹിരാകാശ സാങ്കേതികവിദ്യക്കായി ചെലവഴിക്കുന്നത് പാഴാണെന്നും അത് രാഷ്ട്രത്തിന്റെ പുരോഗതിക്കും വികാസത്തിനും സംഭാവന നൽകുന്നില്ലെന്നും അവകാശപ്പെടുന്ന ധാരാളം ആളുകൾ ഇന്നത്തെപ്പോലെ അന്നും ഉണ്ടായിരുന്നു എന്ന് ഓർക്കണം.

മൂന്ന് ഘട്ടങ്ങളുള്ള പദ്ധതിയായാണ് ചാന്ദ്ര പര്യവേക്ഷണം രൂപകൽപ്പന ചെയ്തിരുന്നത്. 'മെർക്കുറി', 'ജെമിനി', 'അപ്പോളോ' എന്നിവ അതിനുവേണ്ടിയുള്ള ദൗത്യങ്ങളുടെ പേരുകളാണ്. മെർക്കുറി പദ്ധതിയിൽ മനുഷ്യരെ ബഹിരാകാശത്തേക്ക് അയച്ച് നിരവധി ദിവസങ്ങൾ ഭൂമിയെ ചുറ്റുകയും, ജെമിനി പദ്ധതി ബഹിരാകാശത്ത് രണ്ട് വാഹനങ്ങൾ ബന്ധിപ്പിക്കുന്നതിനുള്ള സങ്കേതികവിദ്യ വികസിപ്പിക്കുന്നതിനുള്ള പദ്ധതിയായും ലക്ഷ്യമിട്ടിരുന്നു. മനുഷ്യനെ ചന്ദ്രനിലേക്ക് അയക്കാൻ ലക്ഷ്യമിട്ടുള്ള പദ്ധതിയായിരുന്നു അപ്പോളോ ദൗത്യങ്ങൾ.

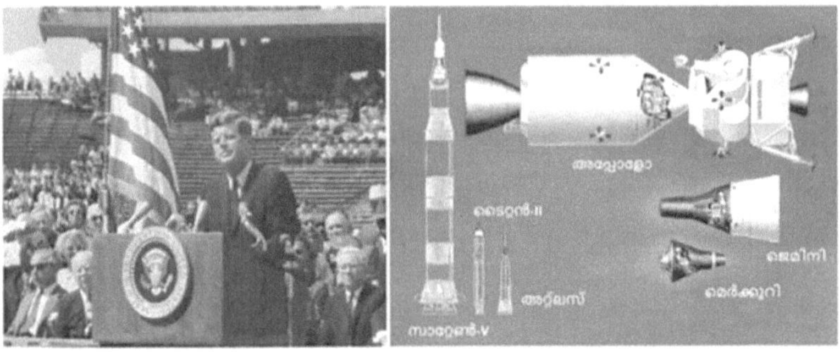

മനുഷ്യനെ ചന്ദ്രനിൽ ഇറക്കാനും, സുരക്ഷിതമായി തിരിച്ചുകൊണ്ടുവരാനുമുള്ള ദൗത്യങ്ങൾ ആരംഭിക്കാൻ ആഹ്വാനം ചെയ്തുകൊണ്ടുള്ള അമേരിക്കൻ പ്രസിഡന്റ് ജോൺ എഫ് കെന്നഡിയുടെ പ്രശസ്തമായ 'മൂൺ സ്പീച്' (ഇടത്), മെർക്കുറി, ജെമിനി, അപ്പോളോ പേടകങ്ങളും യഥാക്രമം അവ വിക്ഷേപിച്ച അറ്റ്ലസ്, ടൈറ്റൻ, സാറ്റേൺ എന്നീ റോക്കറ്റുകളും (വലത്)

നിരവധി പശ്ചാത്തലങ്ങളിൽ നിന്നുള്ളവർ ബഹിരാകാശയാത്രികർക്കായുള്ള തെരഞ്ഞെടുപ്പിനായി അപേക്ഷിച്ചു. യാത്രയ്ക്കായുള്ള വാഹനത്തിന്റെയും പേടകത്തിന്റെയും വികസനവും അമേരിക്ക ആരംഭിച്ചു. യാത്രികർക്കായുള്ള തെരഞ്ഞെടുപ്പിൽ പുതുതായി വികസിപ്പിച്ചെടുത്ത വിമാനങ്ങൾ പരിശോധിച്ച് സാക്ഷ്യപ്പെടുത്തുന്ന ടെസ്റ്റ് പൈലറ്റുമാർക്ക് പ്രത്യേക മുൻഗണന നൽകിയിരുന്നു. ഈ തെരഞ്ഞെടുക്കൽ പ്രക്രിയയിൽ 'നീൽ ആംസ്ട്രോങ്ങിന്റെ' അപേക്ഷ നിരസിച്ചു എന്നത്

ശ്രദ്ധേയമായ കാര്യമാണ്. എല്ലാ തെരഞ്ഞെടുക്കൽ മാനദണ്ഡങ്ങളും പാലിച്ച ഏഴ് സ്ഥാനാർത്ഥികളെ മെർക്കുറി പദ്ധതിയിലേക്ക് തെരഞ്ഞെടുക്കപ്പെടുകയും ചെയ്തു.

മെർക്കുറി

1961 ൽ ആദ്യ പരീക്ഷണ പറക്കൽ നടത്തിയ, 12 അടി നീളവും 6.5 അടി വീതിയുമുള്ള മെർക്കുറി പേടകത്തിൽ ഒരു വ്യക്തിയെ മാത്രമേ ഉൾകൊള്ളാൻ കഴിയുമായിരുന്നുള്ളു. ഇതിൽ ആദ്യ മനുഷ്യനെ അയക്കുന്നതിന് മുമ്പ്, 1959 നും 1961 നും ഇടയിൽ ഏകദേശം 20 ആളില്ലാ പ്രാഥമിക പരീക്ഷണ പറക്കലുകൾ നടത്തിയിരുന്നു. ഇതിൽ പകുതിയിലേറെയും പരാജയമായിരുന്നു. 1963 വരെ യാത്രികർ സഞ്ചരിച്ച ആറ് ദൗത്യങ്ങൾ നടത്തി. യാത്രികനായ 'ഗോർഡൻ കൂപ്പർ' സഞ്ചരിച്ച മെർക്കുറി ആയിരുന്നു അവസാനത്തെ ദൗത്യം. ഭൂമിക്ക് ചുറ്റുമുള്ള 22 ഭ്രമണ പഥങ്ങൾ പൂർത്തിയാക്കി അദ്ദേഹം ഏകദേശം 34 മണിക്കൂർ ബഹിരാകാശത്ത് തുടർന്നു. ഭൂമിയിൽ നിന്ന് പരമാവധി 267 കിലോമീറ്റർ അകലെ വരെ കൂപ്പർ പോയി. മെർക്കുറി ദൗത്യങ്ങൾ പഠിപ്പിച്ച പാഠങ്ങൾ ജെമിനി പദ്ധതിയുടെ രൂപകൽപ്പനയിൽ കാര്യമായ സംഭാവനകൾ നൽകിയതായി പറയപ്പെടുന്നു.

ജെമിനി

ബഹിരാകാശത്തുവച്ച് പേടകത്തിന് പുറത്ത് പ്രവർത്തനം നടത്തുന്നത് ജെമിനി പദ്ധതിയുടെ ലക്ഷ്യങ്ങളിലൊന്നായിരുന്നു. രണ്ട് പേരെ ഉൾക്കൊള്ളാൻ കഴിയുമായിരുന്ന ജെമിനി പേടകങ്ങൾ മെർക്കുറി പേടകങ്ങളുടെ ഇരട്ടി വലുപ്പമുള്ളവയായിരുന്നു. 1964 നും 1966 നും ഇടയിൽ പന്ത്രണ്ട് ജെമിനി ദൗത്യങ്ങൾ നടത്തിയതിൽ, ആദ്യത്തേത് രണ്ട് ആളില്ലാ ദൗത്യങ്ങളും, ബാക്കിയുള്ളവയിൽ പത്തുപേരും യാത്ര ചെയ്തു. 1965 ജൂണിൽ, ജെമിനി 4 ൽ സഞ്ചരിച്ച 'എഡ് വൈറ്റ്', ബഹിരാകാശത്ത് നടന്ന ആദ്യത്തെ അമേരിക്കക്കാരനായി. അതേ വർഷം ഏതാനും മാസങ്ങൾക്കുമുമ്പ്, റഷ്യയിലെ 'അലക്സി ലിയോനോവ്' ബഹിരാകാശനടത്തം നടത്തിയ ലോകത്തിലെ ആദ്യത്തെ മനുഷ്യനായി എന്നത് ശ്രദ്ധേയമാണ്.

ചന്ദ്രനിൽ പോയി ഭൂമിയിലേക്ക് തിരികെ എത്താൻ കുറഞ്ഞത് രണ്ടാഴ്ചയെടുക്കും. മനുഷ്യശരീരത്തിൽ രണ്ടാഴ്ചത്തേക്ക് ബഹിരാകാശത്ത് ജീവിക്കുന്നതിന്റെ പ്രഭാവങ്ങൾ മനസ്സിലാക്കാൻ ജെമിനി ദൗത്യങ്ങളിൽ പഠനങ്ങൾ നടത്തി. ഈ ദൗത്യങ്ങളുടെ ഭാഗമായി യാത്രികർ പരമാവധി 13 ദിവസവും 18 മണിക്കൂറും ബഹിരാകാശത്ത് സമയം ചെലവഴിച്ചു.

ബഹിരാകാശത്ത് വച്ച് ആദ്യമായി രണ്ട് പേടകങ്ങൾ വിജയകരമായി ബന്ധിപ്പിക്കുക/ഡോക്കിങ് സാധ്യമാക്കിയ രണ്ടു ദൗത്യങ്ങളായിരുന്നു

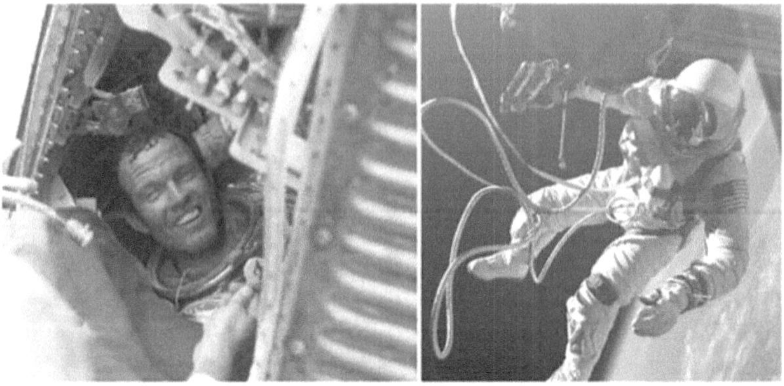

മെർക്കുറി പ്രോഗ്രാമിലെ അവസാന ദൗത്യമായ മെർക്കുറി-9 ൽ യാത്രചെയ്ത ഗോർഡൻ കൂപ്പർ (ഇടത്), ബഹിരാകാശത്ത് നടന്ന ആദ്യ അമേരിക്കൻ അസ്ട്രനോട്ടായ എഡ്വേഡ് ഹിഗ്ഗിൻസ് വൈറ്റ് (വലത്)

ജെമിനി -6 എ, ജെമിനി -7 എന്നിവ. 1965 ഡിസംബർ 15, 16 തീയതികളിൽ നടത്തിയ രണ്ട് ദിവസത്തെ ദൗത്യമാണ് ജെമിനി -6 എ. അതുപോലെ 1965 ഡിസംബർ 4 മുതൽ 18 വരെ 14 ദിവസത്തെ ദൗത്യമായിരുന്നു ജെമിനി -7. നിരവധി വെല്ലുവിളികൾ നിറഞ്ഞ ഈ ദൗത്യത്തിന്റെ വിജയത്തിൽ പെട്ടെന്നുള്ള തീരുമാനമെടുക്കലിലും, ബഹിരാകാശത്തെ സാഹചര്യങ്ങളുമായി പൊരുത്തപ്പെടുന്നതിലും, യാത്രികരുടെ നൈപുണ്യവും പ്രധാന പങ്കുവഹിച്ചു.

ടൈറ്റൻ വിക്ഷേപണ വാഹനത്തിലാണ് ജെമിനി -6 എ പേടകം വിക്ഷേപിക്കപ്പെട്ടത്. വിക്ഷേപണത്തിന് നിമിഷങ്ങൾക്ക് മുൻപ് വാഹന

വാൾട്ടർ ഷിറ ജൂനിയർ, തോമസ് പി സ്റ്റാഫ്ഫോർഡ് എന്നിവരാണ് ആദ്യമായി ബഹിരാകാശത്തുവച്ച് മറ്റൊരു പേടകവുമായി ഡോക്കിങ് നടത്തിയത് (ഇടത്), 1965 ഡിസംബർ 15 ന് ജെമിനി VI പേടകത്തിന്റെ ഹാച്ച് വിൻഡോയിലൂടെ തോമസ് സ്റ്റാഫ്ഫോർഡ് എടുത്ത ജെമിനി 7 ബഹിരാകാശ പേടകത്തിന്റെ ചിത്രം (വലത്)

ത്തിന്റെ 170 ടൺ ബൂസ്റ്റർ, പ്ലഗ് തകരാറിലായതിനാൽ വിക്ഷേപണം വൈകുകയും, ആ സമയമത്രയും ബഹിരാകാശയാത്രികനായ വാൾട്ടർ ഷിറ വാഹനത്തിന്റെ മുകളിൽ പേടകത്തിനുള്ളിൽ ഇരിക്കുകയും ആയിരുന്നു. സാധാരണഗതിയിൽ വിക്ഷേപണം ആരംഭിച്ച് വാഹനത്തിൽ എന്തെങ്കിലും തകരാറുണ്ടെന്നു ബോധ്യപ്പെട്ടാൽ രക്ഷാസംവിധാനങ്ങൾ പ്രവർത്തിപ്പിക്കാനുള്ള പ്രാരംഭ നടപടികൾ തുടങ്ങുക സ്വാഭാവികമാണ്. പക്ഷേ, ഷിറ, തന്റെ മനസ്സാന്നിധ്യംകൊണ്ട് വാഹന സംവിധാനം ശരിയാകും വരെയും പേടകത്തിൽ ഇരിക്കുകയും അടിയന്തര സാഹചര്യത്തിലേക്ക് കാര്യങ്ങൾ നീക്കാതിരിക്കുകയും ചെയ്തു. ഇത് ദൗത്യത്തിനെ അനുകൂലമായി ബാധിക്കുകയും കുറച്ചു സമയത്തിന് ശേഷം ദൗത്യം പുനരാരംഭിക്കുകയും ചെയ്തു. ഒരുപക്ഷേ, രക്ഷാസംവിധാനങ്ങൾ ഉപയോഗിച്ചിരുന്നെങ്കിൽ അത് രണ്ടു യാത്രികർക്കും വിക്ഷേപണ വാഹനത്തിനും ദോഷകരമായി ഭവിച്ചേനെ എന്ന നാസ കരുതുന്നു. മുൻപേ തന്നെ മാസങ്ങളോളം കാലതാമസം വന്ന അപ്പോളോ ദൗത്യത്തിന് ഇത് കനത്ത തിരിച്ചടിയാകുമായിരുന്നു.

ജെമിനി-8 ദൗത്യത്തിന്റെ ലക്ഷ്യം ഭ്രമണപഥത്തിലുള്ള മറ്റൊരു ആളില്ലാ പേടകത്തിലേക്കു ബന്ധിപ്പിക്കുക എന്നതായിരുന്നു. 14 ദിവസത്തേക്ക് ആസൂത്രണം ചെയ്ത ഈ ദൗത്യത്തിന്റെ കമാൻഡർ നീൽ ആംസ്ട്രോങ് ആയിരുന്നു. ഭ്രമണപഥത്തിൽവച്ച് ബന്ധിപ്പിച്ച പേടകങ്ങൾ, ദിശ നിയന്ത്രിക്കുന്ന ചെറു റോക്കറ്റുകളുടെ ക്രമക്കേട് കാരണം നിയന്ത്രണമില്ലാതെ കറങ്ങാൻ തുടങ്ങി. അനിയന്ത്രിതമായ ഈ ചലനം, പേടകത്തിലെ രണ്ടു യാത്രികരെയും അബോധാവസ്ഥയിലേക്ക് നയിച്ചു. ആംസ്ട്രോങ് വേഗത്തിൽ പ്രവർത്തിക്കുകയും മറ്റ് വാഹനത്തിൽ നിന്ന് ജെമിനി പേടകം വേർപ്പെടുത്തുകയും ജെമിനി -8 സ്ഥിരപ്പെടുത്തുകയും ചെയ്തു. എന്നിരുന്നാലും, ഇതിനായി വലിയ അളവിൽ ഇന്ധനം ചെലവഴിക്കുകയും യഥാർത്ഥത്തിൽ ആസൂത്രണം ചെയ്ത 14 ദിവസങ്ങൾക്ക് പകരം 10 ദിവസത്തിനുള്ളിൽ അവർക്ക് ഭൂമിയിലേക്ക് മടങ്ങേണ്ടിവരികയും ചെയ്തു. ഇത്തരത്തിൽ ഭ്രമണപഥത്തിൽ വച്ച് നിർത്തേണ്ടി വന്ന ആദ്യ ദൗത്യം എന്നരീതിയിൽ ഇത് കുപ്രസിദ്ധി നേടി. സമയോചിതമായ ഇടപെടലും പ്രവർത്തനവും ആംസ്ട്രോങ്ങിനെ ശ്രദ്ധേയനാക്കി.

ജെമിനി -9 ദൗത്യത്തിൽ പേടകത്തിന് പുറത്തുള്ള പ്രവർത്തനങ്ങൾ നടപ്പിലാക്കുക എന്ന ലക്ഷ്യം സുരക്ഷിതമായി പൂർത്തിയാക്കുകയുണ്ടായി. ഈ സമയത്തുള്ള യാത്രികന്റെ ശാരീരിക സ്ഥിതികൾ വളരെ സൂക്ഷ്മമായി വിലയിരുത്തുകയുണ്ടായി.

1966 ൽ വിക്ഷേപിച്ച ജെമിനി -12 ആയിരുന്നു അവസാനത്തെ ജെമിനി ദൗത്യം. പിൽക്കാലത്തു ആംസ്ട്രോങ്ങിന്റെ കൂട്ടാളിയായി ചന്ദ്രനിലിറങ്ങിയ ബസ് ആൾഡ്രിൻ ഈ ദൗത്യത്തിൽ അംഗമായിരുന്നു. വെറും 4 ദിവസംകൊണ്ട് ഭൂമിയെ 59 തവണ ഭ്രമണം ചെയ്ത

ദൗത്യമായിരുന്നു ഇത്. അഞ്ചര മണിക്കൂറോളം ആൾഡ്രിൻ പേടകത്തിന് പുറത്ത് ചെലവഴിക്കുകയും അതുവരെയുമുള്ള ഏറ്റവും ദൈർഘ്യമേറിയ ബഹിരാകാശ നടത്തത്തിന്റെ ഖ്യാതി നേടുകയും ചെയ്തു. ബഹിരാകാശയാത്രികർക്കുള്ള വ്യായാമ ചട്ടം ക്രമപ്പെടുത്തൽ ഈ ദൗത്യത്തിന്റെ പഠനങ്ങളിൽ ഉൾപ്പെടുത്തിയിരുന്നു. അതുപോലെ തന്നെ, യാത്രികർ നേരിട്ടിടപെടാതെ ഒരു കംപ്യൂട്ടറിന്റെ സഹായത്തോടെയുള്ള ഒരു 'ഓട്ടോമേറ്റഡ് ഡോക്കിംഗ്'/AUTOMATED DOCKING സംവിധാനവും ഈ ദൗത്യത്തിൽ പരീക്ഷിക്കപ്പെട്ടു.

അപ്പോളോ

ചന്ദ്രനിലേക്കുള്ള യാത്രയ്ക്കായ് സാറ്റേൺ -വി എന്ന ശക്തമായ മൂന്ന് ഘട്ടങ്ങളുള്ള റോക്കറ്റ് നാസ വികസിപ്പിച്ചു. ഇതിന്റെ ആകെ ഭാരം 2970 ടൺ ആയിരുന്നു. ഇതിന് 500 കിലോമീറ്ററിൽ താഴെയുള്ള ഭ്രമണ പഥത്തിൽ 140 ടൺ ഭാരമുള്ള വസ്തുക്കളും, ചാന്ദ്ര ഭ്രമണപഥത്തിലേക്ക് 48 ടൺ വരെ ഭാരമുള്ള വസ്തുക്കളും വിക്ഷേപിക്കാനും കഴിയുമായിരുന്നു. ആദ്യ ഘട്ടത്തിൽ 34,000 കിലോന്യൂട്ടൺ ജ്വലനത്തിന്റെ പ്രതിപ്രവർത്തനമായി (THRUST) ഉല്പാദിപ്പിക്കാൻ സാധിക്കുന്ന ആർപി -1 (മണ്ണെണ്ണയുടെ ഒരു വകഭേദം), ദ്രാവക ഓക്സിജൻ എന്നിവ ഇന്ധന സംവിധാനത്തിൽ (PROPELLANT, OXIDISER) ഉപയോഗിച്ചിരുന്നു. ദ്രാവക ഹൈഡ്രജനും, ദ്രാവക ഓക്സിജനും ഇന്ധനമായി ഉപയോഗി

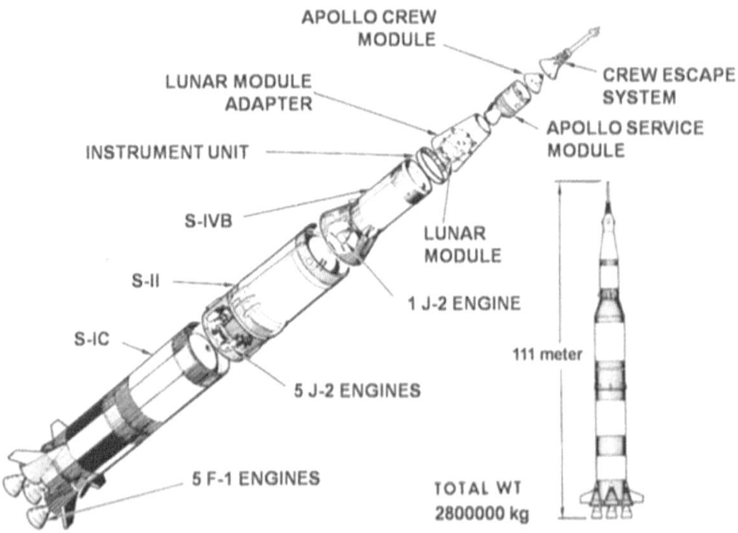

മനുഷ്യനെ ചന്ദ്രനിലെത്തിച്ച അപ്പോളോ ദൗത്യത്തിനായി ഉപയോഗിച്ച വിക്ഷേപണ വാഹനം, സാറ്റേൺ-വിയുടെ ഭാഗങ്ങൾ. ഇതിന്റെ വിക്ഷേപണ ഭാരം 400 ആനകളുടെ ഭാരത്തിനു തുല്യമായിരുന്നു

ക്കുന്ന ക്രയോജനിക് എഞ്ചിനുകളാണ് രണ്ടാമത്തെയും മൂന്നാമത്തെയും ഘട്ടങ്ങൾ. അവ യഥാക്രമം 4900 കിലോന്യൂട്ടനും 330 കിലോന്യൂട്ടനും ത്രസ്റ്റ് ഉല്പാദിപ്പിക്കാൻ പ്രാപ്തമായിരുന്നു. 1967 നും 1973 നും ഇടയിൽ നാസയുടെ എല്ലാ 'അപ്പോളോ' ചാന്ദ്ര ദൗത്യങ്ങൾക്കും ഈ വാഹനമാണ് ഉപയോഗിച്ചത്.

മൂന്ന് യാത്രികരെ ഉൾക്കൊള്ളാൻ കഴിയുമായിരുന്ന അപ്പോളോ പേടകത്തിൽ, കമാൻഡ് മൊഡ്യൂൾ (COMMAND MODULE), സർവീസ് മൊഡ്യൂൾ (SERVICE MODULE), ലൂണാർ മൊഡ്യൂൾ (LUNAR MODULE) എന്നിങ്ങനെ മൂന്ന് ഭാഗങ്ങളുണ്ട്. കമാൻഡ് മൊഡ്യൂളും, സർവീസ് മൊഡ്യൂളും ചന്ദ്രനെ ചുറ്റാൻ രൂപകൽപ്പന ചെയ്തിട്ടുള്ളതാണ്. ചന്ദ്രനിൽ ഇറങ്ങുന്നതിനും തിരികെ ഭ്രമണപഥത്തിലേക്ക് മടങ്ങുന്നതിനുമായാണ് ലൂണാർ മൊഡ്യൂൾ രൂപകൽപ്പന ചെയ്തിരിക്കുന്നത്. ഇതിന് 'ഈഗിൾ' എന്ന് പേരിട്ടിരുന്നു. ചന്ദ്രോപരിതലത്തിൽ ഇറങ്ങുന്നതിനു ഒരു പ്രത്യേക എഞ്ചിനും (DESCENT MODULE), തിരിച്ചു പറന്നുയർന്നു ഭ്രമണ പഥത്തിലേക്ക് മടങ്ങാൻ മറ്റൊരു എഞ്ചിനും (ASCENT MODULE) ഉപയോഗിക്കുന്ന രീതിയിലാണ് ഇതിന്റെ രൂപകൽപ്പന. ലൂണാർ മൊഡ്യൂൾ ഭ്രമണപഥത്തിലേക്ക് പറന്നുയരുമ്പോൾ ഇറങ്ങാനുപയോഗിച്ച എഞ്ചിൻ അടങ്ങുന്ന ഡിസെന്റ് മൊഡ്യൂൾ എന്നറിയപ്പെടുന്ന ഭാഗം ചന്ദ്രോപരിതലത്തിൽ ഉപേക്ഷിക്കപ്പെടുന്നു. ഭ്രമണപഥത്തിലേക്ക് മടങ്ങിയെത്തിയശേഷം, ലൂണാർ മൊഡ്യൂൾ വീണ്ടും പ്രധാന പരിക്രമണ മൊഡ്യൂളുകളുമായി (കമാൻഡ് മൊഡ്യൂൾ) ബന്ധിപ്പിക്കും. ഡിസെന്റ് മൊഡ്യൂൾ ഉപരിതലത്തിൽ ഉപേക്ഷിക്കുന്നതിനാൽ, തിരികെ മടങ്ങുന്ന സമയം പിണ്ഡം കുറവായിരിക്കും. ഇക്കാരണത്താൽ ഭ്രമണപഥത്തിലേക്ക്

അപ്പോളോ ദൗത്യത്തിന്റെ ക്രൂ (കമാൻഡ്), സർവീസ്, ലൂണാർ മൊഡ്യൂളുകൾ

തിരികെയെത്താൻ കുറഞ്ഞ ഊർജ്ജം മതിയാകും.

സാറ്റേൺ -വി വിക്ഷേപണവാഹനത്തിന്റെ ആദ്യ ഘട്ടം വേർപെടുമ്പോൾ, വാഹനത്തിന്റെ വേഗത മണിക്കൂറിൽ 10000 കിലോമീറ്റർ ആയിരിക്കും. രണ്ടാം ഘട്ട വേർപെടലിൽ ഇത് മണിക്കൂറിൽ 25000 കിലോമീറ്റർ ആയി മാറുന്നു. മൂന്നാമത്തെ ഘട്ടം, ബഹിരാകാശ പേടകത്തെ ചന്ദ്രനിലേക്ക് എത്തിക്കാൻ സഹായിക്കുന്നു. ഇപ്രകാരം വിക്ഷേപണത്തിന് ശേഷമുള്ള 40 മിനിറ്റിനുള്ളിൽ, വാഹനം മണിക്കൂറിൽ 40000 കിലോമീറ്റർ വേഗത കൈവരിക്കുന്നു.

ചന്ദ്രനിലേക്കുള്ള യാത്രാമധ്യേ, കമാൻഡ്, സർവീസ് മൊഡ്യൂളുകൾ ചേർന്നുള്ള 'ഓർബിറ്റൽ മൊഡ്യൂൾ' വാഹനത്തിൽനിന്ന് വേർപെടുകയും വിപരീത ദിശയിലേക്കു കറങ്ങി വാഹനത്തിന്റെ നാലാം ഘട്ടത്തിൽ നിന്ന് ലൂണാർ മൊഡ്യൂളുമായി ബന്ധിക്കുന്നു. ഇതിനു ശേഷം ലൂണാർ മോഡ്യൂളും ഓർബിറ്റൽ മൊഡ്യൂളും ചേർന്നുള്ള ഭാഗം വാഹനത്തിൽനിന്ന് വേർപെട്ട് ചന്ദ്രനെ ലക്ഷ്യംവച്ചു യാത്രതുടങ്ങുകയും ചെയ്യുന്നു. ചാന്ദ്രഭ്രമണപഥത്തിൽവച്ച് ഉപരിതലത്തിലിറങ്ങാനുള്ള ലാൻഡിംഗ് മൊഡ്യൂൾ കമാൻഡ് - സർവീസ് മൊഡ്യൂളുകളിൽ നിന്നു വേർപെട്ട് ഉപരിതലത്തിലേക്കു യാത്രതിരിക്കുന്നു. യാത്രികരായ മൂന്നുപേരിൽ രണ്ടുപേർ ലൂണാർ മൊഡ്യൂളിൽ ഉപരിതലത്തിലേക്ക് സഞ്ചരിക്കുകയും, മൂന്നാമൻ കമാൻഡ് മൊഡ്യൂളിൽ ചന്ദ്രനെ ചുറ്റുന്നത് തുടരുകയും ചെയ്യുന്നു.

ചന്ദ്രോപരിതലത്തിൽ തങ്ങളുടെ ജോലികൾ പൂർത്തിയാക്കിയ ശേഷം, രണ്ടുപേരും ലൂണാർ മൊഡ്യൂളിന്റെ ഭാഗമായ അസ്സെന്റ് മൊഡ്യൂൾ ഉപയോഗിച്ച് ഭ്രമണപഥത്തിലേക്ക് മടങ്ങുന്നു.

അസ്സെന്റ് മൊഡ്യൂൾ, ചന്ദ്രന് ചുറ്റും കറങ്ങുന്ന കമാൻഡ് മൊഡ്യൂ

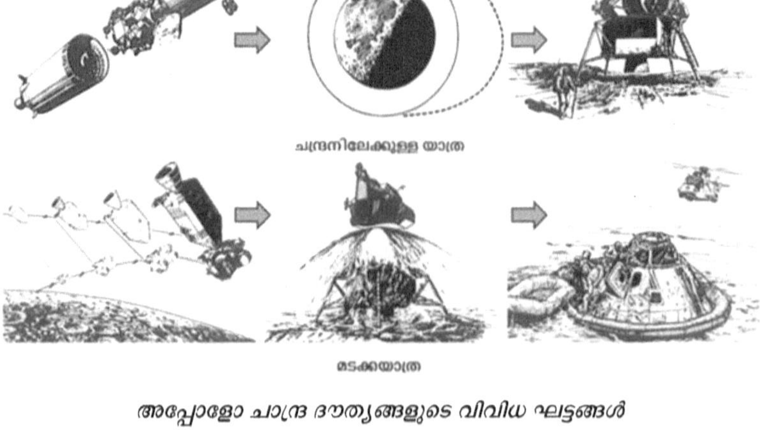

അപ്പോളോ ചാന്ദ്ര ദൗത്യങ്ങളുടെ വിവിധ ഘട്ടങ്ങൾ

ളിലേക്കു ബന്ധിപ്പിച്ചശേഷം യാത്രികർ മൂന്നുപേരും ഭൂമിയിലേക്കുള്ള യാത്ര തിരിക്കുന്നു. യാത്രാമധ്യേ അവർ മൂവരും കമാൻഡ് മൊഡ്യൂളിലേക്കു മാറുകയും ഭൂമിയിലിറങ്ങാൻ ആവശ്യമില്ലാത്ത ബാക്കി അധിക ഭാരമുള്ള ഭാഗങ്ങൾ ഉപേക്ഷിക്കുകയും ചെയ്യുന്നു. ഭൂമിയുടെ അന്തരീക്ഷത്തിലേക്ക് കടക്കുമ്പോൾ വായുവിന്റെ ഘർഷണം കാരണം കമാൻഡ് മൊഡ്യൂളിന്റെ മുൻഭാഗത്തു വലിയ ചൂടനുഭവപ്പെടുന്നു. ഇതിനെ തരണം ചെയ്തു പാരച്യൂട്ടുകൾ ഉപയോഗിച്ച് വേഗത കുറയ്ക്കുകയും കടലിൽ ഇറങ്ങുകയും ചെയ്യും. ഇതാണ് അപ്പോളോ ദൗത്യത്തിന്റെ പൂർണ്ണമായ രൂപരേഖ.

1967 ഫെബ്രുവരിയിൽ അപ്പോളോ -1 വിക്ഷേപിക്കാൻ പദ്ധതിയിട്ടിരുന്നു. ഗസ് ഗ്രിസോം, എഡ്വേഡ് വൈറ്റ്-II, റോജർ ഷാഫി എന്നിവരായിരുന്നു ഈ ദൗത്യത്തിനായി തെരഞ്ഞെടുക്കപ്പെട്ടവർ. പദ്ധതിപ്രകാരം വിക്ഷേപണ തീയതിക്ക് ഒരു മാസം മുമ്പ് തയ്യാറെടുപ്പ് പ്രവർത്തനങ്ങൾ ആരംഭിച്ചു. വിക്ഷേപണത്തിന് ഏതാനും ദിവസങ്ങൾക്ക് മുമ്പ്, മൂന്ന് യാത്രികരും പേടകത്തിനുള്ളിൽ പതിവ് പരിശോധനയും, പരിശീലന പ്രവർത്തനങ്ങളും നടത്തി. അപ്രതീക്ഷിതമായി, പേടകത്തിനുള്ളിൽ തീപിടിത്തമുണ്ടായി. പേടകത്തിന്റെ കമാൻഡ് മൊഡ്യൂളിന്റെ വാതിലുകൾ അകത്തുനിന്നു തുറക്കാവുന്നവയായിരുന്നു. പക്ഷേ, അപ്രതീക്ഷിത

അപ്പോളോ-1 അപകടത്തിൽ മരണപ്പെട്ട യാത്രികർ; image courtesy: NASA

മായ തീപിടിത്തം കാരണം അവർക്ക് അത് തുറന്ന് പുറത്തുവരാൻ കഴിഞ്ഞില്ല. ഈ ദുരന്തത്തിൽ അവർ മൂവരും മരണപ്പെട്ടു.

ഈ അപകടത്തിന്റെ കൂടുതൽ വിശദാംശങ്ങൾ ബഹിരാകാശ പര്യവേക്ഷണങ്ങൾക്കിടയ്ക്കുണ്ടായ അപകടങ്ങളെക്കുറിച്ചുള്ള അധ്യായത്തിൽ പ്രതിപാദിച്ചിട്ടുണ്ട്. ഇത് അപ്പോളോ ദൗത്യങ്ങളെ സംബന്ധിച്ചിടത്തോളം ഗുരുതരമായ തിരിച്ചടിയായിരുന്നു. പതിനഞ്ചുമാസത്തോളം ദൗത്യങ്ങളെ വൈകിപ്പിക്കാൻ ഇത് കാരണമായി.

സാറ്റേൺ -വി റോക്കറ്റിന്റെ പ്രവർത്തനശേഷി പരിശോധിക്കുന്നതിനാണ് അപ്പോളോ -4 ദൗത്യം രൂപകൽപ്പന ചെയ്തിരുന്നത്. ബഹിരാകാശ പേടകത്തിൽ ഉപയോഗിക്കുന്ന നിരവധി പുതിയ സാങ്കേതിക വിദ്യകളും സംവിധാനങ്ങളും പരീക്ഷിക്കുന്നതിനായി ആണ് ആളില്ലാ ദൗത്യങ്ങളായി അപ്പോളോ -5, അപ്പോളോ -6 എന്നീ ദൗത്യങ്ങൾ വിഭാവനം ചെയ്തിരുന്നത്.

മനുഷ്യനെ ചന്ദ്രനു ചുറ്റുമുള്ള ഭ്രമണപഥത്തിലെത്തിച്ച ആദ്യ ദൗത്യമായിരുന്നു അപ്പോളോ -8. ഇതിൽ ബഹിരാകാശയാത്രികർ 20 മണിക്കൂറുകൊണ്ട് ചന്ദ്രനെ 10 തവണ ചുറ്റി. പേടകം ചന്ദ്രന്റെ പുറകിലേക്ക് പോകുമ്പോഴെല്ലാം ഏകദേശം 30 മിനിറ്റ് ഭൂമിയിലേക്കുള്ള ആശയവിനിമയ വിടവ് അനുഭവപ്പെട്ടു. ചന്ദ്രനിൽ നിന്ന് ഭൂമിയുടെ ചിത്രം പകർത്തുന്ന ആദ്യ ദൗത്യമായിരുന്നു ഇത്. വിജയകരമായ പരിക്രമണ ദൗത്യത്തിനുശേഷം, അപ്പോളോ -9 ദൗത്യത്തിൽ ഉപരിതലത്തിൽ ഇറങ്ങൽ പരീക്ഷണം (LANDING TEST) നടത്താൻ പദ്ധതിയിട്ടിരുന്നു. ആളില്ലാ ലൂണാർ മൊഡ്യൂൾ ചന്ദ്രോപരിതലത്തിലേക്ക് ഇറങ്ങുകയും ഭ്രമണപഥത്തിലേക്ക് മടങ്ങുകയും ചെയ്തു. ലൂണാർ ലാൻഡിംഗ് മൊഡ്യൂളിന്റെ എഞ്ചിനുകളുടെയും മറ്റ് സംവിധാനങ്ങളുടെയും പ്രവർത്തനം ഈ ദൗത്യത്തിലൂടെ പരീക്ഷിക്കപ്പെട്ടു. ചന്ദ്രനിൽ ഒരു മനുഷ്യനെ വിജയകരമായി ഇറക്കാൻ ആവശ്യമായ എല്ലാ പരിശോധനകളും ഇതോടെ പൂർത്തിയാക്കി.

അപ്പോളോ -10 ഉം അപ്പോളോ -11 ഉം ഒന്നിനുപുറകെ ഒന്നായി വിക്ഷേപിക്കാൻ തയ്യാറായിരുന്നു. അപ്പോളോ -11 ന്റെ മുന്നൊരുക്കത്തിനായുള്ള (PROTOTYPE) ദൗത്യമായി അപ്പോളോ -10 പരിഗണിക്കപ്പെട്ടു. ചന്ദ്രോപരിതലത്തിൽ ഇറങ്ങുന്നതൊഴികെ അപ്പോളോ -11 ന്റെ എല്ലാ പ്രവർത്തനങ്ങളും അപ്പോളോ -10 ൽ ആസൂത്രണം ചെയ്തിരുന്നു. 1969 മേയ് 18 മുതൽ മേയ് 26 വരെ ആയിരുന്നു അപ്പോളോ -10 ദൗത്യം. രണ്ട് മാസത്തിനുള്ളിൽ അപ്പോളോ -11 ൽ ആദ്യമായി മനുഷ്യൻ ഭൂമിയേതര ഗോളത്തിൽ കാലുകുത്തി. അപ്പോളോ -10 ബഹിരാകാശ പേടകം എല്ലാ അർത്ഥത്തിലും ചന്ദ്രനിൽ ഇറങ്ങാൻ പ്രാപ്തമായിരുന്നു പക്ഷേ, അടുത്ത ദൗത്യമായ അപ്പോളോ-11 നായിരുന്നു ഇറങ്ങുന്നതിനുള്ള ചുമതല. ഭൂമിയിലെ കൺട്രോൾ സെന്ററിൽ നിന്നുള്ള അനുമതിയില്ലാതെ അപ്പോളോ-10 ചന്ദ്രോപരിതലത്തിൽ ഇറങ്ങാതിരിക്കാനായി അതിൽ

ഭ്രമണത്തിനു മാത്രമായുള്ള ഇന്ധനം മാത്രമേ നിറച്ചിരുന്നുള്ളു എന്നത് രസകരമായ ഒരു വസ്തുതയാണ്. ഇത് യാത്രികരെ നേരത്തെതന്നെ അറിയിച്ചിരുന്നു.

അപ്പോളോ -11 ദൗത്യത്തിന്റെ യാത്രികരായി 'നീൽ ആംസ്ട്രോങ്', 'ബസ് ആൾഡ്രിൻ,' 'മൈക്കിൾ കോളിൻസ്' എന്നിവരെ തിരഞ്ഞെടുത്തിരുന്നു. കമാൻഡ് മൊഡ്യൂളിൽ കോളിൻസ് ചന്ദ്രനെ ചുറ്റുകയും, ആംസ്ട്രോങ്ങും ആൽഡ്രിനും ലൂണാർ മൊഡ്യൂളിൽ ഉപരിതലത്തിലേക്ക് ഇറങ്ങുകയും ചെയ്യാനായിരുന്നു പദ്ധതി. ദൗത്യത്തിന്റെ കമാൻഡറായി ആംസ്ട്രോങ്ങിനെയാണ് നിയമിച്ചത്. അപ്രതീക്ഷിത സാഹചര്യങ്ങളിൽ എല്ലാ യാത്രികരും (CREW/ക്രൂ അംഗങ്ങൾ) കമാൻഡറുടെ തീരുമാനങ്ങളും നിർദ്ദേശങ്ങളും പാലിക്കണം എന്നതാണ് ബഹിരാകാശ യാത്രയുടെ നിയമം. അപ്പോളോ -11 ദൗത്യത്തിന്റെ തയ്യാറെടുപ്പു കാലഘട്ടത്തിൽ,

അപ്പോളോ-11 ക്രൂ അംഗങ്ങൾ (ഇടത്), ചന്ദ്രോപരിതലത്തിൽ അമേരിക്കയുടെ ദേശീയ പതാക സ്ഥാപിച്ചശേഷം നീൽ ആംസ്ട്രോങ് (വലത്); image courtesy: NASA

ചന്ദ്രനിൽ ആദ്യമായി കാലുകുത്തുന്നത് ആരാണ് എന്ന് അറിയാനുള്ള ആകാംക്ഷ എല്ലാവരിലും ഉണ്ടായിരുന്നു. ആംസ്ട്രോങ്ങിനേക്കാൾ മികച്ച യോഗ്യതകൾ ആൽഡ്രിന് ഉണ്ടായിരുന്നു എന്ന് പറയപ്പെട്ടിരുന്നു. അക്കാലത്ത് ഡോക്ടറൽ ബിരുദം നേടിയ ഏക ബഹിരാകാശയാത്രികൻ അദ്ദേഹമായിരുന്നു. ഈ വാർത്ത മാധ്യമങ്ങളും പൊതുജനവും ഊർജ്ജിതമായി ഏറ്റെടുത്തു. ഇത് ദൗത്യത്തെ ബാധിക്കുമെന്നായപ്പോൾ, ഇതിനെപ്പറ്റി ആൽഡ്രിൻ ആംസ്ട്രോങ്ങുമായി നേരിട്ട് ചർച്ച ചെയ്തു. എന്നാൽ ദൗത്യത്തിന്റെ ആ ഘട്ടത്തിൽ ഇത്തരത്തിൽ ഒരു തീരുമാനമെടുക്കാനാകില്ലെന്ന നിലപാടിലായിരുന്നു ആംസ്ട്രോങ്. ദൗത്യസമയത്ത് എന്തും സംഭവിക്കാമെന്നും ചന്ദ്രനിൽ പേടകം ഇറങ്ങിയ ശേഷം അന്തിമ തീരുമാനമെടുക്കാമെന്നും അദ്ദേഹം ആൽഡ്രിനെ അറിയിച്ചുവത്രേ. വ്യക്തികളുടെ നേട്ടത്തെക്കാളേറെ ദൗത്യത്തിനു പ്രാധാന്യം നല്കിയിരുന്ന മഹത്തായ ഒരു മറുപടിയായി ഇതിനെ കാണാം.

എന്നിരുന്നാലും, ചന്ദ്രനിൽ കാലുകുത്തുന്ന ആദ്യ വ്യക്തി ആരാ

ണെന്ന് നാസ ഉദ്യോഗസ്ഥർ വളരെ വ്യക്തവും ഏകകണ്ഠ അഭിപ്രായ ത്തിലുമായിരുന്നു. അത് ആംസ്ട്രോങ് ആകണമെന്ന് എല്ലാവരും ആഗ്രഹിച്ചിരുന്നതായി രേഖപ്പെടുത്തിയിരുന്നു. ഏറ്റവും യോഗ്യതയുള്ള ടെസ്റ്റ് പൈലറ്റായിരുന്നു ആംസ്ട്രോങ്. അദ്ദേഹം 30 വയസ്സിനുമുമ്പ്, 200 -ലധികം പുതിയ വിമാനങ്ങളും ഹെലികോപ്റ്ററുകളും പരീക്ഷണ പ്പറക്കൽ നടത്തിയിരുന്നു. ജെമിനി ഡോക്കിംഗ് പരീക്ഷണത്തിൽ പേട കത്തിന് നിയന്ത്രണം നഷ്ടപ്പെട്ടപ്പോൾ അദ്ദേഹം തന്റെ വിവേകപൂർണ്ണ മായ സാന്നിധ്യം പ്രകടിപ്പിച്ച് സഹയാത്രികനെയും ദൗത്യത്തെയും രക്ഷി ക്കുകയുണ്ടായി. ആരോടും അനാവശ്യമായ തർക്കങ്ങളിൽ ഏർപ്പെടാത്ത സഹജീവികളോട് സ്നേഹത്തോടും അർഹിക്കുന്ന ബഹുമാനത്തോടും പെരുമാറിയിരുന്ന അദ്ദേഹത്തോട് സഹപ്രവർത്തകർക്കെല്ലാം വലിയ ബഹുമാനമായിരുന്നു. അതിനാൽ, ഒരു പുതിയ ലോകത്തിലേക്ക് ചുവടു വയ്ക്കുന്നതിനുള്ള മനുഷ്യരാശിയുടെ ഏറ്റവും മികച്ച പ്രതിനിധിയായി അദ്ദേഹം കണക്കാക്കപ്പെട്ടു.

1969 ജൂലൈ 21 ന് അപ്പോളോ-11, ചന്ദ്രന് ചുറ്റുമുള്ള ഭ്രമണപഥ ത്തിൽ കമാൻഡ് മൊഡ്യൂൾ വേർപെടുത്തിയ ശേഷം, ആംസ്ട്രോങിനെ യും ആൽഡ്രിനെയും വഹിച്ചുള്ള ലൂണാർ മൊഡ്യൂൾ ഉപരിതലത്തി ലേക്ക് ഇറങ്ങാൻ തുടങ്ങി. ഇറങ്ങുന്ന വേളയിൽ, അവരുടെ പേടകത്തിൽ നിന്നുള്ള വിവരങ്ങൾ കമാൻഡ് മൊഡ്യൂളിലേക്കും അവിടെനിന്നു ഭൂമി യിലെ ഗ്രൗണ്ട് കൺട്രോളിനും അയക്കുക എന്നതായിരുന്നു പദ്ധതി. പക്ഷേ, ഉപരിതലത്തിലേക്കുള്ള യാത്രയിൽ സൃഷ്ടിക്കപ്പെട്ട വിവരങ്ങളുടെ അളവ് പേടകത്തിലെ റെക്കോഡറിങ് ശേഷിയേക്കാൾ വളരെ കൂടുത ലായിരുന്നു. ഇന്നത്തെ മൊബൈൽ ഫോണുകളിൽ പോലും ലഭ്യമായ ശേഖരത്തിന്റെ (MEMORY) 1% ൽ താഴെയായിരുന്നു പേടകത്തിന്റെ 'ഫ്ലൈറ്റ് കമ്പ്യൂട്ടറുകളുടെ' മെമ്മറി ശേഷി എന്നോർക്കണം. ഇക്കാര ണത്താൽ, കമ്പ്യൂട്ടറുകൾ ശരിയായി പ്രവർത്തിക്കാതെയായി, അപകട ത്തിന്റെ സൂചന സൈറണുകൾ തുടർച്ചയായി വന്നുകൊണ്ടിരുന്നു. ഉടൻ തന്നെ, കമ്പ്യൂട്ടറുകളിൽ നിന്ന് പേടകത്തിന്റെ നിയന്ത്രണം ആംസ്ട്രോംഗ് ഏറ്റെടുത്തു. പേടകത്തിന്റെ ആസൂത്രിത പാതയിൽനിന്ന് വ്യതിച ലിക്കുന്നതും ആസൂത്രിതമായ ലക്ഷ്യസ്ഥാനത്ത് നിന്ന് അകന്നുപോകു ന്നതും നാസയിലെ ഗ്രൗണ്ട് കൺട്രോൾ കമ്പ്യൂട്ടറുകൾക്കുമുന്നിൽ ഇരുന്നവർ ശ്രദ്ധിച്ചു. എന്നാൽ ഇതിനെപ്പറ്റി യാത്രികരിൽ നിന്ന് അവർക്ക് ഒരു വിവരവും ലഭിച്ചില്ല. ആദ്യം ഇറങ്ങുന്നതിനായി തീരുമാനിച്ചിരുന്ന സ്ഥലത്ത് വലിയ ഗർത്തങ്ങളുടെ സാന്നിധ്യം ആംസ്ട്രോംഗ് ശ്രദ്ധിക്കു കയും അവിടെ നിന്ന് പേടകം മുന്നോട്ടുകൊണ്ടുപോകുകയും ചെയ്തു. ഇതിനുവേണ്ടി ഗണ്യമായ അളവിൽ ഇന്ധനം ഉപയോഗിക്കുകയും ആകെയുള്ള ഇന്ധനത്തിന്റെ അളവ് (RESERVE) തുടർച്ചയായി കുറയു കയും ചെയ്യുന്നുണ്ടായിരുന്നു. തിരിച്ചുപോകാനുള്ള ഇന്ധനം മാത്രം ബാക്കിയായപ്പോൾ ആംസ്ട്രോങ് പേടകം ശാന്തതയുടെ കടൽ എന്നു

വിളിക്കപ്പെട്ട 'മെയർ ട്രാൻക്വിലൈറ്റാറ്റിസ്' ൽ സുരക്ഷിതമായി ഇറക്കി. ഇപ്രകാരം കമ്പ്യൂട്ടറിന്റെ സഹായം ഇല്ലാതെയാണ് ഇറങ്ങിയതെങ്കിലും പേടകം ഉപരിതലം തൊട്ട യഥാർത്ഥ സമയവും നാസ ആദ്യം

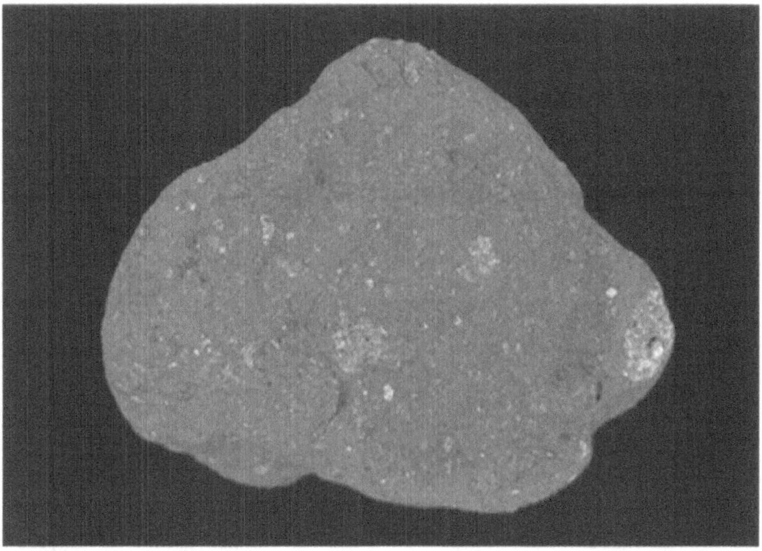

ആംസ്ട്രോങും ആൽഡ്രിനും ചന്ദ്രോപരിതലത്തിൽ നിന്ന് ആദ്യമായി ഭൂമിയിലെത്തിച്ച പാറയുടെ ഒരു കഷണം; image courtesy: NASA

ആസൂത്രണം ചെയ്ത സമയവും തമ്മിൽ കുറച്ച് സെക്കൻഡ് വ്യത്യാസമേ ഉണ്ടായിരുന്നുള്ളൂ എന്നത് ശ്രദ്ധേയമാണ്.

'ഇത് ഒരു മനുഷ്യന്റെ ഒരു ചെറിയ ചുവടുവെപ്പാണ്, മനുഷ്യരാശിക്കുവേണ്ടിയുള്ള ഒരു വലിയ കുതിപ്പ്'/ "That's one small step for man. One giant leap for mankind"

ഇതായിരുന്നു ചന്ദ്രന്റെ ഉപരിതലത്തിലേക്ക് ചുവടുവെച്ചശേഷം ആംസ്ട്രോങ്ങിന്റെ ആദ്യ വാക്കുകൾ. അത് തന്റേയോ അമേരിക്കയുടേയോ നേട്ടമായി അദ്ദേഹം അവകാശപ്പെട്ടില്ല എന്നത് ശ്രദ്ധേയമാണ്.

പേടകം നിലംതൊട്ട ശേഷം ആറ് മണിക്കൂറും 39 മിനിറ്റുകൾക്കും ശേഷമാണ് ആംസ്ട്രോങ് പുറത്തിറങ്ങിയത്. അതിനു 19 മിനിറ്റുകൾക്ക് ശേഷം ആൽഡ്രിനും അദ്ദേഹത്തിനൊപ്പം ചേർന്നു. 21 മണിക്കൂറും 36 മിനിറ്റും ചന്ദ്രോപരിതലത്തിൽ ചെലവഴിച്ച ശേഷം അവർ ഏകദേശം 22 കിലോഗ്രാം ചാന്ദ്ര പാറകളും ഉപരിതല റെഗൊലിത്തും ശേഖരിച്ച് പേടകത്തിൽ തിരിച്ചെത്തി. ലോകമെമ്പാടുമുള്ള അൻപത് കോടിയിലധികം ജനങ്ങൾ ടെലിവിഷനിലൂടെയോ റേഡിയോവിലൂടെയോ ഈ മഹത്തായ വാർത്തയറിഞ്ഞു.

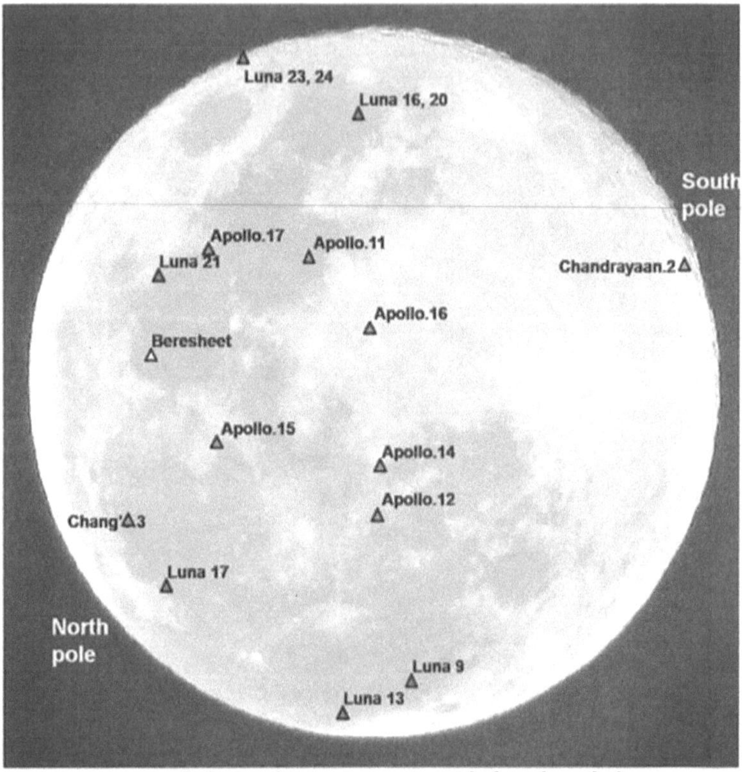

ചന്ദ്രോപരിതലത്തിൽ നമ്മൾ കാണുന്ന പക്ഷത്തിലിറങ്ങിയ വിവിധ രാജ്യങ്ങളുടെ ചാന്ദ്ര ദൗത്യങ്ങൾ

ഭ്രമണപഥത്തിലുള്ള കമാന്റ് മൊഡ്യൂളുമായി ബന്ധിപ്പിച്ച് ഭൂമിയിലേക്ക് തിരിക്കാനുള്ള യാത്രയ്ക്ക് ചാന്ദ്ര ആരോഹണ മൊഡ്യൂളിൽ (അസ്സെന്റ് മൊഡ്യൂൾ) ഒരു എഞ്ചിൻ മാത്രമേ ഉണ്ടായിരുന്നുള്ളൂ. തിരികെ യാത്രയ്ക്ക് ഈ എഞ്ചിന്റെ പ്രവർത്തനം വളരെ നിർണായകമായിരുന്നു.

തിരിച്ച് ഭൂമിയിലെത്തിയശേഷം ഒരിക്കൽ തന്റെ ഒരു അഭിമുഖ ത്തിനിടെ, ദൗത്യത്തിന് മുമ്പ് തനിക്ക് ഉറക്കമില്ലാത്ത രാത്രികൾ ഉണ്ടായി രുന്നുവെന്നും അത്തരമൊരു രാത്രിയിൽ ദൗത്യത്തിൽ ഉണ്ടായേക്കാവുന്ന അപകടപരമായ പല സാഹചര്യങ്ങളെക്കുറിച്ചും ചിന്തിക്കുകയുണ്ടാ യെന്നും ആൽഡ്രിൻ പറഞ്ഞിരുന്നു.

മനുഷ്യരാശിയെ ആകെ പ്രതിനിധാനം ചെയ്ത് ചന്ദ്രനിലിറങ്ങിയ അവരെ ഭൂമി വളരെ ഊഷ്മളമായാണ് വരവേറ്റത്. തുടർന്ന്, അപ്പോളോ ദൗത്യങ്ങൾ അപ്പോളോ –17 വരെ തുടർന്നു. ഇതിൽ അപ്പോളോ –13 ചന്ദ്രോ പരിതലത്തിൽ ഇറങ്ങുന്നതിൽ പരാജയപ്പെട്ടു. യാത്രാമധ്യേ ഉണ്ടായ ഒരു

അപകടം കാരണം യാത്രികർക്കാവശ്യമുള്ള ഓക്സിജൻ നഷ്ടമുണ്ടായ താണ് ഇത് പരാജയപ്പെടാൻ കാരണമായത്. ചന്ദ്രനിൽ ഇറങ്ങിയ ആറ് അപ്പോളോ ദൗത്യങ്ങളിലും കൂടി 12 ബഹിരാകാശയാത്രികർ മൊത്തം 95 കിലോമീറ്റർ ദൂരം നടന്നു, മുപ്പതിനായിരം ഫോട്ടോഗ്രാഫുകൾ എടുത്തു, ഏകദേശം 380 കിലോഗ്രാം ചാന്ദ്ര ഉപരിതല വസ്തുക്കൾ ഭൂമിയിലേക്ക് തിരികെ കൊണ്ടുവരികയും ചെയ്തു. ഈ ദൗത്യങ്ങളിലൂടെ ഏകദേശം 60 ഗവേഷണ പഠനങ്ങളും പരീക്ഷണങ്ങളും നടത്തി.

അപ്പോളോ -11 ചന്ദ്രനിൽ ഇറങ്ങുന്നതിന് തൊട്ടുമുമ്പുള്ള അവസാന നിമിഷത്തിൽ, ലൂണ -5 എന്ന റഷ്യൻ പേടകം ചന്ദ്രനെ ചുറ്റുന്നുണ്ടെന്ന് കണ്ടെത്തുകയുണ്ടായി. സോവിയറ്റ് റഷ്യയും അമേരിക്കയും തമ്മിൽ ശീതയുദ്ധം നിലനിന്നിരുന്ന കാലഘട്ടമായിരുന്നു അത്. ഒരു അട്ടിമറി ശ്രമം മണത്ത അമേരിക്കൻ ബഹിരാകാശ ഏജൻസിയായ നാസയിലെ ശാസ്ത്രജ്ഞർ, റഷ്യൻ ബഹിരാകാശ ഏജൻസിയുമായി ബന്ധപ്പെടുക യും സമ്പൂർണ്ണ വിശദാംശങ്ങൾ ആരായുകയും ചെയ്തു. ബഹിരാകാശ പര്യവേക്ഷണങ്ങളിൽ റഷ്യയോട് പലതവണ പരാജയപ്പെട്ട അമേരിക്ക, ഇത്തവണ തങ്ങളുടെ വിജയം ഉറപ്പിച്ചിരിക്കവേ ആണ് ഇത്തരത്തിൽ ഒരു ആശങ്ക. ചാന്ദ്ര ദൗത്യങ്ങൾക്കായുള്ള റഷ്യൻ റോക്കറ്റിന്റെ വികസനം പരാജയപ്പെട്ട വാർത്തകൾ കൂടി ചേർത്തു വായിച്ചപ്പോൾ അമേരിക്കൻ ശാസ്ത്രജ്ഞർ ഭയന്നു. പക്ഷേ, ഇത് ഒരു സാധാരണ ചാന്ദ്ര പര്യവേക്ഷ ണമാണെന്നും, അത് അപ്പോളോ -11 ദൗത്യത്തെ ഒരുതരത്തിലും ബാധിക്കില്ലെന്നും റഷ്യ മറുപടിയായി അറിയിച്ചു. ആശങ്കയൊഴിഞ്ഞു, ഒടുവിൽ ഈ നേട്ടം മനുഷ്യരാശിയുടെ ഒന്നടങ്കം നേട്ടമായി മാറുകയും ചെയ്തു.

റഷ്യൻ ബഹിരാകാശ ദൗത്യങ്ങൾ

ആദ്യത്തെ മനുഷ്യനിർമ്മിത ഉപഗ്രഹമായ സ്പുട്നിക് -1 ഭ്രമണ പഥത്തിൽ വിജയകരമായി വിക്ഷേപിച്ചതിന് ശേഷം, റഷ്യൻ ബഹിരാ കാശ ശാസ്ത്രജ്ഞർ മനുഷ്യനെ ബഹിരാകാശത്തേക്ക് അയയ്ക്കാൻ പദ്ധതിയിടുകയായിരുന്നു. അവരുടെ മനുഷ്യ ബഹിരാകാശ യാത്രാ പദ്ധതിക്ക് 'വോസ്റ്റോക്ക്' എന്ന് പേരിട്ടിരുന്നു. ഇതിനായി തുടക്കത്തിൽ, 13 വോസ്റ്റോക്ക് ദൗത്യങ്ങൾ ആസൂത്രണം ചെയ്തിരുന്നു. എന്നാൽ സാമ്പ ത്തിക സ്ഥിതികളും രാജ്യത്തിന്റെ വികസനപരമായ ആശങ്കകളും ഭാവി പദ്ധതികളും കാരണം, ആറ് ദൗത്യങ്ങൾക്കു ശേഷം വോസ്റ്റോക്ക് അവസാനിപ്പിക്കേണ്ടിവന്നു. ഏപ്രിൽ-1961 നും ജൂൺ-1963 നുമിടയിലാണ് ഈ ദൗത്യങ്ങൾ നടന്നത്. വോസ്റ്റോക്ക് -1 ൽ യൂറി ഗഗാറിനും, വോസ്റ്റോ ക്ക് -6 ൽ ആദ്യ വനിത വാലന്റീന തെരേഷ്കോവയും ബഹിരാകാശ ത്തേക്ക് യാത്ര ചെയ്തിരുന്നു.

മേൽപ്പറഞ്ഞ ദൗത്യങ്ങളെല്ലാം ഭൂമിയോടടുത്ത ഭ്രമണപഥത്തിലാ

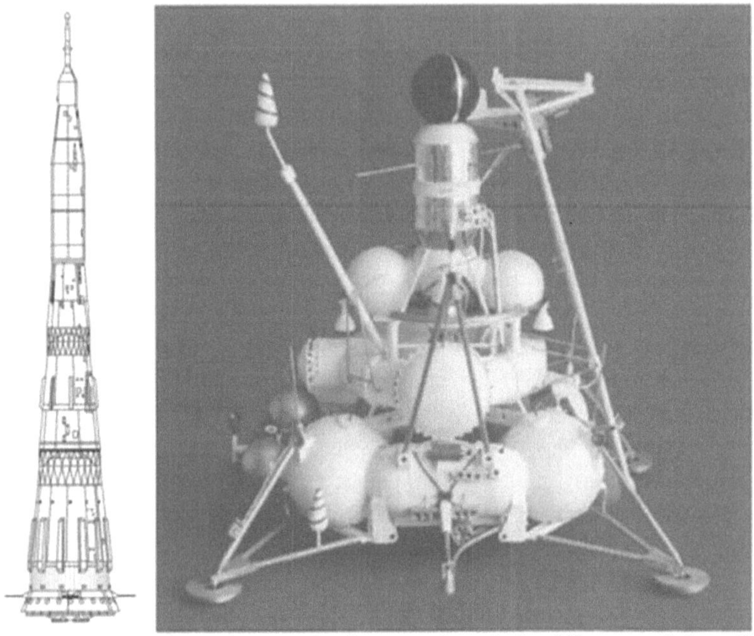

ചാന്ദ്ര ദൗത്യങ്ങൾക്കായി സോവിയറ്റ് റഷ്യ വികസിപ്പിച്ച N1 റോക്കറ്റ് (ഇടത്), ചന്ദ്രനിലിറങ്ങിയ ആളില്ല ദൗത്യമായ ലൂണ-24 പേടകത്തിന്റെ മോഡൽ

യിരുന്നു, ഏകദേശം 160 മുതൽ 320 കിലോമീറ്റർ ഉയരത്തിൽ. ഭൂമിയെ 82 തവണ ഭ്രമണം ചെയ്ത വോസ്റ്റോക്ക് -5, ബഹിരാകാശത്ത് പരമാവധി ദൈർഘ്യമായ 4 ദിവസവും 23 മണിക്കൂറും എന്ന നാഴികക്കല്ല് നേടിയെടുത്ത പേടകമായി. വോസ്റ്റോക്ക്-3, വോസ്റ്റോക്ക്-4 എന്നീ ദൗത്യങ്ങൾ ഒന്നിനുപുറകെ ഒന്നായി തുടർച്ചയായ ദിവസങ്ങളിൽ വിക്ഷേപിക്കപ്പെടുകയും, അവ ബഹിരാകാശത്തിൽവച്ച് ഏകദേശം 6.5 കിലോമീറ്റർ അകലത്തിൽ വരികയും ചെയ്തു. രണ്ട് പേടകത്തിലെയും ബഹിരാകാശ യാത്രികർ പരസ്പരം ആശയവിനിമയം നടത്തുകയും അതുവഴി 'ഉപഗ്രഹാന്തര ആശയവിനിമയം' (INTER-SATELLITE COMMUNICATION) വിജയകരമായി പരീക്ഷിക്കപ്പെടുകയും ചെയ്തു.

ലോകത്തിലെ ആദ്യത്തെ ഉപഗ്രഹം, ചന്ദ്രനിലേക്കുള്ള ആദ്യത്തെ ആളില്ലാ പേടകം, ചന്ദ്രന്റെ ആദ്യ തെളിച്ചമാർന്ന ചിത്രങ്ങൾ, ബഹിരാകാശത്തെത്തിയ ആദ്യ മനുഷ്യൻ, ബഹിരാകാശത്തെത്തിയ ആദ്യ വനിത, ആദ്യത്തെ ബഹിരാകാശ നിലയം എന്നിവയുടെയൊക്കെ ഖ്യാതി റഷ്യ നേടി. ഇത്രയൊക്കെ വിജയങ്ങൾ റഷ്യ നേടിയപ്പോൾ ശീതയുദ്ധത്തിൽ പ്രതിയോഗികളായ അമേരിക്ക ചാന്ദ്ര ദൗത്യ പദ്ധതികളിലൂടെ മത്സരം മറ്റൊരു തലത്തിലെത്തിച്ചു. ചന്ദ്രനിലും ഒരു മനുഷ്യനെ ഇറക്കാനുള്ള മത്സര

ബുദ്ധിയോടെയുള്ള പ്രവർത്തനത്തിൽ റഷ്യ നല്ല മുന്നേറ്റം നടത്തിയിരുന്നു. ഇതിനായി അവർ എൻ-1 എന്ന ശക്തമായ റോക്കറ്റ് വികസിപ്പിച്ചു. റഷ്യൻ ഒക്ടോബർ വിപ്ലവത്തിന്റെ അൻപതാം വാർഷികത്തിന്റെ സ്മരണാർത്ഥം 1967-68 കാലഘട്ടത്തിൽ മനുഷ്യനെ ചന്ദ്രനിലിറക്കാനായുള്ള ദൗത്യം നടത്തുമെന്ന് പ്രഖ്യാപിച്ചിരുന്നു. ചന്ദ്രന്റെ ഭ്രമണപഥത്തിലേക്ക് 23 ടൺ പേലോഡ് വിക്ഷേപിക്കാൻ കഴിയുന്ന തരത്തിലായിരുന്നു റഷ്യയുടെ എൻ-1 റോക്കറ്റിന്റെ രൂപകല്പന. 1969 ഫെബ്രുവരിയിലാണ് എൻ-1 റോക്കറ്റിന്റെ ആദ്യ പരീക്ഷണം നടന്നത്. അന്ന്, വിക്ഷേപണത്തിന് ശേഷം 12 കിലോമീറ്റർ ഉയരത്തിൽ വായു മധ്യത്തിൽ വച്ച് അത് പൊട്ടിത്തെറിച്ചു. പിന്നീടുണ്ടായ 4 വിക്ഷേപണങ്ങളും വിജയിച്ചില്ല. അവയിലൊന്ന് വിക്ഷേപണത്തറയിൽ വച്ച് തന്നെ പൊട്ടിത്തെറിക്കുകയും അതിലുണ്ടായിരുന്ന 680 ടൺ മണ്ണെണ്ണയും 1780 ടൺ ദ്രാവക ഓക്സിജനും പൊട്ടിത്തെറിയുടെ ആഘാതം പതിന്മടങ്ങാക്കുകയുണ്ടായി. ഈ സ്ഫോടനം കാരണം റോക്കറ്റ് വിക്ഷേപണത്തറ മുഴുവൻ കത്തിനശിച്ചു. പ്രമുഖ റോക്കറ്റ് ശാസ്ത്രജ്ഞരുടെ വിയോഗവും, അപര്യാപ്തമായ ഫണ്ടിംഗും ഒക്കെ പരാജയകാരണമായി കണക്കാക്കപ്പെടുന്നു. തുടർച്ചയായ പരാജയങ്ങൾ കണക്കിലെടുത്ത്, റഷ്യ ചാന്ദ്ര ദൗത്യങ്ങൾ 1972 ൽ ഉപേക്ഷിച്ചു.

എന്നിരുന്നാലും, അവർ ചന്ദ്രനിലേക്ക് ആളില്ലാ ദൗത്യങ്ങൾ അയയ്ക്കുന്നത് തുടർന്നുകൊണ്ടിരുന്നു. ആദ്യത്തെ ചാന്ദ്ര പര്യവേക്ഷണമായ ലൂണ -1 വിക്ഷേപിച്ചത് റഷ്യ 1959 ലാണ്. സ്പുട്നിക്-1 വിക്ഷേപിച്ചതിന് ശേഷം 15 മാസത്തിനുള്ളിലാണ് ലൂണ ദൗത്യം നടന്നത്. ചന്ദ്രനിൽ നിന്ന് 6000 കിലോമീറ്റർ അകലത്തിൽ വച്ച് ഈ ദൗത്യം നഷ്ടപ്പെട്ടു. പക്ഷേ, സൂര്യനുചുറ്റും സൂര്യകേന്ദ്രീകൃത ഭ്രമണപഥത്തിലെത്തിയ ആദ്യത്തെ മനുഷ്യനിർമ്മിത വസ്തുവായി ലൂണ-1. 1959 സെപ്റ്റംബറിലാണ് ലൂണ -2 വിക്ഷേപിച്ചത്. വിക്ഷേപണം കഴിഞ്ഞ് 2 ദിവസത്തിനുള്ളിൽ ലൂണ-2 ഭൂമിയല്ലാതെ മറ്റൊരു ആകാശഗോളവുമായി സമ്പർക്കം പുലർത്തുന്ന

ചെലവുകുറഞ്ഞ പുനരുപയോഗ വിക്ഷേപണവാഹനങ്ങൾക്കായി ഇന്ത്യയും ചൈനയും വേണ്ടുന്ന സങ്കേതികവിദ്യകൾ വികസിപ്പിക്കുന്നതിൽ മുൻപന്തിയിലുണ്ട്.

ആദ്യത്തെ മനുഷ്യനിർമ്മിത വസ്തുവായി മാറി. അതേ വർഷം തന്നെ, ലൂണ -3 ചന്ദ്രന്റെ വിദൂര ഭാഗത്തെ ചിത്രങ്ങൾ പകർത്തിയ ആദ്യത്തെ ബഹിരാകാശപേടകമായി. 1966 ൽ വിക്ഷേപിച്ച ലൂണ -9, ചന്ദ്രനിൽ സുരക്ഷിതമായി ഇറങ്ങിയ ആദ്യത്തെ ബഹിരാകാശപേടകമായി മാറി. ചന്ദ്രനെ ഭ്രമണംചെയ്ത ആദ്യത്തെ ഉപഗ്രഹമാണ് ലൂണ -10. ലൂണ -16 ഉം 20 ഉം ചന്ദ്രന്റെ മണ്ണിന്റെ സാമ്പിളുകൾ ഭൂമിയിലേക്ക് തിരികെ കൊണ്ടു വരികയുണ്ടായി. ഈ ആളില്ലാ പേടകങ്ങൾ ഉപയോഗിച്ച് റഷ്യ 300 ഗ്രാമി ലധികം ചാന്ദ്ര പാറകൾ തിരികെ ഭൂമിയിലെത്തിച്ചു. ഇപ്രകാരം ഇരുപത്തി നാല് പേടകങ്ങൾ റഷ്യക്കാർ ചന്ദ്രനിലേക്ക് വിക്ഷേപിച്ചതിൽ പതിമൂന്നെണ്ണം വിജയിച്ചു. 1976 ൽ വിക്ഷേപിച്ച ലൂണ -24 ആണ് ഇക്കൂട്ടത്തിൽ അവസാന ദൗത്യം.

എൻ-1 ന് സമാനമായി 'എനർജിയ' എന്ന മറ്റൊരു ശക്തമായ റോക്കറ്റ് പിന്നീട് റഷ്യ വികസിപ്പിച്ചെടുത്തു. 1988 ൽ എനർജിയ റോക്കറ്റ് ഉപയോഗിച്ച് പുനരുപയോഗ ശേഷിയുള്ള 'ബ്യുറാൻ' ബഹിരാകാശ വാഹനം വിജയകരമായി വിക്ഷേപിച്ചു. വളരെ ചെലവേറിയ വാഹനമായിരുന്നതിനാലും തക്കതായ ഉപഭോഗം മുന്നിൽ കാണാത്തതും എനർജിയ റോക്കറ്റുകളുടെ പിന്നീടുള്ള വികസനങ്ങൾ അവസാനിപ്പിക്കുന്നതിന് കാരണമായി.

ബഹിരാകാശ യാത്രാ വാഹനം

ശീതയുദ്ധത്തിന്റെ കാലം മുതൽ ബഹിരാകാശഗവേഷണത്തിൽ സോവിയറ്റ് യൂണിയനും അമേരിക്കയും തമ്മിൽ മത്സരബുദ്ധിയോടെ അനേകം ദൗത്യങ്ങൾ നടപ്പിലാക്കി. ഇവയിൽ പലതിലും മുന്നിലെത്തിയത് റഷ്യയായിരുന്നു എന്നത്, അസാധാരണമായ ദൗത്യങ്ങളിലേക്ക് തിരിയാൻ അമേരിക്കയെ പ്രേരിപ്പിച്ചു എന്ന് കാണാം. അങ്ങനെ മനുഷ്യരാശിക്ക് അഭിമാനിക്കാവുന്ന ഒട്ടനേകം ദൗത്യങ്ങൾ പിറന്നു. അന്നുമുതൽ, അമേരിക്ക മനുഷ്യ ബഹിരാകാശ യാത്രയ്ക്കുള്ള വാഹനങ്ങൾ വികസിപ്പിച്ചുകൊണ്ടിരുന്നു. മെർക്കുറിയും ജെമിനിയും കടന്ന് അപ്പോളോ ദൗത്യങ്ങളിൽ എത്തിനിന്ന അമേരിക്കയുടെ മനുഷ്യ ദൗത്യങ്ങൾ 1975 ന് ശേഷം പല കാരണങ്ങളാൽ ചുവട് മാറിയതായി കാണാം. തുടർന്ന് പുനരുപയോഗിക്കുന്ന വാഹനമായ സ്പേസ് ഷട്ടിൽ അവർ വികസിപ്പിച്ചെടുത്തു. മുമ്പത്തെ യാത്രാ പേടകങ്ങളിൽനിന്ന് വ്യത്യസ്തമായി, സ്പേസ് ഷട്ടിൽ ഒരു വിമാനം പോലെയാണ് രൂപകൽപ്പന ചെയ്തിരുന്നത്.

2011 ഓടുകൂടി ഇതിന്റെ ഉപയോഗം പൂർണ്ണമായി നിർത്തുകയും പിന്നീടുള്ള ബഹിരാകാശ യാത്രയ്ക്കായി അമേരിക്കയുൾപ്പെടെയുള്ള രാജ്യങ്ങൾക്ക്, റഷ്യൻ സോയൂസ് ബഹിരാകാശവാഹനം ഉപയോഗിക്കേണ്ടി വന്നു എന്നതും രസകരമായ വസ്തുതയാണ്. 50 വർഷത്തിലേറെയായി മനുഷ്യന്റെ ബഹിരാകാശ യാത്രയിൽ റഷ്യയുടെ സോയൂസ് ബഹിരാകാശവാഹനം സേവനമനുഷ്ഠിച്ചിട്ടുണ്ട്. സോയൂസിന്റെ രൂപകൽപ്പന ഏകദേശം 10 തവണ പരിഷ്കരിച്ചിട്ടുണ്ടെങ്കിലും, എല്ലാ രൂപാന്തരങ്ങളും സോയൂസ് എന്ന ഒരേ പേരിൽ വിളിക്കപ്പെട്ടു. സോയൂസ് എന്ന ഒറ്റ വാഹന-പേടക സംവിധാനത്തെ മാത്രം ആശ്രയിച്ചു ബഹിരാകാശയാത്രകൾ ആസൂത്രണം ചെയ്യുന്നതിലെ സ്വീകാര്യത കുറഞ്ഞുവന്നത്

സ്വകാര്യ ബഹിരാകാശ പേടകങ്ങളുടെ സാധ്യത ആരായാൻ നാസയെ ചിന്തിപ്പിച്ചു. ഈ വേളയിലാണ് സ്പേസ് എക്സ് എന്ന അമേരിക്കൻ സ്വകാര്യ കമ്പനി ബഹിരാകാശ യാത്രകൾക്കാവശ്യമായ വിക്ഷേപണ വാഹനങ്ങളും പേടകങ്ങളും വികസിപ്പിച്ചത്. 2020 മുതൽ സ്പേസ് എക്സ് ബഹിരാകാശ നിലയത്തിലേക്കും തിരിച്ചും അവരുടെ 'ഡ്രാഗൺ' എന്ന് പേരിട്ടിട്ടുള്ള പേടകം ഉപയോഗിച്ച് മനുഷ്യ യാത്ര വിജയകരമായി നടത്തിവരുന്നു.

വിമാനം പോലെ പറന്നിറങ്ങുന്ന സ്പേസ് ഷട്ടിൽ

1960 കളുടെ അവസാനത്തിൽ അമേരിക്കൻ ബഹിരാകാശ ശാസ്ത്രജ്ഞർ പുനരുപയോഗിക്കാവുന്ന വിക്ഷേപണ വാഹനങ്ങളുടെ വികസനം ആരംഭിച്ചു. ഒടുവിൽ, 1970 കളുടെ തുടക്കത്തിൽ 'സ്പേസ് ഷട്ടിൽ' രൂപകൽപ്പന അംഗീകരിക്കപ്പെട്ടു. ആദ്യ സ്പേസ് ഷട്ടിലായ ചലഞ്ചറിന്റെ അന്തിമ സംയോജന പ്രവർത്തനങ്ങൾ 1975 മാർച്ചിൽ ആരംഭിച്ച് 4 വർഷത്തിനുള്ളിൽ പൂർത്തിയാക്കി. മുമ്പുപയോഗിച്ചിരുന്ന നാസയുടെ ബഹിരാകാശ പേടകങ്ങളിലുണ്ടായിരുന്ന താപ സംരക്ഷണ കവചങ്ങൾ സ്പേസ് ഷട്ടിൽ ബഹിരാകാശവാഹനത്തിന് അനുയോജ്യമല്ലെന്ന് വികസന സമയത്ത് തിരിച്ചറിഞ്ഞതിനാൽ ഉയർന്ന താപശേഷിയുള്ള മെച്ചപ്പെട്ട ഭാരംകുറഞ്ഞ കവചങ്ങൾ വികസിപ്പിച്ചെടുത്തു. ഇതിന് വീണ്ടും 9 മാസത്തെ കാലതാമസമുണ്ടായി. കുറഞ്ഞ സാന്ദ്രതയുള്ള സെറാമിക് ടൈലുകൾ ഉപയോഗിച്ചാണ് അവ നിർമ്മിച്ചത്. നമ്മുടെ വീടുകളിൽ ഉപയോഗിക്കുന്ന സാധാരണ 'സ്റ്റെയിൻലെസ് സ്റ്റീൽ' പാത്രങ്ങളുടെ സാന്ദ്രതയുടെ 50 മടങ്ങ് കുറവാണ് അവയ്ക്ക് എന്നത് ശാസ്ത്രവികാസത്തിന്റെ വലിയ നേട്ടമാണ്. ബഹിരാകാശത്ത് നിന്ന് ഭൂമിയുടെ അന്തരീക്ഷത്തിലേക്ക് വാഹനം പുനഃ പ്രവേശനം ചെയ്യുമ്പോൾ, അന്തരീക്ഷവും വാഹനവും തമ്മിലുള്ള ഘർഷണംമൂലം വലിയ അളവിൽ ചൂട് സൃഷ്ടിക്കപ്പെടുന്നു. വാഹനത്തിനുള്ളിൽ ഈ ചൂട് പ്രവേശിക്കുന്നത് തടഞ്ഞ് അതിന്റെ ഉൾവശം സംരക്ഷിക്കാൻ ഈ താപ സംരക്ഷണ കവചങ്ങൾ /ടൈലുകൾ (THERMAL PROTECTION TILES) ഉപയോഗിക്കുന്നു. 30000 ഓളം ടൈലുകളാണ് സ്പേസ് ഷട്ടിൽ ഉപയോഗിച്ചിരുന്നത്. ഷട്ടിലിന്റെ ഉപരിതലത്തിൽ ഒട്ടിക്കുമ്പോൾ, കുറഞ്ഞ സാന്ദ്രതയുള്ള ഇത്തരം ടൈലുകൾ കൈകാര്യം ചെയ്യുന്നതിൽ അതീവ ശ്രദ്ധ വേണം. 1979 ലെ ആദ്യത്തെ ബഹിരാകാശവാഹനത്തിന്റെ അവസാന സംയോജന ഘട്ടങ്ങളിൽ, അധികമായി ആറായിരത്തോളം ടൈലുകൾ സ്ഥാപിക്കേണ്ടുന്ന ആവശ്യകത ഉയർന്നുവന്നു. പരിശോധനയിൽ കേടായ പല ടൈലുകളും മാറ്റേണ്ടിവന്നതിനാലാണ് ഇത് വേണ്ടിവന്നത്. ഈ പ്രവർത്തനങ്ങൾ വാഹനത്തിന്റെ നിർമ്മാണം പൂർത്തിയാക്കുന്നതിൽ കൂടുതൽ കാലതാമസമുണ്ടാക്കി. 2003 ഫെബ്രുവരിയിൽ ഉണ്ടായ,

അമേരിക്കയുടെ മനുഷ്യ ബഹിരാകാശ ദൗത്യങ്ങൾ ഇന്നത്തെ നിലയിലെത്താൻ സ്പേസ് ഷട്ടിലുകൾ വലിയ പങ്ക് വഹിച്ചു

കൊളംബിയ സ്പേസ് ഷട്ടിൽ ദുരന്തത്തിന്റെ പ്രധാന കാരണങ്ങൾ ഈ ടൈലുകളിലെ വിള്ളലാണ് എന്നത് ശ്രദ്ധിക്കേണ്ടതാണ്. ബഹിരാകാശ അപകടങ്ങളെക്കുറിച്ചുള്ള മറ്റൊരു അധ്യായത്തിൽ ഇതിനെക്കുറിച്ചുള്ള കൂടുതൽ വിശദാംശങ്ങൾ വിവരിച്ചിട്ടുണ്ട്.

1981 നും 2011 നും ഇടയിൽ സ്പേസ് ഷട്ടിൽ ബഹിരാകാശവാഹനം അനേകം ദൗത്യങ്ങൾക്കു സഹായകരമായി. ബഹിരാകാശ ഗതാഗത സംവിധാനം/സ്പേസ് ട്രാൻസ്പോർട്ടേഷൻ സിസ്റ്റം എന്നായിരുന്നു അതിന്റെ മറ്റൊരു പേര്. തുടക്കത്തിൽ നാല് വാഹനങ്ങളാണ് ഈ പദ്ധതി പ്രകാരം നിർമ്മിച്ചത്. അവയ്ക്ക് കൊളംബിയ, ചലഞ്ചർ, ഡിസ്കവറി, അറ്റ്ലാന്റിസ് എന്നീ പേരുകൾ നൽകി. 1986 ൽ ദൗർഭാഗ്യകരമായ ഒരു അപകടത്തിൽ ചലഞ്ചർ നഷ്ടപ്പെട്ടു. 1991 ൽ എൻഡവർ എന്നൊരു വാഹനം ചലഞ്ചറിന് പകരം നിർമ്മിക്കപ്പെട്ടു. മനുഷ്യ യാത്രയ്ക്ക് യോഗ്യത നേടുന്നതിന് മുമ്പ് ഷട്ടിലുകളുടെ നിരവധി പരീക്ഷണ ദൗത്യങ്ങൾ ആവശ്യമായിരുന്നു. എന്റർപ്രൈസ് എന്ന പേരിലുള്ള പരീക്ഷണ പറക്കലുകൾക്ക് ഉപയോഗിച്ച വാഹനം 1977 ൽ നിർമ്മിച്ചതാണ്.

2000 ടൺ ഭാരമുള്ള സ്പേസ് ഷട്ടിൽ, മറ്റേതൊരു വിക്ഷേപണ വാഹനത്തെയും പോലെ ലംബമായ രീതിയിലാണ് വിക്ഷേപിക്കുന്നത്. ഇതിന് പ്രധാനമായും മൂന്ന് ഭാഗങ്ങളാണുള്ളത് - ദ്രാവകരൂപത്തിലുള്ള ഹൈഡ്രജനും ഓക്സിജനും സംഭരിച്ചിരിക്കുന്ന പുറമെയുള്ള ഒരു ഇന്ധന സംഭരണി (EXTERNAL TANK), വാഹനത്തിന്റെ ആദ്യ രണ്ട് മിനിറ്റുകൾക്കാവശ്യമുള്ള ത്രസ്റ്റ് നൽകുന്ന രണ്ട് ഖര ഇന്ധന ബൂസ്റ്ററുകൾ (SOLID ROCKET BOOSTERS), വിമാനം പോലെ പറന്നിറങ്ങാൻ കഴിയുന്ന, മനുഷ്യനെയും ഗവേഷണ പര്യവേക്ഷണ വസ്തുക്കളും കൊണ്ടുപോകുന്ന ഓർബിറ്റർ (ORBITER) ആണ് മൂന്നാമത്തെ ഭാഗം.

തിരിച്ചുവരുന്ന സമയത്ത്, ഇത് ഒരു വിമാനം പോലെ റൺവേയിൽ ഇറങ്ങുന്നു. ഭൂമിയുടെ ഉപരിതലത്തിൽനിന്ന് ഏറ്റവും അടുത്തുള്ള ഭ്രമണപഥം (താഴ്ന്ന പരിക്രമണപഥത്തിൽ/LOW EARTH ORBIT/

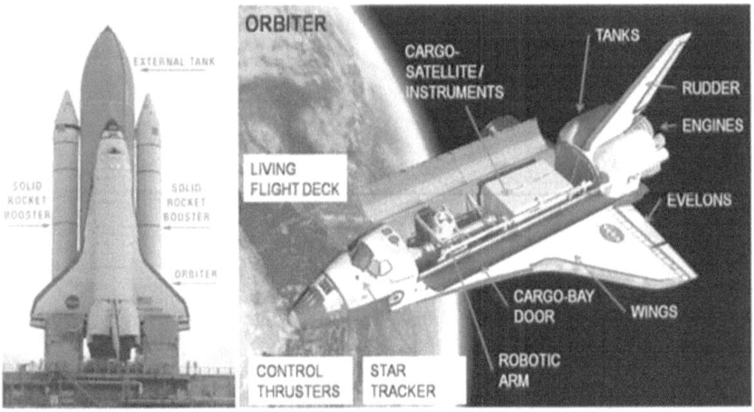

സ്പേസ് ഷട്ടിലിന്റെ ഭാഗങ്ങൾ

LEO) 27 ടൺ വരെ പേലോഡുകൾ വിക്ഷേപിക്കാൻ ഇതിന് കഴിയും. 16 ടൺ ഭാരമുള്ള ചരക്കുവസ്തുക്കളും മനുഷ്യരെയും ബഹിരാകാശ നിലയത്തിലേക്ക് കൊണ്ടുപോകാനും ഇതിന് കഴിയും. നിലയങ്ങളിൽ നിന്ന് ഭൂമിയിലേക്ക് സുരക്ഷിതമായി 14 ടൺ മനുഷ്യരെയും വസ്തുക്കളെയും തിരികെ കൊണ്ടുവരാനും പ്രാപ്തമായിരുന്നു സ്പേസ് ഷട്ടിൽ. ഒരു സ്പേസ് ഷട്ടിൽ ദൗത്യത്തിന്റെ ആകെവരുന്ന ചെലവ് ഏകദേശം 3,500 കോടി രൂപ ആണെന്ന് 2010 ലെ കണക്കുകളിൽനിന്ന് വ്യക്തമാകുന്നു.

30 വർഷത്തെ പ്രവർത്തന ചരിത്രത്തിൽ, 135 ദൗത്യങ്ങൾ ഷട്ടിൽ പൂർത്തിയാക്കി. 1250 ടൺ ത്രസ്റ്റ് ഉല്പാദിപ്പിക്കുന്ന, ലോകത്തിലെതന്നെ ഏറ്റവും വലിയ രണ്ട് ഖര ഇന്ധന റോക്കറ്റ് മോട്ടോറുകളും, ശീതീകരിച്ച (ക്രയോജനിക്/CRYOGENIC) ഇന്ധനം നിറച്ച പുറമേ ഘടിപ്പിച്ചിട്ടുള്ള ഒരു ടാങ്കും ആണ് സ്പേസ് ഷട്ടിലിനെ ബഹിരാകാശത്തെത്തിക്കുന്നത്. മേൽപ്പറഞ്ഞ ഓരോ ബൂസ്റ്ററുകളുടെ ത്രസ്റ്റ് ആയിരക്കണക്കിന് ആളുകളാൽ നിറഞ്ഞ കോച്ചുകൾ വലിക്കുന്ന 25 ട്രെയിൻ എഞ്ചിനുകൾക്ക് തുല്യമാണ്. ഷട്ടിലിന്റെ ദ്രവ ഇന്ധന എഞ്ചിൻ (LIQUID ENGINE) 525 ടൺ ത്രസ്റ്റ് ഉല്പാദിപ്പിക്കുന്നു.

ഷട്ടിലിന്റെ ക്രൂ കമ്പാർട്ട്മെന്റിൽ (വാസയോഗ്യമായ സ്ഥലം), അതിലെ യാത്രക്കാർക്ക് താമസിക്കാൻ കഴിയുന്ന രണ്ട് ഭാഗങ്ങൾ ഉണ്ട്. 'ഫ്ളൈറ്റ് ഡെക്ക്' എന്നും 'മിഡ് ഡെക്ക്' എന്നും അവ അറിയപ്പെടുന്നു. മൊത്തത്തിൽ 71 ഘനയളവ് വാസയോഗ്യമായ സ്ഥലം അതിനകത്തുണ്ട്.

അന്താരാഷ്ട്ര ബഹിരാകാശ നിലയത്തിലേക്കുള്ള യാത്രയിൽ അതിന്റെ പരിക്രമണ ഉയരം, ചെരിവ്, വേഗത എന്നിവ കണക്കാക്കി സ്പേസ് ഷട്ടിൽ സാധാരണയായി അവിടെയെത്താൻ 9 മിനിറ്റ് സമയം

വരെ ഭൂമിയിൽ നിന്നുമെടുക്കാം. പക്ഷേ, അവിടെയെത്തിയാൽ ഉടൻ തന്നെ ബഹിരാകാശനിലയത്തിൽ താൽക്കാലികമായി ഉറപ്പിച്ചുകൊണ്ടുള്ള ബന്ധിപ്പിക്കൽ (DOCKING) ചെയ്യാൻ കഴിയില്ല. ഈ പ്രക്രിയയിൽ നിലയത്തിന്റെ ഏതെങ്കിലും ഭാഗവുമായി അശ്രദ്ധമായ കൂട്ടിയിടി ഒഴിവാക്കാൻ ആവശ്യമായ എല്ലാ സുരക്ഷാ നടപടിക്രമങ്ങൾ/PROTOCOLS (പ്രോട്ടോക്കോളുകൾ) പാലിക്കേണ്ടതുണ്ട്. മുഴുവൻ ഡോക്കിംഗ് പ്രവർത്തനങ്ങളും നാല് ഘട്ടങ്ങളിലായാണ് നടത്തുന്നത്. തുടക്കത്തിൽ, നിശ്ചിത ദൂരത്തിൽ ഭ്രമണം ചെയ്യുന്ന ബഹിരാകാശ നിലയത്തിന് നേരെ അതേ ഭ്രമണപഥത്തിൽ അതേ വേഗതയിൽ ഷട്ടിൽ സഞ്ചരിക്കുന്നു. അടുത്ത ഘട്ടം ഷട്ടിലിന്റെ ഡോക്കിംഗ് സംവിധാനത്തിന്റെ (DOCKING PORT) ദിശ നിലയത്തിന്റെ നേർക്കുനേരെ വരുത്തുക എന്നതാണ്. മൂന്നാമത്തെ ഘട്ടത്തെ 'സോഫ്റ്റ് ക്യാപ്ചർ'/SOFT CAPTURE എന്ന് വിളിക്കുന്നു, അതിൽ ഷട്ടിലിന്റെ ഡോക്കിംഗ് പോർട്ട് നിലയത്തിന്റെ സംവിധാനവുമായി മൃദുവായി സംയോജിപ്പിക്കുന്നു. ഈ ഘട്ടത്തിൽ എന്തെങ്കിലും പ്രശ്നങ്ങൾ ശ്രദ്ധയിൽപ്പെട്ടാൽ, അത് പിൻവലിക്കാനും എളുപ്പത്തിൽ അകന്നുപോകാനും സാധിക്കുന്ന രീതിയിലാണ് ഇതിന്റെ സംവിധാനം. നാലാമത്തെയും അവസാനത്തെയും ഘട്ടത്തെ 'ഹാർഡ് ക്യാപ്ചർ'/HARD CAPTURE എന്ന് വിളിക്കുന്നു, അതിൽ ഡോക്കിംഗ് സമ്പർക്കമുഖത്തിനു ചുറ്റുമുള്ള രണ്ട് വസ്തുക്കൾക്കിടയിൽ ഉറച്ചതും ഇറുകിയതുമായ ലോക്ക് സ്ഥാപിച്ച് രണ്ടു ഭാഗങ്ങളും തമ്മിൽ ദൃഢമായി ബന്ധിപ്പിക്കുന്നു. ഈ മുഴുവൻ പ്രവർത്തനവും പൂർത്തിയാക്കാൻ വിക്ഷേപണം മുതൽ ഏകദേശം 24 മണിക്കൂർ എടുക്കുന്നു.

ഡിസ്കവറി 39 ദൗത്യങ്ങൾ, ചലഞ്ചർ 10 ദൗത്യങ്ങൾ, അറ്റ്ലാന്റിസ് 33 ദൗത്യങ്ങൾ, കൊളംബിയ 28 ദൗത്യങ്ങൾ, എൻഡവർ 25 ദൗത്യങ്ങൾ എന്നിങ്ങനെയാണ് അഞ്ച് ഷട്ടിലുകളുടെ ദൗത്യങ്ങളുടെ എണ്ണം. 1983 ഏപ്രിലിലെ 10 -ാമത്തെ യാത്രയിൽ ഉണ്ടായ സ്ഫോടനത്തിൽ ചലഞ്ചർ വാഹനവും 7 അംഗങ്ങളടങ്ങിയ മുഴുവൻ ജീവനക്കാരും നഷ്ടപ്പെട്ടു. അതുപോലെ, 2003 ജനുവരിയിൽ 28 -ാമത്തെ ദൗത്യത്തിനൊടുവിൽ തിരിച്ചിറങ്ങാൻ മിനുറ്റുകൾ ബാക്കിനിൽക്കെ കൊളംബിയ സ്പേസ് ഷട്ടിൽ അപകടത്തിൽ നഷ്ടപ്പെട്ടു.

സ്പേസ് ഷട്ടിലിന് ആവശ്യമായ വൈദ്യുതി ഉൽപ്പാദനത്തിനായി ഹൈഡ്രജനും ഓക്സിജനും സംയോജിപ്പിച്ച് ഊർജ്ജം ഉൽപ്പാദിപ്പിക്കുന്ന ഇന്ധന സെല്ലുകൾ ഉപയോഗിക്കുന്നു. ഇപ്രകാരം ഏകദേശം 21 കിലോവാട്ട് വൈദ്യുതി ഉൽപ്പാദിപ്പിക്കാൻ കഴിയും. ഈ പ്രക്രിയയുടെ ഉപോൽപ്പന്നമായി ലഭിക്കുന്ന വെള്ളം യാത്രികരുടെ ഉപഭോഗത്തിനായി ഉപയോഗിക്കുന്നു. സാധാരണയായി, ഭ്രമണപഥത്തിലെ ഉപഗ്രഹങ്ങളിൽ നേരിടുന്ന തകരാറുകൾ പരിഹരിക്കപ്പെടുന്നില്ല. കേടായ ഉപഗ്രഹത്തിന് പകരമായി മറ്റൊരു ഉപഗ്രഹം വിക്ഷേപിക്കുക എന്നതാണ് സാധാരണ രീതി. അതുപോലെ, ഒരു ഉപഗ്രഹം അതിന്റെ ആയുസ്സ് വർദ്ധിപ്പി

ക്കുന്നതിനായി ഭ്രമണപഥത്തിൽ ഇന്ധനം നിറയ്ക്കുന്നത് പ്രാവർത്തിക മായിരുന്നില്ല. പക്ഷേ, ഹബിൾ ദൂരദർശിനിക്കായി ഇത്തരം സംവിധാന ങ്ങൾ നാസ നടപ്പിലാക്കി. ഹബിൾ ദൂരദർശിനിയിലെ കേടായ ഭാഗങ്ങൾ നന്നാക്കാനും അതിന്റെ പ്രവർത്തന കാലയളവ് വർദ്ധിപ്പിക്കാനും സ്പേസ് ഷട്ടിൽ നന്നായി ഉപയോഗിക്കപ്പെട്ടു.

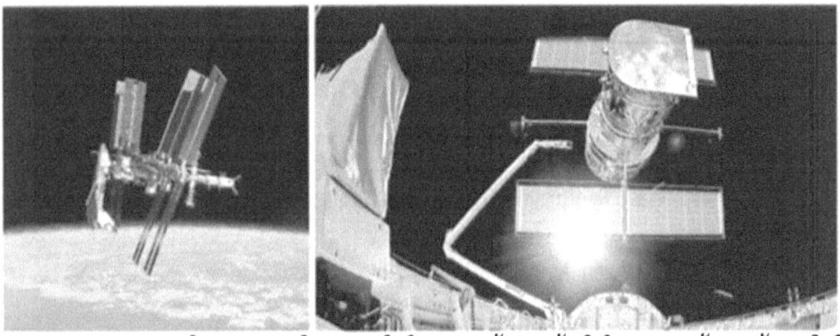

അന്താരാഷ്ട്ര ബഹിരാകാശ നിലയത്തിൽ ഡോക്ക് ചെയ്തിരിക്കുന്ന സ്പേസ് ഷട്ടിൽ (ഇടത്), സ്പേസ് ഷട്ടിൽ ഉപയോഗിച്ച് ഹബിൾസ് ദൂരദർശിനിയുടെ അറ്റകുറ്റപ്പണി ചെയ്യുന്നു (വലത്); image courtesy: NASA

ഹബിൾ ദൂരദർശിനി ഒരു പരിക്രമണ നിരീക്ഷണകേന്ദ്രമാണ്. പ്രപഞ്ചത്തിന്റെ ഉത്ഭവം, സൃഷ്ടിയും, പരിണാമവും, ഖഗോള വസ്തു ക്കളെപ്പറ്റിയുള്ള പഠനങ്ങളും, പോലുള്ള ജ്യോതിശാസ്ത്ര ഗവേഷണ ങ്ങൾ നടത്താൻ ഇത് ഉപയോഗിക്കുന്നു. 1990 ലാണ് ഇത് ഭ്രമണപഥ ത്തിൽ സ്ഥാപിക്കപ്പെട്ടത്. പ്രവർത്തനമാരംഭിച്ച ഏതാനും ആഴ്ചകൾ ക്കുള്ളിൽ, അതിന്റെ ഉയർന്ന വിദൂരസ്ഥലങ്ങളിൽനിന്നുള്ള പ്രകാശം സ്വീകരിക്കുന്ന സംവിധാനങ്ങളിലൊന്നിന്റെ വിന്യാസം തകരാറിലായി. ഇതുകാരണം ദൂരദർശിനി ഉപയോഗിക്കാനാകാതെയായി. പ്രശ്നം പരിഹ രിക്കാൻ സ്പേസ് ഷട്ടിൽ ഉപയോഗിക്കാൻ തീരുമാനിച്ചു. തകരാറിലായ ഭാഗങ്ങൾ ഭൂമിയിൽ നിർമ്മിക്കുകയും അവ മാറ്റിസ്ഥാപിക്കുന്നതിന് ബഹിരാകാശവാഹനം ദൂരദർശിനിയിലേക്ക് കൊണ്ടുപോകുകയും ചെയ്തു. 1993 ലാണ് ഹബിൾ ടെലിസ്കോപ്പിന്റെ ആദ്യ അറ്റകുറ്റപ്പണി നടന്നത്. ലഭ്യമായ ഏറ്റവും പുതിയ സാങ്കേതികവിദ്യകളിലേക്ക് നവീകരിക്കു ന്നതിന് ദൂരദർശിനിയുടെ ഭാഗങ്ങൾ പലതവണ മാറ്റേണ്ടതായി വന്നു. അത്തരം നിരന്തര ശ്രമങ്ങളിലൂടെ ഹബിൾ സ്ഥാപിക്കപ്പെട്ട് 30 വർഷങ്ങൾ ക്കിപ്പുറവും അത് നന്നായി പ്രവർത്തിക്കുകയും അമൂല്യമായ ശാസ്ത്രീയ വിവരങ്ങൾ നൽകുകയും ചെയ്യുന്നു. പുതിയ സംവിധാനങ്ങൾ ചേർക്കു ന്നതിനുള്ള ഹബിൾ ദൂരദർശിനിയിലേക്കുള്ള ഷട്ടിലിന്റെ അവസാന ദൗത്യം 2009 ലാണ് നടത്തിയത്. ഹബിളിൽ അത്തരം പ്രവർത്തനങ്ങൾ നടത്തുന്നതിനായി, ഷട്ടിൽ 570 കിലോമീറ്റർ ഉയരത്തിലുള്ള ഭ്രമണ പഥത്തിൽ എത്തേണ്ടതുണ്ട്. ഭൂമിയുടെ ഉപരിതലത്തിൽ നിന്ന് ഷട്ടിൽ സഞ്ചരിച്ച ഏറ്റവും കൂടിയ ഉയരം ഇതായിരുന്നു.

ഷട്ടിൽ 37 തവണ അന്താരാഷ്ട്ര ബഹിരാകാശ നിലയത്തിലേക്കും (INTERNATIONAL SPACE STATION - ISS) ഒമ്പത് തവണ മിർ നിലയത്തിലേക്കും അഞ്ച് തവണ ഹബിൾ ടെലിസ്കോപ്പിലേക്കും സഞ്ചരിച്ചിട്ടുണ്ട്. ബാക്കിയുള്ള യാത്രകൾ ഉപഗ്രഹങ്ങൾ വിക്ഷേപിക്കാനും ബഹിരാകാശത്ത് മൈക്രോഗ്രാവിറ്റി പരീക്ഷണങ്ങൾ നടത്താനും ഉപയോഗിച്ചു. ഷട്ടിൽ ദൗത്യങ്ങളിൽ പരമാവധി 66 വരെ ഉപഗ്രഹങ്ങൾ വിക്ഷേപിച്ചതായി രേഖപ്പെടുത്തിയിട്ടുണ്ട്. പ്രാരംഭ പരീക്ഷണങ്ങളിൽ രണ്ട് യാത്രക്കാർ മാത്രമേ ഉണ്ടായിരുന്നുള്ളൂ എങ്കിലും ഒരു യാത്രയിൽ പരമാവധി 8 യാത്രക്കാരെ വരെ വഹിച്ചിട്ടുണ്ട്. ഷട്ടിലിനു യാതൊരു ബാഹ്യ പിന്തുണയുമില്ലാതെ ബഹിരാകാശത്ത് തുടരാൻ കഴിയും എന്നത് ശ്രദ്ധേയമാണ്. ദൗത്യങ്ങൾക്കായും പരീക്ഷണങ്ങളുടെ ഭാഗമായും പരമാവധി 17 ദിവസം വരെ ഭ്രമണപഥത്തിൽ തങ്ങിയതായി കണക്കുകളുണ്ട്. അപ്രതീക്ഷിതമായ പ്രശ്നങ്ങൾ കാരണം നാല് തവണ ദൗത്യ ദൈർഘ്യം 2 ദിവസത്തിൽ താഴെയായി കുറച്ചു മടങ്ങേണ്ടിയും വന്നിട്ടുണ്ട്. പലപ്പോഴായി ബഹിരാകാശത്തേക്ക് പറക്കുന്ന സമയത്ത് 16 വ്യത്യസ്ത രാജ്യങ്ങളിൽ നിന്നുള്ള 355 ബഹിരാകാശയാത്രികരെ വഹിച്ചിട്ടുള്ള ഷട്ടിൽ ബഹിരാകാശത്തേക്ക് ഏറ്റവും കൂടുതൽ യാത്രക്കാരെ എത്തിക്കുന്നതിനുള്ള റെക്കോർഡ് ഇപ്പോഴും നിലനിർത്തുന്നു. 2003 കൊളംബിയ ദുരന്തത്തിനുശേഷം, ഷട്ടിൽ ദൗത്യങ്ങളുടെ കാര്യത്തിൽ നിരവധി അധിക സുരക്ഷാ നടപടിക്രമങ്ങൾ കൊണ്ടുവന്നു. അപകടത്തെപ്പറ്റിയുള്ള അന്വേഷണങ്ങളിൽ, വിക്ഷേപണ സമയത്ത് കൊളംബിയയിൽ നിന്ന് സെറാമിക് ടൈലുകൾ വീഴുന്നത് റെക്കോർഡ് ചെയ്ത ദൃശ്യങ്ങളിൽ വ്യക്തമായി കാണാം. അത്തരം ദുരന്തങ്ങളിൽ നിന്ന് ബഹിരാകാശയാത്രികരെ സംരക്ഷിക്കാൻ, ഓരോ ഷട്ടിൽ വിക്ഷേപണത്തോടൊപ്പം മറ്റൊരു ഷട്ടിൽ കൂടി വിക്ഷേപണത്തിനു സന്നദ്ധമായി നിൽക്കണം, ഒരുവേള ആദ്യ വിക്ഷേപണം പരിഹരിക്കാനാകാത്ത തകരാറുകളിൽ പെട്ടാൽ, ഉടൻതന്നെ രണ്ടാമത്തേത് ബഹിരാകാശയാത്രികരെ രക്ഷിക്കാൻ ഉടനടി വിക്ഷേപിക്കും. കൊളംബിയ ദുരന്തത്തിന് ശേഷം നടത്തിയ ഓരോ പന്ത്രണ്ട് ഷട്ടിൽ ദൗത്യങ്ങളിലും ഇതേ നടപടിക്രമം പിന്തുടർന്നിരുന്നു. എന്നാൽ പിന്നീടൊരിക്കൽപോലും ഇത്തരത്തിൽ തയ്യാറാക്കി നിർത്തിയ അടിയന്തര വാഹനം ഉപയോഗിക്കേണ്ടതിന്റെ ആവശ്യം വന്നിട്ടില്ല. ചലഞ്ചർ ദുരന്തത്തിനുശേഷം, കൂടുതൽ സുരക്ഷാ മാനദണ്ഡങ്ങളോട് കൂടി 15 വർഷത്തിനുള്ളിൽ 87 ഷട്ടിൽ ദൗത്യങ്ങൾ വിജയകരമായി നടത്തിയിരുന്നു.

2011 ൽ സ്പേസ് ഷട്ടിൽ, ദൗത്യങ്ങളിൽ നിന്ന് വിരമിച്ചപ്പോൾ, അവയിൽ മൂന്നെണ്ണം, അതായത് ഡിസ്കവറി, അറ്റ്ലാന്റിസ്, എൻഡവർ എന്നിവ പ്രവർത്തനക്ഷമമായിരുന്നു. എൻഡവറിന്റെ അവസാന ഷട്ടിൽ ദൗത്യം പൂർത്തിയാക്കാൻ 10000 കോടിയിലധികം ചെലവായതായി നാസ വൃത്തങ്ങൾ പറയുന്നു. സ്പേസ് ഷട്ടിലിന്റെ യഥാർത്ഥ പദ്ധതിയിൽ,

ആഴ്ചയിൽ ഒരു വിക്ഷേപണം എന്ന നിരക്ക് കൈവരിക്കാനാകുമെന്ന് വിഭാവനം ചെയ്തിരുന്നു. എന്നാൽ അതിന്റെ 30 വർഷത്തെ ദൗത്യങ്ങളിൽ, ശരാശരി വിക്ഷേപണ നിരക്ക് 2.5 മാസത്തിൽ ഒരിക്കൽ എന്നത് മാത്രമാണ്. 9 ദൗത്യങ്ങൾ നടത്താനായ 1985 ൽ ആയിരുന്നു പരമാവധി ദൗത്യങ്ങൾ നടന്നത്. രണ്ട് ദൗത്യങ്ങൾ അപകടത്തിൽ പ്പെട്ടതും, വിലയേറിയ ജീവനുകൾ നഷ്ടപ്പെട്ടതും, പുനരുപയോഗ ചെലവു കളുടെ കൂടുതലും ആണ് സ്പേസ് ഷട്ടിൽ ദൗത്യങ്ങൾ നിർത്തലാ ക്കാനുള്ള പ്രധാന കാരണങ്ങളായി നാസ ചൂണ്ടിക്കാണിക്കുന്നത്.

സോയൂസ്

1967 ഏപ്രിലിലാണ് റഷ്യ, മനുഷ്യരെ ബഹിരാകാശത്തെത്തിക്കാ നുള്ള ആദ്യത്തെ സോയൂസ് ദൗത്യം ആരംഭിച്ചത്. നിർഭാഗ്യവശാൽ, ആദ്യ ദൗത്യത്തിൽ തിരികെവരുമ്പോൾ പാരച്യൂട്ട് തുറക്കാത്തതിനാൽ ബഹിരാകാശയാത്രികൻ 'വ്ളാഡിമിർ കൊമറോവിന്റെ' ജീവൻ നഷ്ട പ്പെട്ടു. തുടർന്ന്, ഇതിൽ നിന്നുൾക്കൊണ്ട കാര്യങ്ങൾ ഉൾപ്പെടുത്തി സോയൂസിന്റെ രണ്ടാമത്തെ ദൗത്യമായ സോയൂസ് –3, 1968 ഒക്ടോബറിൽ വിജയകരമായി ദൗത്യം പൂർത്തിയാക്കി. 1971 ൽ, സോയൂസ് –11 ദൗത്യ ത്തിൽ വാതക ചോർച്ചയുണ്ടായി. ഇതിനുശേഷം, ഏകദേശം 5 പതിറ്റാ ണ്ടുകളായി മാരകമായ അപകടങ്ങളൊന്നും സോയൂസിന് ഉണ്ടായിട്ടില്ല. 50 വർഷത്തിനുള്ളിൽ 150 ഓളം ദൗത്യങ്ങൾ ഏറ്റെടുത്ത റഷ്യയുടെ സോ യൂസ് ബഹിരാകാശ യാത്രയ്ക്കുള്ള ഏറ്റവും വിശ്വസനീയമായ വാഹ നമായി വിശ്വസിക്കപ്പെടുന്നു. പേടകത്തിന്റെ പ്രാരംഭ രൂപകൽപ്പന ഈ വർഷങ്ങളിലെല്ലാം വലിയ മാറ്റങ്ങൾക്ക് വിധേയമായിട്ടില്ല എന്നതും പ്രാധാന്യമർഹിക്കുന്നതാണ്.

'യൂട്ടിലിറ്റി മൊഡ്യൂൾ (UTILITY MODULE)', 'ഡിസന്റ് മൊഡ്യൂൾ

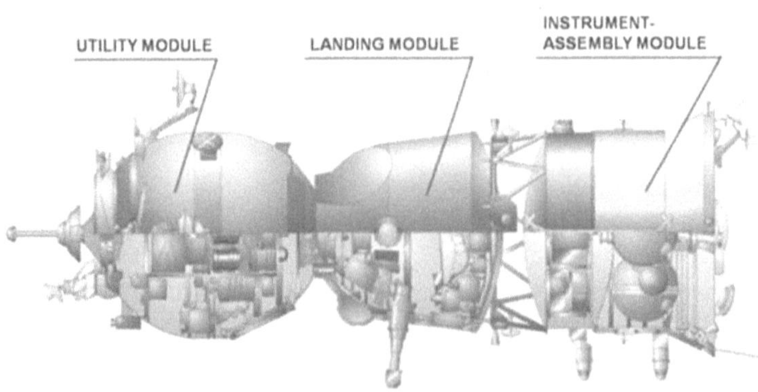

സോയൂസ് പേടകത്തിന്റെ പ്രധാന ഭാഗങ്ങൾ
(ഓർബിറ്റൽ മൊഡ്യൂൾ/ORBITAL MODULE)

(DESCENT / LANDING MODULE)', 'സർവീസ് മൊഡ്യൂൾ (SERVICE / INSTRUMENT ASSEMBLY MODULE)' എന്നിങ്ങനെ മൂന്ന് ഭാഗങ്ങളായാണ് സോയൂസ് നിർമ്മിച്ചിരിക്കുന്നത്. നടുവിലുള്ള 'ഡിസെന്റ് മൊഡ്യൂൾ' സുരക്ഷിതമായി ഭൂമിയിലേക്ക് മടങ്ങുന്നതിന് യാത്രികർ ഉപയോഗിക്കുന്നു. ബഹിരാകാശ നിലയങ്ങളോ മറ്റ് ഭ്രമണപഥത്തിലുള്ള ബഹിരാകാശ പേടകങ്ങളോ ഉപയോഗിച്ച് ഡോക്ക് ചെയ്യാൻ യൂട്ടിലിറ്റി മൊഡ്യൂൾ ഉപയോഗിക്കുന്നു. ഇലക്ട്രിക്കൽ സംവിധാനങ്ങൾ, ഇന്ധനവുമായി ബന്ധപ്പെട്ട മൊഡ്യൂളുകൾ (PROPULSION MODULE), എഞ്ചിനുമായി ബന്ധപ്പെട്ട സംവേദന സംവിധാനങ്ങൾ, ആശയവിനിമയ സംവിധാനങ്ങൾ, ഉപകരണ സംവിധാനങ്ങൾ തുടങ്ങിയവ സർവീസ് മൊഡ്യൂളിൽ അടങ്ങിയിരിക്കുന്നു.

മറ്റൊരു പേടകമോ നിലയമോ ബന്ധിപ്പിക്കാനുള്ള സമ്പർക്കമുഖവും (DOCKING PORT) അവശ്യ സംവേദന സംവിധാനങ്ങളും, ക്യാമറകളും ഓർബിറ്റൽ മൊഡ്യൂളിൽ സ്ഥിതിചെയ്യുന്നു. സോയൂസ് പേടകത്തിന്റെ ആകെ ഭാരം 7.5 ടൺ ആണ്. ഡിസെന്റ് മൊഡ്യൂളിനും സർവീസ് മൊഡ്യൂളിനും 3 ടൺ വീതം ഭാരമുണ്ട്. യൂട്ടിലിറ്റി മൊഡ്യൂളിന്റെ ഭാരം 1.5 ടണ്ണിൽ താഴെയാണ്. മൂന്ന് യാത്രക്കാർക്കു സഞ്ചരിക്കാവുന്ന ഡിസെന്റ് മൊഡ്യൂളിലെ ലഭ്യമായ വാസയോഗ്യമായ അളവ് ഏകദേശം 4 ഘനയളവാണ്. ഇത് ഒരു സ്ലീപ്പർ ക്ലാസ് റെയിൽവേ കോച്ചിൽ ഒരു യാത്രക്കാരന് ലഭ്യമായ സ്ഥലത്തെക്കാൾ കുറവാണ്. 250 കിലോഗ്രാം വരെ ചരക്ക് വസ്തുക്കൾ ബഹിരാകാശ നിലയങ്ങളിലേക്ക് കൊണ്ടുപോകാൻ ഇതിന് കഴിയും. വ്യക്തിപരമായ സാധനങ്ങൾ, ഭക്ഷണം, മറ്റ് ഉപഭോഗവസ്തുക്കൾ എന്നിവ ഇതിൽ ഉൾപ്പെടുത്താം. മടക്കയാത്രയിൽ, ബഹിരാകാശ നിലയത്തിൽ നിന്ന് ഭൂമിയിലേക്ക് 150 കിലോഗ്രാം വരെ വസ്തുക്കൾ വഹിക്കാൻ സോയൂസ് പേടകത്തിന് കഴിയും.

യാത്രയ്ക്കിടയിൽ യൂട്ടിലിറ്റി മൊഡ്യൂളിനും ഡിസെന്റ് മൊഡ്യൂളിനും ഇടയിൽ യാത്രികർക്ക് നീങ്ങാൻ കഴിയും. ഈ രണ്ട് മൊഡ്യൂളുകളും ഭൂമിയിലേതുപോലെ മർദ്ദം നിലനിർത്തിയ അവസ്ഥയിലാണ്. ബഹിരാകാശയാത്രികർക്ക് ഈ രണ്ട് മൊഡ്യൂളുകളിൽ ഏതിലെങ്കിലും താമസിക്കാനും ഗവേഷണ പ്രവർത്തനങ്ങൾ നടത്താനും കഴിയും. എന്നാൽ അവർക്ക് സർവീസ് മൊഡ്യൂളിൽ (വായു മർദ്ദം ഇല്ലാത്ത മൊഡ്യൂൾ) പ്രവേശിക്കാൻ കഴിയില്ല. ബഹിരാകാശവാഹനം നിലയവുമായി ബന്ധിപ്പിച്ചുകഴിഞ്ഞാൽ, ഡിസെന്റ് മൊഡ്യൂളിൽ നിന്നുള്ള യാത്രികർ യൂട്ടിലിറ്റി മൊഡ്യൂൾ വഴി നിലയത്തിൽ പ്രവേശിക്കുന്നു. ബഹിരാകാശവാഹനം നിലയവുമായി ബന്ധിപ്പിക്കുമ്പോൾ, ആ ഭാഗം തികച്ചും വായു കടക്കാത്തതായിരിക്കണം. ഒരു ചെറിയ ചോർച്ചയുണ്ടെങ്കിൽപോലും, ഓക്സിജനും മർദ്ദത്തിലുള്ള വായുവും ക്യാബിനുകളിൽ നിന്ന് ശൂന്യാകാശത്തേക്ക് പോകുകയും ശ്വസനത്തിന് ഓക്സിജന്റെ അഭാവം ഉണ്ടാകുകയും ചെയ്യും.

അന്താരാഷ്ട്ര ബഹിരാകാശ നിലയത്തിൽ നിന്നുള്ള സോയുസ് പേടകത്തിന്റെ ചിത്രം (ഇടത്), ദൗത്യത്തിന്റെ ഭാഗമായി സോയുസ് പേടകത്തിൽ യാത്ര ചെയ്യുന്നവർ (വലത്); image courtesy: NASA

മറ്റേതെങ്കിലും ബഹിരാകാശനിലയത്തിൽനിന്നോ പേടകത്തിൽ നിന്നോ 4 ദിവസം വരെ പിന്തുണയില്ലാതെ ബഹിരാകാശത്ത് പ്രവർത്തിക്കാനും പരീക്ഷണങ്ങൾ നടത്താനും സോയൂസിന് കഴിയും. തിരിച്ചിറങ്ങൽ സമയത്ത് വേഗത കുറയ്ക്കുന്നതിന് ആവശ്യമായ പാരച്യൂട്ട് സംവിധാനങ്ങൾ ഡിസെന്റ് മൊഡ്യൂളിൽ സ്ഥാപിച്ചിരിക്കുന്നു. അതുപോലെ, വീണ്ടും ഭൂമിയുടെ അന്തരീക്ഷത്തിലേക്ക് പ്രവേശിക്കുമ്പോൾ ഉണ്ടാകുന്ന ചൂടിൽ നിന്ന് പേടകത്തെയും യാത്രക്കാരെയും സംരക്ഷിക്കാൻ ആവശ്യമായ താപ സംരക്ഷണ സംവിധാനങ്ങൾ ഡിസെന്റ് മൊഡ്യൂളിൽ സജ്ജീകരിച്ചിട്ടുണ്ട്.

തിരിച്ചിറക്കലിന് ഒരാഴ്ച മുമ്പ്, രക്ഷാപ്രവർത്തനങ്ങൾക്ക് സജ്ജമാക്കി നിർത്തിയിട്ടുള്ള സംഘങ്ങൾ (RESCUE AND RECOVERY TEAM) ദൗത്യത്തിന് അനുമതി നൽകുന്നതിന് മുൻപുതന്നെ മുൻകൂട്ടി നിശ്ചയിക്കുന്ന തിരിച്ചിറങ്ങേണ്ടുന്ന സ്ഥാനം പരിശോധിക്കുന്നു. റഷ്യൻ വിക്ഷേപണ കേന്ദ്ര പ്രദേശത്തിന് ചുറ്റുമായി സമുദ്രങ്ങളും വലിയ ജലാശയങ്ങളും ലഭ്യമല്ലാത്തതും, വിശാലമായ ജനവാസമില്ലാത്ത ഭൂപ്രദേശത്തിന്റെ ലഭ്യതയും കാരണം, സോയൂസ് കരയിൽ ഇറങ്ങാൻ വേണ്ടുന്ന രീതിയിലാണ് രൂപകൽപ്പന ചെയ്തിരിക്കുന്നത്. സാധാരണയായി സോയൂസ് 'കസാക്കിസ്ഥാൻ' പ്രദേശത്താണ് തിരിച്ചിറങ്ങുന്നത്.

ഇതിനുവേണ്ടി നിരന്ന പ്രദേശം തെരഞ്ഞെടുക്കുന്നു, അതോടൊപ്പം തിരിച്ചിറങ്ങുന്നതിനുള്ള തീയതിയും സമയവും അന്തിമമായി തീരുമാനിക്കപ്പെട്ടാൽ പുറത്തുനിന്നുള്ളവർ ഈ പ്രദേശത്ത് പ്രവേശിക്കുന്നത് തടയുന്നു. ഇറങ്ങേണ്ടുന്ന നടപടിക്രമങ്ങൾ, ആ സമയത്ത് നടപ്പിലാക്കേണ്ട കാര്യങ്ങൾ എന്നിവയെക്കുറിച്ച് ഗ്രൗണ്ട് കൺട്രോൾ സംഘങ്ങൾ പേടകത്തിലെ യാത്രികരെ ധരിപ്പിക്കുന്നു. ഇറക്കുന്നതിനിടെ ബഹിരാകാശ പേടകത്തിന് നിയന്ത്രണം നഷ്ടപ്പെട്ടാൽ എടുക്കേണ്ടുന്ന അടിയന്തര നടപടിക്രമങ്ങളും ഒരിക്കൽക്കൂടി ഓർമ്മിപ്പിക്കുന്നു. മടക്കത്തിലും ഭൂമിയുടെ അന്തരീക്ഷത്തിലേക്കുള്ള പുനഃപ്രവേശന

ഘട്ടത്തിലും യാത്രികർ അവരുടെ ബഹിരാകാശ സ്യൂട്ടുകൾ ധരിച്ചിരിക്കണം.

ബഹിരാകാശനിലയത്തിൽ നിന്ന് വിടുതൽ (UNDOCK) ചെയ്ത ശേഷം, നിയുക്ത തിരിച്ചിറങ്ങുന്നതിനുള്ള സ്ഥലത്ത് സോയൂസ് ഇറങ്ങാൻ ഏകദേശം 4 മണിക്കൂർ വരെ സമയം എടുക്കും. വിടുതൽ പ്രവർത്തനം പൂർത്തിയാക്കാൻ ഏകദേശം 3 മുതൽ 5 മിനിറ്റ് വരെ എടുക്കുന്നു. ഡോക്കിംഗ് സമ്പർക്കം മുഖങ്ങളിൽനിന്നുള്ള പരിപൂർണ്ണ വിടുതൽ നിരീക്ഷണ ക്യാമറകളിൽനിന്നുള്ള ദൃശ്യ ചിത്രങ്ങൾ ഉപയോഗിച്ച് സ്ഥിരീകരിക്കുന്നു. രണ്ട് വസ്തുക്കളും ഒരേ വേഗതയിൽ നീങ്ങുമ്പോൾ കൂറ്റൻ ബഹിരാകാശ നിലയവും കുറഞ്ഞ പിണ്ഡമുള്ള സോയൂസ് പേടകവും പരസ്പരം വേർപെടുത്തുന്നു. അതിന്റെ കുറഞ്ഞ പിണ്ഡം കാരണം, സംവേഗശക്തി സംരക്ഷണ നിയമമനുസരിച്ച് പേടകത്തിന്റെ വേഗത പെട്ടെന്ന് വർദ്ധിക്കുകയും, അവതമ്മിൽ കൂട്ടിയിടിക്കാനുള്ള സാധ്യത കൂടുകയും ചെയ്യുന്നു. ഇത് ഒഴിവാക്കാനായി, പേടകത്തിന്റെ വേഗത കുറയ്ക്കുന്നതിന് ഡോക്കിംഗ് സംവിധാനങ്ങളിൽ 'എജക്ഷൻ സ്പ്രിംഗുകൾ' ഘടിപ്പിച്ചിരിക്കുന്നു. ഡോക്ക് ചെയ്തിരിക്കുന്ന സമയം നിലയത്തോടൊപ്പം മണിക്കൂറിൽ 25000 കിലോമീറ്റർ വേഗതയിൽ

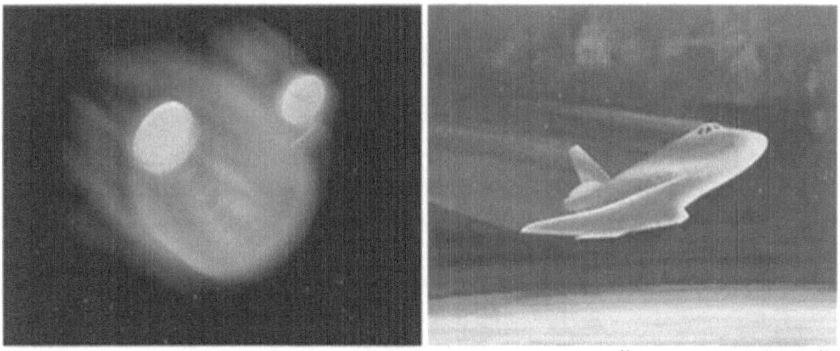

ഭൂമിയുടെ അന്തരീക്ഷത്തിലൂടെ തിരിച്ചിറങ്ങുന്ന സോയൂസ് പേടകവും (ഇടത്), സ്പേസ് ഷട്ടിലും (വലത്). താപ സംരക്ഷണ കവചങ്ങൾ ഇവയെ സുരക്ഷിതമായി ഭൂവുപരിതലത്തിലെത്തിക്കുന്നു; image courtesy: NASA

സഞ്ചരിക്കുന്ന പേടകം വേർപെട്ടയുടൻ വേഗതകുറഞ്ഞ് അവയ്ക്കുതമ്മിൽ മണിക്കൂറിൽ ഏകദേശം 360 കിലോമീറ്റർ ആപേക്ഷിക വേഗതയാകുന്നു. ഇത്തരത്തിൽ ബഹിരാകാശനിലയത്തിൽ നിന്ന് ആവശ്യത്തിന് അകന്നുപോയതിനുശേഷം, പേടകത്തിലെ ത്രസ്റ്ററുകൾ അതിന്റെ പ്രവേഗം പരിക്രമണ വേഗതയിൽ നിന്ന് കുറയ്ക്കുകയും, ഇതുകാരണം പേടകം അന്തരീക്ഷത്തിലൂടെ ഭൂമിയുടെ ഉപരിതലത്തിലേക്ക് സഞ്ചരിക്കാൻ തുടങ്ങുകയും ചെയ്യുന്നു.

ഏകദേശം 120 കിലോമീറ്റർ ഉയരത്തിൽ വച്ച് മൂന്ന് മൊഡ്യൂളുകളും പരസ്പരം വേർപ്പെടുന്നു. 'സ്ഫോടക വസ്തുക്കൾ കൊണ്ട് നിറഞ്ഞി

രിക്കുന്ന, രണ്ടു ഭാഗങ്ങൾ ബന്ധിപ്പിക്കാവുന്ന ബോൾട്ടുകൾ (PYROBOLTS) ഉപയോഗിച്ചാണ് മൂന്ന് മൊഡ്യൂളുകൾ പരസ്പരം ബന്ധിപ്പിച്ചിരിക്കുന്നത്. ഉചിതമായ വൈദ്യുത സിഗ്നലുകൾ ഉപയോഗിച്ച് അവ സജീവമാകുമ്പോൾ, പൊട്ടുകയും മൊഡ്യൂളുകൾ തമ്മിലുള്ള ബന്ധം വേർപെടുകയും ചെയ്യുന്നു, ഡിസെന്റ് മൊഡ്യൂൾ ഒഴികെ, മറ്റ് രണ്ട് മൊഡ്യൂളുകൾ, അതായത് യൂട്ടിലിറ്റി മൊഡ്യൂളും സർവീസ് മൊഡ്യൂളും അന്തരീക്ഷത്തിൽ ഇറങ്ങുന്ന ഘട്ടത്തിൽ കത്തിനശിക്കുന്നു. ബഹിരാകാശ നിലയത്തിൽ നിന്ന് ശേഖരിച്ച മാലിന്യങ്ങൾ ഈ മൊഡ്യൂളുകൾക്കൊപ്പം കത്തിക്കുകയാണ് പതിവ് രീതി. ഭൗമാന്തരീക്ഷത്തിലൂടെ തിരിച്ചിറങ്ങുമ്പോൾ സുരക്ഷിതമായ യാത്ര സാധ്യമാക്കുന്ന വിധത്തിലാണ് പേടകത്തിന്റെ ആകൃതി രൂപകൽപ്പന ചെയ്തിരിക്കുന്നത്. ഭൂമിയുടെ പ്രതലത്തിലേക്കുള്ള ഇറക്കത്തിന്റെ തുടക്കത്തിൽ, ഇതിന്റെ വേഗത മണിക്കൂറിൽ 28000 കിലോമീറ്ററാണ്. നിലംതൊടുന്ന സമയത്ത് ഇത്

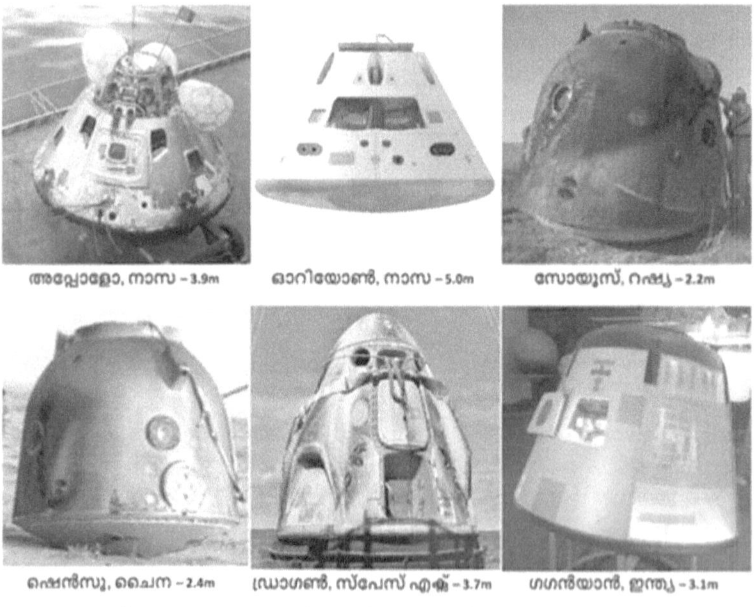

മനുഷ്യ ബഹിരാകാശ ദൗത്യങ്ങൾക്കായി ഉപയോഗിക്കുന്ന പേടകങ്ങളും അവയുടെ ഉയരവും

സെക്കൻഡിൽ 4 മീറ്ററിൽ താഴെയായി കുറയുന്നു. പ്രവേഗം കുറയ്ക്കുന്നതിന്റെ പ്രധാന കാരണം പേടകത്തിനും അന്തരീക്ഷ വായുവിനും ഇടയിലുള്ള ഘർഷണ ശക്തിയാണ്. ഇതിനെ 'ഡ്രാഗ് ഫോഴ്സ്' (DRAG

FORCE) എന്ന് വിളിക്കുന്നു. ഈ ശക്തി പേടകത്തിന്റെ ചലനത്തെ എതിർക്കുകയും അതുവഴി അതിന്റെ വേഗത കുറയ്ക്കുകയും ചെയ്യുന്നു. ചുരുങ്ങിയ സമയത്തിനുള്ളിൽ വലിയ തോതിൽ വേഗത കുറയ്ക്കുന്നത് വളരെ ഉയർന്ന തലത്തിൽ എതിർദിശയിലേക്കുള്ള പ്രവേഗം ഉണ്ടാകാൻ കാരണമാകുന്നു. ഇത് യാത്രികർ അനുഭവിക്കുന്ന ഗുരുത്വാകർഷണ പ്രവേഗം (G-FORCE LEVEL) വർദ്ധിപ്പിക്കും. സാധാരണ തങ്ങളുടെ ഭാരത്തിന്റെ 4 മടങ്ങ് ജി ഫോഴ്സ് ലെവൽ വരെ യാത്രികർ അനുഭവിക്കാറുണ്ട്. അത്തരം സാഹചര്യങ്ങളിൽ, അവരുടെ ശരീരത്തിലും തലയിലും കടുത്ത ഭാരം അനുഭവപ്പെടും. അവരുടെ കൈത്തണ്ടയിലെ വാച്ചുകൾക്ക് പോലും നിരവധി കിലോഗ്രാം ഭാരമുണ്ടെന്ന് തോന്നാം.

തിരിച്ചിറക്കത്തിന്റെ ഓരോ ഘട്ടങ്ങളായി നോക്കിയാൽ, തുടക്കത്തിൽ വേഗത മണിക്കൂറിൽ 28,000 കിലോമീറ്ററിൽ നിന്ന് മണിക്കൂറിൽ 900 കിലോമീറ്ററായി കുറയുന്നു. തുടർന്ന് പാരച്യൂട്ടുകൾ ഉപയോഗിച്ച് അതിന്റെ വേഗത മണിക്കൂറിൽ 25 കിലോമീറ്ററായി വീണ്ടും കുറയുന്നു. നിലംതൊടുമ്പോളുണ്ടാകുന്ന ആഘാതം കുറയ്ക്കാൻ ഇരിപ്പിടങ്ങൾക്കടിയിലെ ഷോക്ക് അബ്സോർബറുകൾ സഹായിക്കുന്നു. പേടകം ഭൂമിയിൽ നിന്ന് 3 അടി ഉയരത്തിൽ എത്തുമ്പോൾ, തിരിച്ചിറങ്ങുന്നതിനുള്ള ത്രസ്റ്ററുകൾ ഉപയോഗിച്ച് മണിക്കൂറിൽ 5 കിലോമീറ്റർ വേഗത കുറയ്ക്കുകയും നിലംതൊടുന്നതിന് മുമ്പ്, പരിക്കുകൾ ഉണ്ടാകാതിരിക്കാൻ യാത്രികർ ഇരിക്കേണ്ട രീതി നിർവചിക്കപ്പെട്ടിട്ടുണ്ട്. ഏതെങ്കിലും ലോഹ ഭാഗങ്ങളിൽ തട്ടാനുള്ള സാധ്യത പരമാവധി ഒഴിവാക്കണം. തിരിച്ചിറങ്ങുന്ന സമയത്ത് അവർ സംസാരിക്കുന്നത് അനുവദനീയമല്ല, നാവ് പല്ലുകൾക്കിടയിൽ വരാതിരിക്കാൻവേണ്ടിയാണ് ഇത്. നിലംതൊട്ടയുടൻ, പാരച്യൂട്ടുകൾ പേടകത്തിൽ നിന്ന് വേർപെടുത്തണം. അല്ലാത്ത പക്ഷം, കാറ്റ് കാരണം പേടകത്തെ പാരച്യൂട്ടുകൾ വലിച്ചിഴയ്ക്കും. പേടകത്തിനുള്ളിൽ ഇരിക്കുന്ന യാത്രക്കാർക്ക് അത് അപകടമാണ്.

നാസയുടെ ബഹിരാകാശവാഹനത്തിന് സമാനമായ പുനരുപയോ

1989 ലെ പാരീസ് എയർ ഷോയിൽ പ്രദർശിപ്പിച്ച ബ്യൂറാൻ, An225 വിമാനത്തിൽ (ഇടത്), വിക്ഷേപണത്തിന് തയ്യാറായ എനെർജിയ ബ്യൂറാൻ, അതിനായി പ്രവർത്തിച്ച ജീവനക്കാരോടൊപ്പം (വലത്)

ഗിക്കാവുന്ന ബഹിരാകാശ വാഹനം റഷ്യയും വികസിപ്പിച്ചിരുന്നു. 'എനർജിയ ബുറാൻ' എന്നാണ് ഇത് അറിയപ്പെട്ടിരുന്നത്. ഭ്രമണപഥത്തിലേക്ക് 100 ടൺ വസ്തുക്കൾ വരെ വഹിക്കാൻ ഇത് പ്രാപ്തമായിരുന്നു. 1993 ൽ ഔദ്യോഗികമായി അവസാനിപ്പിച്ച പദ്ധതിയുടെ ഭാഗമായി, 1988 ൽ ഒരിക്കൽ മാത്രമാണ് ഇത് പരീക്ഷണാടിസ്ഥാനത്തിൽ ഭ്രമണപഥത്തിലെത്തിച്ചത്. ബഹിരാകാശത്തേക്ക് യാത്രികരെ കൊണ്ടുപോകുന്നതിനുള്ള ചെലവ് സോയൂസിലും ബ്യുറാൻ വാഹനങ്ങളിലും ഏതാണ്ട് സമാനമായിരുന്നു. 3 പേരെ ബഹിരാകാശ നിലയത്തിലേക്ക് കൊണ്ടുപോകുന്ന ഒരു സോയൂസ് ദൗത്യത്തിന് ആളൊന്നിന് 300 കോടിയിലധികം ചെലവാകുന്നു എന്നാണ് കണക്ക്.

ദി ഡ്രാഗൺ - സ്പേസ് എക്സ്

2011 ൽ സ്പേസ് ഷട്ടിൽ വിരമിച്ച ശേഷം, ബഹിരാകാശ നിലയത്തിലേക്ക് ഗവേഷകരെയും, യാത്രക്കാരെയും, ചരക്കുസാധനങ്ങളും കൊണ്ടുപോകുന്നതിനുള്ള വാഹനങ്ങൾ വികസിപ്പിക്കാൻ നാസ സ്വകാര്യ ബഹിരാകാശ കമ്പനികളെ സമീപിച്ചു. വ്യവസായപ്രമുഖനായ 'എലോൺ മാസ്കിന്റെ' സ്പേസ് എക്സ് കമ്പനി വികസിപ്പിച്ച ഒരു ബഹിരാകാശ യാത്രാ പേടകമാണ് 'ഡ്രാഗൺ.' ഈ പേടകത്തിന്റെ ഒരു വകഭേദം 2012 മുതൽ ഐ എസ് എസിലേക്കുള്ള ചരക്കുവിതരണ ദൗത്യങ്ങൾക്കായി ഉപയോഗിക്കുന്നു. ഇതുവരെ 25 ചരക്കുദൗത്യങ്ങൾ പൂർത്തിയാക്കിയ ഡ്രാഗൺ മനുഷ്യരെ ബഹിരാകാശത്തേക്ക് കൊണ്ടുപോകാനും അവരെ സുരക്ഷിതമായി ഭൂമിയിലേക്ക് തിരികെ കൊണ്ടുവരാനും ഡ്രാഗൺ -2 എന്നപേരിൽ പരിഷ്കരിച്ചു.

ബഹിരാകാശ നിലയത്തിന്റെ പിന്തുണയോടെ, ഇതിന് 210 ദിവസം വരെ ബഹിരാകാശത്ത് തുടരാനാകും. 9 ടൺ ഭാരമുള്ള ഡ്രാഗൺ ബഹിരാകാശ നിലയത്തിലേക്ക് 6 ടൺ വരെ വസ്തുക്കൾ കൊണ്ടുപോകാനും ബഹിരാകാശത്ത് നിന്ന് ഭൂമിയിലേക്ക് 3 ടൺ വസ്തുക്കൾ തിരികെക്കൊണ്ടുവരാനും കഴിയുന്നവിധത്തിലാണ് രൂപകൽപ്പന ചെയ്തിരിക്കുന്നത്. ഇതിന് 7 യാത്രികരെ വഹിക്കാനുള്ള ശേഷിയുണ്ട്. എന്നാൽ നാസ ഒരേസമയം 4 അംഗങ്ങൾക്ക് മാത്രമേ ഇതുവരെ യാത്രയ്ക്ക് അംഗീകാരം നൽകിയിട്ടുള്ളൂ. ഡ്രാഗണിന്റെ ആദ്യത്തെ മനുഷ്യ ദൗത്യത്തിൽ 2020 മെയ് മാസത്തിൽ രണ്ട് ബഹിരാകാശയാത്രികരെ വഹിച്ച്, അമേരിക്കൻ മണ്ണിൽ നിന്ന് 10 വർഷത്തിന് ശേഷം മനുഷ്യ ബഹിരാകാശ ദൗത്യത്തിന്റെ ആദ്യ വിക്ഷേപണം നടന്നു. രണ്ടാമത്തെ ദൗത്യത്തിൽ 4 ബഹിരാകാശയാത്രികരെ വഹിച്ച് ഡ്രാഗൺ -2 ബഹിരാകാശനിലയത്തിലെത്തി. 2022 മാർച്ച് വരെ നാല് ദൗത്യങ്ങൾ പൂർത്തിയാക്കുകയും അഞ്ചാമത് യാത്രികരെയും വഹിച്ച് അന്താരാഷ്ട്ര ബഹിരാകാശ നിലയത്തിലെത്തിയ ഡ്രാഗൺ ഏപ്രിൽ 2022 ഓടുകൂടി ഭൂമിയിൽ മടങ്ങിയെത്തി എന്ന് നാസ വൃത്തങ്ങൾ വ്യക്തമാക്കുന്നു. ഈ

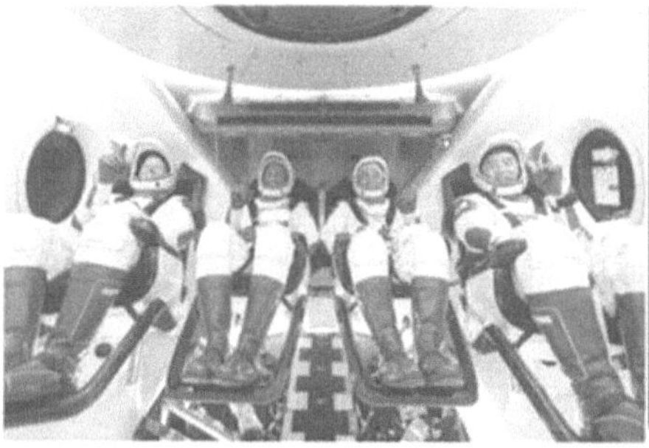

സ്പേസ് എക്സിന്റെ ഡ്രാഗൺ പേടകത്തിൽ അന്താരാഷ്ട്ര ബഹിരാകാശനിലയത്തിലേക്കുള്ള യാത്രയിൽ, സഞ്ചാരികൾ (ഇടത്), നിലയത്തിൽ ഡോക്ക് ചെയ്തിരിക്കുന്ന പേടകം (വലത്)

പേടകത്തിന്റെ വ്യാസം 4 മീറ്ററും ഉയരം 3.7 മീറ്ററുമാണ്. പേടകത്തിനുള്ളിൽ വാസയോഗ്യമായ സ്ഥലം 9.3 ഘനയളവാണ്. സോയൂസ് പേടകത്തിൽ നിന്ന് വ്യത്യസ്തമായി, ഈ പേടകം പല ആവർത്തി വീണ്ടും ഉപയോഗിക്കാനാകും എന്നത് ഇതിന്റെ പ്രത്യേകതയാണ്. വിക്ഷേപണത്തറയിൽ അടിയന്തര സാഹചര്യങ്ങളുണ്ടായാൽ, അല്ലെങ്കിൽ വിക്ഷേപണ വാഹനം ഉയരുന്ന സമയത്ത് അപകടസാധ്യത കണ്ടെത്തിയാൽ യാത്രികരെ സംരക്ഷിക്കാൻ സംവിധാനവും (CREW ESPAPE) ക്രമീകരിച്ചിട്ടുണ്ട്. കരഭൂമിയിൽ സ്പർശിക്കാൻ രൂപകൽപ്പന ചെയ്തിട്ടുള്ള സോയൂസ് പേടകത്തിൽ നിന്ന് വ്യത്യസ്തമായി, ഡ്രാഗൺ പേടകം മടക്കയാത്രയിൽ കടലിൽ ഇറക്കാനാണ് രൂപകൽപ്പന ചെയ്തിരിക്കുന്നത്.

അമേരിക്കയ്ക്കും റഷ്യക്കും പുറമെ ചൈനയും വിജയകരമായി ഈ സാങ്കേതികവിദ്യ പ്രദർശിപ്പിക്കുകയും, മനുഷ്യ ബഹിരാകാശ വാഹനങ്ങളും, പേടകങ്ങളും, വികസിപ്പിക്കുകയും ചെയ്തു. അമേരിക്കയിലെ പല സ്വകാര്യ കമ്പനികളും മനുഷ്യ ബഹിരാകാശ യാത്രയ്ക്കായി വ്യത്യസ്ത തരം ബഹിരാകാശ വാഹനങ്ങൾ വികസിപ്പിക്കുന്നുണ്ട്. ഇന്ത്യൻ ബഹിരാകാശ ഗവേഷണ കേന്ദ്രം (ഐ എസ് ആർ ഒ) മനുഷ്യ ബഹിരാകാശ യാത്രയ്ക്കായി 'ഗഗൻയാൻ' എന്ന ദൗത്യത്തിനുവേണ്ടിയുള്ള സാങ്കേതികവിദ്യകളും വിക്ഷേപണവാഹനവും വികസിപ്പിക്കുന്നുണ്ട്.

സ്പേസ് സ്യൂട്ടുകൾ

ബഹിരാകാശത്തേക്ക് യാത്ര പോകുമ്പോൾ ധരിക്കേണ്ട വസ്ത്രം അഥവാ വായൂനിബന്ധരക്ഷാകവചം (സ്പേസ് സ്യൂട്ടുകൾ/SPACE

SK-1 space suit

Berkut space suit

Yastreb space suit

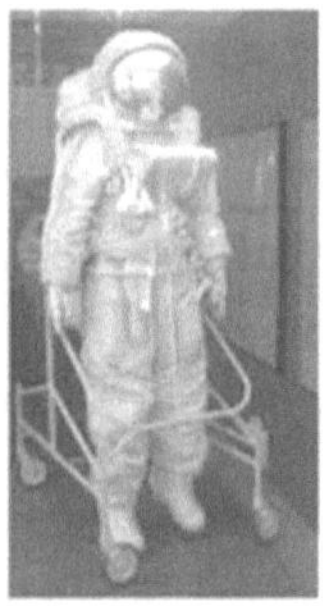
Krechet space suit

Strizh space suit

Sokol-KV2 space suit

Orlan-MK space suit

റഷ്യൻ സ്പേസ് സ്യൂട്ടുകളുടെ പരിണാമം

Manned Orbital Laboratory MH-7 space suit

Apollo/Skylab space suit

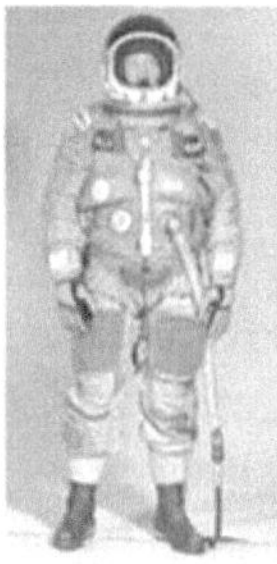
Shuttle Ejection Escape Suit

Shuttle Flight Suit

Launch Entry Suit

Advance Crew Escape Suit

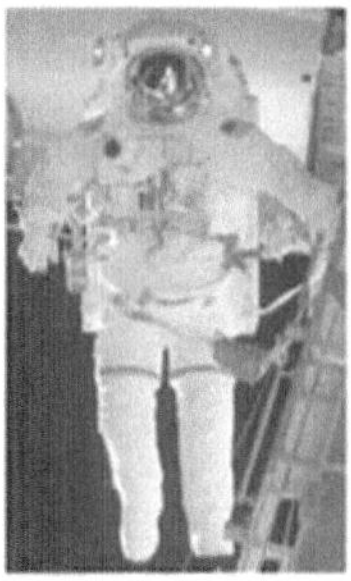
EVA Suit with Extravehicular Mobility Unit

Orion Suit, Artemis

അമേരിക്കൻ സ്പേസ് സ്യൂട്ടുകൾ ഇതുവരെ

SUITS), നമ്മൾ ഭൂമിയിൽ ധരിക്കുന്ന സാധാരണ വസ്ത്രങ്ങളിൽ നിന്ന് വളരെ വ്യത്യസ്തമാണ്. ബഹിരാകാശയാത്രികരെ അവിടുത്തെ താപ നില, മർദ്ദം, വികിരണം എന്നിവയുൾപ്പെടെയുള്ള കഠിനമായ പാരിസ്ഥി തിക സാഹചര്യങ്ങളിൽ നിന്ന് സംരക്ഷിക്കുന്നതിന് ഇവ അത്യന്താ പേക്ഷിതമാണ്.

നമ്മുടെ ശരീരം ഭൂമിയിലേതുപോലുള്ള അന്തരീക്ഷത്തിൽ ജീവി ക്കാനാണ് വ്യവസ്ഥ ചെയ്തിരിക്കുന്നത്. പ്രത്യേകിച്ചും നമുക്ക് ചുറ്റുമുള്ള അന്തരീക്ഷത്തിലെ മർദ്ദം എപ്പോഴും ശരീരത്തിന്റെ മർദ്ദത്തിന് അടുത്തായിരിക്കണം. അന്തരീക്ഷ മർദ്ദം ഉയർന്നാൽ ശരീരം ഞെരുങ്ങു കയും ആന്തരിക അവയവങ്ങൾ തകരാറിലാവുകയും ചെയ്യുന്നു, മറിച്ച് മർദ്ദം കുറയുകയാണെങ്കിൽ, രക്തം പോലുള്ള ശരീര ദ്രാവകങ്ങൾ ഞര മ്പുകളിൽ നിന്ന് പൊട്ടി പുറത്തുവരുകയും ചെയ്യും. മർദ്ദം 0.3 അന്തരീക്ഷ (ATM/അറ്റ്മോസ്ഫിയർ) ത്തിൽ താഴെയാണെങ്കിൽ ആന്തരിക അവയവ ങ്ങൾ പ്രവർത്തനരഹിതമാകുകയും ചെയ്യുന്നു എന്ന് പഠനം വ്യക്തമാക്കുന്നു. ഭൂമിയുടെ ഉപരിതലത്തിൽനിന്നു 19 കിലോമീറ്റർ ഉയരത്തിൽ, അന്തരീക്ഷമർദ്ദം അതിന്റെ ഉപരിതല മൂല്യത്തിന്റെ 8% ൽ

താഴെയായി മാറുന്നു. ആ സമ്മർദ്ദത്തിൽ, ഞരമ്പുകളിൽ രക്തം താപനില ഉയരാതെ തന്നെ തിളയ്ക്കാൻ തുടങ്ങും. ഈ ഉയരത്തെ 'ആംസ്ട്രോംഗ് അതിർത്തി' എന്ന് വിളിക്കുന്നു. യാത്രികർ ബഹിരാകാശത്തേക്ക് സഞ്ചരിക്കുമ്പോൾ, ചുറ്റുമുള്ള താപനിലയുടെയും മർദ്ദത്തിന്റെയും വ്യതിയാനങ്ങളിൽ നിന്ന് അവരെ സംരക്ഷിക്കുന്നതിന് പ്രത്യേക സ്പേസ് സ്യൂട്ടുകൾ ആവശ്യമാണ്. ഈ സ്യൂട്ടുകൾ രൂപകൽപ്പന ചെയ്തിരിക്കുന്നത് അവരുടെ ശരീരത്തിന് ചുറ്റുമുള്ള മർദ്ദം എപ്പോഴും സഹനീയമായ പരിധിക്കുള്ളിൽ നിലനിർത്താനാണ്.

ബഹിരാകാശയാത്രികർക്ക് പേടകത്തിനുള്ളിലും പുറത്തും

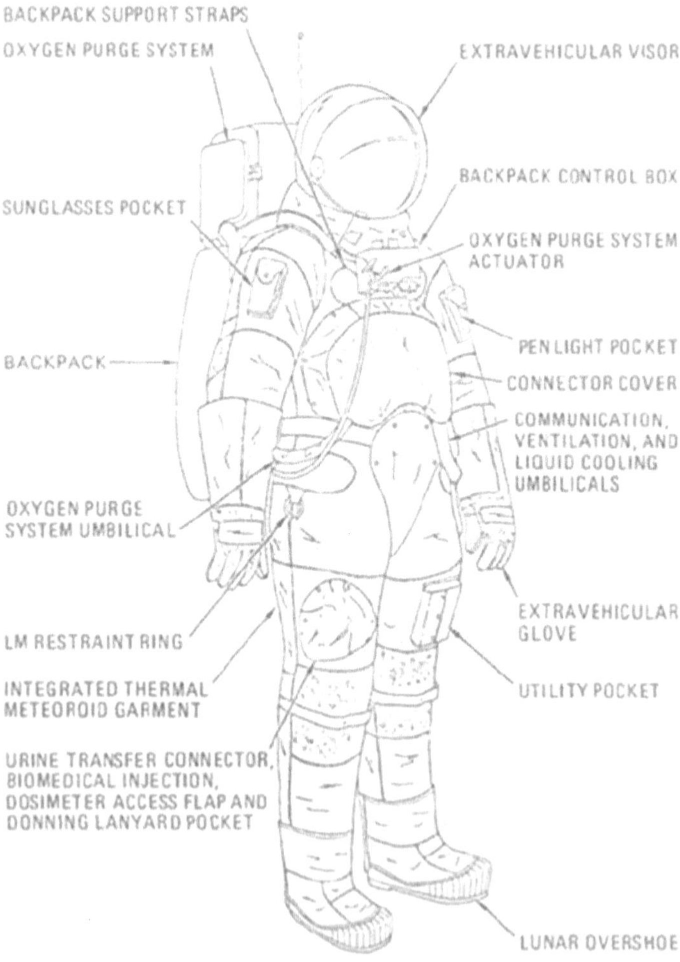

ഇ വി എ സ്യൂട്ടിന്റെ ഭാഗങ്ങൾ

പ്രവർത്തനങ്ങളുണ്ട്. വാഹനത്തിന് പുറത്തുള്ള പ്രവർത്തനങ്ങളെ (EXTRA VEHICULAR ACTIVITIES - EVA) എന്ന് വിളിക്കുന്നു. വ്യത്യസ്ത ആവശ്യങ്ങൾക്കായി ബഹിരാകാശയാത്രികർ വ്യത്യസ്ത തരം സ്പേസ് സ്യൂട്ടുകൾ ഉപയോഗിക്കുന്നു. അവ പ്രധാനമായും മൂന്നായി തരംതിരിച്ചിരിക്കുന്നു. ആദ്യത്തേത് ബഹിരാകാശ പേടകത്തിന്റെ ക്യാബിനുകൾക്കുള്ളിൽ ഉപയോഗിക്കുന്നവ, അവയെ 'ഇൻ-ക്യാബിൻ സ്യൂട്ടുകൾ' എന്ന് വിളിക്കുന്നു. രണ്ടാമത്തെ തരം ബഹിരാകാശ നിലയത്തിനോ ബഹിരാകാശ പേടകത്തിന്റെയോ പുറത്തുള്ള പ്രവർത്തനങ്ങളിൽ ഏർപ്പെടുമ്പോൾ അഥവാ എക്സ്ട്രാ വെഹിക്കുലാർ ആക്റ്റിവിറ്റികൾ ചെയ്യുമ്പോൾ ഉപയോഗിക്കുന്നു. ഇവയെ ഇവിഎ സ്യൂട്ടുകൾ എന്ന് വിളിക്കുന്നു. മൂന്നാമത്തെ തരം രണ്ട് ആവശ്യങ്ങൾക്കും ഉപയോഗിക്കാവുന്ന പൊതുവായ തരമാണ്.

ഇ വി എ സ്യൂട്ടുകൾ

ബഹിരാകാശ നിലയങ്ങളിലെ മിക്കവാറും എല്ലാ പ്രവർത്തനങ്ങളും നിലയത്തിനുള്ളിലെ അടഞ്ഞ ക്യാബിനുകൾക്കുള്ളിലാണ് ചെയ്യുന്നത്. പക്ഷേ, അവയ്ക്ക് ഇടയ്ക്കിടെ അറ്റകുറ്റപ്പണികൾ ആവശ്യമാണ്. ബഹിരാകാശയാത്രികർ നിലയത്തിൽനിന്ന് അത്തരം അറ്റകുറ്റപ്പണികൾക്കായി പുറത്തേക്ക് പോകേണ്ടതായി വന്നേക്കാം. ഇത്തരം സാഹചര്യങ്ങളിൽ, യാതൊരു സംരക്ഷണവുമില്ലാതെ സൗരവികിരണങ്ങൾ നേരിട്ട് അവരെ ബാധിക്കുന്നു. നേരിട്ടുള്ള അത്തരം വികിരണങ്ങൾ ശരീരഭാഗങ്ങൾക്ക് പലതരത്തിലുള്ള ദോഷമുണ്ടാക്കിയേക്കാം. ബഹിരാകാശയാത്രികരെ അത്തരം വികിരണങ്ങളിൽനിന്ന് സംരക്ഷിക്കാനാണ് ഇ വി എ സ്യൂട്ടുകൾ രൂപകൽപ്പന ചെയ്തിരിക്കുന്നത്.

ഇൻ-ക്യാബിൻ സ്യൂട്ടുകൾ

സംരക്ഷണ കവചങ്ങളുണ്ടെങ്കിലും വളരെ കുറഞ്ഞ അളവിൽ വികിരണങ്ങൾ പേടകത്തിനുള്ളിൽ എത്തുന്നു. ഇത്തരം വികിരണം കുറഞ്ഞ അളവിൽ ആയിരിക്കും എന്നതിനാൽ ഇവയിൽനിന്നും രക്ഷനേടുന്നതിനുള്ള ഇൻ-ക്യാബിൻ (IN-CABIN) സ്യൂട്ടുകൾ വ്യത്യസ്ത ഘടനയുള്ളവ ആയിരിക്കും.

സ്പേസ് സ്യൂട്ടുകൾ ഒരു ചെറു പേടകം പോലെ, ശരീരത്തിന് സംരക്ഷിതവും സുഖകരവുമായ അന്തരീക്ഷം പ്രദാനം ചെയ്യുന്നു. ഇതിനായി സ്വാഭാവിക അളവിൽ ഓക്സിജൻ, കാർബൺ-ഡൈ-ഓക്സൈഡ് ശേഖരണവും നിർമ്മാർജ്ജനവും, മർദ്ദവും താപനിലയും പരിപാലിക്കുന്നതിനുള്ള സംവിധാനങ്ങൾ തുടങ്ങി വിവിധ ഉപകരണങ്ങൾ സജ്ജീകരിച്ചിരിക്കുന്നു. വ്യത്യസ്ത തരം തുണിത്തരങ്ങളുടെ ഒന്നിലധികം പാളികൾ ഉപയോഗിച്ചാണ് സ്പേസ് സ്യൂട്ട് നിർമ്മിച്ചിരിക്കുന്നത്. അവയിൽ

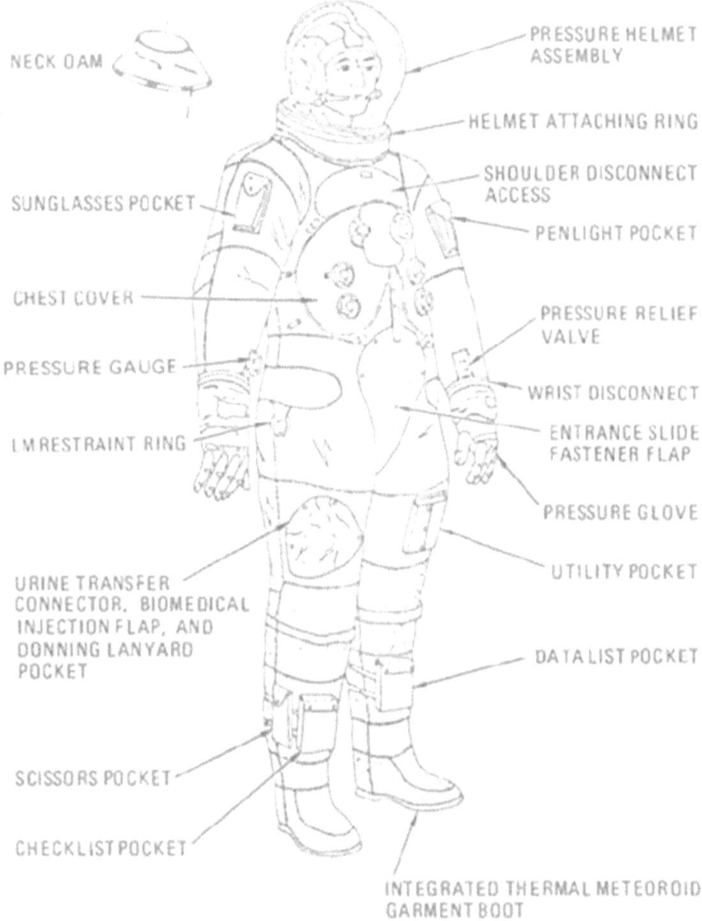

മർദ്ദീകരിച്ച സ്യൂട്ടിന്റെ ഭാഗങ്ങൾ

ഓരോന്നിനും വ്യത്യസ്തമായ ജോലികളുണ്ട്. ചൂട് നഷ്ടപ്പെടാതിരിക്കാൻ ഒരു പാളി സഹായിക്കുമ്പോൾ, വികിരണത്തിൽ നിന്നുള്ള സംരക്ഷണ ത്തിനായി മറ്റൊരു പാളി ഉപകരിക്കുന്നു. ഒരർത്ഥത്തിൽ, സ്പേസ് സ്യൂട്ടുകളുടെ മർദ്ദം ഒരു ഫുട്ബോളിന്റെ പോലെയാണ്. സുഖപ്രദമായി കൈകാലുകളുടെ ചലനങ്ങൾ ഉറപ്പാക്കുന്നതിന് സ്യൂട്ട് മർദ്ദം അന്തരീക്ഷ മർദ്ദത്തിന്റെ 30 മുതൽ 40 ശതമാനം വരെ നിലനിർത്തണം.

അമേരിക്കൻ ബഹിരാകാശ യാത്രികനായ അലൻ ഷെപ്പാർഡ് തന്റെ

യാത്രയ്ക്കിടയിലുണ്ടായ ഒരു കൗതുകകരമായ സംഭവം വിവരിക്കുകയുണ്ടായി. രാവിലെ 10 മണിക്ക് ബഹിരാകാശയാനം/പേടകം വഹിച്ചുള്ള വാഹനത്തിന്റെ വിക്ഷേപണം നിശ്ചയിച്ചിരുന്നു. രാവിലെ ആറുമണിക്കു തന്നെ പൂർണ്ണമായും തയ്യാറായി അദ്ദേഹം എട്ടുമണിക്ക് വിക്ഷേപണത്തറയിൽ എത്തി. നേരത്തെ നിശ്ചയിച്ചിരുന്നത് പ്രകാരം യാത്രയ്ക്ക് ഒരു മണിക്കൂർ മുമ്പ് പേടകത്തിൽ അദ്ദേഹം ഇരുന്നു. അവസാന കൗണ്ട് ഡൗൺ ഘട്ടത്തിൽ, വാഹന സംവിധാനങ്ങളിലൊന്നിൽ ഒരു തകരാറ് ശ്രദ്ധിക്കപ്പെടുകയും വിക്ഷേപണം വൈകുകയും ചെയ്തു. തകരാർ പരിഹരിക്കാൻ 4 മണിക്കൂറിലധികം സമയമെടുക്കുകയും, വിക്ഷേപണം നിശ്ചയിച്ച സമയത്തിൽനിന്നും വൈകുകയും ചെയ്തു. ഈ സമയത്ത് അദ്ദേഹത്തിന് മൂത്രശങ്കയുണ്ടാകുകയും അതേക്കുറിച്ച് ഗ്രൗണ്ട് കൺട്രോൾ സെന്ററിനെ അറിയിക്കുകയും ചെയ്തു. ഈ യാത്ര വളരെ ഹ്രസ്വമായ ഒന്നായിരിക്കുവാൻ പദ്ധതിയിട്ടിരുന്നതിനാൽ, ആവശ്യം പരിഹരിക്കുന്നതിനുള്ള സംവിധാനം അദ്ദേഹത്തിന്റെ സ്പേസ് സ്യൂട്ടിന് ഉണ്ടായിരുന്നില്ല. വാഹനത്തിന്റെ വിക്ഷേപണത്തിനുമുമ്പുള്ള പ്രവർത്തനങ്ങൾ തടഞ്ഞുനിർത്താൻ കഴിയില്ലെന്ന് കൺട്രോൾ സെന്ററിൽ നിന്ന് അദ്ദേഹത്തെ അറിയിച്ചു. ഒരു പരിധിക്കപ്പുറത്തേക്ക് നിയന്ത്രിക്കാൻ അദ്ദേഹത്തിന് കഴിഞ്ഞില്ല,

അങ്ങനെ സ്യൂട്ടിനുള്ളിൽ തന്നെ ഷെപ്പാർഡിന് മൂത്രമൊഴിക്കേണ്ടതായി വന്നു. ഇതുകാരണമുണ്ടാകുന്ന നനവ് ഇലക്ട്രോണിക് സംവിധാനങ്ങളിൽ ഏതെങ്കിലും വിധത്തിലുള്ള നാശനഷ്ടങ്ങളുണ്ടാക്കുമോ എന്ന് ഗ്രൗണ്ട് കൺട്രോൾ ജീവനക്കാർക്ക് ആശങ്കയുണ്ടായിരുന്നു. ഭാഗ്യവശാൽ, സ്യൂട്ടിനുള്ളിലെ ഈർപ്പം നിയന്ത്രിതമായിരുന്നതിനാൽ അത് പെട്ടെന്ന് ഉണങ്ങിപ്പോയി. ബഹിരാകാശത്തേക്ക് യാത്ര ചെയ്ത ആദ്യത്തെ അമേരിക്കക്കാരനുമായി വാഹനം ഒടുവിൽ ഉച്ചയ്ക്ക് 2 മണിക്ക് വിക്ഷേപിക്കപ്പെട്ടു, ബഹിരാകാശം തൊട്ടശേഷം വൈകുന്നേരം 4 മണിക്ക് സുരക്ഷിതമായി തിരിച്ചിറക്കുകയും ചെയ്തു. ഈ അനുഭവത്തിനുശേഷം പിന്നീടുള്ള സ്പേസ് സ്യൂട്ട് രൂപരേഖകളിൽ, അത്തരം അടിയന്തര സന്ദർഭങ്ങളിൽ ഉപയോഗപ്രദമാകുന്നതിനായി അബ്സോർബന്റുകൾ പോലുള്ള ഡയപ്പർ ഉൾപ്പെടുത്തി.

ബഹിരാകാശ ദൗത്യങ്ങൾക്കിടയിൽ ധരിച്ചിരിക്കുന്ന സ്പേസ് സ്യൂട്ടുകൾ മാറ്റാൻ സാധ്യമല്ല. വിക്ഷേപണം മുതൽ തിരിച്ചിറക്കൽ വരെ, അവർ ഒരേ സ്യൂട്ട് തന്നെ ധരിക്കണം.

സോവിയറ്റ് റഷ്യയുടെ വോസ്റ്റോക്കിലെ 'യൂറി ഗഗാറിന്റെ' ചരിത്രപരമായ യാത്രയ്ക്ക് ശേഷം, രണ്ടാമത്തെ ദൗത്യത്തിൽ ഒരു സ്ത്രീയെ ബഹിരാകാശത്തേക്ക് അയയ്ക്കാൻ തീരുമാനിച്ചു. ആ യാത്രയ്ക്ക് 'വാലന്റീന തെരഷ്കോവ' എന്ന ധീര വനിതയെ തെരഞ്ഞെടുത്തു. സ്ത്രീകൾക്ക് ധരിക്കാവുന്ന ബഹിരാകാശ സ്യൂട്ടിന്റെ വികസനം സമാന്തരമായി പുരോഗമിച്ചുകൊണ്ടിരുന്നു. ധനാഭാവം കാരണം, വോസ്റ്റോക്ക്

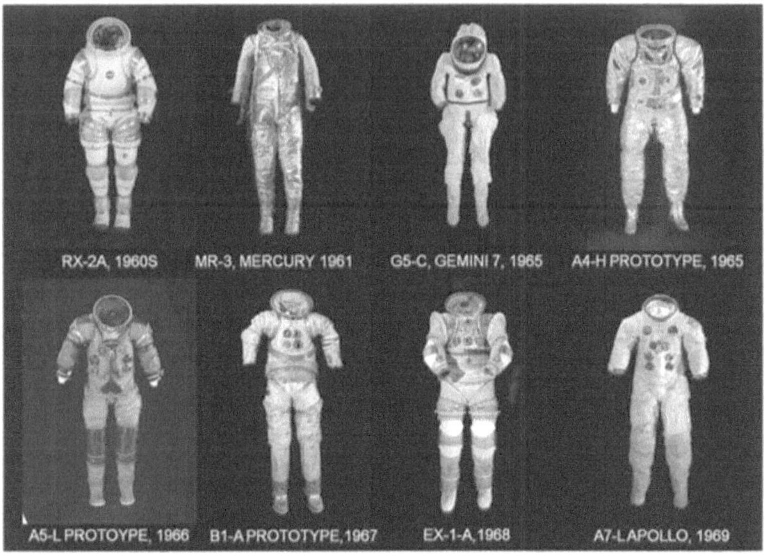

ചാന്ദ്ര ദൗത്യത്തിനായി അമേരിക്കൻ ഗവേഷണങ്ങളിലൂടെ ഉരുത്തിരിഞ്ഞ സ്യൂട്ടുകൾ

ദൗത്യങ്ങളുടെ എണ്ണം 13 ൽ നിന്ന് 6 ആയി ചുരുക്കിയ സമയം കൂടിയായിരുന്നു അത്. ആറാമത്തെ വാഹനത്തിൽ തെരഷ്കോവ പറക്കുമെന്നും തീരുമാനിച്ചു. എന്നാൽ സ്ത്രീകളുടെ സ്യൂട്ടിന്റെ വികസനം അപ്പോഴേക്കും പൂർത്തിയായിരുന്നില്ല. എന്നിരുന്നാലും, ദൗത്യം മുടങ്ങാതിരിക്കാനായി അവർ പുരുഷന്മാരുടെ സ്പേസ് സ്യൂട്ട് ഉപയോഗിക്കുകയും 1963 ൽ ബഹിരാകാശത്തേക്ക് യാത്ര ചെയ്ത ആദ്യ വനിതയായി മാറുകയും ചെയ്തു.

20 വർഷങ്ങൾക്ക് ശേഷം 1982 ൽ മാത്രമാണ് സ്ത്രീകൾക്കായുള്ള സ്യൂട്ടുകളുടെ ആവശ്യകതകൾ വീണ്ടും ഉണ്ടായത്.

സ്പേസ് സ്യൂട്ട് എന്ന ചെറു പേടകം

സ്പേസ് സ്യൂട്ടുകളിൽ നിരവധി സംവിധാനങ്ങൾ ഘടിപ്പിച്ചിട്ടുണ്ട്. മറ്റ് അംഗങ്ങളുമായുള്ള ആശയവിനിമയത്തിന് വേണ്ടുന്ന ഉപകരണങ്ങൾ, ജീവവായു ശുദ്ധീകരിക്കാനും കാർബൺ-ഡൈ-ഓക്സൈഡ് നീക്കം ചെയ്യാനും, പ്രാഥമികാവശ്യങ്ങൾക്കായുള്ള സൗകര്യങ്ങളും, ശരീരത്തിന് വേണ്ടുന്ന ഈർപ്പം നിലനിർത്താനും ഒക്കെ വേണ്ടുന്ന സംവിധാനങ്ങൾ ഉണ്ട്.

ആശയവിനിമയ ഉപകരണങ്ങൾ തലയിൽ ധരിക്കാവുന്ന 'സ്കൾ ക്യാപ്' എന്ന തൊപ്പിരൂപത്തിലുള്ള ഭാഗത്താണ് ഘടിപ്പിച്ചിരിക്കുന്നത്. പേടകത്തിനുപുറത്തു ബഹിരാകാശത്തുചെയ്യുന്ന പ്രവർത്തനങ്ങളിൽ

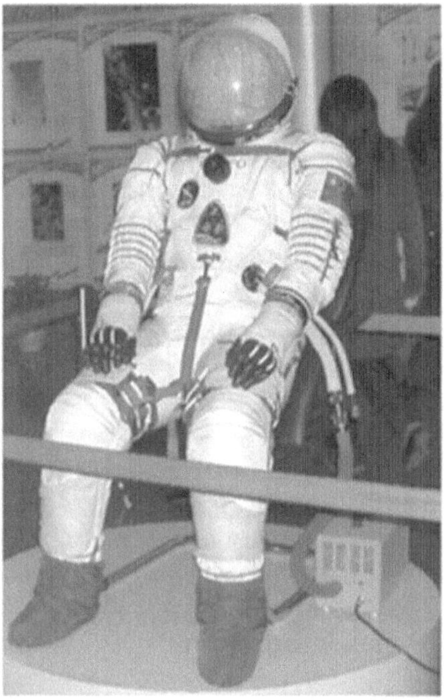

Shenzhou Intra-Vehicular Activity space suit

Feitian space suit

ചൈനീസ് സ്പേസ് സ്യൂട്ടുകൾ

(ബഹിരാകാശ നടത്തം പോലുള്ള പ്രാധാന്യമുള്ള പ്രവർത്തനങ്ങളിൽ), അവരുടെ ശരീരം വിയർക്കുകയും ഈ വിയർപ്പ് തുള്ളികൾ അവരുടെ സ്യൂട്ടിനുള്ളിൽ ഒഴുകുകയും ചെയ്യും. സ്യൂട്ടുകളിൽ ഇത് നിയന്ത്രിക്കാനായുള്ള സംവിധാനങ്ങൾ ഉണ്ട്. ഈ നനവ് അവരുടെ കാലുകളുടെ ഭാഗത്തേക്ക് മാറ്റുകയും ഈ തുള്ളികൾ ശേഖരിക്കുന്നതിന് ഒരു ഉപകരണം സ്ഥാപിക്കുകയും ചെയ്തിട്ടുണ്ട്. സ്യൂട്ടിനുള്ളിലെ താപനില നിയന്ത്രിക്കാൻ തണുപ്പ് നൽകുന്ന പ്രത്യേകതരം നാരുകൾ കൊണ്ടുള്ള പ്രത്യേകതരം തുണിത്തരങ്ങൾ കൊണ്ടാണ് ഇവ നിർമ്മിച്ചിരിക്കുന്നത്. ഇതിനു നമ്മുടെ റോഡിലോടുന്ന വാഹനങ്ങളുടെ റേഡിയേറ്റർ പ്രവർത്തിക്കുന്ന രീതിയാണ് സ്വീകരിച്ചിട്ടുള്ളത്. ജലചംക്രമണം കാരണം ചൂട് നീക്കം ചെയ്യപ്പെടുകയും, ഇതിനായുള്ള കുഴലുകൾ വസ്ത്രത്തിന്റെ നാരുകൾക്കിടയിൽ ഘടിപ്പിച്ചിരിക്കുകയും ചെയ്യുന്നതുകാരണം വസ്ത്രങ്ങൾ ശരീര താപനില സുഖപ്രദമായ അളവിൽ നിലനിർത്തുകയുംചെയ്യുന്നു. ഹെൽമെറ്റിലെ വൈസറുകൾക്ക്, അവയിൽ നിന്നുള്ള ഈർപ്പം തുടച്ചുനീക്കാൻ വൈപ്പറുകളുണ്ട്. നേരിട്ടുള്ള സൂര്യപ്രകാശത്തിൽനിന്നും

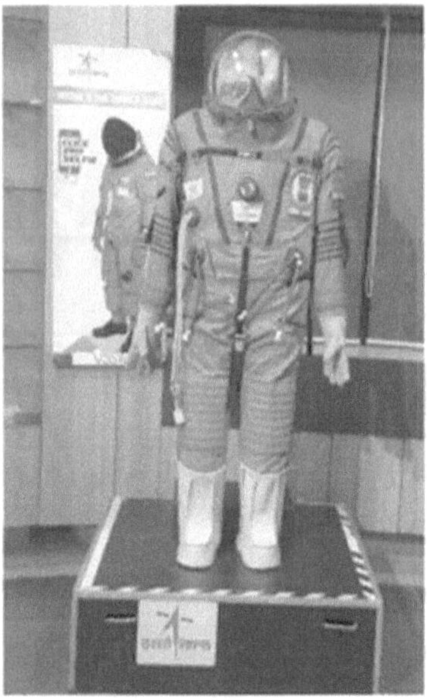

Gaganyaan space suit

ഇന്ത്യൻ മനുഷ്യ ബഹിരാകാശ ദൗത്യ മായ ഗഗൻയാനുവേണ്ടി വികസിപ്പിച്ച സ്പേസ് സ്യൂട്ട്

കണ്ണുകളെ സംരക്ഷിക്കുന്നതിനായി ഇരുണ്ടനിറത്തിലുള്ള ഒരു പാളി ഹെൽമെറ്റിലുണ്ട്.

ഇ വി എ സ്യൂട്ടുകൾ പേടകത്തിനുള്ളിൽ ഉപയോഗിക്കുന്നവയേക്കാൾ ഭാരമുള്ളതാണ്. ഇത്തരം സ്യൂട്ടുകളിൽ, ജീവൻ നിലനിർത്താനുള്ള എല്ലാ സംവിധാനങ്ങളും അടങ്ങിയ ഒരു ചെറു ആവാസവ്യവസ്ഥയായി പ്രവർത്തിക്കണം, അതിനാൽ ഇവയുടെ ഭാരം മറ്റു സംവിധാനങ്ങളെക്കാൾ കൂടുതലാണ്. ഓക്സിജൻ ടാങ്കുകൾ, വാട്ടർ ബാഗുകൾ തുടങ്ങിയ എല്ലാ സംവിധാനങ്ങളുടെയും ഭാരം താങ്ങാൻ, സ്പേസ് സ്യൂട്ടുകൾ കുറഞ്ഞ പിണ്ഡവും ഉയർന്ന കരുത്തുമുള്ള ഇഴകൾ കൊണ്ട് നിർമ്മിച്ച കട്ടിയുള്ള തുണി കൊണ്ടുള്ളതാണ്. സ്യൂട്ടുകളുടെ പിൻഭാഗത്ത് ജീവൻ നിലനിർത്താൻ ആവശ്യമുള്ള സംവിധാനങ്ങളും ഘടിപ്പിക്കുന്നു. ബഹിരാകാശത്തുവച്ച് യാത്രികരുടെ പ്രവർത്തനങ്ങൾ നിർവഹിക്കുന്നതിന് ആവശ്യമായ ഉപകരണങ്ങളും മറ്റും മുൻവശത്ത് അടങ്ങിയിരിക്കും. ഇ വി എ ചെയ്യുന്ന വേളയിൽ ബഹിരാകാശ യാത്രികർ ആകസ്മികമായും, അറിയാതെയും ബഹിരാകാശ നിലയത്തിൽ/പേടകങ്ങളിൽ നിന്ന് അകന്നുപോകാതിരിക്കാൻ, അവരുടെ സ്യൂട്ടിലേക്ക് ഇത്തരം നിലയങ്ങളുടെ ഭാഗങ്ങളുമായി നീണ്ട നീളബന്ധന സൂത്രം (TEATHER) ഘടിപ്പിച്ചിരിക്കുന്നു.

സ്പേസ് സ്യൂട്ടുകളുടെ ഭാരം 25 കിലോഗ്രാം മുതൽ 100 കിലോഗ്രാം വരെയാണ്. ഇന്നത്തെ സ്യൂട്ടുകൾ 1960 കളിൽ ഉപയോഗിച്ചിരുന്നതിനേക്കാൾ ഭാരം കുറഞ്ഞതാണ്. അമേരിക്കയുടെ അപ്പോളോ സ്യൂട്ടുകളുടെ ഭാരം 80 കിലോ ആയിരുന്നു. വാസ്തവത്തിൽ, ആ ദൗത്യങ്ങളിൽ, സ്യൂട്ടുകളുടെ ഭാരം ബഹിരാകാശയാത്രികന്റെ ശരീരഭാരത്തേക്കാൾ കൂടുതലായിരുന്നു. ഇന്നത്തെ ബഹിരാകാശയാത്രികർ ഉപയോഗിക്കുന്ന ആധുനിക ബഹിരാകാശ സ്യൂട്ടുകൾക്ക് 40 മുതൽ 45 കിലോഗ്രാം വരെ ഭാരമുണ്ട്.

2020 മേയിൽ, മനുഷ്യരെ ബഹിരാകാശത്തേക്ക് വിജയകരമായി എത്തിക്കുന്ന ആദ്യത്തെ അമേരിക്കൻ സ്വകാര്യ കമ്പനിയായി 'എലൻ

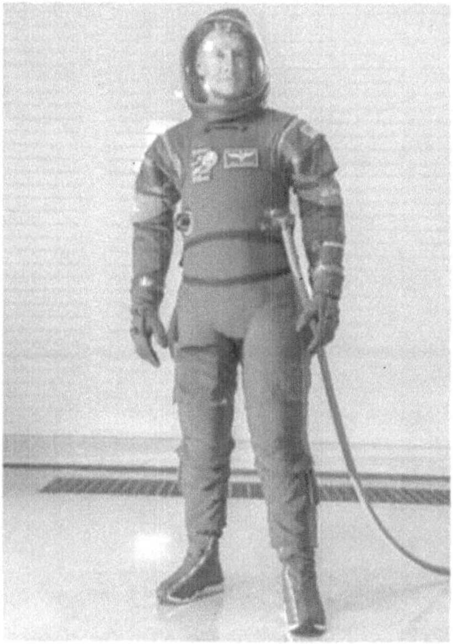

NASA-Boeing space suit

NASA-Space X space suit

അമേരിക്കൻ ബഹിരാകാശ ഏജൻസിയായ നാസ സ്വകാര്യ കമ്പനികളായ ബോയിങ്ങും സ്പേസ് എക്സുമായും ചേർന്ന് നടത്തുന്ന ഭാവിയിലെ ചാന്ദ്ര ദൗത്യങ്ങൾക്കായി വികസിപ്പിച്ച സ്പേസ് സ്യൂട്ടുകൾ

മസ്കിന്റെ' ഉടമസ്ഥതയിലുള്ള സ്പേസ്-എക്സ് മാറി എന്ന് മുമ്പ് പറഞ്ഞല്ലോ. നാല് ബഹിരാകാശയാത്രികരെ വഹിക്കാൻ ശേഷിയുള്ള സ്പേസ്-എക്സിന്റെ 'ഡ്രാഗൺ' എന്നുപേരിട്ടിട്ടുള്ള പേടകത്തിൽ ഒട്ടനേകം യാത്രികരെ ബഹിരാകാശ നിലയത്തിലെത്തിച്ചു. ഈ യാത്രകളിൽ യാത്രികർ ധരിച്ച സ്യൂട്ടുകൾ മുമ്പ് ഉപയോഗിച്ച എല്ലാ സ്യൂട്ടുകളിൽനിന്നും വ്യത്യസ്തമായിരുന്നു. പേടകത്തിനുള്ളിൽ ഉപയോഗിക്കുന്നതിന് രൂപകൽപ്പന ചെയ്തിട്ടുള്ള ഈ സ്യൂട്ടുകളുടെ പല ഭാഗങ്ങളും 'ത്രീഡീ പ്രിന്റിംഗ്' സാങ്കേതികവിദ്യ ഉപയോഗിച്ചാണ് നിർമ്മിച്ചത്. വസ്ത്രങ്ങൾപോലെ കനംകുറഞ്ഞ ചുളിവുകളില്ലാത്ത ഭാരം കുറഞ്ഞ സ്യൂട്ടുകളായിരുന്നു അവ.

പരിശീലനങ്ങൾ

മനുഷ്യ ബഹിരാകാശ ദൗത്യങ്ങളുടെ തുടക്കത്തിൽ, യാത്രയ്ക്കായി വൈമാനികരെ മാത്രമേ തെരഞ്ഞെടുത്തിരുന്നുള്ളൂ. പറക്കുന്ന വാഹനങ്ങൾ കൈകാര്യം ചെയ്യുന്നതിൽ അവർക്കുള്ള പരിചയം കൊണ്ടാണിത്. പ്രത്യേകിച്ചും പുതുതായി വികസിപ്പിച്ച വിമാനങ്ങളിൽ പരീക്ഷണ പറക്കലുകൾ നടത്തുന്ന 'ടെസ്റ്റ് പൈലറ്റുമാർക്ക്' ബഹിരാകാശ യാത്രയ്ക്ക് മുൻഗണന നൽകിയിരുന്നു. അതുപോലെ, പറക്കുന്ന വിമാനങ്ങളിൽനിന്ന് പാരച്യൂട്ടുകൾ ഉപയോഗിച്ച് ചാടാൻ പരിശീലനം നേടിയ പാരാട്രൂപ്പർമാർ, പാരാ ജമ്പർമാർ, സ്കൈ ഡൈവർമാർ എന്നിവരും പരിഗണിക്കപ്പെട്ടു. ബഹിരാകാശ സാങ്കേതികവിദ്യ വികാസം പ്രാപിച്ചശേഷം, ആവശ്യമായ പരിശീലനം നൽകിയ എല്ലാ പശ്ചാത്തലങ്ങളിൽ നിന്നുമുള്ള ആളുകൾക്ക് അവസരങ്ങൾ നൽകി തുടങ്ങി. ശാരീരിക ക്ഷമതകൾ ഉള്ള

ലൂണാർ ലാൻഡിംഗ് റിസർച്ച് വെഹിക്കിളി (LLRV) ൽ പരിശീലിക്കുന്ന നീൽ ആംസ്ട്രോങ് (ഇടത്), നാസയുടെ എക്സ്-15 വിമാനയാത്രയ്ക്ക് ശേഷം ആംസ്ട്രോങ്; image courtesy: NASA

ആരേയും പില്ക്കാലത്ത് പരിഗണിച്ചു. അധ്യാപകർ, ഡോക്ടർമാർ, മാനേജർമാർ, കായിക വ്യക്തിത്വങ്ങൾ തുടങ്ങി വിവിധ മേഖലകളിൽ നിന്നുള്ള ആളുകൾ ഇതുവരെ ബഹിരാകാശത്തേക്ക് യാത്ര ചെയ്തിട്ടുണ്ട്.

പരിശീലനം സാധാരണയായി രണ്ട് ഭാഗങ്ങളായാണ് നൽകുന്നത്. ക്ലാസ് റൂം പഠനങ്ങളും ബഹിരാകാശ യാത്രയിൽ നിലനിൽക്കുന്ന അവസ്ഥകളെ പുനഃസൃഷ്ടിച്ചുകൊണ്ട് കൃത്രിമമായി രൂപീകരിച്ചിട്ടുള്ള സാഹചര്യങ്ങളിൽ പ്രായോഗിക പരിശീലനവും ഇതിൽ ഉൾപ്പെടുന്നു. പേടകത്തിനുള്ളിലെ സംവിധാനങ്ങളുടെ (ON-BOARD SYSTEMS) തകരാറു മൂലം ഉണ്ടാകാനിടയുള്ള അടിയന്തര സാഹചര്യങ്ങൾ കൈകാര്യം ചെയ്യുന്നതിനും വീണ്ടെടുക്കുന്നതിനും പ്രത്യേക പരിശീലനം നൽകുന്നു. പ്രധാനമായും, അവരുടെ ശാരീരികക്ഷമതയും ആരോഗ്യസ്ഥിതിയും നിലനിർത്താൻ ശാരീരിക പരിശീലനവും തുടർച്ചയായ വൈദ്യസഹായവും നൽകുന്നു.

പൂജ്യം-ജി

ശരീരശാസ്ത്രപരമായ പ്രവർത്തനവും മൈക്രോഗ്രാവിറ്റി സാഹചര്യങ്ങളിൽ മറ്റ് അസുഖങ്ങളുടെ സാധ്യതയും ഓരോ വ്യക്തിക്കും പ്രത്യേകം വിലയിരുത്തപ്പെടുന്നു. പരിശീലനങ്ങൾക്കായി പൂജ്യം-ജി അല്ലെങ്കിൽ മൈക്രോഗ്രാവിറ്റി സാധാരണയായി ഇനിപ്പറയുന്ന മൂന്ന് രീതികളാൽ സൃഷ്ടിക്കപ്പെടുന്നു.

അനുവൃത്ത വിമാനപാത

1950 ൽ ജർമ്മൻ ശാസ്ത്രജ്ഞരായ 'ഫ്രിറ്റ്സ് ഹേബറും' 'ഹെയ്ൻസ് ഹേബറും' ചേർന്നാണ് ഇത് വികസിപ്പിച്ചത്. രണ്ടാം ലോകമഹായുദ്ധത്തിനുശേഷം ഓപ്പറേഷൻ പേപ്പർക്ലിപ്പിന്റെ (OPERATION PAPERCLIP) ഭാഗമായി ഇരുവരും അമേരിക്കയിലെത്തുകയായിരുന്നു.

തുടക്കത്തിൽ വിമാനം 45-50 ഡിഗ്രി കോണിൽ 6 മുതൽ 9 കിലോ

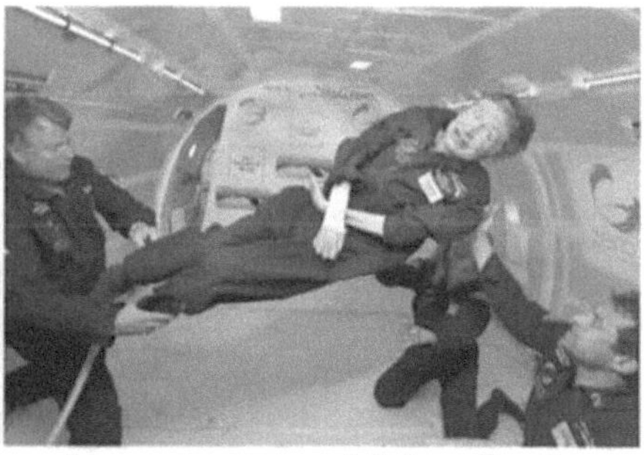

ഹെയ്ൻസ് ഹേബറും വെർണർ വോൺ ബ്രൗണും നാസയിൽ (ഇടത്), വിഖ്യാത ഭൗതിക ശാസ്ത്രജ്ഞൻ സ്റ്റീവൻ ഹോക്കിങ് പൂജ്യം- ജി അവസ്ഥയിൽ (വലത്)

മീറ്റർവരെ ഉയരത്തിലേക്ക് പറപ്പിക്കുന്നു. ഏകദേശം 8.5 കിലോമീറ്റർ ഉയരത്തിൽ, ഗുരുത്വാകർഷണബലം ഇല്ലാത്തതായി തോന്നിപ്പിക്കും വിധത്തിൽ വിമാനപാതയും, അവയുണ്ടാക്കുന്ന കോണുകളും വേഗതയും നിയന്ത്രിക്കപ്പെടുന്നു. ആ സമയത്ത് യാത്രക്കാർക്ക് പൂജ്യം-ജി അവസ്ഥകൾ അനുഭവിക്കാനാകും. പൂജ്യം-ജിയിലെ ഈ അനുഭവം ഏകദേശം 22–25 സെക്കൻഡ് നീണ്ടുനിൽക്കും. വീണ്ടും അത് 6 കിലോമീറ്റർ എത്തുകയും മുകളിൽ പറഞ്ഞരീതിയിൽ നാൽപ്പതോളം തവണ തുടരുകയും ചെയ്യുന്നു. ഈ പറക്കലുകൾ ഒരു പാരബോളയുടെ ആകൃതിയിലാണ് എന്ന കാരണത്താലാണ് ഇതിന് 'പാരബോളിക് ഫ്ലയിറ്റുകൾ' എന്ന പേര് നല്കിയിരിക്കുന്നത്. പ്രത്യേക തരം വിമാനങ്ങളാണ് ഈ അനുവൃത്ത/പാരബോളിക് (PARABOLIC FLIGHTS) പറക്കലുകൾക്കായി ഉപയോഗിക്കുന്നത്.

ബഹിരാകാശയാത്രികർക്ക് പരിശീലന കാലയളവിൽ സാധാരണയായി അത്തരം മുപ്പതോളം പാരബോളിക് പാതയിൽ പറക്കുന്ന വിമാനങ്ങൾ ഉപയോഗിക്കുന്നു.

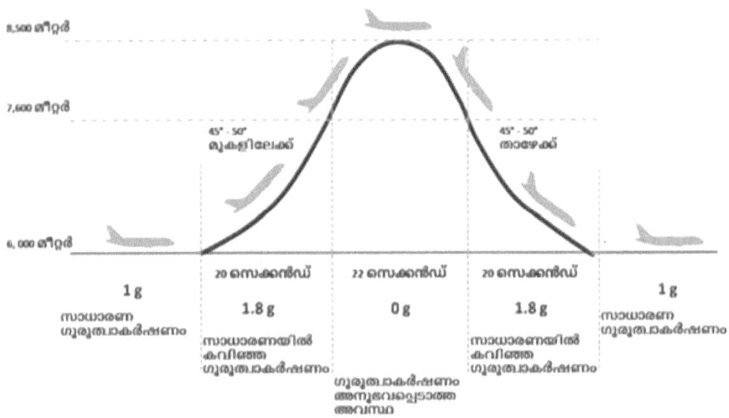

പൂജ്യം ഗുരുത്വാകർഷണ അവസ്ഥ സാധ്യമാക്കുന്ന വിമാന പാത

സൗണ്ടിങ് റോക്കറ്റുകൾ

രണ്ടാമത്തെ രീതി 'സൗണ്ടിങ് റോക്കറ്റുകൾ' ഉപയോഗിച്ചാണ്. പരിശീലിക്കുന്നവരെ സൗണ്ടിങ് റോക്കറ്റിൽ ഒരു പ്രത്യേക ഉയരത്തിലേക്ക് കൊണ്ടുപോകുകയും അവിടെ നിന്ന് ഭൂമിയിലേക്ക് വീഴാൻ അനുവദിക്കുകയും ചെയ്യുന്നു.

ഇത്തരം റോക്കറ്റുകളിൽ 100 കിലോമീറ്ററിനുള്ളിലുള്ള ഉയരത്തിൽ വരെയാണ് സാധാരണ എത്തുക എന്നതുകൊണ്ട് ഇവയെ 'സബ് ഓർബിറ്റൽ ഫ്ളൈയിറ്റ്'/SUB-ORBITAL FLIGHT എന്ന് വിളിക്കുന്നു. റോക്കറ്റിന്റെ സ്വഭാവത്തെയും ഉയരത്തെയും ആശ്രയിച്ച്, പൂജ്യം-ജി

വിർജിൻ ഗാലക്ടിക്കിന്റെ റിച്ചാർഡ് ബ്രാൻസനും കൂട്ടരും 82.7 കിലോമീറ്റർ ഉയരം താണ്ടിയപ്പോൾ (ഇടത്), ബ്ലൂ ഒറിജിന്റെ ജെഫ് ബെസോസും കൂട്ടരും 106 കിലോമീറ്റർ ഉയരത്തിൽ എത്തിയശേഷം മടങ്ങിയെത്തിയപ്പോൾ (വലത്); image courtesy: NASA

അവസ്ഥ 5 മുതൽ 10 മിനിറ്റ് വരെ അനുഭവിക്കാൻ കഴിയും. സമീപകാല ബഹിരാകാശ യാത്രയിൽ 2021 ജൂലൈയിൽ, വിർജിൻ ഗാലറ്റിക്കും ബ്ലൂ ഒറിജിനും ഉപയോഗിച്ച രീതി ഇതാണ്.

പൂജ്യം 'ജി' ടവറുകൾ

ഉയരമുള്ള ടവറുകൾ/ഗോപുരങ്ങളിൽ നിന്ന് താഴേക്ക് വീഴുന്ന ഒരു വസ്തു, അത് നിലംതൊടുന്നത് വരെയുള്ള സമയം ഭാരമില്ലാത്ത അവസ്ഥയിലാകും. ഇത്തരം ആവശ്യത്തിനായി പ്രത്യേക ഉയരമുള്ള ടവറുകൾ നിർമ്മിക്കുകയും പരിശീലനത്തിലേർപ്പെടുന്നവർ നിരവധി മീറ്റർ ഉയരത്തിൽനിന്ന് നിലത്തേക്ക് ചാടുകയും ചെയ്യുന്നു. അവർ നിലത്ത് സുരക്ഷിതരായി എത്തുന്നതുവരെ, പൂജ്യം-ജി അവസ്ഥകൾ അനുഭവപ്പെടും. നിലത്തു പതിക്കുന്നതിന് തൊട്ടുമുമ്പ്, വേഗത കുറയ്ക്കുന്നതിനും സുരക്ഷിതമായി ഇറങ്ങുന്നതിനും വേണ്ടി അവർ പാരച്ച്യൂട്ട് പോലുള്ള സുരക്ഷാ ഉപകരണങ്ങൾ ഉപയോഗിക്കുന്നു. സമാന രീതിയിലുള്ള ഗെയിമുകൾ/റൈഡുകൾ പുതിയ 'തീം പാർക്കുകളിൽ' (ADVENTURE/THEME PARKS) കാണാം.

ഇവയെ കൂടാതെ, പ്രത്യേകം രൂപകൽപ്പന ചെയ്ത വാട്ടർ ടാങ്കുകളിൽ വെള്ളത്തിനടിയിൽ പൂജ്യം-ജി വ്യവസ്ഥകൾ സൃഷ്ടിക്കുന്ന ചില പരിശീലന രീതികളുമുണ്ട്.

അതിജീവന പരിശീലനം

അതിജീവന പരിശീലനവുമായി ബന്ധപ്പെട്ടതാണ് അടുത്ത ഇനം പരിശീലനങ്ങൾ. അടിയന്തര സാഹചര്യങ്ങളിൽ, ആസൂത്രിതമല്ലാത്ത സ്ഥലങ്ങളിൽ ബഹിരാകാശവാഹനം ഇറങ്ങിയേക്കാം. ഒരുപക്ഷേ, വീണ്ടെടുക്കൽ സംഘങ്ങൾക്ക് എത്തിച്ചേരാൻ വളരെ സമയമെടു

നാസ ഗ്ലെൻ റിസർച്ച് സെന്ററിലെ സീറോ ഗ്രാവിറ്റി റിസർച്ച് ഫെസിലിറ്റി (സീറോ-ജി) യിലുള്ള ഒരു ഡ്രോപ്പ് ടവർ. ഈ സംവിധാനം ശാസ്ത്രീയ ഗവേഷണത്തിനായി 5.2 സെക്കൻഡ് മൈക്രോഗ്രാവിറ്റി ലഭ്യമാക്കുന്നു (ഇടത്), വെള്ളത്തിനടിയിൽ അനുഭവപ്പെടുന്ന പ്ലവനശക്തി ഉപയോഗപ്പെടുത്തി നാസയിൽ ബഹിരാകാശ യാത്രികരെ പരിശീലിപ്പിക്കുന്ന ന്യൂട്രൽ ബയോൺസി ലാബ് (വലത്); image courtesy: NASA

ത്തേക്കാവുന്ന വിദൂര സ്ഥലങ്ങളാകാം ഇവ. ദൗത്യത്തിന് ശേഷം ഭൂമിയിൽ/കടലിൽ ഇറങ്ങുന്ന ബഹിരാകാശ പേടകം കണ്ടെത്താൻ വീണ്ടെടുക്കൽ/RECOVERY സംഘങ്ങൾക്ക് ഒന്നോ രണ്ടോ ദിവസത്തിൽ കൂടുതൽ എടുത്തേക്കാം. ഇറങ്ങുന്ന സ്ഥലങ്ങൾ (LANDING LOCATIONS) നിബിഡമായ കാടുകൾ, മരുഭൂമികൾ, മഞ്ഞുമൂടിയ കുന്നുകൾ അല്ലെങ്കിൽ സമുദ്രങ്ങളുടെ നടുവിൽ, എന്നിവ ആകാം. റിക്കവറി സംഘങ്ങൾ എത്തുന്നതുവരെ ബഹിരാകാശയാത്രികർക്ക് അത്തരം കഠിനമായ സാഹചര്യങ്ങളിൽ അതിജീവിക്കാൻ പ്രത്യേക പരിശീലനങ്ങൾ നൽകുന്നു. നിലവിൽ മെച്ചപ്പെട്ട സ്ഥാനനിർണ്ണയ സംവിധാനങ്ങളും ഗതാഗത സൗകര്യങ്ങളും ഇത്തരം സാഹചര്യങ്ങളിൽ യാത്രികർക്ക് വളരെ സഹായകരമാകുന്നു.

യാത്രയ്ക്കൊടുവിൽ കരപ്രദേശത്തിറങ്ങുന്ന സോയുസ് പേടകം (ഇടത്), നാസയുടെ ഓറിയോൺ പേടകം പരീക്ഷണാടിസ്ഥാനത്തിൽ നടത്തിയ യാത്രയ്ക്കുശേഷം സമുദ്രത്തിൽ (വലത്); image courtesy: NASA

ഒരുവേള പേടകങ്ങൾ സമുദ്രങ്ങളുടെ നടുവിൽ ഇറങ്ങുകയാണെങ്കിൽ, വീണ്ടെടുക്കൽ കപ്പലുകളുടെ വരവ് വരെ ഒഴുകിപ്പോകുകയോ മുങ്ങിപ്പോകുകയോ അരുത്. നിബിഡ വനത്തിനുള്ളിൽ ഇറങ്ങുകയാണെങ്കിൽ, ചുറ്റുമുള്ള വന്യജീവികളിൽ നിന്ന് സ്വയം സംരക്ഷിക്കാൻ അവർക്ക് കഴിയണം. വിശാലമായ മരുഭൂമിയിൽ ഇറങ്ങുകയാണെങ്കിൽ, അവിടെയുള്ള കടുത്ത താപനിലയെ നേരിടാൻ കഴിയണം. ഇറങ്ങുന്നത് ഒരു പക്ഷേ, കൊടുങ്കാറ്റുള്ള തണുത്ത ഒരു മഞ്ഞുമൂടിയ പർവതമാണെങ്കിൽ, അതിജീവിക്കാൻ അവർക്ക് കഴിയണം. അതിജീവനത്തിനു പുറമേ, കൺട്രോൾ റൂമിലേക്ക് ആശയവിനിമയം നടത്താനും അവരുടെ സ്ഥാനവും അവസ്ഥകളും അറിയിക്കാനും മാർഗമുണ്ടായിരിക്കണം. അതിജീവന പരിശീലനത്തിന്റെ ഭാഗമായി അത്തരം അവസ്ഥകളെ മറികടക്കാൻ ആവശ്യമായ എല്ലാ പരിശീലനവും യാത്രികർക്ക് നൽകുന്നു.

ഐസൊലേഷൻ പരിശീലനം

അടുത്ത തരത്തിലുള്ള പരിശീലനത്തെ ഏകാന്തതാ പരിശീലനം /ISOLATION TRAINING എന്ന് വിളിക്കുന്നു. ബഹിരാകാശ യാത്രയിൽ യാത്രികർക്ക് ദീർഘകാല ഒറ്റപ്പെടൽ അനുഭവപ്പെടുന്നു. ബഹിരാകാശ യാത്രികർക്ക് ഭൂമിയിൽനിന്നുള്ള ആരുമായും ദീർഘകാലത്തേക്ക് സമ്പർക്കം ഉണ്ടാകാത്ത സഹചര്യത്തിലാണ് ഇത്. പരിശീലന കാലയളവിൽ കൃത്രിമമായി സൃഷ്ടിക്കുന്ന ഒറ്റപ്പെടലുകളിലൂടെ അത്തരം സാഹചര്യങ്ങളുമായി പൊരുത്തപ്പെടാൻ അവരെ പരിശീലിപ്പിക്കുന്നു. ദീർഘനേരം ആരുമായും സമ്പർക്കം പുലർത്താതെ പ്രത്യേക മുറികളിൽ താമസിക്കാൻ അവരെ സജ്ജരാക്കുന്നു. അത്തരം സാഹചര്യങ്ങളിൽ അവരുടെ മാനസിക പ്രതികരണവും മാനസിക സന്തുലിതാവസ്ഥയും വിദഗ്ധർ ശ്രദ്ധാപൂർവ്വം നിരീക്ഷിക്കുകയും വിലയിരുത്തുകയും ചെയ്യുന്നു, അവർക്ക് ആവശ്യമായ കൗൺസിലിംഗ് നൽകുകയും ചെയ്യുന്നു.

ബഹിരാകാശയാത്രികർക്ക് വിക്ഷേപണവാഹനങ്ങളിൽ സഞ്ചരിക്കുമ്പോൾ വളരെ ഉയർന്ന അളവിലുള്ള ഗുരുത്വാകർഷണ ത്വരണശക്തികൾ ശരീരത്തിൽ അനുഭവപ്പെടുന്നു. റോളർ-കോസ്റ്റർ പോലുള്ള റൈഡുകളും സെൻട്രിഫ്യൂജുകളും (അപകേന്ദ്ര ബലം/CENTRIFUGAL FORCE ഉപയോഗിക്കുന്ന പരിശീലനയന്ത്രം) ഉപയോഗിച്ച് ശക്തമായ ഗുരുത്വാകർഷണബലം സൃഷ്ടിക്കുകയും, നിരവധിതരം പരിശീലനങ്ങൾ നൽകുകയും ചെയ്യുന്നു.

യാത്രികർ ബഹിരാകാശത്ത് എത്തുമ്പോൾ അവരുടെ രക്തത്തിന്റെ അളവും, സാന്ദ്രതയും മാറാൻ തുടങ്ങും. അവരിൽ വിളർച്ചയും, ഹൃദയ സംബന്ധിയായ അസാധാരണത്വങ്ങളും രൂപപ്പെടാൻ തുടങ്ങും. പരിശീലന കാലയളവിൽ, സമാനമായ അവസ്ഥകൾ സൃഷ്ടിച്ചുകൊണ്ട് ഓരോ വ്യക്തിയിലും അത്തരം അവസ്ഥകളുടെ ഫലങ്ങൾ വിലയിരുത്തപ്പെടുന്നു.

നാസയുടെ ഭൂമിയേതര ഗ്രഹ പര്യവേഷണങ്ങൾക്കുള്ള പരിശീലനം, കാലിഫോർണിയയിലെ മൊജാവേ മരുഭൂമിയിൽ (ഇടത്) നാസ കെന്നഡി സ്പേസ് സെന്ററിലെ 'സെൻട്രിഫ്യൂജ്' (വലത്); image courtesy: NASA

ബഹിരാകാശ പേടകത്തിലെ എല്ലാ സംവിധാനങ്ങളുടെയും പ്രവർത്തന തത്വങ്ങൾ, അടിസ്ഥാന ശാസ്ത്രം, എഞ്ചിനീയറിംഗ്, ഗണിതം, കാലാവസ്ഥ, നാവിഗേഷൻ, സമുദ്രശാസ്ത്രം, ജ്യോതിശാസ്ത്രം, മനുഷ്യ ശരീരശാസ്ത്രം എന്നിവ ക്ലാസ്റൂം പരിശീലനങ്ങൾവഴി യാത്രികർ പഠിക്കുന്നു.

ട്രെയിനിംഗ് സിമുലേറ്ററുകൾ

പരിശീലന പ്രക്രിയയുടെ ഒരു പ്രധാന ഭാഗമാണ് 'ക്രൂ ട്രെയിനിംഗ് സിമുലേറ്ററുകൾ.' ബഹിരാകാശയാത്രികർക്ക് ഈ സിമുലേറ്ററുകൾ ഉപയോഗിച്ച് പേടകം പ്രവർത്തിപ്പിക്കുന്നതിനുള്ള പരിശീലനം നൽകുന്നു. യാത്രികർക്ക് പേടകത്തിൽ ലഭ്യമായ വിവിധ സംവിധാനങ്ങളും സൗകര്യങ്ങളും പരിചയപ്പെടാനും ഇവ ഉപകരിക്കുന്നു. ബഹിരാകാശ പേടകത്തെ നിയന്ത്രിക്കുകയും നയിക്കുകയും ചെയ്യുക, പേടകത്തെ ബഹിരാകാശനിലയങ്ങളുമായി ബന്ധിപ്പിക്കുകയും വിടുതൽ ചെയ്യിപ്പിക്കുകയും ചെയ്യുന്ന പ്രക്രിയ (DOCK - UNDOCK) തുടങ്ങി നിരവധി പ്രവർത്തനങ്ങൾ ഈ സിമുലേറ്ററുകൾ ഉപയോഗിച്ച് പരിശീലിപ്പിക്കുന്നു. പേടകത്തെ കൈകാര്യം ചെയ്യുന്നതിനുള്ള യാത്രികരുടെ അറിവ് വിലയിരുത്താൻ ഈ സിമുലേറ്ററുകൾ സഹായിക്കുന്നു. യാത്രാ സമയത്ത് നേരിടേണ്ടി വരുന്ന വിവിധ തരത്തിലുള്ള അടിയന്തര സാഹചര്യങ്ങളിലും യന്ത്രങ്ങളുടെ പരാജയ സാഹചര്യങ്ങളിലും തിരുത്തൽ നടപടികളും വിലയിരുത്താനും അവ ഉപയോഗിക്കുന്നു.

ആവശ്യമായ എല്ലാ സൈദ്ധാന്തികവും പ്രായോഗികവുമായ പരിശീലനങ്ങളും വിലയിരുത്തലുകളും പൂർത്തിയാക്കാൻ ഏകദേശം 18 മാസത്തോളമെടുക്കും. തുടർന്ന് ബഹിരാകാശത്ത് ആവശ്യം വന്നേക്കാവുന്ന പ്രാഥമിക വൈദ്യശാസ്ത്രം, മരുന്നുകളുടെ ഉപയോഗം (SPACE MEDICINE) എന്നിവയിൽ ഏകദേശം 300 മണിക്കൂർ ദൈർഘ്യമുള്ള പരിശീലനവും നൽകുന്നു.

എല്ലാ പരിശീലന പ്രക്രിയകളും വിജയകരമായി പൂർത്തിയാക്കിയ ശേഷം, വൈദ്യപരിശോധനകളും നടത്തുന്നു. ബഹിരാകാശ യാത്രയ്ക്കുള്ള അവരുടെ ശാരീരികക്ഷമത ഉറപ്പുവരുത്തുന്നതിനായി അവരുടെ

സിമുലേറ്ററുകളിൽ 'ലൈൻ ഓറിയന്റഡ് ഫ്ലൈറ്റ് ട്രെയിനിംഗ് (LOFT)' എന്ന് വിളിക്കപ്പെടുന്ന പരിശീലനം ലഭിക്കുന്നു (ഇടത്), ബഹിരാകാശയാത്രികരായ സുനിത വില്യംസും എറിക് ബോയും ബോയിങ് കമ്പനിയുടെ സെന്റ് ലൂയിസ് ഫെസിലിറ്റിയിൽ CST-100 സ്റ്റാർലൈനറിനായുള്ള പാർട്ട് ടാസ്ക് പരിശീലകരെ വിലയിരുത്തുന്നു (വലത്); image courtesy: NASA

ആരോഗ്യവും ശാരീരിക അവസ്ഥകളും വീണ്ടും നിരീക്ഷിക്കുന്നു. ഉദാഹരണത്തിന്, ഏതെങ്കിലും ദന്ത അണുബാധ കണ്ടെത്തിയാൽ, അനുബന്ധ പല്ലുകൾ ഉടനടി നീക്കംചെയ്യുന്നു. ഇൻസുലിൻ ആശ്രിതത്വമുള്ള പ്രമേഹരോഗങ്ങൾ കണ്ടെത്തിയാൽ, അവർ യാത്രയ്ക്ക് അനുയോജ്യമല്ലെന്ന് വിലയിരുത്തപ്പെടുന്നു.

ദീർഘകാല ബഹിരാകാശയാത്രികനായുള്ള ആകെയുള്ള പരിശീലന ചെലവ് ഒരാൾക്ക് ഏകദേശം 2 കോടി രൂപയോളം വരുന്നു. 3 മുതൽ 7 ദിവസം വരെയുള്ള ഹ്രസ്വകാല യാത്രകൾക്ക് പരിശീലനച്ചെലവ് കുറവാകാം. ഇത്തരം യാത്രകളിൽ, നേരത്തെ പരിശീലനം ലഭിച്ച ബഹിരാകാശയാത്രികരോടൊപ്പം ഉണ്ടായിരിക്കുമെന്നതിനാൽ അവശ്യ പ്രവർത്തനങ്ങൾ മാത്രം പരിശീലനങ്ങളിൽ ഉൾപ്പെടുത്തുന്നു. കൂടാതെ ആനുകാലികം, ഭക്ഷണം തയ്യാറാക്കൽ, ബഹിരാകാശ നടത്തം തുടങ്ങിയവയിൽ പരിശീലനം ഹ്രസ്വകാലയാത്രികർക്കു വേണ്ടിവന്നേക്കില്ല.

ഇന്ത്യയുടെ അഭിമാനം

1980 കളുടെ രണ്ടാം പാദത്തിൽ, അമേരിക്കയുടെ ബഹിരാകാശ ഏജൻസിയായ നാഷണൽ എയറോനോട്ടിക്സ് ആൻഡ് സ്പേസ് അഡ്മിനിസ്ട്രേഷൻ (നാസ), തങ്ങളുടെ സ്പേസ് ട്രാൻസ്പോർട്ടേഷൻ സിസ്റ്റത്തിൽ ബഹിരാകാശത്തേക്ക് ഉപഗ്രഹങ്ങളും പേലോഡുകളും അയക്കാൻ താൽപ്പര്യപ്പെടുന്ന രാജ്യങ്ങളുടെ തെരഞ്ഞെടുക്കപ്പെടുന്ന ശാസ്ത്രജ്ഞർക്കോ ഗവേഷകർക്കോ യാത്രികർക്കോ സ്പേസ് ഷട്ടിലിൽ ഒരു യാത്ര വാഗ്ദാനം ചെയ്തു. 70 കോടി രൂപയ്ക്ക് ഫോർഡ് എയ്റോ

സ്പേസിൽ നിർമ്മിച്ച ഇൻസാറ്റ് 1 സി (INSAT -1C) സ്പേസ് ഷട്ടിലിൽ അയയ്ക്കാൻ ഇന്ത്യ തീരുമാനിച്ചപ്പോൾ, അവർ ഒരു ഇന്ത്യൻ ശാസ്ത്രജ്ഞനുവേണ്ടി സ്പേസ് ഷട്ടിലിൽ ഒരു സീറ്റ് മാറ്റിവച്ചു.

'ഇത്രയുംനാൾ ഇന്ത്യ ഇതൊക്കെ അരികിൽ നിന്ന് കാണുകയായിരുന്നുവെങ്കിൽ ഇന്ന് നമ്മൾ ഇതിൽ അവർക്കൊപ്പം യാത്ര ചെയ്യാൻ തയ്യാറെടുക്കുകയാണ്' എന്നാണ് അന്നത്തെ ഐ എസ് ആർ ഒ ചെയർമാൻ ആയിരുന്ന പ്രൊഫസർ യു.ആർ. റാവു പറഞ്ഞത്. ബഹിരാകാശ യാത്രയ്ക്ക് വേണ്ടി രാജ്യത്തിന് ചെലവാകുന്ന രണ്ട് കോടി രൂപ ഇൻസാറ്റ് 1 സി അയക്കാൻ ചെലവഴിക്കുന്ന തുകയുടെ വളരെ ചെറിയ ഒരു ഭാഗം മാത്രമാണ് എന്നതും ഇതിനെ ആകർഷകമാക്കി.

ബഹിരാകാശത്ത് എത്തുമ്പോൾ ഇന്ത്യൻ ശാസ്ത്രജ്ഞർ ചെയ്യേണ്ടിയിരുന്ന പരീക്ഷണങ്ങൾ എല്ലാം കൃത്യമായി തീരുമാനിക്കപ്പെട്ടിരുന്നു. മൺസൂൺ കാലത്ത് ഇന്ത്യയിൽ ഉണ്ടാകുന്ന അതിശക്തമായ ഇടിമിന്നലിന്റെ ചിത്രങ്ങൾ ബഹിരാകാശത്തുനിന്ന് എടുക്കുക, ബഹിരാകാശത്ത് പേശീ തളർച്ച ഒഴിവാക്കുന്നതിന് യോഗ എത്രത്തോളം ഫലപ്രദമാണെന്നുള്ള പഠനം എന്നിവ അവയിൽ ചിലതായിരുന്നു.

1986 ജൂൺ 25 ന് സ്പേസ് ഷട്ടിൽ ചലഞ്ചർ ദൗത്യമായിരുന്ന STS-61-I ൽ ഇൻസാറ്റ്-1C അയക്കാൻ തീരുമാനമായി. ഏഴ് ദിവസത്തെ ദൗത്യത്തിനായി മറ്റ് മൂന്ന് പേലോഡുകളും ഒരു ഇന്ത്യൻ ബഹിരാകാശയാത്രികൻ ഉൾപ്പെടെ അഞ്ച് അംഗ സംഘവും യാത്രതിരിക്കും. 400 ഐ എസ് ആർ ഒ അപേക്ഷകരിൽ നിന്ന് 40 പേരായി ചുരുങ്ങിയ പട്ടിക പ്രസിദ്ധീകരിക്കപ്പെട്ടു. 1985 പകുതിയോടെ, ഇവരിൽ നിന്ന് പ്രൊഫസർ യു ആർ റാവുവിന്റെ നേതൃത്വത്തിലുള്ള മുതിർന്ന ശാസ്ത്രജ്ഞർ അന്തിമ പട്ടികയിൽ ഏഴ് ഉദ്യോഗാർത്ഥികളെ നിലനിർത്തി. കോസ്മനോട്ട് രാകേഷ് ശർമ്മ, മുൻ നാസ ബഹിരാകാശ സഞ്ചാരി പോൾ ജോസഫ് വെയ്റ്റ്സ് എന്നിവർ ഉൾപ്പെട്ട പട്ടികയിൽ നിന്ന് തിരുവനന്തപുരത്തെ ലിക്വിഡ് പ്രൊപ്പൽഷൻ സിസ്റ്റം സെന്ററിലെ (LPSC) ശാസ്ത്രജ്ഞനായിരുന്ന ശ്രീ. പരമേശ്വരൻ രാധാകൃഷ്ണൻ, ബാംഗ്ലൂരിലെ ഐ എസ് ആർ ഒ സാറ്റലൈറ്റ് സെന്ററിൽ നിന്നുള്ള എഞ്ചിനീയർ ശ്രീ. നാഗപതി ചിദംബർ ഭട്ട് എന്നിവർ തെരഞ്ഞെടുക്കപ്പെട്ടു.

ഇലക്ട്രോണിക്സ് എഞ്ചിനീയർ ആയിരുന്ന ശ്രീ. രാധാകൃഷ്ണൻ 1966 ൽ ഐ എസ് ആർ ഒയുടെ മുൻകാല രൂപമായ ഇൻകോസ്പാറിലേക്ക് നിയമിതനായശേഷം, ബഹിരാകാശ യാത്രയെക്കുറിച്ച് ഇന്ത്യയിലുടനീളമുള്ള സ്കൂളുകളും കോളേജുകളും സർവകലാശാലകളും സന്ദർശിച്ച് വിദ്യാർത്ഥികളെ ബോധവാന്മാരാക്കുക എന്ന ദൗത്യമാണ് നൽകപ്പെട്ടത്. ഇതിനായി അദ്ദേഹമടങ്ങുന്ന മൂന്നംഗ സംഘം നാസ നൽകിയ ഒരു 'ഷെവർലെ ട്രക്കിൽ' റോക്കറ്റുകൾ, ഉപഗ്രഹങ്ങൾ, അപ്പോളോ മൊഡ്യൂളുകൾ, റോക്കറ്റ് വിക്ഷേപണങ്ങളുടെ സിനി ഫിലിം എന്നിവയുംകൊണ്ട് ഒരുവർഷത്തോളം യാത്രചെയ്തു. ഭാരതീയ ബഹി

രാകാശ ശാസ്ത്ര വളർച്ച എന്നും കടപ്പെട്ടിരിക്കുന്ന മഹാനായ ശാസ്ത്രജ്ഞൻ ഡോ. വിക്രം സാരാഭായിയുടെ ഇടപെടലാണ് ഇത്തരത്തിൽ ഒരു ദൗത്യം ഏറ്റെടുക്കാൻ നിമിത്തമായതും. പിൽക്കാലത്ത്, ഇന്ത്യയുടെ ആദ്യ ഉപഗ്രഹമായ ആര്യഭട്ടയുടെ ഊർജ്ജ സംവിധാനത്തിലുൾപ്പെടെ നിരവധി മേഖലകളിൽ ശ്രീ. രാധാകൃഷ്ണൻ സേവനമനുഷ്ഠിച്ചു.

1973 ൽ ഇന്ത്യയുടെ ഉപഗ്രഹ പദ്ധതികൾ നടന്നുകൊണ്ടിരിക്കെ ആണ് ശ്രീ. ഭട്ട് ഉപഗ്രഹ കേന്ദ്രത്തിൽ നിയമിതനാകുന്നത്. ആര്യഭട്ട, ഐ ആർ എസ്-1 എ എന്നിവയുടെ സൗരോർജ്ജ പാനലുകൾ തുറക്കുന്ന

ശ്രീ. നാഗപതി ചിദംബർ ഭട്ട് (ഇടത്), ശ്രീ. പരമേശ്വരൻ രാധാകൃഷ്ണൻ (വലത്); image courtesy: NASA

സാങ്കേതികവിദ്യ, ഇന്ത്യയുടെ ആദ്യ ചാന്ദ്രദൗത്യമായ ചന്ദ്രയാൻ-1 ൽ ഉപയോഗിച്ച ആന്റിന, 2007 ൽ സ്പേസ് ക്യാപ്സിൾ റിക്കവറി എക്സ്പെരിമെന്റ് (SRE-1)ലെ ചില പരീക്ഷണങ്ങൾ എന്നിവയായിരുന്നു അദ്ദേഹത്തിന്റെ പ്രധാന സംഭാവനകൾ.

പിന്നീട്, നിക്ഷിപ്ത ദൗത്യത്തിനായി ഇരുവരെയും നാസയിലേക്ക് അയച്ചു. എന്നാൽ യാദൃച്ഛികമായി സ്പേസ് ഷട്ടിൽ ചലഞ്ചർ പൊട്ടിത്തെറിച്ചുണ്ടായ അപകടം നാസയെ അസ്തിത്വ പ്രതിസന്ധിയിലേക്ക് വരെ കൊണ്ടുവന്നു. ഇക്കാരണത്താൽ, നേരത്തെ തീരുമാനിച്ചിരുന്ന STS -61 -I ഉപേക്ഷിക്കപ്പെടുകയും, ഭാരതീയർക്ക് ഒരു സ്വപ്നയാത്ര നഷ്ടമാകുകയും ചെയ്തു.

എന്നാൽ ശ്രീ. രാധാകൃഷ്ണനും, ശ്രീ. ഭട്ടും, യുവതലമുറയിലെ ബഹിരാകാശ ശാസ്ത്രത്തിൽ താല്പര്യമുള്ളവർക്ക് എന്നും പ്രചോദനമായി നിലകൊള്ളും എന്നതിൽ സംശയമില്ല.

ഈ പുസ്തക രചനയുടെ ഭാഗമായി, ഗ്രന്ഥകർത്താക്കൾക്ക് ശ്രീ. രാധാകൃഷ്ണനെ അദ്ദേഹത്തിന്റെ വസതിയിൽ സന്ദർശിക്കുകയും അദ്ദേഹത്തിൽ നിന്ന് ഒരു അവതാരിക കുറിപ്പ് വാങ്ങാനും സാധിച്ചു.

മനുഷ്യ പര്യവേക്ഷണങ്ങൾ

നമുക്ക് ബഹിരാകാശത്തേക്കുള്ള ഒരു യാത്രയെ സൂക്ഷ്മമായി നിരീക്ഷിക്കാം.

മുന്നൊരുക്കം

ആവശ്യമായ പരിശീലനം പൂർത്തിയാക്കിയശേഷം, പ്രതീക്ഷയോടെ യാത്രികരിലൊരാൾ വിക്ഷേപണ കേന്ദ്രത്തിലെത്തിയിട്ടുണ്ട്. പ്രത്യേകം ഇഷ്ടാനുസൃതമായി നിർമ്മിച്ച സ്പേസ് സ്യൂട്ട് അദ്ദേഹത്തിന് നൽകിയിരിക്കുന്നു. അവ ധരിച്ച്, വിക്ഷേപണത്തിന് ഏകദേശം മൂന്ന് മണിക്കൂർ മുമ്പ് അദ്ദേഹം വിക്ഷേപണത്തറയിൽ എത്തിയിരിക്കുന്നു. വിക്ഷേപണ വാഹനത്തിലെ അവസാന നിമിഷ പ്രവർത്തനങ്ങളായ ഇന്ധനം നിറയ്ക്കൽ, മർദ്ദം പരിശോധന എന്നിവ പുരോഗമിക്കുകയാണ്. ആ സമയങ്ങളിൽ ആളുകൾ ചുറ്റുമുള്ളത് വളരെ അപകടകരമാണ്. അവസാന നിമിഷത്തിലെ എല്ലാ പ്രവർത്തനങ്ങളും നിയന്ത്രണ കേന്ദ്രത്തിൽനിന്ന് വിദൂരമായി നടപ്പിലാക്കുകയാണ് പതിവ്. എല്ലാ ജീവനക്കാരും വിക്ഷേപണത്തറയിൽ/ലോഞ്ച് പാഡിൽ നിന്ന് ഒഴിയുന്നതിനുമുമ്പ് യാത്രക്കാരെ വാഹനത്തിനുള്ളിൽ ഇരുത്തണം. സുഹൃത്തുക്കൾക്കും ബന്ധുക്കൾക്കും മറ്റുള്ളവർക്കും ആശംസകൾ കൈമാറിയ ശേഷം യാത്രികർ ലിഫ്റ്റിൽ കയറി വാഹനത്തിന്റെ മുകളിൽ എത്തുന്നു. സഹയാത്രികരോടൊപ്പം അദ്ദേഹം പേടകത്തിന്റെ പ്രവേശനകവാടത്തിലേക്കു കടക്കുന്നു. ഓരോ ക്രൂ അംഗങ്ങളും/യാത്രികരും അവരവരുടെ ഇരിപ്പിടങ്ങൾ തെരഞ്ഞെടുക്കുകയും അവിടെയുള്ള ജീവനക്കാർ അവരെ ഇരിപ്പിടങ്ങളിലേക്കു ബന്ധിപ്പിക്കാൻ സഹായിക്കുകയും ചെയ്യുന്നു. മർദ്ദ പരിശോധനകളും ചോർച്ച പരിശോധനകളും ഉൾപ്പെടെയുള്ള എല്ലാ അന്തിമ പരിശോധനകളും

പൂർത്തിയാക്കിയ ശേഷം, പേടകത്തിന്റെ വാതിൽ അടയ്ക്കുകയും ചെയ്യുന്നു. ഒടുവിൽ, അവസാന ജീവനക്കാരും വിക്ഷേപണത്തറ വിട്ട് സുരക്ഷിതമായ നിയന്ത്രണ കേന്ദ്രത്തിലെത്തി എന്നുറപ്പുവരുത്തുന്നു.

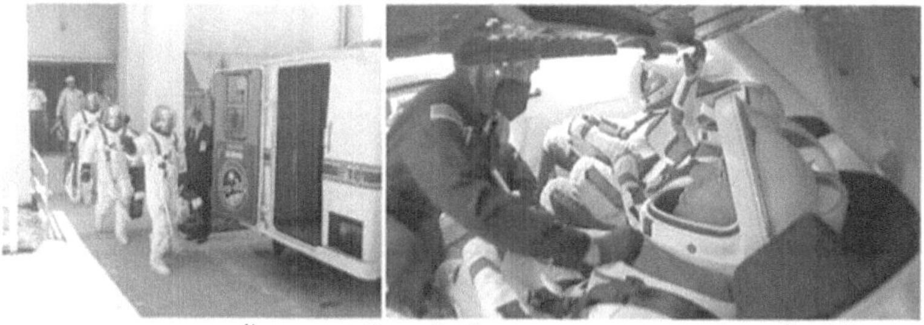

അപ്പോളോ സോയൂസ് ദൗത്യത്തിനായി വിക്ഷേപണവാഹനത്തിലേക്ക് തിരിക്കുന്ന യാത്രികർ (ഇടത്), ഡ്രാഗൺ ക്രൂ-3 ദൗത്യത്തിൽ, ബഹിരാകാശത്തേക്ക് തിരിക്കുന്ന യാത്രികരെ പേടകത്തിലെ ഇരിപ്പിടങ്ങളുമായി ബന്ധിപ്പിക്കുന്ന ജീവനക്കാരൻ (വലത്); image courtesy: NASA

ഈ ഘട്ടത്തിൽ, അവസാന ഇന്ധന പരിശോധന പ്രവർത്തനങ്ങൾ നടക്കുന്നു. വിക്ഷേപണ വാഹനത്തിന്റെ ഓരോ മിനിറ്റും വിശദമായി നിയന്ത്രണ കേന്ദ്രത്തിലെ വിദഗ്ദ്ധർ ശ്രദ്ധയോടെയും തുടർച്ചയായും നിരീക്ഷിക്കുന്നു. ലിഫ്റ്റ് ഓഫിന്/വിക്ഷേപണത്തിന് രണ്ട് മണിക്കൂർ ശേഷിക്കുന്നു. അവസാന നിമിഷ പ്രവർത്തനങ്ങളുടെ പട്ടിക തുടർച്ചയായി പ്രഖ്യാപിക്കുകയും അനുബന്ധ ഉപസംവിധാന വിദഗ്ദ്ധർ ഓരോന്നിന്റെയും പൂർത്തീകരണവും അടുത്ത ഘട്ടത്തിനുള്ള അവരുടെ സന്നദ്ധതയും സ്ഥിരീകരിക്കുകയും ചെയ്യുന്നു. കൺട്രോൾ സെന്ററിലെ വിവിധ സ്പെ

അന്താരാഷ്ട്ര ബഹിരാകാശ നിലയത്തിലേക്കുള്ള ദൗത്യമായ STS-132 നായി, നാസയുടെ 39A വിക്ഷേപണത്തറയിൽ നിന്നുയരുന്ന അറ്റ്ലാന്റിസ് സ്പേസ് ഷട്ടിൽ (ഇടത്), മനുഷ്യനെ ചന്ദ്രോപരിതലത്തിലെത്തിച്ച അപ്പോളോ-11 ദൗത്യവുമായി സാറ്റേൺ-വി റോക്കറ്റ് (വലത്); image courtesy: NASA

ഷ്യലിസ്റ്റുകളും വിദഗ്ധരും തമ്മിൽ നടക്കുന്ന ഈ സംഭാഷണങ്ങളെല്ലാം ക്രൂ അംഗങ്ങൾ നിശ്ശബ്ദമായി ശ്രദ്ധിക്കുന്നു.

അന്തിമ കൗണ്ട്ഡൗൺ പ്രഖ്യാപിക്കുകയും വാഹനം നിശ്ചിത സമയത്ത് സുഗമമായി ബഹിരാകാശത്തേക്കുള്ള യാത്ര ആരംഭിക്കുകയും ചെയ്യുന്നു.

യാത്ര

വിക്ഷേപണത്തറയിൽ നിന്നുയരുന്ന വാഹനം അതിതീക്ഷ്ണമായ ശബ്ദത്തോടെ ഇന്ധനം കത്തിയുണ്ടാകുന്ന വാതകങ്ങൾ പുറംതള്ളുന്നു. മുൻ അധ്യായത്തിൽ പ്രതിപാദിച്ച ന്യൂട്ടന്റെ മൂന്നാം ചലനനിയമം ഇവിടെ സ്മരിക്കാം.

തീവ്രമായ ശബ്ദ തരംഗങ്ങൾ കാരണം സമീപത്തുള്ള എല്ലാ കെട്ടിടങ്ങളും പ്രകമ്പനംകൊള്ളുന്നു. മനുഷ്യശരീരത്തിന് അത്തരം ശബ്ദതലങ്ങളെ നേരിടാൻ കഴിയാത്തതിനാൽ, വിക്ഷേപണ കേന്ദ്രത്തിന് 5 കിലോമീറ്റർ ചുറ്റളവിൽ ആരെയും അനുവദിക്കില്ല. ഈ വ്യാസത്തിനു പുറത്ത് നിന്ന് മാത്രമേ വിക്ഷേപണം കാണാൻ ആളുകളെ അനുവദിക്കുകയുള്ളൂ. അതേ സമയം വിക്ഷേപണ വാഹനത്തിന്റെയും പേടകത്തിന്റെയും ഘടനാപരമായ കവചങ്ങൾ, ശബ്ദസംരക്ഷണ സംവിധാനങ്ങൾ യാത്രികരുടെ സ്പേസ് സ്യൂട്ടുകൾ എന്നിവ ഈ അപകടകരമായ ശബ്ദതലങ്ങളിൽ നിന്ന് യാത്രികരെ സംരക്ഷിക്കുന്നു. മുന്നോട്ടുള്ള യാത്രയും സഞ്ചാര സ്വാതന്ത്ര്യവും നിയന്ത്രിതമായതിനാൽ, വിക്ഷേപണത്തിന് 12 മണിക്കൂർ മുമ്പ് ജല ഉപഭോഗം കുറയ്ക്കാൻ നിർദ്ദേശിക്കുന്നു. എന്നാൽ ജല ഉപഭോഗം കുറയുന്നത് ശരീരത്തിലെ ക്ഷീണത്തിനും ബലഹീനതയ്ക്കും കാരണമാകുന്നു. അടിയന്തര സാഹചര്യം കാരണം അവർക്ക് വാഹനത്തിൽ നിന്ന് പെട്ടെന്ന് പുറത്തുപോകേണ്ടിവന്നാൽ, ശരീരത്തിലെ ക്ഷീണം കാരണം അത് അവർക്ക് ബുദ്ധിമുട്ടുണ്ടാക്കുന്നു.

ഗ്രൗണ്ട് കൺട്രോൾ സെന്ററിലെ അറിയിപ്പുകൾ അവർ ശ്രദ്ധയോടെ കേൾക്കുന്നു. വ്യക്തിഗത ഉപസംവിധാന വിദഗ്ദ്ധർ അതത് സംവിധാനങ്ങളുടെ പ്രവർത്തനം നിരീക്ഷിക്കുകയും അവയുടെ പ്രതികരണം പ്രഖ്യാപിക്കുകയും ചെയ്യുന്നു. ലോഞ്ച് പാഡിൽ വാഹനംനിന്ന് 15 മിനിറ്റിനുള്ളിൽ, മണിക്കൂറിൽ 28000 കിലോമീറ്റർ വേഗത കൈവരിക്കേണ്ടതുണ്ട്. അത് നേടുന്നതിനായി വിക്ഷേപണ വാഹനം സൂക്ഷ്മതയോടെ ത്വരിതപ്പെടുത്തുന്നു. അന്തരീക്ഷത്തിലൂടെ തുളച്ചുകയറുന്ന യാത്ര, പേടകത്തിനുള്ളിൽ സുരക്ഷിതരായി പിടിച്ചിരിക്കാൻ കമ്പികൾ ഉണ്ട്, കൂടാതെ ഇരിപ്പിടങ്ങളിൽ അവർ ബന്ധിപ്പിക്കപ്പെട്ടിട്ടുമുണ്ട്. അനുഭവപ്പെടുന്ന ത്വരണം ഭൂമിയുടെ ഗുരുത്വാകർഷണത്തിന്റെ 4 മുതൽ 6 മടങ്ങ് വരെ എത്തുന്നു. 1960 കാലഘട്ടത്തിലെ വാഹനങ്ങളിലെ ജി-ലെവലുകൾ (മേൽപ്പറഞ്ഞ വാഹനത്തിന്റെ ത്വരണം, യാത്രികരുടെ ഭാരത്തിന്റെ അത്രയും തന്നെ മടങ്ങായി അനുഭവപ്പെടുന്നു) ഇന്നത്തെ വാഹനങ്ങളേക്കാൾ

വളരെ കൂടുതലായിരുന്നു എന്നത് ശ്രദ്ധിക്കേണ്ടതാണ്.

ഉയർന്ന ഗുരുത്വാകർഷണ ത്വരണ നിലകൾ (ജി-ലെവലുകൾക്ക്) വ്യത്യസ്ത മൃഗങ്ങൾ വ്യത്യസ്ത രീതിയിലാണ് പ്രതികരിക്കാറ്. ഉദാഹര

ഓരോ ജീവജാലങ്ങളും വ്യത്യസ്ത ഗുരുത്വാകർഷണ സാഹചര്യങ്ങളുമായി വിവിധ തരത്തിലാണ് പ്രതികരിക്കുന്നത്

ണത്തിന്, മനുഷ്യർക്ക് 10 ജി ലെവലുകൾ (ശരീരഭാരത്തിന്റെ 10 മടങ്ങ്) കുറച്ച് സെക്കൻഡും 4-ജി ലെവലുകൾ കുറച്ച് മിനുട്ടും സഹിക്കാൻ കഴിയും. ചിമ്പാൻസികളുടെ സഹിഷ്ണുതയുടെ അളവ് മനുഷ്യന്റെ തിനേക്കാൾ ഇരട്ടിയാണ്. മത്സ്യങ്ങൾക്ക് 100 ജി ത്വരണം വരെ സഹിക്കാൻ കഴിയും. സൂക്ഷ്മജീവികൾ, വണ്ടുകൾ എന്നിവയ്ക്ക് ഏത് ത്വരണവും നേരിടാൻ കഴിയും എന്നാണ് പഠനങ്ങൾ കാണിക്കുന്നത്. ഉയരമുള്ള കെട്ടിടത്തിൽനിന്ന് വീണാൽ, നമ്മുടെ കൈകാലുകൾക്ക് പരിക്കേറ്റേക്കാം. അതേസമയം, ഒരു പൂച്ചയ്ക്ക് ഉയരമുള്ള കെട്ടിടങ്ങളിൽ നിന്ന് വീഴുകയും പരിക്കുകളില്ലാതെ മൃദുവായി നിലംപതിക്കുകയും ചെയ്യാൻ സാധിക്കുന്നു. ഉറുമ്പിനെ ഉയരത്തിൽ നിന്ന് താഴേക്ക് വീഴ്ത്തിയാൽ അതിന് ഒരു ചെറിയ ചതവ് പോലും ഉണ്ടാകില്ല. ഇത്തരം പരീക്ഷണങ്ങളുടെ ഭാഗമായാണ് ബഹിരാകാശ യാത്രയിൽ ഗുരുത്വാകർഷണ ത്വരണങ്ങൾക്ക് വ്യത്യസ്ത മൃഗങ്ങൾക്ക് വ്യത്യസ്ത സഹിഷ്ണുത പരിധികൾ ഉണ്ടായിരിക്കുന്നത് എന്ന് കണ്ടെത്തിയിരിക്കുന്നത്.

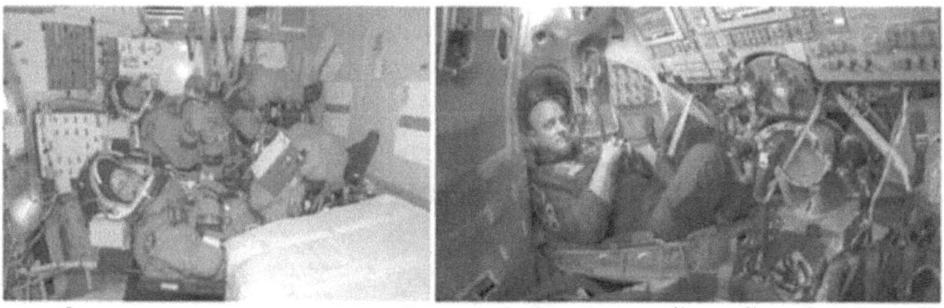

ബഹിരാകാശ യാത്രാ പേടകങ്ങളിലെ ഇരിപ്പിടങ്ങൾ - സ്പേസ് ഷട്ടിൽ (ഇടത്), സോയൂസ് പേടകം (വലത്); image courtesy: NASA

ശരീരത്തിലെ ഗുരുത്വാകർഷണ ത്വരണ പ്രഭാവം കുറയ്ക്കുന്നതിന്, യാത്രികർക്ക് പരമാവധി ത്വരണത്തിന്റെ എതിർ ദിശയിൽ വിശ്രമിക്കാൻ കഴിയുന്നവിധമാണ് പേടകങ്ങളിലെ ഇരിപ്പിടങ്ങൾ ക്രമീകരിച്ചിരിക്കുന്നത്. ഉയർന്ന ത്വരണ നിലകൾ കാരണം, ബഹിരാകാശയാത്രികർക്ക് ശരീരത്തിനുള്ളിൽ രക്തം കട്ടികൂടുന്നതായി അനുഭവപ്പെടുന്നു. ശരീരത്തിന്റെ എല്ലാ ഭാഗങ്ങളിലേക്കും സാന്ദ്രമായ രക്തം പമ്പ് ചെയ്യുന്നത് ഹൃദയത്തിന് ബുദ്ധിമുട്ടാണ്. ഇതുമൂലം, ഹൃദയത്തിൽ ജോലിഭാരം വർദ്ധിക്കുകയും ഭാരമേറിയ എന്തെങ്കിലും വസ്തു നെഞ്ചിൽ ഇരിക്കുന്നതുപോലെ യാത്രികന് തോന്നുകയും ചെയ്യുന്നു. അത്തരം സമയങ്ങളിൽ ഓരോ ഹൃദയമിടിപ്പിന്റെ ഫലമായി പുറത്തേക്കു തള്ളപ്പെടുന്ന രക്തം 75 മില്ലിയിൽ നിന്ന് 90 മില്ലി ആയി വർദ്ധിക്കുന്നു. ഈ സമയം രക്തക്കുഴലുകളിലെ മർദ്ദം പരമാവധി കുറയുന്ന വിധത്തിലാണ് ഇരിപ്പിടങ്ങളുടെ സ്ഥാനം ക്രമീകരിച്ചിരിക്കുന്നത്. ഇതിനെ അതിജീവിക്കാൻ പരിശീലനങ്ങൾ സഹായിക്കുന്നു. അതേ സമയം തന്നെ, തലയിലും വലിയ ഭാരം അനുഭവപ്പെടുന്നു. എല്ലുകൾക്കും പലതവണ ഭാരമുള്ളതുപോലെ തോന്നുന്നു. അടിവയറ്റിൽ കടുത്ത വേദന അനുഭവപ്പെടുന്നതായി യാത്രികർ പറഞ്ഞിട്ടുണ്ട്. കണ്ണുകൾക്ക് ചുറ്റുമുള്ള പ്രദേശങ്ങൾ വലിയ സമ്മർദ്ദത്തിലാകുന്നു, അതുകാരണം താല്ക്കാലികമായി ഒന്നും കാണാൻ സാധിക്കുന്നില്ല.

വിക്ഷേപണവാഹനത്തിന്റെ ഉപയോഗം കഴിഞ്ഞ ഭാഗങ്ങൾ വേർപെടുന്ന പ്രക്രിയകൾ യാത്രികർ ഭൂമിയിലെ കൺട്രോൾ സെന്ററുമായി ബന്ധിപ്പിച്ചിട്ടുള്ള ശൃംഖലയിൽനിന്ന് അറിയുന്നു. ഭൂമിയുടെ നീലനിറം പതിയെ കുറഞ്ഞു ഇരുണ്ട ചുറ്റുപാടുകൾ പേടകത്തിന്റെ ജനലിലൂടെ അവർ കാണുന്നു. അന്തരീക്ഷത്തിന്റെ അതിർവരമ്പുകൾ ഭേദിച്ച് അവർ ബഹിരാകാശത്തെത്തിയിരിക്കുന്നു. എന്തെങ്കിലും അത്യാഹിതമുണ്ടായാൽ രക്ഷപ്പെടാനുള്ള പേടകത്തിന്റെ ഭാഗം വിച്ഛേദിക്കപ്പെടുന്നു. പതിയെ അവർ അവസാന ഭ്രമണപഥത്തിലേക്കെത്തുന്നു.

പൂജ്യം-ജി സൂചകങ്ങൾ

റോക്കറ്റ് എഞ്ചിന്റെ ജ്വലനം തീവ്രമായ ഗുരുത്വാകർഷണ ത്വരണം യാത്രികരിൽ ഏൽപ്പിക്കുന്നു എന്ന് മുൻപ് പറഞ്ഞല്ലോ. ഭ്രമണപഥത്തിൽ എത്തിയാൽ റോക്കറ്റിന്റെ എൻജിനുകൾ ജ്വലനം അവസാനിപ്പിക്കുകയും യാത്രികർ പൂജ്യം ഗുരുത്വാകർഷണാവസ്ഥയിലെത്തുകയും ചെയ്യുന്നു.

അനിശ്ചിതമായ യാത്ര ആയതിനാലാവണം, ബഹിരാകാശയാത്രികർ അവരുടെ പ്രിയപ്പെട്ടവരുടെ സ്മരണയ്ക്കായി എന്തെങ്കിലും വസ്തുക്കൾ കൊണ്ടുപോകാറുണ്ട്. ഭൂമിയുടെ ഗുരുത്വാകർഷണ വലയത്തിൽനിന്നു പുറത്തുകടന്നു എന്ന് മനസ്സിലാക്കാൻ പൂജ്യം-ജി സൂചകങ്ങളായി ഇത്തരം സ്മരണികകൾ സഹായിക്കുന്നു. അവയെ സാധാരണയായി 'പൂജ്യം-ജി സൂചകങ്ങൾ' (ZERO-G MASCOTS/സീറോ-ജി

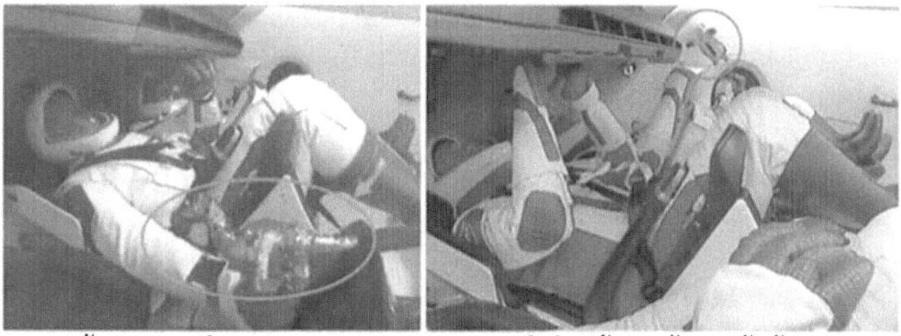

നാസയ്ക്കുവേണ്ടിയുള്ള മനുഷ്യ ദൗത്യങ്ങളിൽ സ്പേസ് എക്സ് ഡ്രാഗൺ പേടകത്തിൽ ഉപയോഗിച്ച പൂജ്യം - ജി സൂചികകൾ - ദിനോസർ പാവ(ഇടത്), ആമയുടെ രൂപത്തിലുള്ള പാവ (വലത്); image courtesy: NASA

മാസ്കോട്ടുകൾ) എന്ന് വിളിക്കുന്നു. പൂജ്യം-ജി അവസ്ഥയിൽ എത്തുമ്പോൾ ഇത്തരം മാസ്കോട്ടുകൾ പേടകത്തിനുള്ളിൽ പറന്നുനടക്കാൻ തുടങ്ങും. ബഹിരാകാശയാത്രികർക്ക് വിജയകരമായ ഭ്രമണപഥം കൈവരിച്ചതായും യാത്രയുടെ ആരോഹണ ഘട്ടം പൂർത്തിയായതിനും ഇത് ഒരു സൂചനയായി വർത്തിക്കുന്നു. ഭ്രമണപഥത്തിലെത്തിയ ശേഷം, ബഹിരാകാശ നിലയത്തിലെത്താനും അതുമായി ബന്ധപ്പെടാനും ഏകദേശം 24 മണിക്കൂർ സമയമെടുക്കും.

ഭൗമാന്തരീക്ഷത്തിന് പുറത്ത്

മനുഷ്യശരീരത്തിൽ ശരാശരി 60% ജലം അടങ്ങിയിരിക്കുന്നു, നവജാത ശിശുക്കളിൽ ഇത് 77 ശതമാനവും പ്രായമായവരിൽ 45 ശതമാനവുമാണ്. ഭൂമിയിൽ, ഗുരുത്വാകർഷണത്തിന്റെ സഹായത്തോടെ ജലം ശരീരത്തിന്റെ വിവിധ ഭാഗങ്ങളിലേക്ക് സഞ്ചരിക്കുന്നു. ശരീര ചലനങ്ങളില്ലാതെ ദീർഘനേരം ബഹിരാകാശത്തേക്ക് യാത്ര ചെയ്യുമ്പോൾ, കാലുകളുടെ അടിയിൽ ചെറിയ വീക്കം ഉണ്ടാകുന്നതായി പറയപ്പെടുന്നു. ഗുരുത്വാകർഷണം മൂലം കാലുകളിൽ അധികമായി ജലം ശേഖരിക്കപ്പെടുന്നതാണ് ഇതിനു കാരണം. തുടർച്ചയായി ഇരിക്കുന്നതിനുപകരം, നിൽക്കുകയോ നടക്കുകയോ പോലുള്ള ചെറിയ ചലനങ്ങൾ ചെയ്യുകയാണെങ്കിൽ, ഇപ്രകാരം ഉണ്ടാകില്ല. ജലത്തിന്റെ അളവ് പ്രധാനമായും ശരീരത്തിലെ രക്തവും കോശങ്ങളുമായി ബന്ധപ്പെട്ടിരിക്കുന്നു. ബഹിരാകാശത്ത് ഗുരുത്വാകർഷണത്തിന്റെ അഭാവം കാരണം, ആവശ്യമായ അളവിലുള്ള ജലം കാലുകളിൽ എത്തുന്നില്ല, പക്ഷേ, മറ്റ് ഭാഗങ്ങളിലേക്ക് കൂടുതൽ നീങ്ങാൻ തുടങ്ങുന്നു. അമിതമായി ജലം ശേഖരിക്കപ്പെടുന്നതിനാൽ, മുഖത്ത് ഒരു വീക്കം അനുഭവപ്പെടുന്നു. ഇക്കാരണത്താൽ തലയും വീർത്ത കാലുകളുംകൊണ്ട് ശരീരത്തിന്റെ ആകൃതിക്ക് തന്നെ മാറ്റം വരുന്നു. ഇതിനെ 'ചിക്കൻ ലെഗ് സിൻഡ്രോം'

അല്ലെങ്കിൽ 'പഫി-ഫെയ്സ്-ബേർഡ്-ലെഗ് സിൻഡ്രോം' എന്നറിയപ്പെടുന്നു. ബഹിരാകാശത്ത് എത്തിയ യാത്രികർ ഉടൻ തന്നെ തങ്ങളുടെ ചിത്രങ്ങളൊന്നും അയയ്ക്കാത്തതിന്റെ കാരണം ഇതാണ്. ഇങ്ങനെ തലച്ചോറ്, മൂക്ക്, കണ്ണുകൾ, ചെവികൾ തുടങ്ങി തലയുടെ എല്ലാ ഭാഗങ്ങളിലും അധികമായി വെള്ളം കയറാൻ തുടങ്ങും. ഇത് വയറുവേദന, തുമ്മൽ, ഓക്കാനം, ക്ഷീണം, വിശപ്പില്ലായ്മ എന്നിവയ്ക്കും കാരണമാകുന്നു.

ആദ്യ യാത്രയിൽ ഏതാണ്ട് 80% ബഹിരാകാശയാത്രികരും ഈ അവസ്ഥകൾ അനുഭവിച്ചതായി സ്ഥിതിവിവരക്കണക്കുകൾ കാണി

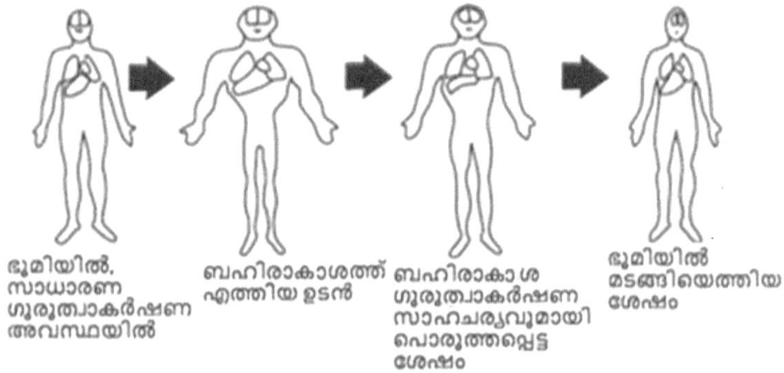

ഗുരുത്വാകർഷണ വ്യതിയാനം കാരണം ശരീരത്തിലെ ജലാംശം ക്രമീകരിക്കുന്നതും, ശരീരത്തിന് രൂപമാറ്റം സംഭവിക്കുന്നതും

ക്കുന്നു. ഇതിനെ 'സ്പേസ്-സിക്നെസ്സ്' എന്ന് വിളിക്കുന്നു. ബഹിരാകാശത്ത് എത്തി 24 മുതൽ 72 മണിക്കൂറിനുള്ളിൽ ഇത് അവസാനിക്കുന്നു. ഇത് പർവ്വതാരോഹണത്തിലും കടൽ യാത്രയിലും അനുഭവപ്പെടുന്ന അസ്വസ്ഥതകൾ പോലെയാണ്.

തലച്ചോറിലെ ഉയർന്ന ജലാംശം മുഴുവൻ ശരീരത്തിലും അധികമായി വെള്ളം ഉണ്ടെന്ന് തലച്ചോറിന് വിവരംനൽകുകയും, ശരീരത്തിൽ നിന്ന് കൂടുതൽ ജലം പുറന്തള്ളാൻ വൃക്കകളെ നിർദ്ദേശിക്കുകയും ചെയ്യുന്നു. ഇക്കാരണത്താൽ വൃക്കകൾ സാധാരണ അളവുകളേക്കാൾ കൂടുതൽ ജലം പുറത്തേക്ക് അയക്കുന്നു. ഇത് ചുവന്ന രക്താണുക്കളുടെ സാന്ദ്രതയേറാനും രക്തം കട്ടിയാകുന്നതിനും കാരണമാകുന്നു. ജലം ശരീരത്തിനുള്ളിലെ ചെറിയ സുഷിരങ്ങളിലേക്ക് പ്രവേശിക്കുന്നതിലും ശരീരത്തിന്റെ എല്ലാ ഭാഗങ്ങളിലും ശുദ്ധമായ രക്തചംക്രമണം കുറയുന്നതിലേക്കും നയിക്കുന്നു. അസ്ഥി-മജ്ജയിൽ ആണ് ചുവന്ന രക്താണുക്കൾ ഉൽപ്പാദിപ്പിക്കപ്പെടുന്നത്. രക്തത്തിൽ അവയുടെ വലിയ സാന്ദ്രത കാരണം, അസ്ഥി-മജ്ജകൾ അവയുടെ ഉൽപ്പാദനം കുറയ്ക്കാൻ നിർദ്ദേശിക്കപ്പെടുന്നു. അതിനാൽ ഈ ചുവന്ന രക്താണു

ക്കളുടെ ദൈനംദിന ഉൽപ്പാദന നില കുറയുന്നു. ബഹിരാകാശത്തെ ചുവന്ന രക്താണുക്കളുടെ ആയുസ്സ് കുറഞ്ഞതാണ് യാത്രികരിലെ അനീമിയ പ്രവണതയ്ക്ക് കാരണമെന്ന് തുടക്കത്തിൽ കരുതിയിരുന്നു. മേൽപ്പറഞ്ഞരീതിയിൽ അസ്ഥി-മജ്ജകളാൽ ചുവന്ന രക്താണുക്കളുടെ ഉൽപ്പാദനം കുറയുന്നതിനാലാണിതെന്ന് പിന്നീട് കണ്ടെത്തി. ചുവന്ന രക്താണുക്കൾ ആദ്യ പത്ത് ദിവസങ്ങളിൽ 9% കുറയുകയും അടുത്ത ഏതാനും ആഴ്ചകളിൽ 15% വരെ കുറയുകയും ചെയ്യുന്നു. ഇത് ശരീരത്തിന് ആവശ്യമായ ഇരുമ്പിന്റെ അംശം കുറയ്ക്കുന്നു. രക്തത്തിലും ശരീരത്തിലെ മറ്റ് ദ്രാവകങ്ങളിലും ഉണ്ടാകുന്ന ഈ മാറ്റങ്ങൾ ബഹിരാകാശത്തെത്തുന്ന ആദ്യ ദിവസങ്ങളിൽ സംഭവിക്കുന്നതായി കാണാം. ഒരാൾ ബഹിരാകാശത്ത് താമസിക്കുന്ന ദിവസങ്ങൾ എത്രയായിരുന്നാലും, ഇതിൽ വലിയതോതിൽ മാറ്റം വരുന്നില്ല എന്ന് കണ്ടെത്തിയിട്ടുണ്ട്.

കാഴ്ച, രുചി, മണം, ശബ്ദം, സ്പർശനബോധം എന്നിങ്ങനെ നമ്മുടെ അഞ്ച് ഇന്ദ്രിയ അവയവങ്ങളിൽനിന്നുള്ള സംവേദന വിവരങ്ങളുടെ

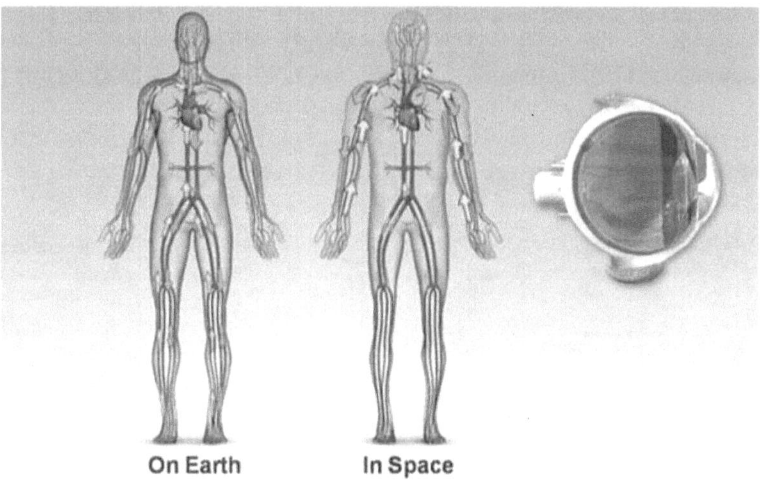

ഗുരുത്വാകർഷണ വ്യതിയാനം കാരണം ശരീരത്തിലെ ജലാംശം ക്രമീകരിക്കുന്നതും, ശരീരത്തിന് രൂപമാറ്റം സംഭവിക്കുന്നതും; image courtesy: NASA

അടിസ്ഥാനത്തിലാണ് നാം നമുക്ക് ചുറ്റുമുള്ള ലോകം മനസ്സിലാക്കുന്നത്. ആറ് ഇന്ദ്രിയങ്ങളുള്ള ജീവികൾ എന്നാണ് മനുഷ്യർ അറിയപ്പെടുന്നത്. ഈ ആറാമത്തെ ബോധമാണ് അവന്റെ അവസ്ഥയെക്കുറിച്ച് അവബോധം നൽകുന്നത്. ഉദാഹരണത്തിന്, കണ്ണുകൾ അടച്ച് ഒരു പടിക്കെട്ടിലൂടെ താഴേക്ക് ഇറങ്ങാൻ ശ്രമിച്ചാൽ, ആദ്യ ഘട്ടങ്ങളിൽ നമുക്ക് ബുദ്ധിമുട്ടനുഭവപ്പെട്ടേക്കാം. എന്നാൽ നമ്മുടെ തലച്ചോർ മുമ്പത്തെ അറിവുകളെ

അടിസ്ഥാനമാക്കി പടികളുടെ ഉയരവും നീളവും അളക്കുകയും ബാക്കിയുള്ള പടികൾ കണ്ണുകൾ അടച്ച് കൂടുതൽ സ്ഥിരതയുള്ള ചലനത്തിലൂടെ താഴേക്ക് ഇറങ്ങാൻ സഹായിക്കുകയും ചെയ്യുന്നു. ഒരു കുപ്പി വെള്ളം തുടർച്ചയായി ഉരുട്ടി പെട്ടെന്ന് നിർത്തുകയാണെങ്കിൽ, അതിന്റെ ജഡത്വം കാരണം അതിന്റെ ഉള്ളിലെ വെള്ളം കുറച്ചുനേരം ഉരുളുന്നത് തുടരും. ശരീരത്തിലും സമാനമായാണ് സംഭവിക്കുന്നത്. നമ്മുടെ ചെവികളിൽ ഉള്ള ദ്രാവകം നമ്മുടെ ശരീരത്തിന്റെ നിവർന്നുനിൽക്കുന്ന അവസ്ഥയും സ്ഥിരതയും നിയന്ത്രിക്കുന്നതാണ്. ഈ ദ്രാവകങ്ങൾ ശരീരത്തിന്റെ അവസ്ഥയെക്കുറിച്ചു തലച്ചോറിലേക്ക് സംവേദനാത്മക വിവരങ്ങൾ നൽകുന്നു. ശരീരം നിവർന്ന് നിൽക്കുകയോ തലകീഴായി മാറുകയോ ചുറ്റുകയോ കിടക്കുകയോ ചെയ്താൽ അതിനെ സ്ഥിരപ്പെടുത്താനാവശ്യമായ വിവരങ്ങൾ ആണ് തലച്ചോറിലേക്ക് എത്തിക്കുക. അതുപോലെ, നമ്മൾ ഇരിക്കുമ്പോൾ, പേശികളുടെ നാരുകളിലെ (TEN-DONS/ടെൻഡോണുകൾ) മർദ്ദ വിതരണം സീറ്റുമായി ബന്ധപ്പെട്ടിരിക്കുന്ന ഭാഗങ്ങളിൽ ശരീരഭാരം വിതരണം ചെയ്യുന്നതിനെ ആശ്രയിച്ചിരിക്കും. കൈകാലുകൾ നീട്ടുകയോ മടക്കുകയോ ചെയ്യുമ്പോൾ, പേശിനാരുകളിലെ ഈ മർദ്ദ വ്യതിയാനങ്ങളിലൂടെ ഏത് ഭാഗമാണ് ശരീരഭാരമെടുക്കുന്നതെന്ന് നമുക്ക് മനസ്സിലാകുന്നു. നമ്മൾ കണ്ണടച്ച് ഇരിക്കുകയാണെങ്കിൽ, ഇരിക്കുന്ന പേശികളിൽ അനുഭവപ്പെടുന്ന സമ്മർദ്ദത്തിലൂടെ തലച്ചോറിന് ഇരിപ്പിടത്തിന്റെ കാഠിന്യം അല്ലെങ്കിൽ മൃദുത്വം അറിയാം. അതുപോലെ, നമ്മൾ പരുക്കൻ പ്രതലത്തിലാണോ മിനുസമാർന്ന

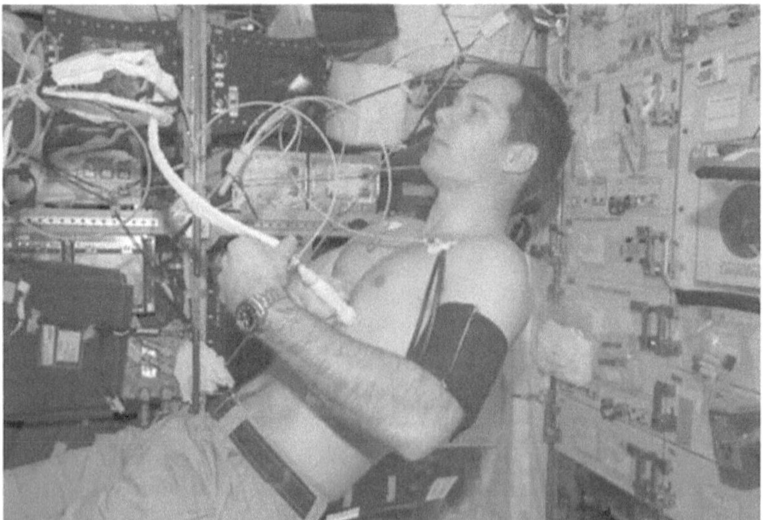

ബഹിരാകാശത്തുവച്ച് ശരീരത്തിലുണ്ടാകുന്ന മാറ്റങ്ങളെ നിരന്തരം വിലയിരുത്തേണ്ടത് വളരെ പ്രധാനമാണ്; image courtesy: ESA

പ്രതലത്തിലാണോ എന്ന് കണ്ണുകൾ അടച്ച് ഇരുന്നാലും തലച്ചോറിന് അറിയാൻ കഴിയുന്നു.

ഇപ്പറഞ്ഞതൊന്നും ബഹിരാകാശത്ത് പൂർണ്ണമായും സാധ്യമല്ല എന്നത് ശ്രദ്ധേയമാണ്. അവിടെ തലച്ചോറിന് ലഭിക്കുന്ന വിവരങ്ങളും സന്ദേശങ്ങളും യാഥാർത്ഥ്യവുമായി പൊരുത്തപ്പെടുന്നില്ല. യാഥാർത്ഥ്യം, മനസ്സിലാക്കുന്നത്, തലച്ചോർ വ്യാഖ്യാനിക്കുന്നത് എന്നിവ തമ്മിൽ ആശയക്കുഴപ്പം ഉണ്ടാകുന്നു. ചെവിയിലെ ദ്രാവകത്തിന് ഗുരുത്വാകർഷണം തിരിച്ചറിയാൻ കഴിയുന്നില്ല. ശരീരഭാരം മൂലമുള്ള സമ്മർദ്ദം ഭാരക്കുറവ് കാരണം തിരിച്ചറിയാൻ കഴിയുകയുമില്ല. ആദ്യത്തെ കുറച്ച് ദിവസങ്ങളിൽ, ശരീരത്തിന്റെ ഭാരക്കുറവ് പരിചിതമാകുന്നതുവരെ, ഇരിക്കുകയാണോ എഴുന്നേൽക്കുകയാണോ, നിവർന്ന് നിൽക്കുകയാണോ തുടങ്ങിയ അവസ്ഥകളും ദിശയും സംബന്ധിച്ച ആശയക്കുഴപ്പങ്ങൾ യാത്രികർ അഭിമുഖീകരിക്കുന്നു. അത്തരം ആശയക്കുഴപ്പങ്ങൾ കൈകാര്യം ചെയ്യാൻ, ബഹിരാകാശ നിലയത്തിലുടനീളം രേഖപ്പെടുത്തിയിരിക്കുന്ന ഉചിതമായ അടയാളങ്ങൾ ആണ്, ഏതാനും ദിവസങ്ങൾക്കുള്ളിൽ, ഈ അവസ്ഥകൾ സാധാരണഗതിയിൽ ജീവിക്കാൻ ശരീരം ക്രമീകരിക്കാൻ സഹായിക്കുന്നത്.

ബഹിരാകാശത്തെത്തിയ ശേഷം ശ്വസനവ്യവസ്ഥയിൽ കാര്യമായ

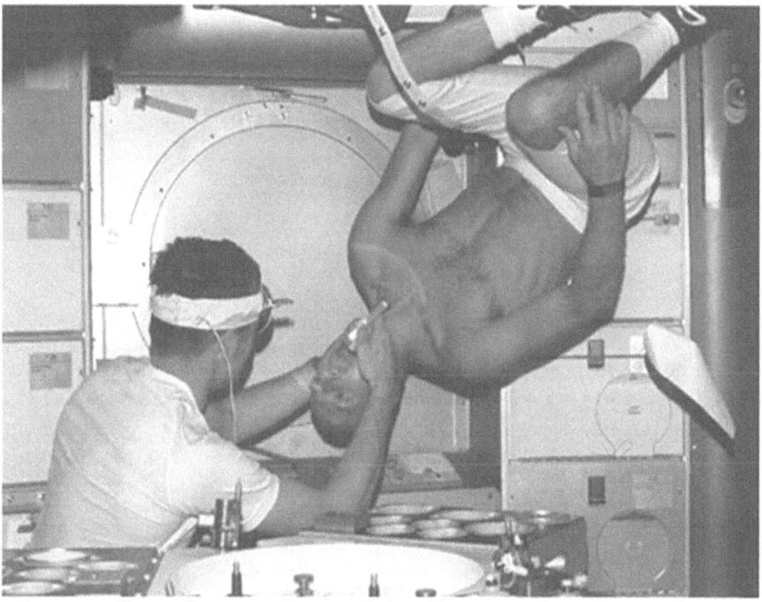

സ്കൈലാബ് ബഹിരാകാശ നിലയത്തിൽ വച്ച് ഒരു യാത്രികന്റെ ദന്തപരിശോധന നടത്തുന്ന വിദഗ്ധൻ; image courtesy: NASA

മാറ്റങ്ങളൊന്നും നിരീക്ഷിക്കപ്പെടുന്നില്ല. ഭൂമിയിലെന്നപോലെ ഓക്സിജൻ ലഭ്യമാകുന്നിടത്തോളം ശ്വസനവ്യവസ്ഥകൾ സാധാരണഗതിയിൽ പ്രവർത്തിക്കുന്നതായി കാണുന്നു. ദഹനവ്യവസ്ഥയും വലിയ വ്യതിയാനങ്ങൾ കാണിക്കുന്നില്ല, എന്നാൽ ദഹനത്തിന് എടുക്കുന്ന സമയം സാധാരണയേക്കാൾ അല്പം കൂടുതലാണ്. ഏതെങ്കിലും വസ്തുവിൽ സ്പർശിക്കുമ്പോൾ നമ്മുടെ വിരൽത്തുമ്പുകളിലോ കൈപ്പത്തികളിലോ അനുഭവപ്പെടുന്ന മർദ്ദത്തിന്റെ അളവ് വസ്തുവിൽ ഘടനകളെ ബന്ധിപ്പിക്കുന്ന ശക്തിയുടെ അഭാവം മൂലം അല്പം വ്യത്യസ്തമായി കാണപ്പെടുന്നു. ഇത് സ്പർശനത്തിന്റെ നിർവചനത്തിൽ ഒരു ചെറിയ മാറ്റം സൃഷ്ടിക്കുന്നു. എന്നിരുന്നാലും, ഇവ മറികടക്കുന്നതിനു ആവശ്യമായ പരിശീലനങ്ങളാണ് സഹായിക്കുന്നത്. അതുപോലെ, രുചി, കാഴ്ച, മണം എന്നീ ഇന്ദ്രിയങ്ങളിലും ചെറിയ മാറ്റങ്ങൾ നിരീക്ഷിക്കപ്പെടുന്നു.

ഇരുണ്ട ഒരു മുറിയിൽ നിന്ന് പെട്ടെന്ന് പ്രകാശിതമായ മറ്റൊരു മുറിയിലേക്ക് പ്രവേശിക്കുമ്പോൾ നമ്മുടെ കണ്ണുകൾക്ക് കുറച്ച് സമയത്തേക്ക് തീവ്രത അനുഭവപ്പെടാം. ഇപ്രകാരം ബാഹ്യാകാശത്ത് ഇരുണ്ട പശ്ചാത്തലത്തിൽനിന്ന് പെട്ടെന്ന് സൂര്യപ്രകാശം കണ്ണിലേക്കു പതിക്കുമ്പോൾ, കണ്ണുകളിൽ നേരിയ തീവ്രപ്രഭാവം അനുഭവപ്പെടുന്നു. മുകളിൽ പറഞ്ഞപോലെ തലയിൽ നിന്ന് അധികമായി ജലം പുറന്തള്ളുന്നത് കണ്ണുകളിലും ചെറിയ അളവിൽ വരൾച്ച സൃഷ്ടിക്കുന്നു. ഇവയല്ലാതെ, കണ്ണുകളിൽ കാര്യമായ മാറ്റങ്ങളൊന്നും നിരീക്ഷിക്കപ്പെടുന്നില്ല. ശരീരത്തിന്റെ മറ്റ് പ്രധാന പ്രവർത്തനങ്ങളിൽ ബഹിരാകാശ യാത്രയുടെ ഫലങ്ങൾ ഇനിപ്പറയുന്ന അധ്യായങ്ങളിൽ വിശദമായി ചർച്ചചെയ്യാം.

ബഹിരാകാശ നിലയങ്ങൾ

ഏറക്കുറെ എല്ലാ ബഹിരാകാശ ദൗത്യങ്ങളും വളരെ ഹ്രസ്വകാല പരീക്ഷണങ്ങളിലും പഠനങ്ങളിലും അവസാനിച്ചതായി കാണാം. ഈ ദൗത്യങ്ങളുടെ ഭാഗമായി ആളുകൾ ബഹിരാകാശത്ത് താമസിക്കുന്ന പരമാവധി കാലാവധി 20 ദിവസം മാത്രമായിരുന്നു. 1972 ഓടുകൂടി മനുഷ്യനെ ചന്ദ്രനിലേക്ക് അയക്കുക എന്ന ദൗത്യം (അപ്പോളോ) പൂർത്തീകരിച്ചു. ഇനി എന്ത് എന്നതായിരുന്നു ബഹിരാകാശ ശാസ്ത്രജ്ഞരുടെ ചോദ്യം. ബഹിരാകാശത്തു ദീർഘകാലം താമസിച്ച് ഗവേഷണം നടത്താനും, മറ്റു ഗ്രഹങ്ങളെയും ഗോളങ്ങളെയും നക്ഷത്രങ്ങളെയും പറ്റിയുള്ള പഠനങ്ങൾ സുഗമമാക്കാനുമായി ഒരു നിലയം സ്ഥാപിക്കൽ ആയി അടുത്ത ലക്ഷ്യം. അതിലേക്കായി റഷ്യക്കാർ ബഹിരാകാശ നിലയങ്ങൾ ആസൂത്രണം ചെയ്യാൻ തുടങ്ങി. ദീർഘകാല ബഹിരാകാശ യാത്രയുടെ വിവിധ വശങ്ങൾ മനസ്സിലാക്കാൻ, മനുഷ്യശരീരത്തിലെ ഗുരുത്വാകർഷണ രാഹിത്യത്തിന്റെ പ്രഭാവം, ദീർഘകാല ബഹിരാകാശ വാസത്തിന് ആവശ്യമായ പരിശീലനം, ഇതുമായി സംബന്ധിച്ചു വരാൻ സാധ്യതയുള്ള അസുഖങ്ങൾ തടയുന്നതിന് ആവശ്യമായ മുൻകരുതലുകൾ തുടങ്ങിയവയെ പറ്റിയുള്ള പഠനങ്ങൾ എന്നിവ നടന്നു. ശീതയുദ്ധത്തിൽ ബദ്ധവൈരികളായിരുന്ന അമേരിക്കയോട് മനുഷ്യനെ ചന്ദ്രനിലേക്ക് അയയ്ക്കുന്നതിനുള്ള മത്സരത്തിൽ അവർ പരാജയപ്പെട്ടതിനാൽ, ബഹിരാകാശ യാത്രികർക്ക് ചന്ദ്രനിലേക്കും മറ്റ് വിദൂര ഗ്രഹങ്ങളിലേക്കുമുള്ള യാത്രയ്ക്കിടയിൽ താമസിക്കാൻ ബഹിരാകാശ നിലയം ഒരു ഇടത്താവളമായി നിർമ്മിക്കുന്നതിനെപ്പറ്റി റഷ്യ ചിന്തിച്ചു.

റഷ്യൻ ബഹിരാകാശ നിലയങ്ങൾ

1971 ഏപ്രിൽ 19 ന് പ്രോട്ടോൺ റോക്കറ്റ് ഉപയോഗിച്ച് വിക്ഷേപിച്ച റഷ്യയുടെ സല്യൂട്ട് -1 നിലയമാണ് ലോകത്തിലെ ആദ്യത്തെ ബഹിരാകാശ നിലയം. റഷ്യൻ യാത്രികരെ ബഹിരാകാശ നിലയങ്ങളിലേക്ക് അയയ്ക്കാൻ സോയൂസ് പേടകം ആണ് ഉപയോഗിച്ചിരുന്നത്. സല്യൂട്ട് -1 ഭ്രമണപഥത്തിലേക്ക് അയച്ച് മൂന്ന് ദിവസത്തിന് ശേഷം, സോയൂസ് -10 ബഹിരാകാശ പേടകം അതിൽ ചേർക്കാനായി ബഹിരാകാശത്തേക്ക് വിക്ഷേപിക്കപ്പെട്ടു. ട്രെയിനിലേക്ക് അധിക കോച്ചുകൾ ബന്ധിപ്പിക്കുന്നത് പോലെ, പുതുതായി എത്തിക്കുന്ന ഭാഗങ്ങൾ ബഹിരാകാശ നിലയവുമായി ബന്ധിപ്പിക്കുകയായിരുന്നു അവരുടെ ലക്ഷ്യം. ഇത്തരത്തിൽ ഒന്നിച്ചു ചേർന്ന പേടകഭാഗങ്ങൾ മണിക്കൂറിൽ 28,000 കിലോമീറ്റർ വരെ വേഗതയിൽ ഭൂമിക്കു ചുറ്റും ഭ്രമണം ചെയ്തിരുന്നു. പേടകങ്ങളിലെ ചെറു റോക്കറ്റ് ത്രസ്റ്ററുകൾ ഉപയോഗിച്ച് ചെറു ചലനങ്ങൾ നിയന്ത്രിക്കുകയും ചെയ്തിരുന്നു. നിലയവുമായി ബന്ധിപ്പിക്കുന്ന പ്രക്രിയ പരാജയപ്പെട്ടപ്പോൾ സോയൂസ് -10 പേടകത്തിന് ബഹിരാകാശ നിലയത്തിന്റെ ഭാഗമാകാൻ സാധിക്കാതെ ഭൂമിയിലേക്ക് മടങ്ങേണ്ടിവന്നു. അടുത്ത ദൗത്യത്തിൽ, ഈ പ്രശ്നങ്ങൾ പരിഹരിക്കപ്പെടുകയും സോയൂസ് -11 വിജയകരമായി നിലയവുമായി ബന്ധിപ്പിക്കുകയും ചെയ്തു.

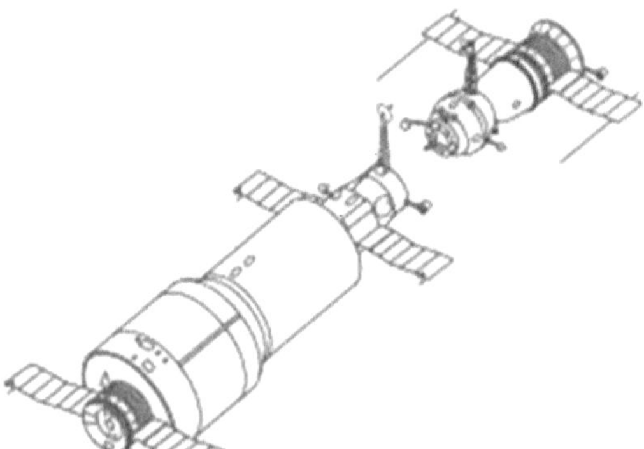

ബൈകോനൂർ കോസ്മോഡ്രോമിൽ നിന്ന് സല്യൂട്ട്-1 നിലയം ബഹിരാകാശത്തെത്തിച്ച പ്രോട്ടോൺ റോക്കറ്റ് (ഇടത്), സല്യൂട്ട്-1 നിലയത്തിന്റെ രൂപരേഖ

ആദ്യ ദൗത്യത്തിലെ മൂന്ന് ബഹിരാകാശയാത്രികർ 24 ദിവസം നിലയത്തിൽ തങ്ങി, 383 തവണ ഭൂമിയെ ഭ്രമണം ചെയ്യുകയും ബഹിരാകാശത്ത് ഏറ്റവും കൂടുതൽ ദിവസം താമസിച്ചതിന്റെ റെക്കോർഡ് സൃഷ്ടിക്കുകയും ചെയ്തു. എന്നാൽ ഈ വിജയം ആഘോഷിക്കാൻ അവർക്ക് സുരക്ഷിതമായി ഭൂമിയിലേക്ക് മടങ്ങാൻ കഴിഞ്ഞില്ല. മടക്കയാത്രയ്ക്കിടെയുണ്ടായ നിർഭാഗ്യകരമായ അപകടംമൂലം അവർ മരണപ്പെടുകയും ചെയ്തു.

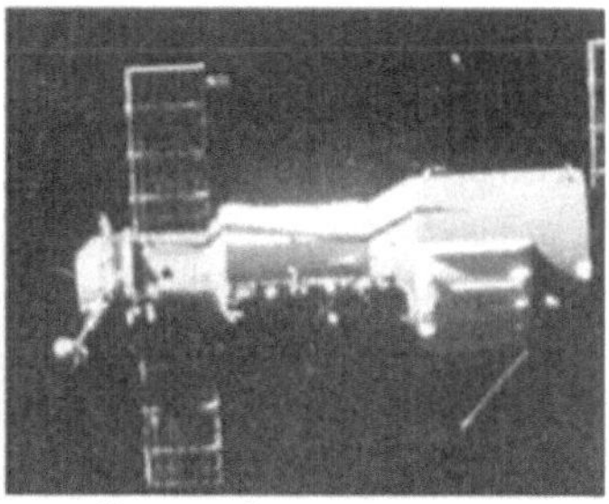

സോയൂസ്-10 യാത്രികരായ വ്ളാദിമിർ ഷാറ്റലോവ്, അലക്സി യെലിസെയേവ്, നിക്കോളായ് രുകാവിഷ്നിക്കോവ് എന്നിവർ റഷ്യയുടെ സല്യൂട്ട് -1 നിലയത്തിൽ ഡോക്ക് ചെയ്യാൻ കഴിയാതെ മടങ്ങിയപ്പോൾ (ഇടത്), സോയൂസ്-10 ൽ നിന്നെടുത്ത സല്യൂട്ട് -1 ന്റെ ചിത്രം (വലത്); image courtesy: NASA

ഈ അപകടം സോയൂസ് പേടകത്തിന്റെ രൂപരേഖയിൽ വലിയ മാറ്റങ്ങൾക്ക് കാരണമായി. തൽഫലമായി, കൂടുതൽ ആളുകളെ സല്യൂട്ട് -1 നിലയത്തിലേക്ക് അയക്കാനാകാതെ നിലയത്തിന്റെ പരിപാലനം ദുഷ്കരമാകുകയും, 6 മാസത്തിനുള്ളിൽ ഭൂമിയിലേക്ക് തിരികെ കൊണ്ടു വരേണ്ടിവരികയും ചെയ്തു. 1971 നും 1988 നും ഇടയിലുള്ള 17 വർഷങ്ങളിൽ 18 മുതൽ 20 ടൺ വരെ ഭാരമുള്ള മൊത്തം ഏഴ് സല്യൂട്ട് നിലയങ്ങൾ ബഹിരാകാശത്തേക്ക് അയക്കപ്പെട്ടു. പരമാവധി 300 കിലോമീറ്റർ വരെ ഉയരത്തിൽ ഇത്തരം നിലയങ്ങളെത്തിക്കാൻ സാധിച്ചു. നിയന്ത്രണ സംവിധാനങ്ങൾ തകരാറിലായതിനാൽ സല്യൂട്ട് -2 നിലയം പ്രവർത്തനമാരംഭിച്ച് 16 ദിവസത്തിനുള്ളിൽ നഷ്ടപ്പെട്ടു. മറ്റെല്ലാ സല്യൂട്ടുകളും വിജയകരമായി പ്രവർത്തിച്ചു. സല്യൂട്ട്- 6 ഉം സല്യൂട്ട്-7 ഉം വളരെക്കാലം ബഹിരാകാശ ഗവേഷണങ്ങൾക്ക് സഹായകരമായി നിലകൊണ്ടു.

മുൻപുണ്ടായിരുന്ന നിലയങ്ങളെ അപേക്ഷിച്ച് സല്യൂട്ട് -6, സല്യൂട്ട് -7 എന്നിവയിൽ നിരവധി മെച്ചപ്പെടുത്തലുകൾ വരുത്തിയിരുന്നു. ഇവയ്ക്ക് ഡോക്കിങ്ങിനായി ഒന്നിലധികം സ്ഥാനങ്ങൾ ഉണ്ടായിരുന്നതിൽ ഒന്ന് മനുഷ്യ ഗതാഗതത്തിനായുള്ള പേടകത്തിനും മറ്റൊന്ന് ചരക്ക് ഗതാഗതത്തിനും ഉപയോഗിച്ചു. ഈ അധിക സൗകര്യങ്ങൾ ബഹിരാകാശത്ത് മനുഷ്യർക്ക് കൂടുതൽകാലം താമസിക്കാൻ സഹായകരമായി.

സല്യൂട്ട്-6 നിലയം അഞ്ച് വർഷം പ്രവർത്തിച്ചപ്പോൾ ഏകദേശം 683 ദിവസം യാത്രികർ ഇതിൽ താമസിച്ച് ഗവേഷണങ്ങൾ നടത്തി. ഏത് സമയത്തും, പരമാവധി രണ്ട് അംഗങ്ങളെ ഉൾകൊള്ളാൻ ഇതിനു സാധിച്ചിരുന്നു. 16 സോയൂസ് ദൗത്യങ്ങളിലായി 33 ബഹിരാകാശയാത്രികർ സല്യൂട്ട്-6 സന്ദർശിച്ചു. 15 ചരക്ക് പുനർവിതരണ ദൗത്യങ്ങൾക്കും ഇത് ആതിഥേയത്വം വഹിച്ചു എന്ന് രേഖപ്പെടുത്തിയിട്ടുണ്ട്.

അടുത്ത ബഹിരാകാശനിലയമായ സല്യൂട്ട്-7 ഒൻപത് വർഷത്തോളം പ്രവർത്തിച്ചപ്പോൾ, ഇതിൽ 816 ദിവസം യാത്രികരും ഗവേഷ

സല്യൂട്ട്-7 ബഹിരാകാശനിലയം (ഇടത്), 1984 ൽ ഇന്ത്യയും റഷ്യയും തമ്മിലുള്ള 'ഇന്റർകോസ്മോസ്' സഹകരണത്തെ തുടർന്ന് സോയൂസ്-ടി 11 ൽ സല്യൂട്ട്-7 ബഹിരാകാശനിലയത്തിലെത്തിയ ആദ്യ ഇന്ത്യൻ വൈമാനിക്കാൻ രാകേഷ് ശർമ യുമായി സംവദിക്കുന്ന അന്നത്തെ ഇന്ത്യൻ പ്രധാന മന്ത്രി ശ്രീമതി. ഇന്ദിര ഗാന്ധി (മദ്ധ്യം), രാകേഷ് ശർമയും മറ്റ് കോസ്മനോട്ടുകളും സല്യൂട്ട്-7 ബഹിരാകാശ നിലയത്തിൽ (വലത്)

കരും താമസിച്ചു. 'ലിയോണിഡ് കിസിം', 'വ്ളാഡിമിർ സോളോവിയോവ്', 'ഒലെഗ് അറ്റ്കോവ്' എന്നിവരാണ് ഏറ്റവും കൂടുതൽ ദിവസം അവിടെ താമസിച്ച ബഹിരാകാശയാത്രികർ. വളരെക്കാലം ആളൊഴിഞ്ഞ ഒരു ഉപേക്ഷിക്കപ്പെട്ട വീട് പോലെ, നിലയത്തിലെ നിരവധി ഇലക്ട്രോണിക് സംവിധാനങ്ങൾ അവർ എത്തുമ്പോൾ തകരാറിലായിരുന്നു. ഭാഗ്യവ ശാൽ, കൃത്യസമയത്ത് എല്ലാ പ്രശ്നങ്ങളും പരിഹരിക്കാനും നിലയം പുനരുജ്ജീവിപ്പിക്കാനും അവർ മുൻകൈയെടുത്തു. 1984 ൽ 234 ദിവസം അവർ അവിടെ താമസിച്ചു. ബഹിരാകാശത്തേക്ക് സഞ്ചരിച്ച ആദ്യ ഇന്ത്യക്കാരനായ 'രാകേഷ് ശർമ്മ' ഏഴ് ദിവസം താമസിച്ചത് സല്യൂട്ട്-7 ൽ ആയിരുന്നു എന്നത് ശ്രദ്ധേയമാണ്.

സല്യൂട്ട് ബഹിരാകാശനിലയങ്ങളുടെ വിജയത്തെ തുടർന്ന് റഷ്യ ക്കാർ അടുത്ത തലമുറയിലുള്ള ബഹിരാകാശ നിലയങ്ങളുടെ വികസനം ആരംഭിച്ചു. സല്യൂട്ട് നിലയങ്ങൾ പൂർണമായും ഭൂമിയിൽ നിർമ്മിക്കപ്പെ ടുകയും ഒരു സമ്പൂർണ്ണ യൂണിറ്റായി ഭ്രമണപഥത്തിലെത്തിക്കുകയും ചെയ്തവയായിരുന്നു. അതേസമയം, കൂടുതൽ ആളുകൾ കൂടുതൽ കാലം താമസിക്കുന്നതിനും കൂടുതൽ വിപുലമായ ഗുരുത്വാകർഷണ പഠന ങ്ങൾ നടത്തുന്നതിനും വളരെ സങ്കീർണ്ണമായ ഘടനകൾ ആവശ്യമായി വന്നു. അത്തരം സങ്കീർണ്ണമായ ഘടനകൾ പൂർണ്ണമായും ഭൂമിയിൽ നിർ മ്മിച്ച് ബഹിരാകാശത്തേക്ക് വിക്ഷേപിക്കാൻ കഴിയില്ല എന്നതുകൊണ്ട് അവ പ്രത്യേകം നിർമ്മിക്കാനും ബഹിരാകാശത്ത് എത്തിച്ചശേഷം കൂട്ടിച്ചേർക്കാനും പദ്ധതിയിട്ടിരുന്നു. ഈ രീതിയിൽ നിർമ്മിച്ച ആദ്യത്തെ നിലയം 'മിർ' നിലയമായിരുന്നു. അതിന്റെ മൊത്തം ഭാരം ഏകദേശം 130 ടൺ ആയിരുന്നു. സല്യൂട്ട് നിലയങ്ങളുടെ ഭാരത്തിന്റെ ആറിരട്ടിയാ യിരുന്നു ഇത്. സല്യൂട്ടിനേക്കാൾ 4 മടങ്ങ് വാസയോഗ്യമായ സ്ഥലവും

മിർ ബഹിരാകാശനിലയത്തിൽ, അമേരിക്കയുടെ അറ്റ്ലാന്റിസ് സ്പേസ് ഷട്ടിൽ ഡോക്ക് ചെയ്തിരിക്കുന്നു; image courtesy: NASA

മിർ നിലയത്തിന് ഉണ്ടായിരുന്നു. ജീവൻ നിലനിർത്താനുള്ള മർദ്ദം ക്രമീകരിച്ച 7 ക്യാബിനുകളും 7 വായുശൂന്യപ്രദേശങ്ങളും ഉണ്ടായിരുന്നു. 1986 നും 1996 നും ഇടയിൽ സമ്മർദ്ദമുള്ള ക്യാബിനുകൾ ഒന്നിനുപുറകെ ഒന്നായി സ്ഥാപിക്കപ്പെട്ടു.

15 വർഷം പ്രവർത്തിച്ച മിർ ബഹിരാകാശനിലയത്തിൽ യാത്രികർ താമസിച്ച കാലാവധി പന്ത്രണ്ടര വർഷമായിരുന്നു. ഈ കാലയളവിൽ, സോയൂസ് 100 തവണയും അമേരിക്കയുടെ സ്പേസ് ഷട്ടിൽ 9 തവണ മിർ സന്ദർശിച്ചിരുന്നു. നൂറ്റിനാല് പേർ താമസിച്ച ഈ നിലയത്തിൽ, 42 പേർ റഷ്യയിൽനിന്നും 44 പേർ അമേരിക്കയിൽനിന്നും ബാക്കിയുള്ളവർ മറ്റ് രാജ്യങ്ങളിൽനിന്നും ആയിരുന്നു.

ദീർഘകാല താമസത്തിനുള്ള എല്ലാ സൗകര്യങ്ങളും മതിയായ ഗവേഷണ ഉപകരണങ്ങളും ലഭ്യമായതിനാൽ, താമസത്തിന്റെ ദൈർഘ്യം സ്വാഭാവികമായും നീട്ടാൻ സാധിച്ചു. 437 ദിവസം മിർ ബഹിരാകാശനിലയത്തിൽ താമസിച്ചുകൊണ്ട്, ബഹിരാകാശത്ത് ഏറ്റവും കൂടുതൽ ദിവസം തുടർച്ചയായി താമസിച്ചതിന്റെ റെക്കോർഡ് 'വലേറി പോളിയാക്കോവ്' സ്വന്തമാക്കി. 1986 മാർച്ചിൽ, ഒരു ബഹിരാകാശ നിലയത്തിൽ നിന്ന് മറ്റൊന്നിലേക്ക് സഞ്ചരിക്കുന്നതിന്റെ സവിശേഷമായ നേട്ടം

STS-63 ദൗത്യത്തിനായി അമേരിക്കൻ സ്പേസ് ഷട്ടിൽ ഡിസ്കവറി മിർ നിലയത്തിലേക്കു ഡോക്ക് ചെയ്യുന്ന വേളയിൽ അത് നോക്കി നിൽക്കുന്ന വലേരി പോളിയാക്കോവ് (ഇടത്), കോസ്മനോട്ട് വലേരി പോളിയാക്കോവ് (വലത്); image courtesy: NASA

'കിസിമും,' 'സോളോവിയോവും' മിർ മുതൽ സല്യൂട്ട് -7 വരെ സോയൂസിൽ യാത്ര ചെയ്തു സ്വന്തമാക്കി. ഈ മഹത്തായ നേട്ടത്തിൽ അവർ 2500 കിലോമീറ്റർ ദൂരം 30 മണിക്കൂർ എടുത്തു താണ്ടി. 51 ദിവസം സല്യൂട്ടിൽ താമസിച്ച ശേഷം 400 കിലോഗ്രാം സാമഗ്രികൾ ശേഖരിച്ച് അതേ സോയൂസ് പേടകത്തിൽ സുരക്ഷിതമായി മിറിലേക്ക് മടങ്ങുകയും ചെയ്തു.

1970 കളുടെ അവസാനത്തിൽ സോവിയറ്റ് റഷ്യയും അമേരിക്കയും തമ്മിൽ ശീതയുദ്ധം അവസാനിച്ചതിനുശേഷം, ബഹിരാകാശവുമായി ബന്ധപ്പെട്ട പ്രവർത്തനങ്ങളിൽ എല്ലാ രാജ്യങ്ങളുടെയും സഹകരണ പങ്കാളിത്തത്തിന് സാഹചര്യം കൂടുതൽ അനുകൂലമായി തീർന്നു. ഈ സാഹചര്യത്തിലാണ് സ്പേസ് ഷട്ടിലിന്റെ ഡോക്കിംഗ് സംവിധാനം മിർ നിലയത്തിന് അനുയോജ്യമായ രീതിയിൽ പുനർരൂപകൽപ്പന ചെയ്തത്. 1994 ൽ മിർ നിലയവുമായുള്ള സ്പേസ് ഷട്ടിൽ ബഹിരാകാശവാഹനത്തിന്റെ ആദ്യ ഡോക്കിംഗ് നടന്നു. 12 രാജ്യങ്ങളുടെ കൂട്ടായ സംഭാവനകളാൽ നിർമ്മിച്ച ഒരു ഭൗമ നിരീക്ഷണ ഉപകരണമാണ്, സ്പേസ് ഷട്ടിൽ അറ്റ്ലാന്റിസ്, മിർ നിലയത്തിലേക്ക് കൊണ്ടുപോയത്.

മിർ നിലയത്തിന്റെ പരിപാലനത്തിന് വേണ്ടുന്ന ചെലവ് വർധിക്കുകയും, അന്താരാഷ്ട്ര സഹകരണത്തോടെ ഒരു നിലയം സ്ഥാപിക്കാൻ മറ്റനേകം രാജ്യങ്ങൾ തയ്യാറായി മുന്നോട്ടുവരികയുംചെയ്തപ്പോൾ 2001 ൽ അതിന്റെ പ്രവർത്തനം അവസാനിപ്പിച്ചു.

അമേരിക്കൻ ബഹിരാകാശ നിലയങ്ങൾ

രണ്ട് ലക്ഷത്തിലധികം അമേരിക്കക്കാർ അപ്പോളോ ദൗത്യങ്ങളുടെ വിജയത്തിനായി പ്രവർത്തിച്ചുവെന്നാണ് കണക്ക്. കുറച്ച് ദൗത്യങ്ങൾക്ക് ശേഷം, ചാന്ദ്ര ദൗത്യങ്ങളോടുള്ള താൽപ്പര്യം അമേരിക്കൻ ജനതയിൽ കുറയാൻ തുടങ്ങി. മനുഷ്യനെ ചന്ദ്രനിലിറക്കുക എന്ന വലിയ കാൽ വയ്പ്പിന് ശേഷം നടന്ന അപ്പോളോ ദൗത്യങ്ങളിൽ, ചന്ദ്രന്റെ പാറകൾക്കും ഉപരിതല റിഗോലിതും കൂടുതൽ ഭൂമിയിലെത്തിച്ചതല്ലാതെ പുതിയ ഗവേഷണങ്ങളൊന്നും നടന്നിട്ടില്ല എന്നതുകൊണ്ട് ചാന്ദ്ര ദൗത്യങ്ങൾക്കായുള്ള കൂടുതൽ പദ്ധതികളും ശ്രമങ്ങളും അവസാനിപ്പിക്കാൻ അമേരിക്കൻ ഗവണ്മെന്റ് തീരുമാനിച്ചു. വരും ദശകങ്ങളിലേക്കുള്ള ബഹിരാകാശ പ്രവർത്തന പദ്ധതികൾ ആവിഷ്കരിക്കുന്നതിൽ അമേരിക്ക ശ്രദ്ധ കേന്ദ്രീകരിച്ചു.

1973 ൽ വിക്ഷേപിച്ച 77 ടൺ ഭാരമുള്ള സ്കൈലാബ് ആണ്, അമേരിക്കൻ ബഹിരാകാശ ഏജൻസിയായ നാസ വിക്ഷേപിച്ച ഏക ബഹിരാകാശ നിലയം. അപ്പോളോ ദൗത്യങ്ങൾക്കായി നിർമ്മിച്ച സാറ്റേൺ-വിയുടെ അവസാന വിക്ഷേപണത്തിലാണ് ഇത് ബഹിരാകാശത്തെത്തിച്ചത്. സ്കൈലാബിലേക്കു അപ്പോളോ ദൗത്യത്തിന്റെ കമാൻഡ് മൊഡ്യൂളുകളും സർവീസ് മൊഡ്യൂളുകളും ഉപയോഗിച്ചിരുന്നു. 6 മാസത്തെ ദൗത്യ കാലയളവിൽ മൂന്ന് തവണ മാത്രമാണ് സ്കൈലാബിലേക്കു ആളുകൾ യാത്രചെയ്തത്, അതിൽ ആദ്യത്തേത് 28 ദിവസത്തേക്കും രണ്ടാമത്തേത് 60 ദിവസത്തേക്കും അവസാനത്തേത് 84 ദിവസത്തേക്കുമായിരുന്നു. താമസത്തിനാവശ്യമായ വായുവും വെള്ളവും ഭക്ഷണവുമൊക്കെ ശേഖരിച്ചിരുന്നെങ്കിലും 1974 ന് ശേഷം മടക്കത്തിനുള്ള വാഹനങ്ങളുടെ അഭാവവും വിക്ഷേപണത്തിനോടുള്ള സമീപനവും കൂടുതൽ ദൗത്യങ്ങൾ ഇല്ലാതാകാൻ കാരണമായി. ഇത്തരത്തിലുള്ള ബഹിരാകാശനിലയങ്ങൾ പരിപാലിക്കുന്നതിനും മടക്കയാത്രയ്ക്കുമൊക്കെയായി പുനരുപയോഗിക്കാവുന്ന വിക്ഷേപണവാഹനത്തിന്റെ നിർമ്മാണത്തിൽ നാസ ശ്രദ്ധ കേന്ദ്രീകരിച്ചു. 8 വർഷത്തോളം പരിപാലനമില്ലാതെതന്നെ സ്കൈലാബിനു ഭ്രമണപഥത്തിൽ കഴിയാൻ സാധിക്കുമെന്ന് കണക്കാക്കപ്പെട്ടു. നിലയം പുനരുജ്ജീവിപ്പിക്കാനുള്ള ദൗത്യം അയയ്ക്കാനുള്ള നിർദ്ദേശം 1978 ൽ പരിഗണിക്കപ്പെട്ടെങ്കിലും വാസയോഗ്യമല്ലാതായിത്തീർന്ന സ്കൈലാബ് സ്വാഭാവികമായി ഭൂമിയുടെ അന്തരീക്ഷത്തിൽ പ്രവേശിച്ചു ഇല്ലാതാകട്ടെ എന്ന് തീരുമാനിക്കപ്പെട്ടു. അങ്ങനെ 1979 ൽ, ഈ ബഹിരാകാശ നിലയം ഭൂമിയുടെ അന്തരീക്ഷത്തിൽ പ്രവേശിക്കുകയും വായുവുമായുള്ള ഘർഷണത്തിൽ കത്തിനശിക്കുകയും ചെയ്തു.

ചന്ദ്രനിലേക്ക് മനുഷ്യരെ അയക്കുന്നതിൽ അമേരിക്കക്കാർ സോവിയറ്റ് റഷ്യക്കുമേൽ വിജയിച്ചെങ്കിലും, ബഹിരാകാശ നിലയം സ്ഥാപിക്കുന്നതിലും ബഹിരാകാശത്ത് ദീർഘകാല ഗവേഷണ പ്രവർത്തനങ്ങൾ നടത്തുന്നതിലും റഷ്യക്കാർ തന്നെ ആദ്യം വിജയം കണ്ടെത്തി എന്നത് നിഷേധിക്കാനാവില്ല.

അമേരിക്കയുടെ ആദ്യ ബഹിരാകാശ നിലയമായ സ്കൈലാബ് (ഇടത്), അപ്പോളോ സോയൂസ് ദൗത്യത്തിന്റെ മാതൃകയും അതിൽ പങ്കെടുത്ത ആസ്ട്രനോട്ടുകളും, കോസ്മനോട്ടുകളും (ഇടത്); image courtesy: NASA

ശീതയുദ്ധത്തിന്റെ അവസാന നാളുകൾ

ദീർഘകാലത്തെ മത്സരബുദ്ധിയോടെയുള്ള പ്രവർത്തനങ്ങൾക്ക് ശേഷം 1975 ൽ ബഹിരാകാശത്ത് സോയൂസും അപ്പോളോ പേടകങ്ങളും പരസ്പരം ബന്ധിപ്പിക്കാൻ (ഡോക്ക് ചെയ്യാൻ) തീരുമാനിച്ചു. അപ്പോളോ ദൗത്യത്തിനായി അവസാനമായി നിർമ്മിച്ച ശേഷിക്കുന്ന കമാൻഡ് മൊഡ്യൂളും, സർവീസ് മൊഡ്യൂളും ഇതിനായി ഉപയോഗിക്കാൻ തീരുമാനിക്കപ്പെട്ടു. അപ്പോളോയിൽ മൂന്നും സോയൂസ് -19 പേടകത്തിൽ രണ്ട് യാത്രികരും ബഹിരാകാശത്തേക്ക് യാത്ര ചെയ്തു. 1975 ജൂലൈ 15 ന് സോയൂസ് ആദ്യവും 7.5 മണിക്കൂർ കഴിഞ്ഞ് അപ്പോളോയും വിക്ഷേപിക്കപ്പെട്ടു. വിക്ഷേപണം കഴിഞ്ഞ് രണ്ട് ദിവസങ്ങൾക്ക് ശേഷം ജൂലൈ 17 ന്, രണ്ട് പേടകങ്ങളും ബഹിരാകാശത്തുവച്ച് പരസ്പരം ഒത്തുചേർന്നു. ഇരുരാജ്യങ്ങളിലെയും യാത്രികർ പരസ്പരം കൈകോർത്ത് ശീതയുദ്ധത്തിന്റെ ശത്രുത അവസാനിച്ചതായി ലോകത്തിനു കാണിച്ചുകൊടുത്തു. അപ്പോളോ സോയൂസ്, ഒരു സംയുക്ത മൊഡ്യൂൾ എന്ന നിലയിൽ, രണ്ട് ദിവസം ഭൂമിയെ ചുറ്റുകയും ചെയ്തു. പിന്നീട് അവ പരസ്പരം വേർപിരിഞ്ഞശേഷം രണ്ട് ദിവസത്തിനുള്ളിൽ സോയൂസും മൂന്ന് ദിവസത്തിനുള്ളിൽ അപ്പോളോയും ഭൂമിയിൽ തിരിച്ചെത്തി. ഈ ചരിത്ര സംഭവത്തിന്റെ വിജയകരമായ നേട്ടത്തിനൊടുവിൽ, 1957 ൽ ഇരു രാജ്യങ്ങൾക്കുമിടയിൽ ആരംഭിച്ച ശീതയുദ്ധം അവസാനിച്ചതായി പ്രഖ്യാപിക്കപ്പെട്ടു.

അന്താരാഷ്ട്ര ബഹിരാകാശ നിലയം

അന്താരാഷ്ട്ര ബഹിരാകാശ നിലയം (ഐ.എസ്.എസ്) ആണ്, നിലവിൽ പ്രവർത്തിക്കുന്ന ഏക ബഹിരാകാശ നിലയം. ഇത് അമേരിക്ക, റഷ്യ, യൂറോപ്പ്, കാനഡ, ജപ്പാൻ എന്നീ രാജ്യങ്ങളുടെ സഹകരണത്തി

ലാണ് പ്രവർത്തിക്കുന്നത്. ഇതിന്റെ ആദ്യ ഭാഗം 1998 ൽ സ്ഥാപിക്കപ്പെട്ടു. 2000 നവംബർ മുതൽ ഇന്നുവരെ ഒരു ഇടവേളയും ഇല്ലാതെ തുടർച്ചയായി ഒരാളെങ്കിലും ഈ നിലയത്തിൽ താമസിച്ചിട്ടുണ്ട്. 2010 ൽ, 10 വർഷത്തേക്ക് ബഹിരാകാശത്ത് തുടർച്ചയായ മനുഷ്യ സാന്നിധ്യമെന്ന മിർ നിലയത്തിന്റെ റെക്കോർഡ് പത്താമത്തെ മനുഷ്യനിർമ്മിത ബഹിരാകാശ നിലയമായ അന്താരാഷ്ട്ര ബഹിരാകാശ നിലയം മറികടന്നു. മണിക്കൂറിൽ 27,600 കിലോമീറ്റർ വേഗതയിൽ ഭൂമിയെ ചുറ്റുന്ന നിലയം ഓരോ 93 മിനിറ്റിലും ഒരു ഭ്രമണം പൂർത്തിയാക്കുന്നു. ചില രാത്രികളിൽ ഐ എസ് എസ് ആകാശത്തിലൂടെ പതിയെ മിന്നി നീങ്ങുന്ന ഒരു നക്ഷത്രംപോലെ, നഗ്നനേത്രങ്ങൾകൊണ്ട് കാണാൻ സാധിക്കും.

ഇതുവരെ മനുഷ്യൻ നടത്തിയിട്ടുള്ളതിൽ വച്ച് ഏറ്റവും സങ്കീർണ്ണമായ ശാസ്ത്ര സാങ്കേതിക പ്രവർത്തനം അന്താരാഷ്ട്ര ബഹിരാകാശ നിലയത്തിന്റെ നിർമ്മാണമാണ്; image courtesy: NASA

ഭൂമിയുടെയും ചന്ദ്രന്റെയും സൂര്യന്റെയും ഗുരുത്വാകർഷണ ശക്തികളും സൗരവികിരണങ്ങളും ഭൂമിക്കു ചുറ്റുമുള്ള ബഹിരാകാശനിലയങ്ങളുടെ ചലനത്തെ ബാധിക്കുന്നു. അതിന്റെ പരിക്രമണ ഉയരം ഓരോ മാസവും ഏകദേശം 2 കിലോമീറ്റർ കുറയുന്നതായി കണ്ടെത്തിയിട്ടുണ്ട്. ചെറിയ തിരുത്തൽ ത്രസ്റ്ററുകൾ ഇടയ്ക്കിടെ പ്രവർത്തിപ്പിച്ച് ഉയരം പുനസ്ഥാപിക്കപ്പെടുന്നു.

ഐ എസ് എസിന്റെ നിർമ്മാണത്തിന് പിന്നിലെ അടിസ്ഥാന ആശയം ബഹിരാകാശത്ത് ഒരു വലിയ വാസസ്ഥലം സൃഷ്ടിക്കുക എന്നതായിരുന്നു, അത് ചന്ദ്രനിലേക്കും ചൊവ്വയിലേക്കും മറ്റ് വിദൂര

ഗ്രഹങ്ങളിലേക്കും കൂടുതൽ ബഹിരാകാശ യാത്രയ്ക്ക് ഒരു ഇടത്താവളമായി വർത്തിക്കും. നിലയത്തിന്റെ നിർമ്മാണം ആരംഭിച്ചപ്പോൾ അമേരിക്കയുടെ പുനരുപയോഗിക്കാവുന്ന വിക്ഷേപണ വാഹനമായ സ്പേസ് ഷട്ടിൽ പൂർണ്ണമായി പ്രവർത്തനമാരംഭിച്ചിരുന്നു.

2003 ലെ കൊളംബിയ സ്പേസ് ഷട്ടിൽ ദുരന്തം (ഇന്ത്യൻ വംശജയായിരുന്ന കല്പന ചൗള ഉൾപ്പെടെ ഏഴുപേർ ഈ ദുരന്തത്തിൽ മരണപ്പെട്ടു) യാത്രികരെയും അവശ്യവസ്തുക്കളെയും ബഹിരാകാശ നിലയത്തിലേക്ക് കൊണ്ടുപോകുന്നതിൽ പുതിയ വെല്ലുവിളികൾ ഉയർത്തി. ഇതിനു ശേഷം രണ്ടര വർഷത്തോളം നിലയത്തിലേക്കുള്ള ഷട്ടിൽ ദൗത്യങ്ങളൊന്നും നടത്തിയിരുന്നില്ല. ഈ സമയത്ത് ഈ ആവശ്യത്തിനായി ലഭ്യമായ ഏക വിശ്വസനീയമായ സംവിധാനം റഷ്യയുടെ സോയൂസ് പേടകം ആയിരുന്നു. യാത്രികരുടെയും സാമഗ്രികളുടെയും ഗതാഗതം പ്രതീക്ഷിച്ചതിലും ചെലവേറിയതായി മാറിക്കൊണ്ടിരുന്നു. ഇക്കാരണത്താൽ, ആദ്യം വിഭാവനം ചെയ്തിരുന്നതിൽനിന്നും നിലയത്തിന്റെ രൂപരേഖ വളരെ മാറ്റങ്ങൾക്കു വിധേയമായി.

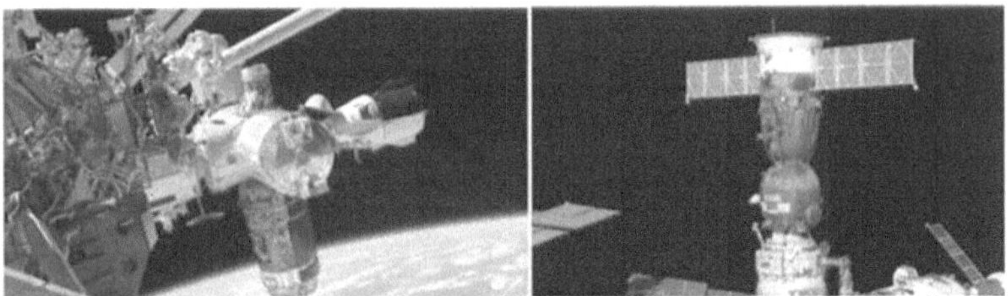

അന്താരാഷ്ട്ര ബഹിരാകാശ നിലയവുമായി ഡോക്ക് ചെയ്തിരിക്കുന്ന സ്പേസ് എക്സ് ഡ്രാഗൺ പേടകം (ഇടത്), റഷ്യയുടെ സോയൂസ് പേടകം (വലത്); image courtesy: NASA

ഐ എസ് എസ് പ്രവർത്തിപ്പിക്കാൻ ഏകദേശം 80 കിലോവാട്ട് വൈദ്യുതി ആവശ്യമാണ്. നിലയത്തിന്റെ ഭാഗമായുള്ള ഏകദേശം 2.6 ലക്ഷം സൗരോർജ്ജ സെല്ലുകൾ ഉൾക്കൊള്ളുന്ന സൗരോർജ്ജ പാനലുകൾ ഉപയോഗിച്ചാണ് ഇത് ലഭ്യമാക്കുന്നത്. 120 കിലോവാട്ട് വൈദ്യുതി ഉൽപ്പാദിപ്പിക്കാൻ അവയ്ക്ക് കഴിയും. ഏതാണ്ട് ഒരു ഫുട്ബോൾ ഗ്രൗണ്ടിന്റെ 1/3 ന് തുല്യമായ വലിപ്പമുള്ള ഇതിൽ, 27,000 ചതുരശ്ര അടി വിസ്തീർണ്ണമുള്ള 8 സോളാർ പാനൽ നിരകളുണ്ട്. മേൽപ്പറഞ്ഞ അളവിലുള്ള വൈദ്യുതിക്ക് ഭൂമിയിലെ ശരാശരി 40 മുതൽ 50 വരെ വീടുകളുടെ ദൈനംദിന ആവശ്യകതകൾ നിറവേറ്റാൻ കഴിയും. ഉദാഹരണത്തിന്, ഒരു വീട്ടിലെ സീലിംഗ് ഫാനിന് ഒരു മണിക്കൂർ പ്രവർത്തിക്കാൻ 60 വാട്ട് വൈദ്യുതി ആവശ്യമാണ്. ഐ എസ് എസിൽ ഉൽപ്പാദിപ്പിക്കുന്ന വൈദ്യുതിയുടെ അളവ് ഭൂമിയിൽ ഒരേസമയം 2000 ഫാനുകൾ പ്രവർത്തിപ്പിക്കാൻ പ്രാപ്തമാണ്. ഐ എസ് എസിലെ

സൗരോർജ്ജ പാനലുകളിൽ നിന്ന് മറ്റ് ഉപകരണങ്ങളിലേക്ക് വൈദ്യുതി ശേഖരിക്കാനും വിതരണം ചെയ്യാനും ഉപയോഗിക്കുന്ന കേബിളുകൾ മാത്രം 13 കിലോമീറ്ററിലധികം നീളമുണ്ട്. സൗരോർജ്ജം ഉൽപ്പാദിപ്പിക്കുന്നതിന്, സൗരോർജ്ജ പാനലുകളുടെ സെല്ലുകൾ സൂര്യനെ അഭിമുഖീകരിച്ചിരിക്കണം. നിലയം ഭൂമിക്ക് ചുറ്റും നിരന്തരം കറങ്ങിക്കൊണ്ടിരിക്കുന്നതിനാൽ, തുടർച്ചയായ വൈദ്യുതി ഉൽപ്പാദനം എല്ലായ്പ്പോഴും സാധ്യമല്ല. അതിനാൽ സൗരോർജ്ജം ലഭ്യമല്ലാത്തപ്പോഴെല്ലാം ഉപയോഗിക്കുന്നതിനായി അധിക വൈദ്യുതി ഉൽപ്പാദിപ്പിക്കുകയും ബാറ്ററികളിൽ സൂക്ഷിക്കുകയും ചെയ്യുന്നു.

ആറ് പേർക്ക് ഒരുമിച്ച് വേണ്ടുന്ന ക്യാബിൻ മർദ്ദമായ 1.013 ബാർ ഐ എസ് എസിൽ സാധാരണ നിലനിർത്തുന്നു. നിലയത്തിനുള്ളിൽ ഓക്സിജന്റെ സാന്ദ്രത 21% ഉം, നൈട്രജൻ 78% ഉം ബാക്കിയായി കാർബൺ ഡൈ ഓക്സൈഡും അനിവാര്യമായ മറ്റ് വാതകങ്ങളും നിലനിർത്തുന്നത് ഭൂമിയുടെ അന്തരീക്ഷത്തിന് സമാനമായാണ്. ക്യാബിൻ മർദ്ദവുമായി ബന്ധപ്പെട്ട അറ്റകുറ്റപ്പണി നിലയത്തിന്റെ വാസയോഗ്യമായ മൊഡ്യൂളുകളിൽ മാത്രമേ ആവശ്യമുള്ളൂ, മറ്റ് ഭാഗങ്ങൾക്ക് അത് ആവശ്യമില്ല. ഉദാഹരണത്തിന്, സൗരോർജ്ജ പാനലുകൾ നിയന്ത്രിത മർദ്ദത്തിൽ നിലനിർത്തേണ്ടതിന്റെ ആവശ്യകതയില്ല.

ഭൂമിയിലേതിനു സമാനമായ അന്തരീക്ഷമർദ്ദവും വായു ഘടകങ്ങളും നിരീക്ഷിക്കാൻ നിലയത്തിൽ പ്രത്യേക ഉപകരണങ്ങൾ ഉണ്ട്. ഓക്സിജൻ, നൈട്രജൻ, കാർബൺ-ഡൈ-ഓക്സൈഡ്, മീഥെയ്ൻ, ഹൈഡ്രജൻ, ഈർപ്പം, മലിനീകരണം തുടങ്ങിയവയുടെ അളവ് ബഹിരാകാശത്തുനിന്ന് അവർ നിരീക്ഷിക്കുന്നു. ഐ എസ് എസിന്റെ എല്ലാ വാസയോഗ്യമായതും അല്ലാത്തതുമായ സമ്മർദ്ദമേഖലകളും 22 ഡിഗ്രി സെൽഷ്യസ് താപനിലയിലാണ് നിലനിർത്തുന്നത്. ബഹിരാകാശത്ത്, സൂര്യനെ അഭിമുഖീകരിക്കുന്ന നിലയത്തിന്റെ ഭാഗങ്ങൾ വളരെ ഉയർന്ന താപനിലയിലും എതിർദിശയിലുള്ള ഭാഗങ്ങൾ വളരെ താഴ്ന്ന താപനിലയിലും ആയിരിക്കും. ഇതൊക്കെയാണെങ്കിലും, താമസസ്ഥലങ്ങൾ സുഖപ്രദമായ താപനിലയിൽ പരിപാലിക്കപ്പെടുന്നു. നിലയത്തിന് പുറത്തുള്ള കടുത്ത താപനില വ്യതിയാനങ്ങൾ കാരണം, വളരെ ചെറിയ താപ ചോർച്ച പോലും വിനാശകരമായ പ്രത്യാഘാതങ്ങൾക്ക് ഇടയാക്കിയേക്കാം. അന്താരാഷ്ട്ര ബഹിരാകാശ നിലയത്തിലെ ആവാസവ്യവസ്ഥാ-പരിസ്ഥിതി നിയന്ത്രണത്തെക്കുറിച്ചുള്ള കൂടുതൽ വിശദാംശങ്ങൾ മറ്റൊരു അധ്യായത്തിൽ പ്രതിപാദിച്ചിട്ടുണ്ട്.

അവിടുത്തെ നിവാസികൾക്ക് ആവശ്യമായ ഓക്സിജൻ ഉൽപ്പാദിപ്പിക്കുന്നത് ജലത്തിന്റെ തന്മാത്രകളെ ഹൈഡ്രജനും ഓക്സിജനുമായി വിഭജിച്ചാണ്. ഈ പ്രക്രിയയെ വൈദ്യുതവിശ്ലേഷണം എന്ന് വിളിക്കുന്നു. ഐ എസ് എസിൽ പ്രതിദിനം ഏകദേശം 9 കിലോഗ്രാം ഓക്സിജൻ ഉൽപ്പാദിപ്പിക്കാനാകും. മനുഷ്യർക്ക് പ്രതിദിനം ഏകദേശം

0.84 കിലോഗ്രാം ഓക്സിജൻ ആവശ്യമാണ്. വൈദ്യുതവിശ്ലേഷണ സംവിധാനത്തിന്റെ അഭാവത്തിൽ ഒരു ഇതരമാർഗ്ഗമായി പ്രവർത്തിക്കാൻ അടിയന്തര ഓക്സിജൻ സിലിണ്ടറുകൾ ലഭ്യമാണ്. ഈ സിലിണ്ടറുകൾ പതിവായി ഭൂമിയിൽനിന്ന് എത്തിക്കപ്പെടുന്നു. ഇവയ്ക്ക് പുറമേ, ലിഥിയം അടിസ്ഥാനമാക്കിയുള്ള ഓക്സിജൻ മൊഡ്യൂളുകളും ലഭ്യമാണ്. ഓരോ മൊഡ്യൂളിനും ഒരു വ്യക്തിക്ക് 24 മണിക്കൂർ ആവശ്യമായ ഓക്സിജൻ ഉൽപ്പാദിപ്പിക്കാൻ കഴിയുന്ന വിധത്തിലാണ് ക്രമീകരിച്ചിരിക്കുന്നത്.

ഭൂമിയിൽ നിന്ന് അന്താരാഷ്ട്ര ബഹിരാകാശ നിലയത്തിലേക്കു ഒരു കിലോ സാധനസാമഗ്രികൾ എത്തിക്കാൻ 4 ലക്ഷം രൂപവരെ ചെലവ് വരുന്നതായി വിലയിരുത്തിയിട്ടുണ്ട്. വെള്ളം പോലുള്ള ഉപഭോഗ വസ്തുക്കൾ ഭൂമിയിൽനിന്നും ഓരോ തവണയും കൊണ്ടുപോകുന്നത് വളരെ ചെലവേറിയതാണ്. അതിനാൽ ഉപയോഗിച്ച വെള്ളത്തിൽ നിന്ന് ശുദ്ധജലം ഉൽപ്പാദിപ്പിക്കാൻ കഴിയുന്ന പുനരുപയോഗ, പുനരുൽപ്പാദന സംവിധാനങ്ങളും ഐ എസ് എസിൽ ലഭ്യമാണ്. ഇതിൽ രണ്ട് തരം ജല-പുനരുപയോഗ സംവിധാനങ്ങളുണ്ട്. ഒന്ന് രൂപകൽപ്പന ചെയ്തത് അമേരിക്കക്കാരാണ്. മറ്റൊന്ന് റഷ്യക്കാർ മിർ നിലയത്തിന് വേണ്ടി വികസിപ്പിച്ചതാണ്. ഈ സംവിധാനങ്ങൾ നിലയത്തിൽ ഉണ്ടാകുന്ന വിവിധ തരം മലിനജലം ശേഖരിക്കുകയും വീണ്ടും ഉപയോഗിക്കാവുന്ന ജലം ഉൽപ്പാദിപ്പിക്കുകയും ചെയ്യുന്നു. ഐ എസ് എസിൽ എല്ലാ ദിവസവും ഏകദേശം 14 ലിറ്റർ വെള്ളം ഈ രീതിയിൽ ഉൽപ്പാദിപ്പിക്കപ്പെടുന്നു. പുനരുപയോഗിക്കാവുന്ന വെള്ളം ഭൂമിയിൽ ലഭ്യമായ കുപ്പിവെള്ളം പോലെയാണ്. രുചിയിൽ പ്രകടമായ വ്യത്യാസം ഉണ്ടാകില്ല. ജലത്തിന്റെ ഉറവിടത്തെപ്പറ്റി അത് കുടിക്കുമ്പോൾ ചിന്തിക്കുകയാണെങ്കിൽ മാനസികമായി നമുക്ക് ഒരു രുചി വ്യത്യാസം അനുഭവപ്പെടാമെന്നു ഒരു മുതിർന്ന ബഹിരാകാശയാത്രികൻ ഭൂമിയിൽ മടങ്ങിയെത്തിയശേഷമുള്ള ഒരു അഭിമുഖത്തിൽ പറയുകയുണ്ടായി. ഇവ കൂടാതെ, അടിയന്തര

ഐ എസ് എസ് 60 ദൗത്യത്തിനായി പോയ നാല് യാത്രികർ (ഇടത്), ഐ എസ് എസ് കമാൻഡറായ ഇന്ത്യൻ വംശജയായ സുനിതാ വില്യംസ് (വലത്)

ആവശ്യങ്ങൾക്കായി ഏകദേശം 2000 ലിറ്റർ വെള്ളം പ്രത്യേക ടാങ്കിൽ സംഭരിക്കുന്നു.

ഭൂമിയിൽ, ഒരു ശരാശരി മനുഷ്യന് കുടിക്കാൻ പ്രതിദിനം 3 ലിറ്റർ വെള്ളവും മറ്റ് ദൈനംദിന ആവശ്യങ്ങൾക്ക് പ്രതിദിനം 60 മുതൽ 80 ലിറ്ററും വരെ ആവശ്യമാണ്. ഐ എസ് എസിൽ, ബഹിരാകാശയാത്രികർ പ്രതിദിനം 2 ലിറ്ററിൽ താഴെ വെള്ളം ആണ് കുടിക്കുന്നത്. മറ്റെല്ലാ ആവശ്യങ്ങളും ഉൾപ്പെടെ, അവിടുത്തെ താമസക്കാർ പ്രതിദിനം 5 ലിറ്ററിൽ താഴെ വെള്ളം മാത്രമേ ഉപയോഗിക്കുന്നുള്ളൂ. ഉപയോഗിച്ച വെള്ളത്തിന്റെ ഏതാണ്ട് 90% ശുദ്ധീകരിച്ച് പുനരുൽപ്പാദനം ചെയ്യുന്നു. നിലയത്തിൽ പ്രതിവർഷം 4000 ലിറ്ററിലധികം പുനരുപയോഗിക്കാവുന്ന വെള്ളം ഉൽപ്പാദിപ്പിക്കപ്പെടുന്നു എന്നാണു നാസയുടെ കണക്കുകൾ സൂചിപ്പിക്കുന്നത്.

ഓക്സിജൻ വേർതിരിക്കുന്ന പ്രക്രിയയുടെ ഉപോൽപ്പന്നമായി ഉൽപ്പാദിപ്പിക്കപ്പെടുന്ന ഹൈഡ്രജനും, അവിടുത്തെ നിവാസികൾ നിശ്വസിക്കുന്ന കാർബൺ-ഡൈ-ഓക്സൈഡും ഉപയോഗിച്ച് വെള്ളവും മീഥേനും ഉൽപ്പാദിപ്പിക്കപ്പെടുന്നു. ഇതിനെ 'സബാറ്റിയർ രാസമാറ്റം' എന്ന് രസതന്ത്രത്തിൽ വിളിക്കുന്നു. ഈ വെള്ളം വിവിധ ആവശ്യങ്ങൾ ക്കായി ഉപയോഗിക്കുന്നു. താമസിക്കുന്നവരുടെ ഓക്സിജൻ ആവശ്യക തയുടെ ഏകദേശം 40%, പുനരുൽപ്പാദനം വഴിയാണ് ലഭിക്കുന്നത്. ശേഷിക്കുന്ന 60%, ജലത്തിന്റെ വൈദ്യുതവിശ്ലേഷണത്തിൽ നിന്നോ ഭൂമിയിൽ നിന്ന് കൊണ്ടുവരുന്നതിലൂടെയോ ലഭിക്കുന്നു.

2022 ഏപ്രിലിലെ കണക്കനുസരിച്ച് 20 രാജ്യങ്ങളിൽ നിന്നുള്ള 250 യാത്രികർ ഐ എസ് എസ് സന്ദർശിച്ചു. അവരിൽ 152 പേർ അമേരിക്ക യിൽനിന്നും 48 പേർ റഷ്യയിൽനിന്നും ബാക്കിയുള്ളവർ മറ്റ് രാജ്യങ്ങളിൽ നിന്നും ഉള്ളവരാണ്. അവരിൽ ചിലർ ഒന്നിലധികം തവണ, അവിടേക്കു യാത്ര ചെയ്തിട്ടുണ്ട്. ബഹിരാകാശ വിനോദസഞ്ചാരികളായി സഞ്ചരിച്ച ഏഴ് പേരും ഇതിൽ ഉൾപ്പെടുന്നു.

20 വർഷത്തെ അന്താരാഷ്ട്ര ബഹിരാകാശ നിലയത്തിന്റെ ചരിത്ര ത്തിൽ, 2021 ഏപ്രിൽ 17 ന് ആരംഭിച്ച 'എക്സ്പെഡിഷൻ 65' ഉൾപ്പെടെ 403 ദൗത്യങ്ങൾ നടത്തിയിട്ടുണ്ട്. 2011 ൽ സ്പേസ് ഷട്ടിൽ വിരമിച്ച ശേഷം, സോയൂസ് 40 തവണ ഐ എസ് എസിലേക്ക് യാത്ര ചെയ്തു. ഐ എസ് എസ് നിർമ്മാണത്തിന്റെ തുടക്കം മുതൽ, ഷട്ടിലിന്റെ വിരമിക്കൽ വരെ ഐ എസ് എസിലേക്ക് 37 ദൗത്യങ്ങൾ നടത്തി. ഈ കാലയളവിൽ, സോയൂസ് 27 ദൗത്യങ്ങളും നടത്തി. അമേരിക്കൻ സ്വകാര്യ ബഹിരാകാശ സ്ഥാപനമായ സ്പേസ് എക്സിന്റെ ഡ്രാഗൺ പേടകം ആണ് സോയൂ സിനൊപ്പം ബഹിരാകാശനിലയത്തിലേക്കു യാത്രികരെയും സാധന സാമഗ്രികളും എത്തിക്കുന്നതിനായി ഇപ്പോൾ ഉപയോഗിച്ചുവരുന്നത്.

ടിയാംഗോങ്-1 ബഹിരാകാശ നിലയം (ഇടത്), നിലയത്തിൽ, തൈക്കോനോട്ടുകളായ ലിയു വാങ്, ലിയു യാങ്, ജിംഗ് ഹൈപെംഗ് എന്നിവർ (വലത്)

ചൈനയും

2011 മുതൽ 2019 വരെയുള്ള കാലഘട്ടത്തിൽ ചൈനയും അവരുടെ ബഹിരാകാശനിലയം സ്ഥാപിച്ച് പരീക്ഷണങ്ങൾ നടത്താനായുള്ള ശ്രമങ്ങൾ തുടങ്ങിയിരുന്നു. ഇതിന്റെ ഭാഗമായി 2011 സെപ്റ്റംബറിൽ 8 ടൺ ഭാരമുള്ളതും 15 ഘനയളവ് വാസയോഗ്യമായ സ്ഥലമുള്ളതുമായ ടിയാംഗോങ് -1 എന്ന നിലയം അവർ സ്ഥാപിച്ചു.

2018 ഏപ്രിൽ വരെ ഇത് ഭ്രമണപഥത്തിലുണ്ടായിരുന്നു. ഈ കാലയളവിൽ ആറോളം യാത്രികർ ഇവിടം സന്ദർശിച്ചതായി രേഖപ്പെടുത്തിയിട്ടുണ്ട്. 2016 സെപ്റ്റംബർ മുതൽ 2019 ജൂലൈ വരെ

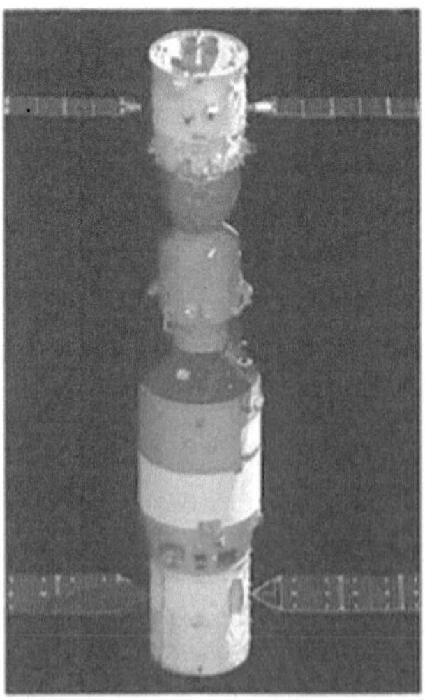

ടിയാംഗോങ് 2 ബഹിരാകാശ നിലയം, 2016 ൽ ഷെൻഷൗ 11 പേടകവുമായി ഡോക്ക് ചെയ്തപ്പോൾ (ഇടത്), 2021 ൽ വിക്ഷേപണത്തിന് തയ്യാറെടുക്കുന്ന ചൈനീസ് ടിയാൻഹെ ബഹിരാകാശ നിലയത്തിന്റെ പ്രധാന ഭാഗം (വലത്)

ചൈനയുടെ മറ്റൊരു ബഹിരാകാശ നിലയമായ ടിയാംഗോങ് -2 ഭ്രമണപഥത്തിലുണ്ടായിരുന്നു. ഇതിനും ടിയാംഗോങ് -1 ന്റെ അതേ വലിപ്പവും ഭാരവും ആയിരുന്നു. ദൗത്യകാലയളവിൽ 2 യാത്രികർ ടിയാംഗോങ് -2 സന്ദർശിച്ചതായി പറയപ്പെടുന്നു.

ടിയാംഗോങ് 2 ന് ശേഷം 2025 ഓടുകൂടി പൂർത്തീകരിച്ച് ശാസ്ത്ര ഗവേഷണങ്ങൾക്കായി അന്താരാഷ്ട്ര ബഹിരാകാശ നിലയത്തിന് സമാന്തരമായി പ്രവർത്തിക്കാൻ ചൈന ടിയാൻഹെ ബഹിരാകാശ നിലയം വിഭാവനം ചെയ്തിട്ടുണ്ട്.

വാസയോഗ്യമായ പരിതസ്ഥിതി

ശൂന്യമായ അവസ്ഥയാണ് ബഹിരാകാശത്തിന്റെ പ്രത്യേകത. ജീവൻ നിലനിർത്താനുള്ള വായുവോ ജലമോ, കടുത്ത ചൂടിലും തണുപ്പിലും നിന്നുള്ള സംരക്ഷണം നൽകാനുതകുന്ന ആവാസവ്യവസ്ഥയോ ഒന്നും അവിടെ നിലനിൽക്കുന്നില്ല. യാത്രയോ പര്യവേക്ഷണമോ ആണ് ലക്ഷ്യമെങ്കിൽ ഏതൊരു ബഹിരാകാശയാനവും മേൽപ്പറഞ്ഞതെല്ലാം ഭൂമിയിൽ നിന്ന് കൊണ്ടുപോകേണ്ടതുണ്ട്. ബഹിരാകാശയാനങ്ങളിൽ ക്രമീകരിച്ചിട്ടുള്ള പരിസ്ഥിതി നിയന്ത്രണങ്ങളും, ജീവസഹായ സംവിധാനങ്ങളും വഴി ഇതിനുവേണ്ടുന്ന സാഹചര്യങ്ങൾ ഒരുക്കുന്നു. ഇതിനെ 'എൺവിറോൺമെന്റൽ കൺട്രോൾ ആന്റ് ലൈഫ് സപ്പോർട്ടു സിസ്റ്റം' (ECLSS/ഈ സി എൽ എസ് എസ്) എന്ന് വിളിക്കുന്നു.

ക്യാബിൻ മർദ്ദം

സമുദ്രനിരപ്പിലെ അന്തരീക്ഷമർദ്ദം 1 അറ്റ്മോസ്ഫിയർ (atm) ആയി നിർവ്വചിച്ചിരിക്കുന്നു എന്ന് നമുക്കറിയാം. ഇത് ഏകദേശം 1,01,325 പാസ്കൽ അല്ലെങ്കിൽ 1.01 ബാറിന് തുല്യമാണ്.

ബഹിരാകാശയാത്രികർ താമസിക്കുന്നതും പ്രവർത്തനങ്ങൾ നടത്തുന്നതുമായ ബഹിരാകാശ ക്യാബിനുകളിലും സമാനമായ അന്തരീക്ഷ മർദ്ദം നിലനിർത്തണം. അപ്പോളോ ബഹിരാകാശ പേടകത്തിലും സ്കൈലാബ് നിലയങ്ങളിലും ക്യാബിൻ മർദ്ദം ഭൂമിയുടെ അന്തരീക്ഷ മർദ്ദത്തിന്റെ മൂന്നിലൊന്ന് നിലനിർത്തിയിരുന്നു. അപ്പോളോ ബഹിരാകാശ പേടകത്തിൽ, വിക്ഷേപണ സമയത്ത് 1 അറ്റ്മോസ്ഫിയറിൽ മർദ്ദം നിലനിർത്തുകയും ബഹിരാകാശത്ത് എത്തിയ ശേഷം 1/3 അറ്റ്മോ

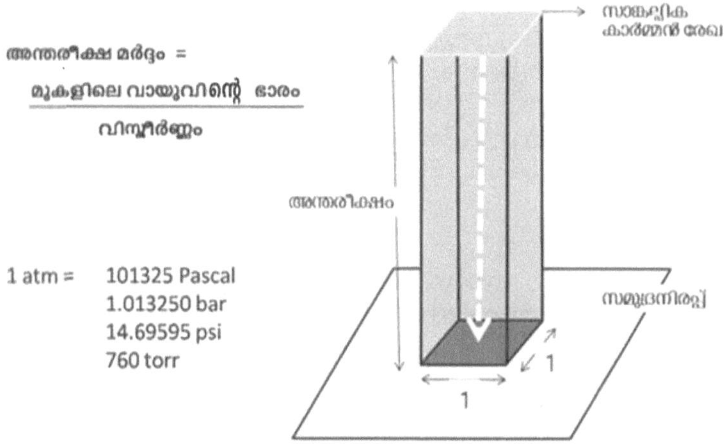

സമുദ്രനിരപ്പിൽ, ഒരു ചതുരശ്ര മീറ്റർ വിസ്തീർണ്ണത്തിന് മുകളിലേക്ക്, ഭൂമിയുടെ അന്തരീക്ഷം അവസാനിക്കും വരെയുള്ള വായുവിന്റെ ആകെ ഭാരമാണ് അന്തരീക്ഷ മർദ്ദം. ഇത് 10,332.27 കിലോഗ്രാം ആയി കണക്കാക്കിയിട്ടുണ്ട്. ഇപ്രകാരം സമുദ്ര നിരപ്പിൽ, അന്തരീക്ഷമർദ്ദം 10,332.27 കിലോഗ്രാം / ചതുരശ്ര മീറ്റർ ആണ്. ഇത് ഒരു അറ്റ്മോസ്ഫിയർ (1 atm), അഥവാ 1,01,325 പാസ്കൽ ആണ്.

സ്ഫിയർ ആയി കുറയ്ക്കുകയും ചെയ്തിരുന്നു. മറുവശത്ത്, റഷ്യയുടെ എല്ലാ ബഹിരാകാശ നിലയങ്ങളും ബഹിരാകാശ പേടകത്തിലും (സോയൂസ് പേടകങ്ങളും പ്രാരംഭ സല്യൂട്ട് ബഹിരാകാശ നിലയങ്ങളും ഉൾപ്പെടുന്നു) ദൗത്യ കാലയളവിലുടനീളം 1 അറ്റ്മോസ്ഫിയർ മർദ്ദം ആണ് ക്രമീകരിച്ചിരുന്നത്.

1975 ലെ അപ്പോളോ-സോയൂസ് ഡോക്കിംഗ് പരീക്ഷണവേളയിൽ, അപ്പോളോ, സോയൂസ് പേടകങ്ങൾ തമ്മിലുള്ള മർദ്ദ വ്യത്യാസം കുറയ്ക്കുന്നതിന് സോയൂസിന്റെ ക്യാബിൻ മർദ്ദം 68% ആയി കുറയ്ക്കേണ്ടി വന്നു. ഇത്തരത്തിൽ മർദ്ദം ഏകീകരിക്കുന്നതിന്റെ ഭാഗമായി പിന്നീട് നിർമ്മിച്ച ബഹിരാകാശ നിലയങ്ങളായ മിർ, അന്താരാഷ്ട്ര ബഹിരാകാശ നിലയം എന്നിവിടങ്ങളിൽ ക്യാബിനുകൾ രൂപകൽപ്പന ചെയ്തിരിക്കുന്നത് 1 അറ്റ്മോസ്ഫിയർ അന്തരീക്ഷമർദ്ദം നിലനിർത്തുന്ന രീതിയിലാണ്.

എല്ലാ ബഹിരാകാശ വാഹനങ്ങളിലും, വാസയോഗ്യമായ ക്യാബിനുകളിൽ 'ക്യാബിൻ മർദ്ദ നിയന്ത്രണ സംവിധാനം (CPCS/സി പി സി എസ്)' ഘടിപ്പിക്കാറുണ്ട്. ഇത് ക്യാബിന്റെ വിവിധ സ്ഥലങ്ങളിലെ മർദ്ദം തുടർച്ചയായി നിരീക്ഷിക്കുകയും കുറവായിരിക്കുമ്പോൾ അധിക വായു പമ്പ് ചെയ്യുകയോ അല്ലെങ്കിൽ മർദ്ദം കൂടുതലായിരിക്കുമ്പോൾ അധിക വായു പുറത്തെടുക്കുകയോ ചെയ്തുകൊണ്ട് ആവശ്യമുള്ള തലത്തിൽ മർദ്ദം നിലനിർത്താൻ സഹായിക്കുന്നു. ക്യാബിനിൽ ഏതെങ്കിലും

വിധത്തിലുള്ള ചോർച്ച കണ്ടെത്തുന്നതിനുള്ള വിവിധ ഉപകരണങ്ങളും ഇതിൽ അടങ്ങിയിരിക്കുന്നു. ഈ പ്രവർത്തനക്ഷമത കൈവരിക്കുന്നതിന് ഓക്സിജനും നൈട്രജനും ആവശ്യമായ മർദ്ദത്തിൽ സൂക്ഷിക്കുന്ന സംഭരണികളും (PRESSURE VESSELS), വ്യത്യസ്ത തരം മർദ്ദ സംവേദന ഉപകരണങ്ങളും നിയന്ത്രണ വാൽവുകളും ഇതിൽ അടങ്ങി യിരിക്കുന്നതായി കാണാം.

താപ നിയന്ത്രണം

സുഖകരവും വാസയോഗ്യവുമായ അന്തരീക്ഷം നിലനിർത്തുന്ന തിൽ താപനിയന്ത്രണം പ്രധാന പങ്കുവഹിക്കുന്നു. ഭൂമിയിലെ വിവിധ സ്ഥലങ്ങളിലെ താപനില -88 മുതൽ 58 ഡിഗ്രി സെൽഷ്യസ്സ് വരെ വ്യത്യാസപ്പെടുന്നു. എന്നാൽ മനുഷ്യർക്ക് ചില പ്രത്യേക താപനിലയ്ക്ക് താഴെയും ചിലതിന് മുകളിലുള്ള താപനിലയും അതിജീവിക്കാൻ കഴിയില്ല. വേനൽക്കാലത്തും, അമിതമായ ചൂടുള്ള പ്രദേശങ്ങളിലും നിർജ്ജലീക രണം, ചൂടുമായി ബന്ധപ്പെട്ട അസുഖങ്ങൾ എന്നിവ കാരണം നിരവധി മരണങ്ങൾ സംഭവിക്കുന്നു. മലയോര പ്രദേശങ്ങൾപോലുള്ള താഴ്ന്ന താപനിലയുള്ള പ്രദേശങ്ങളിൽ താമസിക്കുന്ന ആളുകൾ അവരുടെ ശരീരത്തിലെ ചൂട് നിലനിർത്താൻ കമ്പിളിയും മറ്റും കൊണ്ട് നിർമ്മിച്ച വസ്ത്രങ്ങൾ ധരിക്കുന്നു. താപനില വളരെ കുറവുള്ള ധ്രുവപ്രദേശങ്ങൾ മനുഷ്യവാസത്തിന് തികച്ചും അനുയോജ്യമല്ല എന്ന് നമുക്കറിയാം. പൊതുവേ, 5 നും 45 ഡിഗ്രി സെൽഷ്യസ്സിനും ഇടയിൽ താപനിലയുള്ള പ്രദേശങ്ങളിലാണ് സുഖപ്രദമായ മനുഷ്യവാസകേന്ദ്രങ്ങൾ കാണപ്പെടു ന്നത്.

ഗവേഷണത്തിനും പര്യവേക്ഷണ ആവശ്യങ്ങൾക്കും ബഹിരാകാശ പേടകത്തിന്റെ അവശ്യ അറ്റകുറ്റപ്പണികൾക്കുമായി, ബഹിരാകാശത്തെ ക്യാബിനുകളിൽ നിരവധി ഇലക്ട്രോണിക് സംവിധാനങ്ങളും, വിവിധതരം യന്ത്രങ്ങളും ഉണ്ട്. ഇവയുടെ നിരന്തര പ്രവർത്തനം ക്യാബിനിൽ തുടർ ച്ചയായി ചൂട് സൃഷ്ടിക്കാറുണ്ട്. കൂടാതെ, പേടകത്തിന്റെ മറ്റ് ഭാഗങ്ങളെ അപേക്ഷിച്ച് സൂര്യനു മുഖാമുഖം വരുന്ന പ്രദേശങ്ങൾ ഉയർന്ന താപനില യിലായിരിക്കും. പേടകത്തിലുടനീളം ഇത്തരം താപ വ്യതിയാനങ്ങൾ കാരണം, വിവിധ ഭാഗങ്ങളിൽ വിവിധതരത്തിൽ ചൂടനുഭവപ്പെടാം. ഇത്തരം സാഹചര്യങ്ങൾ ദീർഘകാലത്തേക്കുള്ള മനുഷ്യവാസത്തിനും ക്യാബിന്റെ നിലനില്പിനും ദോഷമായി ഭവിച്ചേക്കാം. അതിനാൽ, ഒരു ഏകീകൃത താപനില വിതരണവും അനിയന്ത്രിതമായ താപ കൈമാറ്റം കുറയ്ക്കുന്ന രീതിയിലുമാണ് ഇത്തരം ക്യാബിനുകൾ രൂപകൽപ്പന ചെയ്തിരിക്കുന്നത്.

ബഹിരാകാശയാത്രികരുടെ സുഖകരമായ ജീവിതത്തിനും പ്രവർ ത്തനത്തിനും ആവശ്യമായ താപനില നിലനിർത്തുന്നതിന് ക്യാബിനു കളിൽ താപ നിയന്ത്രണ സംവിധാനങ്ങൾ സജ്ജീകരിച്ചിരിക്കുന്നു.

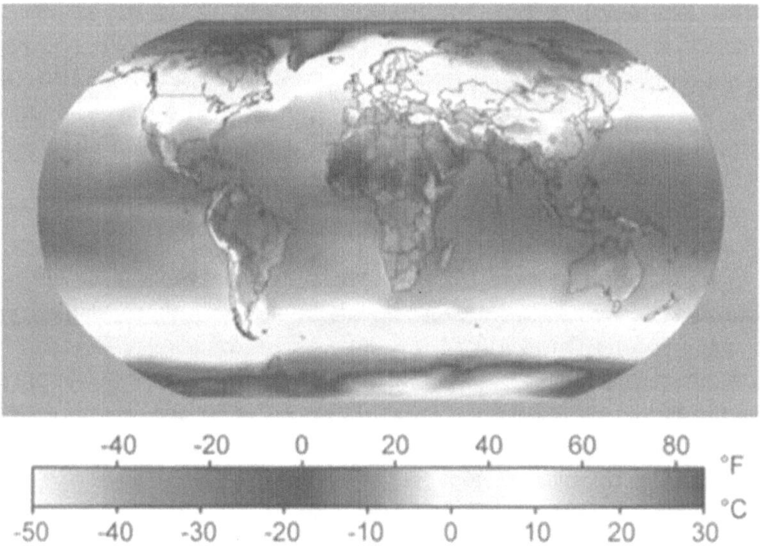

1961–1990 കാലയളവിലെ ഭൂമിയുടെ ഉപരിതലത്തിനടുത്തുള്ള ശരാശരി വായു താപനില

എയർ കണ്ടീഷൻ ചെയ്ത മുറികളിൽ ജോലി ചെയ്യുന്നതിനോ എയർ കണ്ടീഷൻ ചെയ്ത വാഹനങ്ങളിൽ യാത്ര ചെയ്യുന്നതിനോ പൊതുവെ സുഖം തോന്നുന്നതുപോലെ 18 മുതൽ 23 ഡിഗ്രി സെൽഷ്യസ് വരെയുള്ള ഒരു നിയന്ത്രിതമായ താപനില പരിധിയിലാണ് ബഹിരാകാശത്ത് വാസയോഗ്യമായ ക്യാബിനുകൾ പരിപാലിക്കുന്നത്. നിലയത്തിന്റെയോ പേടകത്തിന്റെയോ വലിപ്പമനുസരിച്ച് ഇത്തരം സംവിധാനങ്ങളുടെ വലിപ്പവും വർദ്ധിക്കുന്നു.

ഈർപ്പ നിയന്ത്രണം

പരിസ്ഥിതി നിയന്ത്രണ സംവിധാനത്തെപ്പറ്റി മുമ്പേ പറഞ്ഞല്ലോ!. ഇവയുടെ മറ്റൊരു ചുമതല വാസയോഗ്യമായ രീതിയിൽ ക്യാബിൻ വായുവിലെ ഈർപ്പം നിയന്ത്രിക്കലാണ്. ക്യാബിനിലെ ജലവും മറ്റ് ദ്രാവകങ്ങളും ഘനീഭവിക്കുന്നതും ബാഷ്പീകരിക്കപ്പെടുന്നതും മൂലമാണ് അന്തരീക്ഷ ഈർപ്പത്തിന്റെ വ്യതിയാനങ്ങൾ സംഭവിക്കുന്നത്. വിശാലമായ മരുഭൂമിയിലൂടെ കിലോമീറ്ററുകളോളം നടന്നാൽ നമ്മുടെ ശരീരത്തിലെ ജലാംശം അതിവേഗം നഷ്ടപ്പെടുകയും അത് നമ്മെ തളർത്തുകയും ചെയ്യും. അതേ സമയം കടൽത്തീരത്തുകൂടി നടന്നാൽ ശരീരം വല്ലാതെ വിയർക്കുന്നതായി നാം ശ്രദ്ധിച്ചിട്ടുണ്ടാകാം.

തീരപ്രദേശങ്ങളിലെ ഉയർന്ന ഈർപ്പം ശരീരത്തിൽ വലിയ തോതിൽ വിയർപ്പിന് കാരണമാകും. സാധാരണയായി, എയർകണ്ടീഷൻ ചെയ്ത മുറികളിലെ ഈർപ്പത്തിന്റെ അളവ് 35 മുതൽ 65% വരെ നിലനിർത്താൻ രൂപകൽപ്പന ചെയ്തിട്ടുള്ളതാണ്. ഈ അളവിലുള്ള ഈർപ്പം ഇലക്ട്രോണിക് ഉപകരണങ്ങൾക്കും യന്ത്രങ്ങൾക്കും ദീർഘായുസ്സ് നല്കുകയും അവിടെ താമസിക്കുന്ന മനുഷ്യർക്ക് അസുഖങ്ങൾ വരാതിരിക്കാനും സഹായിക്കുന്നു. പരീക്ഷണങ്ങൾക്കും പഠനങ്ങൾക്കുമായി ബഹിരാകാശ നിലയങ്ങളിലും പേടകങ്ങളിലും കൊണ്ടുപോകുന്ന സസ്യങ്ങളും മൃഗങ്ങളും അവയുടെ ശാരീരിക പ്രക്രിയയുടെ ഭാഗമായി ശരീര ദ്രാവകങ്ങൾ ഉൽപ്പാദിപ്പിക്കുകയും പുറത്തുവിടുകയും ചെയ്യും. മനുഷ്യരുടെ വിയർപ്പും മറ്റ് ശരീര സ്രവങ്ങളും ക്യാബിൻ പരിതസ്ഥിതിയിലേക്ക് ചേർക്കപ്പെടുന്നു. അന്തരീക്ഷത്തിലെ ഇത്തരം വിവിധതരം ദ്രാവകങ്ങളുടെ സാന്നിധ്യം ക്യാബിനിലെ ഈർപ്പത്തെ ബാധിക്കുന്നു. ഈ ഘടകങ്ങളെല്ലാം കണക്കിലെടുത്ത് ഹ്യുമിഡിറ്റി കൺട്രോൾ സംവിധാനങ്ങൾ ക്യാബിനിലെ ഈർപ്പം ആവശ്യമുള്ള തലത്തിൽ നിലനിർത്തുന്നു. ഇതെല്ലാം കണക്കിലെടുത്ത് അന്താരാഷ്ട്ര ബഹിരാകാശ നിലയത്തിൽ, ഈർപ്പം 60% വരെ നിലനിർത്തുന്നു.

ഓക്സിജൻ

ജീവൻ നിലനിർത്തുന്നതിന് ഓക്സിജൻ അത്യന്താപേക്ഷിതമാണ് എന്ന് നമുക്കറിയാം. ഓക്സിജൻ കുറവുള്ള, ഉയരത്തിലുള്ള പ്രദേശങ്ങളിലേക്ക് യാത്ര ചെയ്യുമ്പോൾ, ആളുകൾക്ക് സാധാരണ അവസ്ഥയേക്കാൾ ശ്വാസോച്ഛ്വാസം ചെയ്യാൻ കൂടുതൽ ബുദ്ധിമുട്ടായിരിക്കും. പ്രായമായവരെപ്പോലെ ദുർബലമായ ശ്വാസകോശ പ്രവർത്തനങ്ങളുള്ള ആളുകൾക്ക് ഇത് അപകടകരമായേക്കാം. മനുഷ്യജീവിതത്തിന് ഓക്സിജന്റെ അനിവാര്യത കണക്കിലെടുത്ത്, അപ്പോളോ-1 ക്യാപ്സ്യൂളിൽ ക്യാബിനിൽ 100% ഓക്സിജൻ നിറച്ചിരുന്നു. എന്നാൽ അത് നിർഭാഗ്യകരമായ അപകടത്തിലേക്ക് നയിച്ചിരുന്നു. പിന്നീടുള്ള അപ്പോളോ ദൗത്യങ്ങളിൽ, വിക്ഷേപണത്തറയിൽ വച്ച് 60% ഓക്സിജൻ, 1 അറ്റ്മോസ്ഫിയർ (ATM) മർദ്ദത്തിൽ ക്യാബിനുകളിൽ നിറച്ചു. ബഹിരാകാശത്ത് എത്തിയപ്പോൾ, അത് 1/3 അന്തരീക്ഷ മർദ്ദത്തിൽ ഓക്സിജൻ നില 100% ആയി മാറി. അതുപോലെ, സ്കൈലാബ് നിലയങ്ങളിൽ, 1/3 അന്തരീക്ഷം മർദ്ദത്തിൽ ഓക്സിജൻ നില 74% ആയിരുന്നു. ഉയർന്ന ഓക്സിജന്റെ സാന്ദ്രത കാരണം, ക്യാബിൻ മർദ്ദം താഴ്ന്ന നിലയിലാണെങ്കിലും യാത്രികർക്ക് ആവശ്യമായ ഓക്സിജന്റെ ലഭ്യത ഉറപ്പാക്കപ്പെട്ടിരുന്നു.

തുടർന്നുള്ള പഠനങ്ങളുടെ അടിസ്ഥാനത്തിൽ, പുതിയ തരം അന്തരീക്ഷസാഹചര്യം സൃഷ്ടിക്കുന്നതിനേക്കാൾ ഭൂമിയിലേതിന് സമാനമായ അന്തരീക്ഷ വായു ഘടനയാണ് ബഹിരാകാശ ക്യാബി

നുകളിൽ കൂടുതൽ അനുയോജ്യമെന്ന് തീരുമാനിക്കപ്പെട്ടു. 21% ഓക്സിജന്റെയും 78% നൈട്രജന്റെയും ഘടനയാണ് ഭൂരിഭാഗം പിന്നീടുള്ള ദൗത്യങ്ങളിൽ സ്വീകരിച്ചത്.

ഓക്സിജൻ ഉൽപ്പാദിപ്പിക്കാൻ കഴിയുന്ന ഒരേയൊരു ജീവരൂപമാണ് സസ്യങ്ങൾ. അതിനാൽ ഓക്സിജൻ ഉൽപ്പാദിപ്പിക്കാനോ പുനരുജ്ജീവിപ്പിക്കാനോ ബഹിരാകാശത്ത് സസ്യങ്ങൾ വളർത്തേണ്ടത് അത്യാവശ്യമാണ്. ഓക്സിജൻ കൂടാതെ നമുക്ക് ഭക്ഷണവും ജലവും സസ്യങ്ങൾ നൽകുന്നു. ക്രൂ അംഗങ്ങളുടെ ദൈനംദിന ഓക്സിജൻ ആവശ്യങ്ങൾക്കായി, ഏകദേശം 10 മുതൽ 20 ചതുരശ്ര മീറ്റർ വരെ സ്ഥലത്ത് ചെടികൾ വളർത്തേണ്ടതുണ്ട്. അതുപോലെ, ഒരാളുടെ ഭക്ഷണാവശ്യങ്ങൾക്ക് ഏകദേശം 30 മുതൽ 50 ചതുരശ്ര മീറ്റർ വരെ സസ്യങ്ങൾ ആവശ്യമാണ്. എന്നാൽ ഇത്, വളർത്താൻ തെരഞ്ഞെടുത്ത സസ്യങ്ങളുടെ തരത്തെ, ലഭ്യമായ പ്രകാശത്തിന്റെ അളവ്, കാർബൺ-ഡൈ-ഓക്സൈഡ് സാന്ദ്രത, സസ്യങ്ങളിലെ ഫോട്ടോസിന്തസിസ് നിരക്ക് എന്നിവയെ ആശ്രയിച്ചിരിക്കുന്നു. സസ്യവളർച്ചയെ ബാധിക്കുന്ന ഘടകങ്ങളും ബഹിരാകാശത്ത് സസ്യങ്ങൾ വളർത്തുന്നതിനുള്ള വഴികളും ബഹിരാകാശ ഗവേഷണങ്ങളും പരീക്ഷണങ്ങളും എന്ന അധ്യായത്തിൽ വിശദമായി ചർച്ചചെയ്യുന്നുണ്ട്.

ജലം

അതിജീവനത്തിനുള്ള മനുഷ്യന്റെ പ്രധാന ഘടകമാണ് ജലം. ദൈനംദിന ഉപയോഗങ്ങൾ, യന്ത്രങ്ങളും ഉപകരണങ്ങളും പ്രവർത്തിപ്പിക്കുന്നതിന്, തുടങ്ങിയ വിവിധ ആവശ്യങ്ങൾക്ക് ബഹിരാകാശ ക്യാബിനുകളിൽ ജലം ആവശ്യമാണ്. ബഹിരാകാശ നിലയങ്ങളുടെ വിവിധ ഭാഗങ്ങളിൽ ജലവിതരണ സംവിധാനങ്ങൾ സ്ഥാപിച്ചിട്ടുണ്ട്. വിവിധ സ്രോതസ്സുകളിൽനിന്ന് മലിനജലം ശേഖരിക്കുകയും വേർതിരിക്കുകയും പുനരുപയോഗം ചെയ്യുന്നതിനായും പ്രത്യേക സംവിധാനങ്ങളുണ്ട്. മലിനജലം പുനരുപയോഗം ചെയ്യുന്നതിനാൽ, വ്യത്യസ്ത തരം മലിനജലങ്ങളുടെ ശരിയായ വേർതിരിവ് പ്രധാനമാണ്. ഉദാഹരണത്തിന്, മനുഷ്യരുടെയും മൃഗങ്ങളുടെയും പുറംതള്ളുന്ന അവശിഷ്ടങ്ങളിൽനിന്നുള്ള ദ്രാവകങ്ങൾ പ്രത്യേക ടാങ്കുകളിൽ സൂക്ഷിക്കും, അത് പുനഃചംക്രമണം ചെയ്ത ശേഷം കുടിക്കാൻ ഒഴികെയുള്ള ആവശ്യങ്ങൾക്ക് ഉപയോഗിക്കും. ആശ്ചര്യപ്പെടുത്തുന്ന ഒരു വസ്തുത എന്തെന്നാൽ, മിക്കവാറും എല്ലാ മനുഷ്യ ബഹിരാകാശ ദൗത്യങ്ങളിലും, 80 ശതമാനത്തിലധികം പുനരുപയോഗം ചെയ്ത ജലമാണ് ഉപയോഗിക്കുന്നത്.

നിലയങ്ങളുടെ നിർമ്മാണത്തിനും തുടർന്നുള്ള പര്യവേക്ഷണങ്ങൾക്കും, ആദ്യം ബഹിരാകാശത്തേക്ക് കൊണ്ടുപോകുന്നത് സമ്മർദ്ദമുള്ള ക്യാബിൻകൊണ്ട് നിർമ്മിച്ച സംവിധാനങ്ങളാണ്. ഈർപ്പം നിയന്ത്രണം, താപനില നിയന്ത്രണം, മലിനീകരണ നിയന്ത്രണ സംവിധാ

നങ്ങൾ തുടങ്ങിയ മറ്റ് പരിസ്ഥിതി നിയന്ത്രണ സംവിധാനങ്ങളെല്ലാം ഇതിനെ പിന്തുടരുന്നു. മുൻപു സൂചിപ്പിച്ചപോലെ ഇവ ഒന്നുകിൽ പൂർണ്ണമായും ഭൂമിയിൽ നിന്ന് കൊണ്ടുപോകുകയോ അവിടെ ഉപയോഗിച്ചതിൽ നിന്ന് പുനരുൽപ്പാദിപ്പിക്കുകയോ ചെയ്യാം. ഹ്രസ്വകാല ബഹിരാകാശ യാത്രകൾക്ക്, സാധാരണയായി ഭക്ഷണം, വെള്ളം, വായു എന്നിവ ഭൂമിയിൽനിന്ന് കൊണ്ടുപോകുന്നു. ദൈർഘ്യം കുറവായതിനാൽ കൊണ്ടുപോകേണ്ട വസ്തുക്കളുടെ അളവും ഭാരവും കുറവായിരിക്കും. അതേസമയം, ദീർഘദൂര/ദീർഘകാല യാത്രകൾക്ക് ഭൂമിയിൽ നിന്ന് ആവശ്യമായ എല്ലാ വസ്തുക്കളും കൊണ്ടുപോകാൻ കഴിയില്ല. അതിനാൽ, ഇവ നിർമ്മിക്കാൻ കഴിയുന്നത്ര പുനരുൽപ്പാദന രീതികൾ ഉപയോഗിക്കേണ്ടത് ആവശ്യമാണ്.

മനുഷ്യശരീരത്തിലെ കോശങ്ങളിൽ ശേഖരിക്കപ്പെടുന്ന ജലത്തിന്റെ അളവ് ശരീരത്തിലെ മൊത്തം ജലത്തിന്റെ 63% വരും. ശരീരത്തിൽ കൊഴുപ്പും, ലിപിഡ് ടിഷ്യൂകളും കൂടുതലുള്ള വ്യക്തിയെ അപേക്ഷിച്ച് ശരീരത്തിലെ കൊഴുപ്പ് കുറവുള്ള വ്യക്തികളിൽ ജലത്തിന്റെ അളവ് കൂടുതലായിരിക്കും. ഒരു ശരാശരി മനുഷ്യശരീരത്തിലെ രക്തഭാരത്തിന്റെ

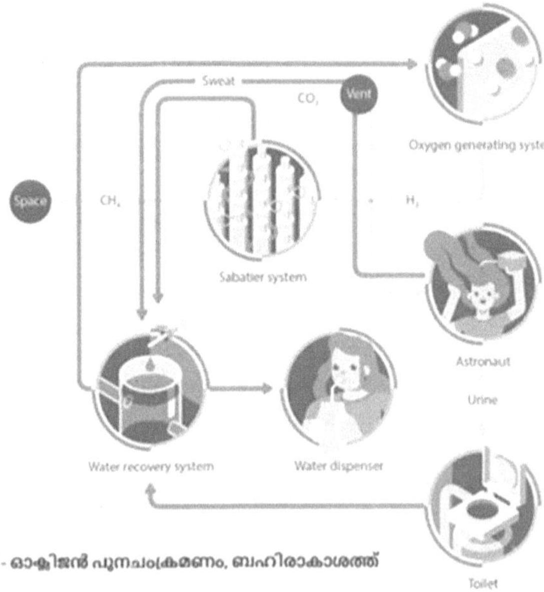

ജല - ഓക്സിജൻ പുനചംക്രമണം, ബഹിരാകാശത്ത്

മലിന ജലത്തിൽനിന്ന് സബാറ്റിയെർ സംവിധാനത്തിലൂടെ പുനചംക്രമണം ചെയ്തു ജലം ഉൽപ്പാദിപ്പിക്കുകയും, ജലത്തെ വിഘടിപ്പിച്ച് ഓക്സിജനും ഉൽപ്പാദിപ്പിക്കുന്നു. ഓക്സിജൻ ഉൽപ്പാദനത്തിന്റെ ഉപോൽപ്പന്നമായ ഹൈഡ്രജൻ ജല പുനചംക്രമണത്തിനും സഹായിക്കുന്നു. ഇവയുടെ ആകെയുള്ള ഉപോൽപ്പന്നമായ മീഥേൻ ബഹിരാകാശത്തേക്ക് പുറന്തള്ളുന്നു

അനുപാതം മൊത്തം ശരീരഭാരത്തിന്റെ 8% ആണ്. ശരീരത്തിന് ജലം ആവശ്യമുള്ളപ്പോൾ രക്തസമ്മർദ്ദം കുറയുന്നു. ഇത് ശരീരത്തിലെ രക്തത്തിന്റെ അളവ് കുറയ്ക്കുന്നതിലേക്ക് നയിക്കുകയും വായ, നാവ് തുടങ്ങിയ ഭാഗത്ത് വരൾച്ച ഉണ്ടാകുകയും ദാഹം തോന്നുകയും ചെയ്യുന്നു. ഒരു ശരാശരി വ്യക്തി ബഹിരാകാശത്ത് പ്രതിദിനം 1.5 മുതൽ 2 ലിറ്റർവരെ ജലം ഉപയോഗിക്കുന്നുവെന്ന് പഠനങ്ങൾ കാണിക്കുന്നു. ശരീരത്തിലെ ജലത്തിന്റെ ആവശ്യകത മൂലമുണ്ടാകുന്ന വായ വരൾച്ച ബഹിരാകാശത്ത് കുറവാണെന്ന് കണ്ടെത്തിയിട്ടുണ്ട്. മാത്രമല്ല, എയർകണ്ടീഷൻ ചെയ്ത ക്യാബിനിൽ തുടർച്ചയായി ജോലിചെയ്യുന്ന ആളുകൾക്ക് മറ്റുള്ളവരെ അപേക്ഷിച്ച് ജലത്തിന്റെ ആവശ്യം കുറവായിരിക്കും എന്നതും ഇതിനൊരു കാരണമാണ്.

പ്രതിദിനം 700 മില്ലി ജലം, 100 മില്ലി വിയർപ്പും ഖരമാലിന്യങ്ങളും 1 മുതൽ 2 ലിറ്റർ ദ്രാവക മാലിന്യങ്ങൾ വഴിയും ശരീരത്തിൽനിന്ന് പുറന്തള്ളുന്നു. ശരീരത്തിൽനിന്നുള്ള നേരിട്ടുള്ള ബാഷ്പീകരണം പ്രതിദിനം 100 മില്ലി മുതൽ 5 ലിറ്റർ വരെ വ്യത്യാസപ്പെടുന്നു. എയർകണ്ടീഷൻ ചെയ്ത മുറികളിലുള്ളവർക്ക് ചൂടുള്ള വെയിലിൽ ജോലി ചെയ്യുന്നവരെക്കാൾ ബാഷ്പീകരണം കുറവായിരിക്കും. ഒരു വ്യക്തി പ്രതിദിനം ശരാശരി 2 മുതൽ 3 ലിറ്റർ വരെ ജലം കുടിക്കണമെന്ന് ഡോക്ടർമാർ പൊതുവെ ഉപദേശിക്കുന്നത്, ശരീരത്തിൽനിന്നുള്ള ജലത്തിന്റെ ബാഷ്പീകരണ നിരക്ക് അനുസരിച്ചാണ്.

ബഹിരാകാശത്ത് ഗുരുത്വാകർഷണത്തിന്റെ അഭാവം മൂലം ശരീരത്തിൽ നിന്ന് പുറപ്പെടുന്ന വിയർപ്പ് ക്യാബിനിൽ പൊങ്ങിക്കിടക്കും. ക്യാബിനിൽ നിന്ന് ഈ വിയർപ്പ് തുള്ളികൾ പിടിച്ചെടുക്കാനും ശേഖരിക്കാനും പ്രത്യേക ഉപകരണങ്ങൾ ഉണ്ട്. അതുപോലെ, നിലയത്തിന് പുറത്ത് നടത്തുന്ന പ്രവർത്തനസമയത്തും വിയർപ്പ് തുള്ളികൾ സ്പേസ് സ്യൂട്ടുകളിലെ പ്രത്യേക ഉപകരണങ്ങൾ ശേഖരിക്കുന്നു. കുളിക്കുമ്പോഴും കഴുകുമ്പോഴും ഉപയോഗിക്കുന്ന വെള്ളം പ്രത്യേകം ശേഖരിക്കും. ശരീരത്തിൽനിന്നു പുറന്തള്ളുന്ന ദ്രാവകങ്ങൾ ഉപകരണങ്ങൾ ഉപയോഗിച്ച് ശേഖരിക്കുന്നു. ശേഖരണ ടാങ്കുകളിലേക്ക് അയയ്ക്കുന്നതിന് മുമ്പ്, ഓരോ വ്യക്തിയുടെയും സ്രവങ്ങൾ 'ലിഥിയം' അധിഷ്ഠിത ഉപകരണങ്ങൾ ഉപയോഗിച്ച് പരിശോധിക്കുകയും വ്യക്തിയുടെ ആരോഗ്യം വിലയിരുത്തുന്നതിന് ഉപയോഗിക്കുകയും ചെയ്യുന്നു. ജല പുനരുപയോഗത്തിനായി ബഹിരാകാശത്ത് ശേഖരിക്കുന്ന ദ്രാവകങ്ങൾ രണ്ട് വ്യത്യസ്ത ടാങ്കുകളിലാണ് ശേഖരിക്കുന്നത്. അവയിലൊന്ന് മനുഷ്യമാലിന്യങ്ങൾ ശേഖരിക്കുന്നു, മറ്റെല്ലാ മാർഗങ്ങളിലൂടെയും ഉൽപ്പാദിപ്പിക്കുന്ന മലിനജലത്തിനായി മറ്റേത് ഉപയോഗിക്കുന്നു.

ബഹിരാകാശത്ത് ഉൽപ്പാദിപ്പിക്കപ്പെടുന്ന മലിനജലം ചെടികൾ നനയ്ക്കാൻ ഉപയോഗിക്കുന്നു. വേരുകൾ അതിന്റെ മാലിന്യങ്ങൾ ഒഴികെയുള്ള ശുദ്ധജലം ആഗിരണം ചെയ്യുകയും തണ്ടുകളിലും

ഇലകളിലും വിതരണം ചെയ്യുകയും ചെയ്യുന്നു. ഒടുവിൽ, ഇലകളിൽ നിന്ന് ബാഷ്പീകരിക്കപ്പെടുന്നു. അത്തരം ബാഷ്പീകരിക്കപ്പെട്ട ജലത്തിന്റെ അംശം ശേഖരിച്ച് ശുദ്ധമായ വെള്ളമാക്കി മാറ്റുന്നു. അവ നൽകുന്ന വെള്ളത്തിന്റെ അളവ് ചെടികളുടെ തരത്തെയും അവയുടെ ഇലകളുടെ വലുപ്പത്തെയും ആശ്രയിച്ചിരിക്കുന്നു. എന്നിരുന്നാലും, എല്ലാത്തരം മലിനജലവും നേരിട്ട് ചെടികളിലേക്ക് നൽകാനാവില്ല. ഉദാഹരണത്തിന്, മനുഷ്യശരീരത്തിൽ നിന്നുള്ള ദ്രാവക മാലിന്യങ്ങളിൽ പകർച്ചവ്യാധികൾക്ക് കാരണമാകുന്ന സൂക്ഷ്മാണുക്കൾ അടങ്ങിയിരിക്കാം. ഇത് നേരിട്ട് ചെടികൾക്ക് നൽകിയാൽ, ഈ അണുക്കൾ ചെടികളെയും ബാധിച്ചേക്കാം. അതുപോലെ, മനുഷ്യ മാലിന്യങ്ങളിൽ അടങ്ങിയിരിക്കുന്ന സോഡിയം ക്ലോറൈഡ് ചെടികൾക്ക് ഉപയോഗിക്കുന്നതിന് മുമ്പ് നീക്കം ചെയ്യണം. ചെറിയ അളവിൽ സോഡിയം ആവശ്യമാണെങ്കിലും അതിലെ ക്ലോറൈഡ് ചെടികൾക്ക് അനുയോജ്യമല്ല. സോപ്പിൽനിന്നുള്ള രാസവസ്തുക്കൾ അടങ്ങിയ മലിനജലം ചെടികൾക്ക് നനയ്ക്കാനും ഉപയോഗിക്കാൻ കഴിയില്ല.

ഭക്ഷണം

എവിടെയും ജീവൻ നിലനിർത്താൻ ഭക്ഷണം അത്യന്താപേക്ഷിതമാണ്. ബഹിരാകാശ യാത്രയ്ക്ക് ഭക്ഷണം ബഹിരാകാശത്ത് തന്നെ തയ്യാറാക്കുകയോ അല്ലെങ്കിൽ ഭൂമിയിൽനിന്ന് കൊണ്ടുപോകുകയോ ചെയ്യാം. അപ്രതീക്ഷിത ഘട്ടങ്ങളിൽ ഭൂമിയിൽ നിന്നുള്ള ഭക്ഷണം എത്താൻ വൈകിയാൽ അടിയന്തര സാഹചര്യങ്ങൾ നേരിടാൻ ബഹിരാകാശനിലയങ്ങളിൽ കരുതൽ ശേഖരം ഉണ്ടാകാറുണ്ട്. ഇതുമായി ബന്ധപ്പെട്ട കൂടുതൽ വിവരങ്ങൾ ബഹിരാകാശ ഭക്ഷണത്തെക്കുറിച്ചുള്ള അധ്യായത്തിൽ വിശദമായി ചർച്ച ചെയ്തിട്ടുണ്ട്.

കാർബൺ-ഡൈ-ഓക്സൈഡ് നീക്കം

ഓക്സിജനും നൈട്രജനും കൂടാതെ, ഭൗമാന്തരീക്ഷത്തിൽ, ദോഷകരമായ വാതകങ്ങൾ, ന്യൂട്രൽ വാതകങ്ങൾ, മാലിന്യങ്ങൾ തുടങ്ങിയ നിരവധി ഘടകങ്ങൾ അടങ്ങിയിരിക്കുന്നു. അവയിൽ മനുഷ്യരും മറ്റ് മൃഗങ്ങളും പുറന്തള്ളുന്ന കാർബൺ-ഡൈ-ഓക്സൈഡും ഉൾപ്പെടുന്നു. അന്തരീക്ഷമലിനീകരണത്തിൽ പ്രധാനമായും കാർബൺ മോണോക്സൈഡ്, നൈട്രസ് ഓക്സൈഡ്, മീഥെയ്ൻ തുടങ്ങിയ മറ്റ് കാർബൺ അധിഷ്ഠിത വാതകങ്ങൾ ഉൾപ്പെടുന്നു, ഏകദേശം 100 വർഷം മുമ്പ്, ഭൂമിയുടെ അന്തരീക്ഷത്തിൽ കാർബൺ-ഡൈ-ഓക്സൈഡിന്റെ സാന്ദ്രത ദശലക്ഷത്തിന് 200 ഭാഗം (പി പി എം) ആയിരുന്നു. വ്യാവസായിക വിപ്ലവവും അതിന്റെ അനന്തരഫലങ്ങളും കാരണം ഇന്ന് അത് 10 മടങ്ങ് വർദ്ധിച്ചതായി പഠനങ്ങൾ വ്യക്തമാക്കുന്നു. സാധാരണ നഗരപ്രദേശങ്ങ

ളിൽ നിന്ന് വനമേഖലകൾ പോലുള്ള പ്രകൃതിദത്ത ഇടങ്ങളിലേക്ക് പോകുമ്പോൾ, സ്വാഭാവികമായും ഉന്മേഷം തോന്നുന്നു. നഗരങ്ങളെ അപേക്ഷിച്ച് വായു മലിനീകരണത്തിന്റെ കുറഞ്ഞ തോതും, കാർബൺ അധിഷ്ഠിത വാതകങ്ങളുടെ സാന്ദ്രത കുറഞ്ഞതുമാണ് ഇതിന് ഒരു പ്രധാന കാരണമായി കണക്കാക്കപ്പെടുന്നത്. ഭൗമാന്തരീക്ഷത്തിലെ അനാവശ്യ ഘടകങ്ങളുടെ അമിത സാന്നിധ്യത്തിന് സമാനമായി, ബഹിരാകാശ പേടകങ്ങളിലെ വായുവും മനുഷ്യരും മൃഗങ്ങളും ക്യാബിനിനുള്ളിലെ മറ്റ് ഉപകരണങ്ങളും വിവിധ വാതകങ്ങൾ പുറത്തുവിടുന്നതിലൂടെ മലിനീകരിക്കപ്പെടുന്നു. വായു ശുദ്ധീകരണ സംവിധാനങ്ങൾ, ക്യാബിൻ അന്തരീക്ഷത്തിലെ അത്തരം മലിനീകരണങ്ങളുടെയും വാതകങ്ങളുടെയും സാന്ദ്രതയുടെ അളവ് നിരീക്ഷിക്കുകയും ക്രൂ അംഗങ്ങൾക്ക് സുരക്ഷിതവും ശുദ്ധവുമായ വായു നൽകുന്നതിന് തുടർച്ചയായി വായു ശുദ്ധീകരിക്കുകയും ചെയ്യുന്നു. അതേ സമയം, ക്യാബിനിലെ സസ്യങ്ങൾക്ക് ചെറിയ അളവിൽ കാർബൺ-ഡൈ-ഓക്സൈഡും ആവശ്യമാണ്. കാർബൺ-ഡൈ-ഓക്സൈഡിന്റെ ലഭ്യതക്കുറവ് സസ്യങ്ങളുടെ സ്വാഭാവിക ശ്വസനത്തെയും പ്രകാശസംശ്ലേഷണത്തെയും തടയുന്നതായി പഠനങ്ങൾ വ്യക്തമാക്കിയിട്ടുണ്ട്. അന്താരാഷ്ട്ര ബഹിരാകാശ നിലയത്തിൽ, കാർബൺ-ഡൈ-ഓക്സൈഡിന്റെ സാന്ദ്രത 300-400 പി പി എം വരെ നിലനിർത്തുന്നു. ക്യാബിന്റെ ഒരു ഭാഗത്ത് ഉൽപ്പാദിപ്പിക്കുന്ന കാർബൺ-ഡൈ-ഓക്സൈഡ് മറ്റേതെങ്കിലും സ്ഥലത്ത് എത്തുന്നതിനും അത് നിയന്ത്രിക്കുന്നതിനും ക്യാബിനിലെ വായു സഞ്ചാരം ഒരു പ്രധാന പങ്ക് വഹിക്കുന്നു.

ക്യാബിനിലെ വാസയോഗ്യമായ സ്ഥലത്തിന്റെ അളവും ഘടനയും വാതകങ്ങൾ പുറത്തുവിടുന്ന ഉപകരണങ്ങളുടെ സ്ഥാനവും ക്യാബിൻ മലിനീകരണ നിയന്ത്രണ സംവിധാനത്തിന്റെ രൂപകൽപ്പനയിൽ പരിഗണിക്കുന്നു. അന്തരീക്ഷ മലിനീകരണം നിരീക്ഷിക്കുന്നതിനായി, വളരെ ചെറിയ അളവിൽ പോലുമുള്ള വാതകങ്ങളുടെ അംശം കണ്ടെത്താനാവുന്ന സംവേദന സംവിധാനങ്ങൾ ക്യാബിന്റെ വിവിധ ഭാഗങ്ങളിൽ സ്ഥാപിക്കപ്പെട്ടിട്ടുണ്ട്. ബഹിരാകാശയാത്രികർ പുറന്തള്ളുന്ന കാർബൺ-ഡൈ-ഓക്സൈഡ് ചംക്രമണം ചെയ്യുന്നതിനും ശുദ്ധീകരിക്കുന്നതിനും അവർ ഉറങ്ങുന്ന സ്ഥലങ്ങൾക്ക് സമീപം അന്താരാഷ്ട്ര ബഹിരാകാശ നിലയത്തിൽ പ്രത്യേകതരം സംവിധാനങ്ങൾ ചെയ്തിട്ടുണ്ട്.

പുനരുപയോഗം ചെയ്യാൻ കഴിയാത്ത കാർബൺ-ഡൈ-ഓക്സൈഡ് ക്യാബിനിൽ നിന്ന് നീക്കം ചെയ്യുന്നത് എല്ലാ ദിവസവും തുല്യമായ വായു നഷ്ടത്തിലേക്ക് നയിക്കുന്നു. കാർബൺ-ഡൈ-ഓക്സൈഡ് ആഗിരണം ചെയ്യുന്ന രാസവസ്തുക്കൾ അടങ്ങിയിട്ടുള്ള കാനിസ്റ്ററുകളാണ് ഇത് നീക്കം ചെയ്യുന്നതിനുള്ള ഏറ്റവും സാധാരണമായ മാർഗ്ഗം. പരിമിതമായ പ്രവർത്തന കാലയളവ് മാത്രമുള്ള കാനിസ്റ്ററുകൾ ഓരോ മണിക്കൂറിലും മാറ്റിസ്ഥാപിക്കേണ്ടതുണ്ട്. ഇപ്രകാരം ഉപയോഗം

കഴിഞ്ഞവ തിരികെയെത്തുന്ന വാഹനങ്ങളിൽ ഭൂമിയിലേക്ക് തിരികെ കൊണ്ടുവരുന്നു.

സൂക്ഷ്മകണങ്ങളുടെ നീക്കം

ഭൂമിയുടെ അന്തരീക്ഷവായുവിൽ പലതരം പൊടികളും സൂക്ഷ്മ കണങ്ങളും കാണപ്പെടുന്നു. ഗുരുത്വാകർഷണം കാരണം, ഈ കണങ്ങൾ ഭൂമിയുടെ ഉപരിതലത്തിൽ ക്രമേണ അടിയുന്നു. അതുപോലെ, അത്തരം സൂക്ഷ്മകണങ്ങൾ ബഹിരാകാശ ക്യാബിനുകളിൽ ഗുരുത്വാകർഷണത്തിന്റെ അഭാവം കാരണം ഒരു പ്രതലത്തിലും അടിയുന്നില്ല. ഇവ മനുഷ്യർക്കോ നിലയത്തിലെ ഉപകരണങ്ങൾക്കോ കേടുപാടുകൾ വരുത്തിയേക്കാം. ഇത് മറികടക്കാൻ, ക്യാബിനിലെ വായു ഇടയ്ക്കിടെ വലിച്ചെടുക്കുകയും പൊടിപടലങ്ങൾ ഫിൽട്ടർ ചെയ്യുകയും ചെയ്യുന്നു. ഈ രീതി ഉപയോഗിച്ച് ക്യാബിനിലെ വായുവിന്റെ ശുദ്ധത നിലനിർത്താൻ, വിവിധ തരം ഫിൽട്ടറുകളും ക്രൂ ക്യാബിനുകളിൽ സ്ഥാപിച്ചിട്ടുണ്ട്.

അടിയന്തര അതിജീവന സംവിധാനങ്ങൾ

ഭക്ഷണം, വെള്ളം, വായു, താപനില, മർദ്ദം തുടങ്ങി മുകളിൽ സൂചിപ്പിച്ച എല്ലാ ഇനങ്ങളും നിലയങ്ങളിലെ ദീർഘകാല ബഹിരാകാശ അതിജീവനവുമായി ബന്ധപ്പെട്ടിരിക്കുന്നു. ബഹിരാകാശ നിലയം പോലെ, യാത്രാ പേടകങ്ങൾക്ക് (സോയൂസ് അല്ലെങ്കിൽ സ്പേസ് ഷട്ടിൽ പോലെയുള്ളവ) ഭൂമിയിൽനിന്നുള്ള സഹായമില്ലാതെ സ്വതന്ത്രമായി പലദിവസങ്ങൾ ബഹിരാകാശത്ത് ഭൂമിയെ പരിക്രമണം ചെയ്യാൻ കഴിയും. ഇത്തരം ഹ്രസ്വകാല ദൗത്യ പേടകങ്ങൾ ഭൂമിയിൽ നിന്ന് പുറത്തുപോകുമ്പോൾ, ചുരുങ്ങിയ സമയത്തിനുള്ളിൽ ബഹിരാകാശ നിലയത്തിൽ ബന്ധിപ്പിക്കുകയും ദൗത്യം പൂർത്തിയാക്കിയ ശേഷം ഉടൻതന്നെ മടങ്ങിവരികയും ചെയ്യുന്നു. പരമാവധി 2 ആഴ്ച സ്വതന്ത്രമായി ബഹിരാകാശത്ത് കഴിയാനും, പ്രവർത്തനങ്ങൾ നടത്താനുമാണ് സ്പേസ് ഷട്ടിൽ രൂപകൽപ്പന ചെയ്തിരിക്കുന്നത്. സോയൂസിന്റെ പരമാവധി സ്വതന്ത്ര യാത്രാ ദൈർഘ്യം ഏകദേശം ഒരാഴ്ചയുമാണ്.

ബഹിരാകാശത്തെ ദൗത്യം വിജയകരമായി പൂർത്തിയാക്കിയ ശേഷം മടക്കയാത്രയ്ക്കിടയിൽ, ഏതെങ്കിലും പേടക സംവിധാനങ്ങളുടെ തകരാറുമൂലം, മുൻക്കൂട്ടി തീരുമാനിക്കാത്ത സ്ഥലങ്ങളിൽ ഇറങ്ങേണ്ടി വന്നേക്കാം. അത്തരം സ്ഥലങ്ങളിൽ ഇറങ്ങേണ്ടിവന്നാൽ മനുഷ്യജീവന് അപകടകരമായേക്കാം. അത്തരം കഠിനമായ സാഹചര്യങ്ങൾ അതിജീവിക്കാൻ, ബഹിരാകാശപേടകങ്ങളിൽ ഓരോ ക്രൂ അംഗങ്ങൾക്കും അടിയന്തര അതിജീവന മാർഗ്ഗങ്ങൾ (എമർജൻസി സർവൈവൽ കിറ്റുകൾ) നല്കിയിട്ടുണ്ട്. ഈ കിറ്റുകളിൽ ഇത്തരം കഠിനമായ സാഹചര്യങ്ങളിൽ ഇറങ്ങേണ്ടിവന്നാൽ, ഉപയോഗിക്കാവുന്ന അവശ്യ വസ്തുക്കൾ ഉൾപ്പെടുന്നു. ഉദാഹരണത്തിന്, യാത്രാ പേടകങ്ങൾ കടലിൽ ഏതാനും

മണിക്കൂറുകൾ മാത്രം പൊങ്ങിക്കിടക്കാനാണ് രൂപകൽപ്പന ചെയ്തിരിക്കുന്നത്. തീരങ്ങളിൽനിന്ന് വളരെ അകലെ ഒരു സമുദ്രമധ്യത്തിൽ ഇറങ്ങേണ്ടിവന്നാൽ, അതിനുള്ളിൽ, ക്രൂ അംഗങ്ങൾ 'വെള്ളത്തിലുപയോഗിക്കാവുന്ന പ്രത്യേക തരം സ്യൂട്ടുകൾ' (WATER SUITS) ധരിക്കുകയും കടൽജലത്തെ അതിജീവിക്കാനുള്ള ഉപകരണങ്ങളായ 'ഡിങ്കിയും' (DNKY) മറ്റും സജ്ജീകരിക്കുകയും വേണം. രക്ഷാസംഘം എത്തി വീണ്ടെടുക്കൽ പ്രവർത്തനങ്ങൾ നടത്തുന്നതുവരെ കൂടുതൽ നേരം പൊങ്ങിക്കിടക്കാനും അതിജീവിക്കാനും ഇത് അവരെ സഹായിക്കും.

മറ്റൊരു സാഹചര്യത്തിൽ, പേടകങ്ങൾ ഇടതൂർന്ന വനമേഖലയിൽ ഇറങ്ങിയേക്കാം. കൺട്രോൾ കേന്ദ്രം നൽകുന്ന വിവരങ്ങളുടെ അടിസ്ഥാനത്തിൽ ഇവരെ കണ്ടെത്തുക എന്നത് രക്ഷാപ്രവർത്തന സംഘങ്ങൾക്ക് വെല്ലുവിളി നിറഞ്ഞ കാര്യമായിരിക്കും. ഈ ആവശ്യത്തിനായി, അതിജീവന കിറ്റുകളിൽ സ്ഫോടകവസ്തുക്കൾ അടങ്ങിയ 'ഫ്ലെയർ' (FLAIR) ഉപകരണങ്ങൾ ഉണ്ടായിരിക്കും. ഈ സ്ഫോടനാത്മക ജ്വാലകൾ ഉപയോഗിച്ച്, പ്രദേശത്തെ രക്ഷാപ്രവർത്തനം നടത്തുന്ന സംഘങ്ങൾക്ക് അവരുടെ കൃത്യമായ സ്ഥാനം അറിയാൻ കഴിയും. അപകടകരമായ വന്യമൃഗങ്ങൾ അധിവസിക്കുന്ന പ്രദേശം കൂടിയാകാം ചില കരപ്രദേശങ്ങൾ. അവരുടെ സ്ഥാനം അറിയാമെങ്കിലും, രക്ഷാസംഘം അവിടെയെത്താൻ ഗണ്യമായ സമയമെടുത്തേക്കാം. അതിനിടയിൽ, അവർക്ക് വന്യമൃഗങ്ങളിൽ നിന്ന് സ്വയം പ്രതിരോധിക്കേണ്ടി വന്നേക്കാം. ഇത്തരം സാഹചര്യങ്ങൾ നേരിടാൻ ആവശ്യമായ ആയുധങ്ങൾ 'സർവൈവൽ കിറ്റുകളിൽ' ഉണ്ടായിരിക്കും. അവരുടെ അതിജീവന പരിശീലനത്തിന്റെ ഭാഗമായി ഗുഹകൾ, പാറകൾ, മരക്കൊമ്പുകൾ, എന്നിവിടങ്ങളിൽ ദീർഘനേരം താമസിക്കാൻ അവർക്ക് പരിശീലനം നൽകുന്നു. ഇവ കൂടാതെ, ഊർജ്ജവും പൊതുവായ ആരോഗ്യവും നില

മോസ്കോയിലെ പോളിടെക്നിക്കൽ മ്യൂസിയത്തിൽ സൂക്ഷിച്ചിട്ടുള്ള ബഹിരാകാശയാത്രികരുടെ അതിജീവന കിറ്റ് (ഇടത്), അന്താരാഷ്ട്ര ബഹിരാകാശ നിലയത്തിലെ ക്രൂവിനുള്ള മെഡിക്കൽ കിറ്റുകൾ വേർതിരിക്കുന്ന മെഡിക്കൽ ടെക്നീഷ്യൻ (വലത്); image courtesy: NASA

നിർത്തുന്നതിന് ആവശ്യമായ ഭക്ഷണവും അനുബന്ധ പോഷകാഹാരങ്ങളും അതിജീവന കിറ്റുകളിൽ ലഭ്യമാകുന്നു.

സ്പേസ് സ്യൂട്ടുകൾ

ക്യാബിനിലെ പാരിസ്ഥിതിക നിയന്ത്രണസംവിധാനങ്ങൾക്ക് സമാനമായി, അവർ ധരിക്കുന്ന സ്പേസ് സ്യൂട്ടുകളും, യാത്രികർക്ക് സുഖകരമായ അവസ്ഥകൾ പ്രദാനം ചെയ്യുന്നു. മനുഷ്യന്റെ നിലനിൽപ്പിന് ആവശ്യമായ എല്ലാ സൗകര്യങ്ങളും അവയിൽ അടങ്ങിയിരിക്കുന്നു. ഉദാഹരണത്തിന്, ഓക്സിജൻ, വെള്ളം, കാർബൺ-ഡൈ-ഓക്സൈഡ് നീക്കം ചെയ്യൽ, വിയർപ്പ് ശേഖരണ ആഗിരണ സംവിധാനങ്ങൾ, തുടങ്ങിയ സംവിധാനങ്ങൾ അവയിൽ അടങ്ങിയിരിക്കുന്നു. ബഹിരാകാശ വാഹനത്തിൽ എന്തെങ്കിലും അപകടമോ അടിയന്തര സാഹചര്യമോ സംഭവിച്ചാൽ, പ്രത്യേകിച്ച് ക്യാബിൻ ചോർച്ചയുണ്ടായാൽ, എല്ലാ ക്രൂ അംഗങ്ങളും ഉടൻ തന്നെ സ്പേസ് സ്യൂട്ട് ധരിച്ച് ക്യാബിനിൽ നിന്നുള്ള ഹാനികരമായ വാതകങ്ങളിൽനിന്നും തീയിൽനിന്നും സ്വയം പരിരക്ഷിക്കേണ്ടതുണ്ട്. അതിനുശേഷം അവർ ക്യാബിൻ അതിന്റെ സാധാരണ അവസ്ഥയിലേക്ക് തിരികെ കൊണ്ടുവരുന്നതിനുള്ള നടപടിക്രമങ്ങൾ ചെയ്യും. സാധാരണയായി, വാഹനത്തിനോ പേടകത്തിനോ പുറത്തുള്ള പ്രവർത്തനങ്ങൾക്കായുള്ള സ്യൂട്ടുകൾ വെള്ള നിറത്തിലും അടിയന്തര ഘട്ടങ്ങൾക്കായുള്ളവ ഓറഞ്ച് നിറത്തിലുമാണ് രൂപകല്പന ചെയ്തിരിക്കുന്നത്. ബഹിരാകാശ സ്യൂട്ടുകളെക്കുറിച്ചുള്ള കൂടുതൽ വിശദാംശങ്ങൾ ഒരു പ്രത്യേക അധ്യായത്തിൽ വിശദമായി വിവരിച്ചിട്ടുണ്ട്.

മനുഷ്യശരീരവും ബഹിരാകാശവും

ഭൂമിയുടെ സുരക്ഷിതമായ സാഹചര്യങ്ങളിൽ ജനിച്ചുജീവിച്ച മനുഷ്യൻ പരീക്ഷണങ്ങൾക്കും പര്യവേക്ഷണങ്ങൾക്കുമായി ബഹിരാകാശത്തേക്കുപോകുമ്പോൾ, അവന്റെ ശരീരം പലരീതിയിൽ പ്രതികരിക്കുന്നു. ജലത്തിൽ ജീവിക്കുന്ന ഒരു മത്സ്യം കരയിലേക്കു വന്നാലുണ്ടാകുന്ന അനുഭവത്തിൽനിന്ന് വ്യത്യസ്തമാകില്ല മേല്പ്പറഞ്ഞതും. ബഹിരാകാശ സാഹചര്യങ്ങൾ മനുഷ്യരിൽ ചെലുത്തുന്ന പ്രഭാവങ്ങൾ ഒന്നൊന്നായി വിലയിരുത്താം.

അസ്ഥികളിലെ പ്രഭാവം

ബഹിരാകാശത്ത് താമസിക്കുമ്പോൾ അസ്ഥികൾ ക്ഷയിക്കുന്നത് മനുഷ്യശരീരത്തിനെ ബാധിക്കുന്ന ഏറ്റവും പ്രധാനപ്പെട്ട പ്രശ്നമായി കണക്കാക്കപ്പെടുന്നു. മറ്റെല്ലാ ശരീരഭാഗങ്ങളേക്കാളും ഏകദേശം 10% സാന്ദ്രതയേറിയ ഭാഗങ്ങളാണ് അസ്ഥികൾ അഥവാ എല്ലുകൾ. അസ്ഥികളിൽ അടങ്ങിയിരിക്കുന്ന കാൽസ്യം, ഫോസ്ഫറസ് എന്നിവയാണ് ഇതിന് പ്രധാന കാരണം. ശരീരത്തിലുള്ള 208 തരം അസ്ഥികൾ ചേർന്നുള്ള അസ്ഥികൂട സംവിധാനം മനുഷ്യശരീരത്തിന് സുസ്ഥിരമായ ഘടന നൽകുന്നു.

തലയോട്ടി, ചെവി-എല്ലുകൾ, തോളെല്ലുകൾ, വാരിയെല്ലുകൾ, ഇടുപ്പെല്ലുകൾ എന്നിങ്ങനെ നീളമുള്ള അസ്ഥികൾ, ചെറിയ അസ്ഥികൾ എന്നിങ്ങനെ പല തരങ്ങളായി എല്ലുകൾ തരംതിരിച്ചിരിക്കുന്നു. തുടയിലെ എല്ലുകളും, കാൽമുട്ടിന് താഴെയായുള്ള അസ്ഥികളും നീളമുള്ളവയുടെ ഉദാഹരണങ്ങളാണ്, നട്ടെല്ലും, തലയോട്ടിയും, കണങ്കാലിലും കൈത്തണ്ടയിലും ഉള്ളവ ചെറിയ അസ്ഥികളുടെ ഉദാഹരണങ്ങളാണ്.

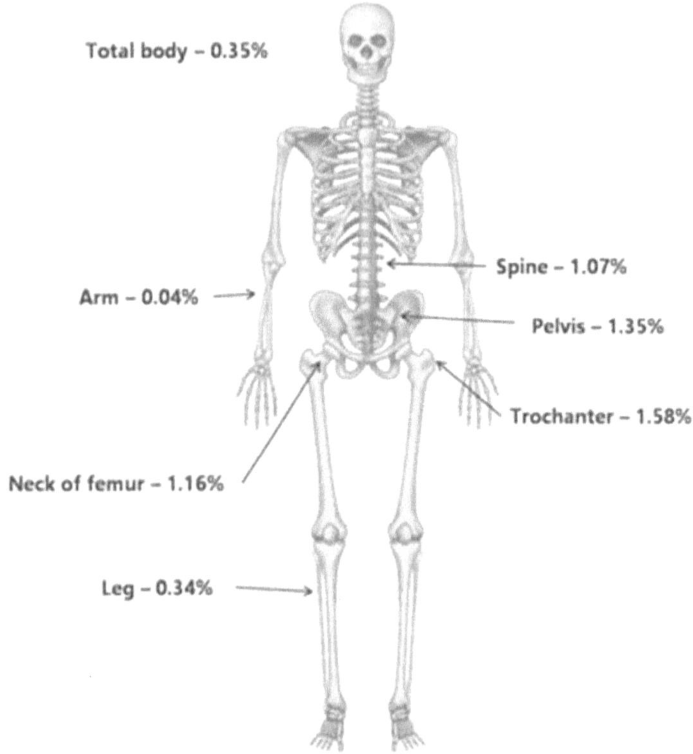

ബഹിരാകാശത്തായിരിക്കുമ്പോൾ പ്രതിമാസം ശരാശരി അസ്ഥി നഷ്ടം

നമ്മൾ ഭൂമിയിൽ സഞ്ചരിക്കുമ്പോൾ ശരീരഭാരം മുഴുവൻ വഹിക്കുന്ന നീളമുള്ള അസ്ഥികളാണ് ബഹിരാകാശത്ത് ഏറ്റവും കൂടുതൽ ബാധിക്കപ്പെടുന്നത്. അസ്ഥി ഭാരത്തിന്റെയും ശരീരഭാരത്തിന്റെയും അനുപാതം മൃഗങ്ങളിൽ വ്യത്യാസപ്പെട്ടിരിക്കുന്നു. ഉദാഹരണത്തിന്, ആനയുടെ അസ്ഥികൾക്ക് ശരീരഭാരത്തിന്റെ 27% തൂക്കമുണ്ടെങ്കിലും മനുഷ്യർക്ക് ഇത് 15% ആണ്.

അസ്ഥി ധാതു നഷ്ടം ബഹിരാകാശയാത്രികരുടെ പ്രധാന ആരോഗ്യപ്രശ്നങ്ങളിലൊന്നായി കണക്കാക്കപ്പെടുന്നു. ഇത് എല്ലുകളുടെ സാന്ദ്രതയും ശക്തിയും കുറയ്ക്കുന്നു, അതിനാൽ എളുപ്പത്തിൽ ഒടിവുകൾ ഉണ്ടാകാനുള്ള സാധ്യതയുണ്ട്. ബഹിരാകാശത്തുനിന്നും തിരിച്ചെത്തിയ യാത്രികർക്ക് മറ്റുള്ളവരെക്കാൾ കൂടുതൽ ഒടിവുകൾ ഉണ്ടാകാനുള്ള സാധ്യത കണക്കാക്കപ്പെടുന്നു.

ശരീരത്തിലെ കോശങ്ങളുടെ ജനനവും മരണവും, മുടിയുടെ വളർച്ചയും പൊഴിച്ചിലും പോലെ, തുടർച്ചയായ പ്രക്രിയയാണ് അസ്ഥികളുടെ

വളർച്ചയും തേയ്മാനവും. ഭൂമിയിൽ വച്ചുള്ള അസ്ഥികളുടെ ശോഷണ നിരക്ക് ബഹിരാകാശത്തിലേതിന് സമാനമാണെങ്കിലും അവയുടെ പുനരുൽപ്പാദന നിരക്ക് സമാനമല്ല. പുനരുൽപ്പാദന നിരക്ക് ബഹിരാകാശത്ത് വളരെ കുറവാണ്. ദീർഘനേരം ബഹിരാകാശത്ത് താമസിക്കുമ്പോൾ അത് ശ്രദ്ധേയമായ അസ്ഥിക്ഷയത്തിലേക്കു നയിക്കുന്നു. മനുഷ്യന്റെ അസ്ഥികൾ ജീവിതത്തിലുടനീളം പുനരുൽപ്പാദിപ്പിച്ചുകൊണ്ടിരിക്കുന്നു, എന്നാൽ പ്രായമേറുംതോറും ശരീരത്തിൽ നിന്ന് ആവശ്യമായ ധാതുക്കൾ ആഗിരണം ചെയ്യാനുള്ള ശേഷി കുറയുന്നു. ഇക്കാരണത്താൽ പ്രായമാകുമ്പോൾ കേടായ അസ്ഥികളെ പുനരുജ്ജീവിപ്പിക്കാനുള്ള കഴിവ് കുറയുന്നതായി കാണാം. ബഹിരാകാശയാത്രികർ പൂജ്യം-ജി അവസ്ഥയിൽ ആയിരിക്കുമ്പോൾ ശരീരം ഒരു ഭാരവും വഹിക്കുന്നില്ല. അതിനാൽ അവരുടെ അസ്ഥികളുടെ പുനരുജ്ജീവനത്തിനുള്ള പ്രവണത കുറയുന്നു. ശരിയായ വ്യായാമങ്ങളോ ശാരീരിക പ്രവർത്തനങ്ങളോ ഇല്ലാത്ത ആളുകളുടെ അസ്ഥികൾ ആവശ്യത്തിന് ശാരീരിക പ്രവർത്തനങ്ങളുള്ളവരുമായി താരതമ്യപ്പെടുത്തുമ്പോൾ ശിഥിലമായിരിക്കുന്നതായി കാണാം. ഇത് കാരണം എല്ലുകൾക്ക് കാൽസ്യം നഷ്ടപ്പെടാൻ തുടങ്ങുകയും അത് രക്തപ്രവാഹത്തിലേക്ക് പ്രവേശിക്കുകയും ചെയ്യുന്നു. രക്തത്തിലെ കാൽസ്യത്തിന്റെ അളവ് നിയന്ത്രിക്കാൻ വൃക്കകൾ അമിതമായി ജോലി ചെയ്യേണ്ടിവരുന്നു. അവ അവശിഷ്ടങ്ങൾക്കൊപ്പം ശരീരത്തിൽ നിന്നു പുറത്തുപോകാൻ ശ്രമിക്കുന്നു. എന്നാൽ ബഹിരാകാശയാത്രികർ ആവശ്യത്തിന് വെള്ളം കുടിക്കാത്തതിനാൽ ഒടുവിൽ ഇത് വൃക്കയിലെ കല്ലുകളുടെ രൂപീകരണത്തിലേക്ക് നയിക്കപ്പെടുന്നു. കൂടാതെ, ഈ അധിക ധാതുക്കളും കാൽസ്യവും ശരീരത്തിൽ നിന്ന് വിയർപ്പ് വഴി നീക്കം ചെയ്യപ്പെടുന്നു. എക്സ്-റേ ഉപയോഗിച്ച് അസ്ഥികളുടെ സാന്ദ്രത അളക്കുന്നതിലൂടെ കാൽസ്യം നഷ്ടപ്പെടുന്നതിന്റെ അളവ് കണക്കാക്കാം. ബഹിരാകാശത്ത് താമസിക്കുന്ന 75 മുതൽ 180 ദിവസത്തിനുള്ളിൽ അസ്ഥി ധാതുക്കൾ ഏകദേശം 1% മുതൽ 20% വരെ കുറയുമെന്ന് പഠനങ്ങൾ തെളിയിച്ചിട്ടുണ്ട്. ഓരോ മാസവും ബഹിരാകാശത്ത് താമസിക്കുമ്പോൾ, കാൽസ്യത്തിന്റെ അളവ് 0.5% കുറയുന്നു. 84 ദിവസം ബഹിരാകാശത്ത് താമസിച്ച ഒരു യാത്രികനിൽ നടത്തിയ പഠനത്തിൽനിന്ന് അസ്ഥികളിൽ ഏകദേശം 25 ഗ്രാം കാൽസ്യം നഷ്ടപ്പെട്ടതായി കണ്ടെത്തി.

അസ്ഥികളിൽ ഉണ്ടാകുന്ന ഇത്തരം പ്രശ്നങ്ങൾ ഒഴിവാക്കാൻ, ദിവസത്തിൽ രണ്ട് മണിക്കൂറെങ്കിലും വ്യായാമം ചെയ്യാൻ അവരോട് ആവശ്യപ്പെടുന്നു. ഒരു മാസത്തിൽ താഴെ ദൈർഘ്യമുള്ള ഹ്രസ്വ ദൗത്യങ്ങളിൽ, പ്രതിദിനം 15 മിനിറ്റ് വ്യായാമം നിർദ്ദേശിക്കപ്പെടുന്നു. 'ട്രെഡ്മില്ലുകളിലെയും' 'സ്റ്റേഷനറി സൈക്കിളിലെയും' വർക്കൗട്ടുകളുടെ സമയത്ത്, അസ്ഥികളിൽ മതിയായ ശക്തി ഉൽപ്പാദിപ്പിക്കുന്നതിന് ഇടുപ്പിനുള്ളിൽ ഒരു പ്രത്യേക തരം ഇറുകിയ വസ്ത്രം ധരിക്കേണ്ട

തായുണ്ട്. കൂടാതെ, അവരുടെ വ്യായാമങ്ങൾ കൊണ്ടുണ്ടാകുന്ന ചലനങ്ങളും കമ്പനങ്ങളും മറ്റും നിലയത്തിന്റെ മൊത്തത്തിലുള്ള സ്ഥിരതയെയും നിയന്ത്രണത്തെയും ബാധിക്കില്ലെന്ന് ഉറപ്പുവരുത്തേണ്ടതുമുണ്ട്.

ഭൂമിയിൽ, ഒരു വ്യക്തിയുടെ 75% കാൽസ്യം ആവശ്യകത പാലിൽ നിന്നും മറ്റ് പാൽ ഉൽപ്പന്നങ്ങളിൽ നിന്നും ലഭിക്കുന്നു. എന്നാൽ പാൽ ഉൽപന്നങ്ങൾ ബഹിരാകാശ ഭക്ഷണങ്ങളുടെ പട്ടികയിൽ ഇടം കണ്ടെത്തുന്നില്ല എന്നതുകൊണ്ട് കാൽസ്യം പ്രത്യേകം എടുക്കേണ്ടത് അത്യാവശ്യമാണ്. ഓരോ വ്യക്തിയും എടുക്കുന്ന കാൽസ്യത്തിന്റെ അളവ് ശ്രദ്ധാപൂർവ്വം നിരീക്ഷിക്കേണ്ടതുമുണ്ട്. ബഹിരാകാശത്ത് കൂടുതൽ ദിവസം താമസിക്കുന്ന ആളുകൾക്ക് ശരീരത്തിലെ കാൽസ്യത്തിന്റെ കുറവ് ഗുരുതര പ്രത്യാഘാതങ്ങൾക്ക് ഇടയാക്കും. ഭാരമില്ലാത്ത അവസ്ഥയിൽ അസ്ഥി ക്ഷയിക്കുന്നതിനാൽ ശരീരത്തിലെ 'ഫ്ലൂറൈഡിന്റെ' അളവ് കുറയുന്നതിന് കാരണമാകുന്നു. 'ഫ്ളൂറൈഡ്' എല്ലുകളിലും പല്ലുകളിലും കാണപ്പെടുന്നു, എന്നാൽ അസ്ഥി ക്ഷയം നിയന്ത്രിക്കാൻ ഫ്ളൂറൈഡിന്റെ ഉയർന്ന ഉപയോഗം സഹായിക്കില്ലെന്നും കണ്ടെത്തിയിട്ടുണ്ട്.

ആവശ്യത്തിന് കാൽസ്യം കഴിക്കുകയും, ആവശ്യത്തിന് വ്യായാമങ്ങളും ചെയ്താലും ശരീരത്തിലെ അസ്ഥികളുടെ ഭാരം കുറയുകയും കാൽസ്യത്തിന്റെ അളവ് കുറയുകയും ചെയ്യുന്നത് പൂർണ്ണമായും ഇല്ലാതാക്കാൻ സാധിച്ചിട്ടില്ല എന്നത് വസ്തുതയാണ്. ഈ അവസ്ഥയിലും അസ്ഥി പിണ്ഡം പ്രതിമാസം 2% കുറയുന്നതായി കണ്ടെത്തിയിട്ടുണ്ട്. തുടയുടെ എല്ലുകൾ, ഇടുപ്പെല്ലുകൾ, നട്ടെല്ല്, കാലിന്റെ എല്ലുകൾ എന്നിവയാണ് പരമാവധി ഭാരം കുറയ്ക്കുന്നതായി കണ്ടെത്തിയത്. ഭൂമിയിലേതിനേക്കാൾ 50 മടങ്ങ് വേഗത്തിൽ എല്ലുകൾ ബഹിരാകാശത്ത് ശോഷിക്കുന്നു.

ഭൂമിയുടെ ഗുരുത്വാകർഷണ ശക്തിയാണ് അസ്ഥികൂടത്തിന്റെ സമഗ്രത നിലനിർത്തുന്നത്. ഇവിടെ ശരീരഭാരം ലംബമായി താഴേക്ക് മാറ്റുന്നു. ബഹിരാകാശത്ത് ഗുരുത്വാകർഷണത്തിന്റെ അഭാവംമൂലം, അസ്ഥികളിലെ വിടവുകൾ വർദ്ധിക്കുകയും അവയ്ക്ക് ബലക്ഷയം സംഭവിക്കുകയും ചെയ്യുന്നു. ഇത് അസ്ഥികൂട ഘടനയുടെ വികാസത്തിലേക്ക് നയിക്കുകയും ശരീരം യഥാർത്ഥ ഉയരത്തേക്കാൾ അല്പം കൂടുതൽ വളർന്നിട്ടുണ്ടെന്ന് തോന്നുകയും ചെയ്യുന്നു. ശരാശരി 45 സെന്റിമീറ്റർ നീളമുള്ള നട്ടെല്ല് ഈ ഉയരം വർദ്ധിക്കുന്നതിൽ ഒരു പ്രധാന പങ്ക് വഹിക്കുന്നു. ആളുകൾ ബഹിരാകാശത്ത് ആയിരിക്കുമ്പോൾ ഏകദേശം 3 മുതൽ 5 സെന്റീമീറ്റർവരെ വളരുന്നതായി കാണുന്നു. അവർ ഭൂമിയിലേക്ക് തിരിച്ചെത്തുമ്പോൾ അവരുടെ സാധാരണ ഉയരങ്ങളിലേക്ക് എത്തുകയും ചെയ്യുന്നു.

പേശികളിലെ പ്രഭാവം

ഹൃദയപേശികൾ, സ്വമേധയാ പ്രവർത്തിക്കുന്ന പേശികൾ, അനിയ

ന്ത്രിത പേശികൾ എന്നിങ്ങനെ മൂന്ന് തരം പേശികൾ ശരീരത്തിന്റെ പേശി സംവിധാനത്തിൽ ഉൾപ്പെടുന്നു. പേശികളുടെ പ്രവർത്തനങ്ങൾ നിയന്ത്രിക്കുന്നത് ശരീരത്തിലെ നാഡീവ്യവസ്ഥയാണ്. ഗുരുത്വാകർഷണത്തിന്റെ അഭാവം മൂലം ബഹിരാകാശത്ത് ഹൃദയത്തിന്റെ കുറഞ്ഞ ജോലിഭാരം ക്രമേണ ഹൃദയപേശികളെ ദുർബലപ്പെടുത്തുന്നു. അനിയന്ത്രിത പേശികൾ ശരീരത്തിന്റെ ആന്തരിക അവസ്ഥകളെ നിയന്ത്രിക്കുന്നതിനുള്ള പ്രവർത്തനങ്ങളാണ് കൂടുതലും ചെയ്യുന്നത്. 'അലിമെന്ററി കനാലിന്റെ' ചുവരുകൾ, ആമാശയം, രക്തക്കുഴലുകൾ, വൃക്കസംബന്ധമായ ഭാഗങ്ങൾ തുടങ്ങിയവ ഇത്തരത്തിലുള്ള പേശികൾ കൊണ്ടാണ് നിർമ്മിച്ചിരിക്കുന്നത്. നമ്മുടെ അസ്ഥി സന്ധികൾ മടക്കുമ്പോൾ, അനിയന്ത്രിത പേശികൾ അവ സംരക്ഷിക്കുന്നു. വേഗത്തിൽ ചുരുങ്ങുകയും വികസിക്കുകയും ചെയ്യുന്ന മറ്റ് തരത്തിലുള്ള പേശികൾ സന്നദ്ധ പേശികൾ എന്നാണ് അറിയപ്പെടുന്നത്. ഇവ കൂടുതലും അസ്ഥികളെ ചുറ്റിപ്പറ്റിയാണ് കാണപ്പെടുന്നത്. ഇവ കാരണമാണ് ശരീരത്തിന് നിവർന്നു നിൽക്കാൻ സാധിക്കുന്നത്. ഓട്ടം, ചാട്ടം, കളികൾ മുതലായ എല്ലാ ബാഹ്യ പ്രവർത്തനങ്ങളും നടത്താൻ അവ സഹായിക്കുന്നു. തണുത്ത കാലാവസ്ഥയിൽ ശരീരത്തിന് വിറയൽ സംഭവിക്കുന്നത് സ്വമേധയാ പ്രവർത്തിക്കുന്ന പേശികൾ കാരണമാണ്. ഈ പേശികളുടെ ദ്രുതഗതിയിലുള്ള ചുരുങ്ങലും വികസിക്കലും ചൂട് സൃഷ്ടിക്കുന്നു (കുറച്ച് മിനിറ്റ് മാത്രമേ സഹായിക്കൂ), ഇത് തണുത്ത സാഹചര്യങ്ങളെ നേരിടാൻ നമ്മെ സഹായിക്കുന്നു.

സ്വമേധയാ ഉള്ളതും അനിയന്ത്രിതമായതുമായ പേശികളുടെ യോജിച്ച പ്രവർത്തനമാണ് മുഴുവൻ പേശി സംവിധാനത്തിന്റെയും

ബഹിരാകാശ യാത്രികരിൽ ഉണ്ടാകുന്ന പേശി നഷ്ടത്തെപ്പറ്റിയുള്ള പഠനം മസിൽ അട്രോഫി റിസർച്ച് ആൻഡ് എക്സർസൈസ് സിസ്റ്റം (MARES); image courtesy: NASA

ശരിയായ പ്രവർത്തനത്തിന് അടിസ്ഥാനം. സ്വമേധയാ ഉള്ള പേശികൾക്ക് 4 മുതൽ 5 സെന്റീമീറ്റർ വരെ നീളമുണ്ടാകും. അവ എല്ലുകൾക്ക് ചുറ്റും കെട്ടുപിണഞ്ഞുകിടക്കുന്നു, ടെൻഡോണുകൾ/പേശീ നാരുകൾ ഉപയോഗിച്ച് ബന്ധിപ്പിക്കുന്ന ഈ പേശികൾക്ക് വേഗത്തിൽ നീളം കൂട്ടാൻ സാധിക്കുന്നു. എന്നാൽ ഇവയുടെ ശക്തി ചുരുങ്ങിയ

സമയത്തേക്ക് മാത്രമേ നിലനിൽക്കൂ. അനിയന്ത്രിതമായ പേശികൾ മന്ദഗതിയിലുള്ള പേശികളും ദീർഘകാലത്തേക്ക് നിലനിൽക്കുന്നതും അവയുടെ സവിശേഷതയാണ്.

പൂർണ്ണവളർച്ചയുള്ള ഒരു വ്യക്തിയിൽ, പേശികളുടെ ഭാരം ശരീരഭാരത്തിന്റെ 45% വരും. ഉപാപചയ പ്രവർത്തനത്തിലൂടെ ഉൽപ്പാദിപ്പിക്കുന്ന പ്രോട്ടീനുകൾ ഉപയോഗിച്ച് പേശികൾ പ്രതിദിനം ശരാശരി 1% സ്വയം പുനരുജ്ജീവിപ്പിക്കുന്നു. എല്ലുകൾക്ക് സമാനമായി, പേശികളും ബഹിരാകാശത്ത് എത്തിയ ശേഷം മാറ്റങ്ങൾക്ക് വിധേയമാകുന്നു. ബഹിരാകാശത്ത് എത്തി ഏകദേശം 8 മുതൽ 10 ദിവസങ്ങൾക്കുള്ളിൽ, യാത്രികർക്ക് പേശികളുടെ ശക്തി നഷ്ടപ്പെടുന്നത് അനുഭവപ്പെടാൻ തുടങ്ങുന്നു, ഇത് കാരണം ക്ഷീണം അനുഭവപ്പെടുന്നു. ബഹിരാകാശ ഹ്രസ്വകാല നിവാസികളിൽ, പേശികളുടെ ശോഷണം ഏകദേശം 5 മുതൽ 10% വരെ കാണപ്പെടുന്നു. ശരീരത്തിന്റെ ഘടന നിലനിർത്തുന്നവയാണ് ഏറ്റവും കൂടുതൽ ബാധിക്കപ്പെടുന്ന പേശികൾ. കാൽമുട്ടിന് താഴെയുള്ള ഭാഗത്തെ പേശികൾ ഏകദേശം 4% ശോഷണം കാണാം, തുടയിലെ പേശികൾ ഏകദേശം 5% ശക്തി കുറയുന്നു. ദീർഘനേരം ബഹിരാകാശത്ത് തുടരുന്നവരിൽ 50% വരെ പേശികളുടെ ശോഷണം സംഭവിക്കുന്നു. ബഹിരാകാശത്ത് 50 ദിവസത്തെ താമസത്തിനു ശേഷം, പേശികളുടെ ശക്തി 20% വരെ കുറയുന്നതായി കണ്ടെത്തലുകൾ വെളിപ്പെടുത്തുന്നു. എന്നിരുന്നാലും, കോശങ്ങളുടെ എണ്ണം കുറയുന്നില്ലെന്നതു പ്രസക്തമാണ്. ഈ ശക്തി നഷ്ടപ്പെടുന്നത് പേശി കോശങ്ങളുടെ വലുപ്പം കുറയുന്നതുകാരണമാണ്. പേശികളുടെ ശക്തി വ്യക്തികളുടെ പ്രവർത്തന നിലകളെ ആശ്രയിച്ചിരിക്കുന്നു എന്ന് നമുക്കറിയാം. കുറഞ്ഞതോതിലുള്ളതോ ശാരീരികപ്രവർത്തനങ്ങളില്ലാത്തതോ ആയ ആളുകളിൽ, പേശികളുടെ 'ടെൻഡോണുകളുടെ' വ്യാസം ഏകദേശം 30% വരെ കുറയുന്നു. അതിനാൽ ആ പ്രദേശങ്ങളിൽ ലഭിക്കുന്ന രക്തത്തിന്റെ അളവും കുറയുന്നു. ഇത് പേശികളെ ദുർബലപ്പെടുത്തുന്നു. ബഹിരാകാശയാത്രികരിൽ നടത്തിയ സർവേയിൽ ആറുമാസത്തിലേറെയായി ബഹിരാകാശത്ത് താമസിച്ചവരിൽ 70 ശതമാനത്തിലധികവും പേശികളുമായി ബന്ധപ്പെട്ട പ്രശ്നങ്ങൾ അനുഭവിച്ചതായി കണ്ടെത്തിയിട്ടുണ്ട്. എല്ലാ വ്യായാമ ചട്ടങ്ങളും കർശനമായി പാലിച്ചുവന്നവർക്കാണ് ഇത് സംഭവിച്ചത് എന്നത് ശ്രദ്ധേയമാണ്. അത്തരം പ്രശ്നങ്ങൾ കുറയ്ക്കുന്നതിന്, ശരീരത്തിന്റെ ചില ഭാഗങ്ങളിൽ സമ്മർദ്ദം ചെലുത്തിക്കൊണ്ട് കൃത്രിമ പേശി വ്യായാമം നൽകുന്നതിന് ചില പ്രത്യേകതരം 'സ്പേസ് സ്യൂട്ടുകൾ' രൂപകൽപ്പന ചെയ്തിട്ടുണ്ട്. അവയെ 'പെൻഗ്വിൻ സ്യൂട്ടുകൾ' എന്ന് വിളിച്ചിരുന്നു. എന്നാൽ അത്തരം സ്യൂട്ടുകൾ ദീർഘകാലം ധരിക്കാനുള്ള ബുദ്ധിമുട്ട് കാരണം മേൽപ്പറഞ്ഞ ശ്രമങ്ങൾ വിജയിച്ചില്ല.

പേശികളുടെ ശോഷണം തടയാൻ വ്യായാമങ്ങൾ സഹായിക്കുന്നു എന്ന് പഠനങ്ങളും പരീക്ഷണങ്ങളും വ്യക്തമാക്കുന്നു. യോഗ അല്ലെങ്കിൽ

മറ്റ് വ്യായാമങ്ങളുമായി താരതമ്യപ്പെടുത്തുമ്പോൾ, 'ട്രെഡ്മില്ലുകളും' 'സൈക്ലിംഗും' കൂടുതൽ ഉപയോഗപ്രദമായ ഫലങ്ങൾ നൽകുന്നതായി കണ്ടെത്തിയിട്ടുണ്ട്. ഇത്തരം ദൈനംദിന പരിശീലനം സ്വമേധയാ പേശി

ഫ്ളൈറ്റ് എഞ്ചിനീയറും യൂറോപ്യൻ ബഹിരാകാശ ഏജൻസി (ഇ എസ് എ) ബഹിരാകാശയാത്രികയുമായ സാമന്ത ക്രിസ്റ്റോഫോറെറ്റി ട്രാൻക്വിലിറ്റി നോഡ് 3-ൽ അഡ്വാൻസ്ഡ് റെസിസ്റ്റീവ് എക്സർസൈസ് ഉപകരണത്തിൽ (ARED) വ്യായാമം ചെയ്യുന്നു (ഇടത്), എക്സ്പെഡിഷൻ 53 ഫ്ളൈറ്റ് എഞ്ചിനീയർ, ബഹിരാകാശയാത്രികൻ മാർക്ക് ടി. വന്ദേ ഹെയ്, നോഡ് 3-ൽ കമ്പയിൻഡ് ഓപ്പറേഷനൽ ലോഡ് ബെയറിംഗ് എക്സ്റ്റേണൽ റെസിസ്റ്റൻസ് ട്രെഡ്മിൽ (COLBERT) T2-ൽ വ്യായാമം ചെയ്യുന്നു (വലത്); image courtesy: NASA

ശോഷണം തടയാൻ സഹായിക്കുന്നു. എന്നിരുന്നാലും, പേശി ഭാരം കുറയുന്നത് ഒഴിവാക്കാൻ 24 മണിക്കൂർ മുഴുവൻ വ്യായാമം ചെയ്യുന്നത് സാധ്യമല്ല. ഭൂമിയിൽ, ചെയ്യുന്ന എല്ലാ പ്രവർത്തനങ്ങളും പേശികൾക്ക് ഒരു വ്യായാമമായി വർത്തിക്കുന്നു. എന്നാൽ ബഹിരാകാശത്ത് അത്തരം തുടർച്ചയായ പ്രവർത്തനം നടത്താൻ സാധ്യമല്ലാത്തതിനാൽ ബഹിരാകാശയാത്രികർ ഭൂമിയിലേക്ക് തിരിച്ചെത്തുമ്പോൾ നടക്കാൻപോലും ബുദ്ധിമുട്ടാണ്. ഭൂമിയിലെ സാഹചര്യങ്ങളുമായി പൊരുത്തപ്പെട്ട ഏതാനും ദിവസങ്ങൾക്ക് ശേഷം, ഈ ബുദ്ധിമുട്ടുകൾ മാറി സാധാരണ നിലയിലാകുകയും ചെയ്യുന്നു.

ബഹിരാകാശ വികിരണങ്ങൾ

മനുഷ്യനിൽ ബഹിരാകാശ വികിരണത്തിന്റെ പ്രഭാവം യാത്രികർ തരണംചെയ്യേണ്ട മറ്റൊരു സുപ്രധാന വെല്ലുവിളിയാണ്. ബഹിരാകാശത്ത് നിരവധിതരം വൈദ്യുതകാന്തിക വികിരണങ്ങളും, കണികാ വികിരണങ്ങളും ഉള്ളതായി പഠനങ്ങൾ വ്യക്തമാക്കുന്നു. വളരെയധികം ഊർജ്ജമുള്ള ഇത്തരം വികിരണങ്ങൾ മനുഷ്യശരീരത്തെ ബാധിക്കുകയും ചിലതു ശരീരത്തിനുള്ളിലൂടെ കടന്നുപോകുകയും ചെയ്യുന്നവയാണ്.

മൂന്ന് പ്രധാന സ്രോതസ്സുകളിൽ നിന്നാണ് ഇത്തരം വികിരണങ്ങൾ ഉത്ഭവിക്കുന്നത്. ബാഹ്യപ്രപഞ്ചത്തിലെ നക്ഷത്രങ്ങളാണ് ആദ്യ ഉറവിടങ്ങൾ. രണ്ടാമത്തെ ഉറവിടം സൂര്യനിൽനിന്ന് വരുന്ന വികിരണമാണ്. മൂന്നാമത്തേത് ഭൂമിയുടെ കാന്തിക മണ്ഡലംമൂലം രൂപപ്പെട്ട ഭൂമിക്കു ചുറ്റുമുള്ള വികിരണ വലയമാണ്.

ഛിന്നഗ്രഹങ്ങളിൽനിന്നും മറ്റ് നക്ഷത്രങ്ങളിൽനിന്നുമുള്ള വികിരണങ്ങൾ സൗരയൂഥത്തിന് പുറത്ത് നിന്നാണ് ഉത്ഭവിക്കുന്നത്. അത്തരം വികിരണങ്ങൾ ഭൂമിയിൽ എത്തണമെങ്കിൽ അവ സൗര കാന്തിക മണ്ഡലത്തിലൂടെ കടന്നുപോകണം. താഴ്ന്ന ഭ്രമണപഥത്തിൽ പരിക്രമണം ചെയ്യുന്ന ബഹിരാകാശയാത്രികർക്ക്, ഇത്തരത്തിലുള്ള വികിരണങ്ങളുടെ അപകടങ്ങളും അനന്തരഫലങ്ങളും താരതമ്യേന കുറവാണെന്ന് പഠനങ്ങൾ വ്യക്തമാക്കിയിട്ടുണ്ട്.

ഭൂമിയിൽ നിന്ന് ഏകദേശം 15 കോടി കിലോമീറ്റർ അകലെയുള്ള സൂര്യനാണ് ഭൂമിയോട് ഏറ്റവും അടുത്തുള്ള നക്ഷത്രം എന്ന് നമുക്കറിയാം. വലിയ അളവിൽ പ്ലാസ്മ അവസ്ഥയിലുള്ള, ചൂടുള്ള വാതകങ്ങളാൽ നിർമ്മിച്ച ഒരു വലിയ ഗോളമായ സൂര്യന് ഭൂമിയുടെ 108 മടങ്ങ് വലിപ്പമാണുള്ളത്. സൂര്യന്റെ കാമ്പിലെ താപനില 15 ദശലക്ഷം ഡിഗ്രി സെൽഷ്യസിൽ കൂടുതലാണ്. എന്നാൽ ഉപരിതല താപനില ഏകദേശം 5500 ഡിഗ്രി സെൽഷ്യസ് ആണ്. സൂര്യന്റെ ഉപരിതലത്തിൽ തുടർച്ചയായ അണു സംയോജനം/ന്യൂക്ലിയർ ഫ്യൂഷൻ വഴിയാണ് ഇത്രയും ഊർജ്ജം ഉൽപ്പാദിപ്പിക്കുന്നത്. ഈ ഊർജ്ജവും ചൂടും വൈദ്യുതകാന്തിക വികിരണങ്ങളുടെ രൂപത്തിൽ ഭൂമിയിലും സൗരയൂഥത്തിന്റെ മറ്റുഭാഗത്തും എത്തുന്നു.

നമ്മുടെ അന്താരാഷ്ട്ര ബഹിരാകാശനിലയത്തിന് ചുറ്റുമുള്ള സൗരോർജ്ജം ഭൂമിയുടെ ഉപരിതലത്തിലെ സൗരോർജ്ജത്തിന്റെ ഏകദേശം രണ്ട് മടങ്ങ് വരും. ഈ വികിരണങ്ങൾ സൂര്യനിൽ നിന്ന് തുടർച്ചയായി ഭൂമിയിൽ പതിച്ചുകൊണ്ടിരിക്കുന്നു. ഭൂമിക്ക് ചുറ്റുമുള്ള സൗര വികിരണം പ്രധാനമായും രണ്ട് തരത്തിലാണ്. ആദ്യത്തേത് ഫോട്ടോണുകളുടെ രൂപത്തിലാണ്. അവ സൗരോർജ്ജം വഹിക്കുന്ന പിണ്ഡം കുറഞ്ഞ കണങ്ങളാണ്. മറ്റൊന്ന് പ്രോട്ടോണുകളും ഇലക്ട്രോണുകളും പോലെയുള്ള കണികകൾ സൂര്യനിൽ നിന്ന് വഹിക്കുന്ന ഊർജ്ജമാണ്. ഈ വികിരണങ്ങൾ മൂലം ബഹിരാകാശത്ത് ഉൽപ്പാദിപ്പിക്കപ്പെടുന്ന അയോണുകൾ ഭൂമിയുടെ കാന്തികക്ഷേത്രം വഴിതിരിച്ചുവിടുകയും അതുവഴി ഭൂമിയിലേക്ക് എത്തുന്നത് തടയുകയും ചെയ്യുന്നു. സൂര്യനിൽ നിന്നുള്ള വികിരണങ്ങൾ ഇതുവരെ പൂർണ്ണമായി മനസ്സിലാക്കാൻ സാധിച്ചിട്ടില്ല എന്നതാണ് വസ്തുത. അവയുടെ വേഗത, ആവർത്തി, ഊർജ്ജം എന്നിവയെക്കുറിച്ചുള്ള വിശദാംശങ്ങൾ ഇതുവരെ പൂർണ്ണമായി മനസ്സിലാക്കാൻ കഴിഞ്ഞിട്ടില്ല. സാധാരണ വികിരണങ്ങൾക്കു പുറമേ, ഇടയ്ക്കിടെ ഉണ്ടാകുന്ന സൗരജ്വാലകളും/സൗരവാതങ്ങൾ, കണങ്ങളെ

അയണീകരിക്കുന്നു. ഇവ ബഹിരാകാശയാത്രികരുടെ ആരോഗ്യത്തിന് വളരെയധികം ഹാനികരമാണ് എന്ന് പഠനങ്ങൾ വ്യക്തമാക്കുന്നു.

ഭൂമിയുടെ കാന്തികക്ഷേത്രം വഴിതിരിച്ചുവിടുന്ന സൗരജ്വാലകൾ ധ്രുവങ്ങളിൽ വിവിധവർണ്ണങ്ങളിലുള്ള ഉദ്വമനമായി കാണപ്പെടുന്നു. 1859 ലാണ് അവ ആദ്യമായി കണ്ടെത്തിയത്. അത്തരം ഉദ്വമനം കുറച്ച് മിനിറ്റ് മുതൽ പരമാവധി ഒരു മണിക്കൂർവരെ നീണ്ടുനിൽക്കാം. മനുഷ്യൻ ഭൂമിയിൽ നിന്ന് വളരെ ദൂരം സഞ്ചരിച്ച ചന്ദ്രനിലേക്കുള്ള ഏഴ് അപ്പോളോ ദൗത്യങ്ങളിൽനിന്നുള്ള ബഹിരാകാശയാത്രികർ അത്തരം സൗരജ്വാലകൾ രൂപപ്പെടുത്തുന്നതായി സാക്ഷ്യപ്പെടുത്തിയിട്ടുണ്ട്.

സൗരചക്രം/സോളാർ സൈക്കിൾ എന്നറിയപ്പെടുന്ന 11 വർഷത്തെ ചക്രത്തിന് സൂര്യൻ വിധേയമാകുന്നു. റേഡിയോ ആക്റ്റിവിറ്റിയുടെ അളവുകളും ഈ 11 വർഷത്തെ ചക്രം പിന്തുടരുന്നു. സൗര പ്രവർത്തന

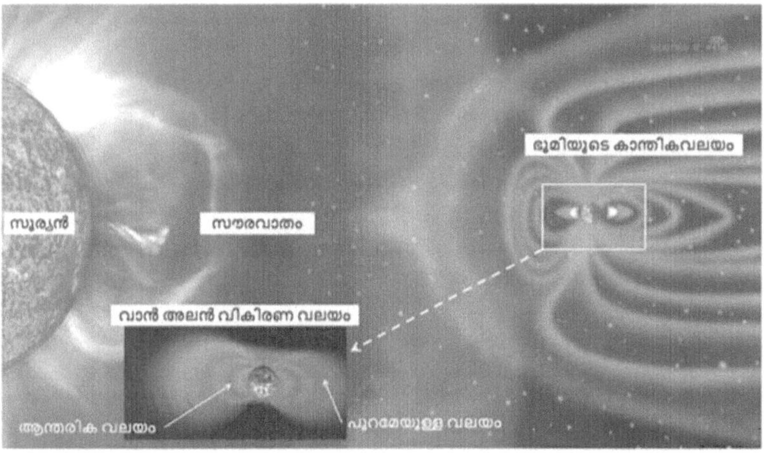

സൗരവാതത്തിൽ നിന്ന് കാന്തികവലയം സംരക്ഷിക്കുമ്പോൾ, ഊർജ്ജ കണങ്ങൾ ആകർഷിച്ചു നിർത്തുകയും ഗുരുത്വാകർഷണം കാരണം ഇത് ഒരു വലയമായി നിലനിൽക്കുകയും ചെയ്യുന്നു.

ങ്ങളുടെ ഭാഗമായി ചില നേരം പരമാവധി ഊർജ്ജം ഉല്പാദിപ്പിക്കുകയും ചിലപ്പോൾ അത് വളരെ കുറവായി കാണപ്പെടുകയും ചെയ്യുന്നു. ഇവയെ 'സോളാർ മാക്സിമം,' 'സോളാർ മിനിമം' എന്നിങ്ങനെ വിളിക്കുന്നു. സോളാർ മാക്സിമം സമയത്ത് വികിരണ അളവ് സാധാരണ സമയത്തേക്കാൾ 100 മടങ്ങ് കൂടുതലാണ്. സൗരചക്രങ്ങളുടെ ആവർത്തനക്ഷമത ഏകദേശം 11 വർഷമാണെങ്കിലും, സോളാർ മാക്സിമം 7.5 മുതൽ 16 വർഷത്തിലൊരിക്കൽ സംഭവിക്കുന്നതായി കാണപ്പെടുന്നു. സൗരചക്രങ്ങളുടെ പ്രതിഭാസത്തെക്കുറിച്ച് ധാരാളം കാര്യങ്ങൾ ഇനിയും മനസ്സിലാക്കാനുണ്ട്.

ചൊവ്വയിലേക്കും മറ്റ് വിദൂര ഗ്രഹങ്ങളിലേക്കും യാത്ര ചെയ്യുമ്പോൾ

സൂര്യനിൽനിന്നുള്ള ഇത്തരം വികിരണങ്ങൾ കടുത്ത വെല്ലുവിളികളും വലിയ അപകടസാധ്യതകളും സൃഷ്ടിക്കാം എന്ന് കരുതപ്പെടുന്നു.

വാൻ അലൻ റേഡിയേഷൻ ബെൽറ്റുകൾ

ഭൂമിയുടെ ചുറ്റും ഒരു റേഡിയോ ആക്ടീവ് വലയം ഉണ്ട്, അത് ഭൂമിയുടെ കാന്തികക്ഷേത്രം ഉപയോഗിച്ച് വലിച്ചെടുക്കുന്ന ഊർജ്ജ കണികകൾ കൊണ്ടാണ് നിർമ്മിച്ചിരിക്കുന്നത്. ഇവയെ 'വാൻ അലൻ റേഡിയേഷൻ ബെൽറ്റുകൾ' എന്ന് വിളിക്കുന്നു. ഇതിൽ ഒരു ആന്തരിക വലയവും, പുറമേയുള്ള വലയവും ഉണ്ട്. ആന്തരികവലയം ഭൂമിയുടെ ഉപരിതലത്തിൽനിന്ന് ഏകദേശം 15,000 കിലോമീറ്റർ ഉയരം വരെ നീളുന്നു. പുറമേയുള്ള വലയം ഭൂമിയുടെ ഉപരിതലത്തിൽ നിന്ന് 15,000 കിലോമീറ്ററിനും 60,000 കിലോമീറ്ററിനും ഇടയിലാണ്. ഭാരമേറിയ കണങ്ങൾ ഭൂമിയുടെ ഗുരുത്വാകർഷണത്താൽ ആകർഷിക്കപ്പെടുകയും ആന്തരിക വലയത്തിൽ കാണപ്പെടുകയും ചെയ്യുന്നു. ഭാരം കുറഞ്ഞവ പ്രധാനമായും പുറം വലയത്തിലാണ് കാണപ്പെടുന്നത്. ചാന്ദ്രദൗത്യങ്ങൾ ഒഴികെ, മറ്റെല്ലാ ബഹിരാകാശ ദൗത്യങ്ങളിലും മനുഷ്യർ ഭൂമിയുടെ ഉപരിതലത്തിൽ നിന്ന് പരമാവധി 600 കിലോമീറ്റർ ഉയരത്തിൽ മാത്രമേ സഞ്ചരിച്ചിട്ടുള്ളൂ എന്നതിനാൽ ഇത്തരം റേഡിയേഷൻ ബെൽറ്റുകളിലൂടെ കടന്നുപോകേണ്ട സാഹചര്യം ഉണ്ടായിട്ടില്ല. ചാന്ദ്ര ദൗത്യങ്ങളിലും റേഡിയേഷൻ ബെൽറ്റുകൾ കാരണം അപകടങ്ങളൊന്നും നേരിട്ടതായി റിപ്പോർട്ട് ചെയ്തിട്ടില്ല.

വികിരണവും പരിധിയും

ആദ്യകാലങ്ങളിൽ വികിരണത്തിന്റെ തോത് പറഞ്ഞിരുന്നത് 'റോണ്ട്ജൻ ഇക്യൂവലന്റ് മാൻ' അഥവാ 'റെം' ൽ (rem) ആയിരുന്നു. ഒരു റെം വികിരണമേറ്റാൽ, അത് അർബ്ബുദരോഗമായി മാറാനുള്ള സാധ്യത 0.05% ആണെന്ന് കരുതിയിരുന്നു. ശരീരത്തിൽ വികിരണങ്ങളുടെ പ്രഭാവത്തെപ്പറ്റിയുള്ള പഠനങ്ങൾ നടത്തിയ സ്വീഡിഷ് ഭൗതികശാസ്ത്രജ്ഞനായ 'റോള്ഫ്ക മാക്സിമില്ല്യൻ സീവെർട്ടിനോടുള്ള' ആദരമായിട്ടാണ് മനുഷ്യശരീരത്തിൽ വികിരണത്തിന്റെ തോത് കാണിക്കാൻ പിൽക്കാലത്ത് അന്താരാഷ്ട്ര തലത്തിൽ 'സീവെർട്ട്' (Sivert) ഉപയോഗിച്ച് തുടങ്ങിയത്. ഒരു സീവെർട്ട് വികിരണമേറ്റാൽ, അത് ക്രമേണ അർബ്ബുദരോഗമായി മാറാനുള്ള സാധ്യത 5.5% ആണെന്ന് കണക്കാക്കപ്പെടുന്നു. ബഹിരാകാശ പര്യവേക്ഷണങ്ങളിലും, മനുഷ്യ ശരീരത്തിലെ വികിരണ അളവ് അളക്കാൻ റെം', 'സിവെർട്ട്', മില്ലിസിവെർട്ട് (mSv)' എന്നിവ ഉപയോഗിക്കുന്നു. ഒരു Sv 100 റെമ്മിന് തുല്യമാണ്, ഇത് 1000 മില്ലിസിവെർട്ടുകൾക്ക് തുല്യമാണ് (milli Sv/എംഎസ്വി). എക്സ്റേ കിരണങ്ങൾ, ഗാമാ കിരണങ്ങൾ, ബീറ്റാ വികിരണം തുടങ്ങിയവയ്ക്ക് mSv ക്ക്

തത്തുല്യമായ ആഗിരണം ചെയ്യപ്പെടുന്ന ഡോസ് അളക്കാൻ മില്ലിഗ്രേ (milli Gray - mGy) ഉപയോഗിക്കുന്നു.

ജീവിതത്തിന്റെ എല്ലാ മേഖലകളിൽനിന്നുമുള്ള ആളുകളുടെ റേഡിയേഷൻ അളവ് 2.5 എംഎസ്‌വി - ൽ താഴെയായി പരിമിതപ്പെടുത്തണം. മെഡിക്കൽ പ്രൊഫഷണലുകൾക്ക്, ഇത് 1 എംഎസ്‌വി - ൽ

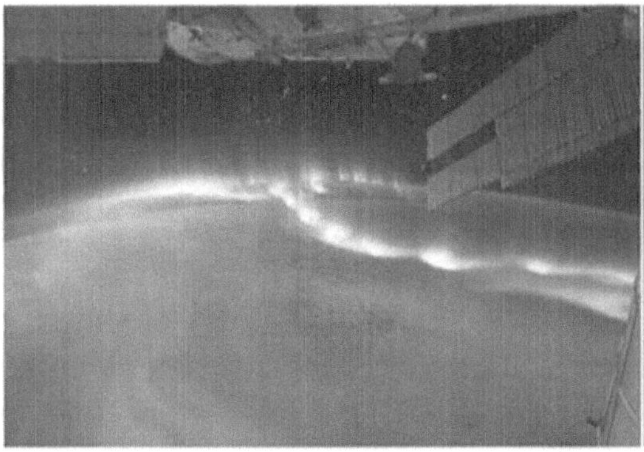

ഭൂമിയുടെ കാന്തിക വലയത്തിൽ കുടുങ്ങി 'ഉത്തരധ്രുവ ദീപ്തി' (AURORA) എന്നറിയപ്പെടുന്ന ആകാശക്കാഴ്ച അന്താരാഷ്ട്ര ബഹിരാകാശ നിലയത്തിൽ നിന്നുള്ള ചിത്രം (ഇടത്), അമേരിക്കൻ ബഹിരാകാശ ശാസ്ത്രജ്ഞനായ ജെയിംസ് ആൽഫ്രഡ് വാൻ അലൻ (വലത്); image courtesy: NASA

കുറവായിരിക്കണം. ഫ്ളൈറ്റ് യാത്രക്കാർക്കും പൈലറ്റുമാർക്കും, ഒരു വർഷത്തിൽ ഇത് 4 എംഎസ്വി വരെ അനുവദനീയമാണ്. റേഡിയേഷനുമായി ബന്ധപ്പെട്ട മേഖലകളിൽ ഉൾപ്പെട്ടിരിക്കുന്ന ആളുകൾക്ക്, ഒരു വർഷത്തിൽ പരമാവധി 20 എംഎസ്വി ആയി പരിധികൾ നിർവചിക്കപ്പെട്ടിട്ടുണ്ട്, മുഴുവൻ ജീവിതകാലത്തും പരമാവധി 400 എംഎസ്വി - ന് താഴെയാവണം. ആണവ നിലയങ്ങൾക്ക് അടുത്ത പ്രദേശങ്ങളിൽ താമസിക്കുന്ന ആളുകൾക്ക് വികിരണത്തിന് കൂടുതൽ സാധ്യതയുണ്ട്. ഉദാഹരണത്തിന്, തീരങ്ങളിലെ മണൽ കണങ്ങൾ, സ്വീകരിച്ച വികിരണങ്ങളെ പ്രതിഫലിപ്പിക്കാൻ കഴിയുന്നവയാണ്. അതിനാൽ തീരപ്രദേശങ്ങളിൽ താമസിക്കുന്ന ആളുകളെ മറ്റ് പ്രദേശങ്ങളിലെ ആളുകളുമായി താരതമ്യപ്പെടുത്തുമ്പോൾ വികിരണങ്ങൾ കൂടുതൽ ബാധിക്കുന്നതായി കണ്ടെത്തിയിട്ടുണ്ട്. അത്തരം സ്ഥലങ്ങളിൽ താമസിക്കുന്ന ആളുകളിൽ ഏകദേശം 13 എംഎസ്വി വികിരണ അളവ് കണ്ടെത്തിയിട്ടുണ്ട്.

ബഹിരാകാശത്ത് നേരിടുന്ന വികിരണ അളവ് ഭൂമിയിലേതിന്റെ 20 മുതൽ 100 മടങ്ങ് വരെ ആയിരിക്കും. ബഹിരാകാശനിലയത്തിൽ മൂന്ന് മാസം താമസിക്കുന്ന ഒരാൾക്ക് ഏകദേശം 60 എംഎസ്വി അളവ് വികിരണങ്ങൾ നേരിടേണ്ടിവരുന്നു. ബഹിരാകാശത്ത് 100 ദിവസത്തിൽ കൂടു

തൽ താമസിക്കുന്നത് ശരീരത്തിൽ ക്യാൻസർ കോശങ്ങൾ രൂപപ്പെടുന്നതിന് കാരണമാകുമെന്ന് അമേരിക്കൻ ബഹിരാകാശ ഏജൻസിയായ നാസയുടെ പഠനങ്ങൾ തെളിയിച്ചിട്ടുണ്ട്. ഇത്തരത്തിലുള്ള ക്യാൻസറിനുള്ള സാധ്യത പുരുഷന്മാർക്ക് 1% ഉം സ്ത്രീകൾക്ക് 19% ഉം ആണ്.

വികിരണ അളവിനെ അടിസ്ഥാനമാക്കി ശരീരം വിവിധ തരത്തിലുള്ള പ്രത്യാഘാതങ്ങൾ നേരിടുന്നു. 1000 എംഎസ്വി - ൽ താഴെയുള്ള അളവ് മൂലം ഓക്കാനവും, ക്ഷീണവും ഉണ്ടാകുന്നു. 1000 എംഎസ്വി മുതൽ 4000 എംഎസ്വി വരെയുള്ള അളവ് അസ്ഥി, മജ്ജ ക്ഷയത്തിനും മാനസിക വിഷാദത്തിനും കാരണമാകുന്നു. വയറിളക്കവും നിർജ്ജലീകരണവും ഉണ്ടാകുന്നത് 6,000 എംഎസ്വി മുതൽ 8,000 എംഎസ്വി വരെയുള്ള വികിരണങ്ങൾക്ക് വിധേയരാകുന്നവരിലാണ്. ഇതിനേക്കാൾ ഉയർന്ന അളവ് 3 ദിവസത്തിനുള്ളിൽ ശരീരത്തിലേറ്റാൽ അത് മരണത്തിലേക്ക് വരെ നയിച്ചേക്കാം.

താഴ്ന്ന ഭ്രമണപഥത്തിലെ ഒരു ബഹിരാകാശയാത്രികൻ സാധാരണ നിലയിൽ ഏകദേശം 0.1 എംഎസ്വി വികിരണങ്ങൾ ഏറ്റുവാങ്ങുന്നു. ഇത് ഒരു ക്ലിനിക്കൽ എക്സ്-റേ പരിശോധനയിൽ ശരീരത്തിലേൽക്കുന്നതിന്റെ 10 മടങ്ങ് കൂടുതലാണ്. സൗരവാതങ്ങളിൽ, ഈ അളവുകളുടെ 10 മുതൽ 1000 മടങ്ങ് വരെ ഉയരും. 'ഗ്ലോബൽ റേഡിയോ ആക്ടീവ് പ്രൊട്ടക്ഷൻ പോളിസിയിൽ' 25 വയസ്സുള്ള ഒരു പുരുഷന് 1500 എംഎസ് വി ഉം അതേ പ്രായത്തിലുള്ള ഒരു സ്ത്രീക്ക് 1000 എംഎസ്വിയും പരമാവധി ഏറ്റുവാങ്ങാവുന്ന വികിരണങ്ങളുടെ അളവ് (എക്സ്പോഷർ ഡോസ്) നിർവ്വചിക്കുന്നു.

ഇപ്പോൾ സാധ്യമായ സാങ്കേതികവിദ്യയുപയോഗിച്ച് ചൊവ്വയിൽ പോയി തിരിച്ചുവരാൻ മൂന്ന് വർഷത്തിലധികം സമയം എടുക്കും എന്ന് നമുക്കറിയാം. ഈ മൂന്ന് വർഷത്തിനുള്ളിൽ ശരീരത്തിൽ പതിക്കുന്ന വികിരണത്തിന്റെ അളവ് തീർച്ചയായും നിർദ്ദിഷ്ട മൂല്യമായ 1000 എംഎസ്വി - യേക്കാൾ കൂടുതലായിരിക്കും എന്നത് പഠനങ്ങൾക്കു

ഒന്നിലധികം പാളികളാൽ നിർമ്മിക്കപ്പെട്ട സ്പേസ് സ്യൂട്ട്, ബഹിരാകാശ യാത്രികരെ പേടകങ്ങൾക്കുള്ളിലും ഈ വി എ (നിലയത്തിന്/പേടകത്തിന് പുറത്തുള്ള പ്രവർത്തനങ്ങൾ) വേളയിലും വികിരണങ്ങളിൽ നിന്ന് സംരക്ഷിക്കുന്നു; image courtesy: NASA

വിധേയമാക്കേണ്ടുന്ന ഒന്നാണ്. ഭ്രമണപഥങ്ങളുടെ സ്വഭാവവും, പ്രത്യേകിച്ച് ഭ്രമണപഥത്തിന്റെ ഉയരവും ചെരിവും ബഹിരാകാശയാത്രികർക്ക് ഏൽക്കേണ്ടിവരുന്ന വികിരണത്തിന്റെ അളവ് നിർണ്ണയിക്കുന്നതിൽ പ്രധാന പങ്ക് വഹിക്കുന്നു. താഴ്ന്ന ചെരിഞ്ഞ ഭ്രമണപഥങ്ങളിൽ സൗരവികിരണ പ്രഭാവം കുറവാണെന്ന് കണ്ടെത്തിയിട്ടുണ്ട്.

290 മുതൽ 590 കിലോമീറ്റർവരെ ഉയരത്തിൽ ഭൂമിയെ വലംവച്ചിരുന്ന അമേരിക്കയുടെ സ്പേസ് ഷട്ടിലിൽ യാത്രചെയ്തിരുന്ന ബഹിരാകാശസഞ്ചാരികൾ 0.14 എംഎസ്വി മുതൽ 0.99 എംഎസ്വി വരെയുള്ള വികിരണങ്ങൾ നേരിട്ടിരുന്നതായി പറയപ്പെടുന്നു. അതുപോലെ, മിർ ബഹിരാകാശനിലയത്തിലെ ഗവേഷകർ ഏകദേശം 1 എംഎസ്വി ഉം അന്താരാഷ്ട്ര ബഹിരാകാശ നിലയത്തിൽ 0.7 എംഎസ്വി വികിരണങ്ങൾ നേരിട്ടിരുന്നതായി പറയപ്പെടുന്നു. ബഹിരാകാശ നിലയത്തിന് പുറത്തുള്ള പ്രവർത്തനങ്ങളിൽ ഏകദേശം അഞ്ച് മടങ്ങ് കൂടുതൽ വികിരണ അളവുകൾ ശ്രദ്ധിക്കപ്പെട്ടിട്ടുണ്ട്.

വികിരണങ്ങളുടെ അപകടം

വികിരണത്തിന് വിധേയമാകുന്നത് ശരീരത്തിലെ ജല തന്മാത്രകളെ ഇലക്ട്രോണുകളിലേക്കും അയോണുകളിലേക്കും വിഘടിപ്പിക്കുന്നതിലേക്ക് നയിക്കുന്നു. ഇത് ശരീരത്തിലെ കോശങ്ങളെ ബാധിക്കുന്നു. കൂടാതെ, രക്തകോശങ്ങളുടെ വീക്കം, ബോധക്ഷയം, ഉറക്കക്കുറവ് എന്നിവയ്ക്ക് കാരണമാകും. ഇത് ക്യാൻസർ പോലുള്ള രോഗങ്ങളിലേക്കും ശരീരത്തിലെ കലകൾ നശിക്കുന്നതിനും കാരണമാകുന്നു. അമിതമായ വികിരണം ശരീരത്തിലെ വെളുത്ത രക്താണുക്കളെ നശിപ്പിക്കും. ഇത് ചർമ്മപ്രശ്നങ്ങൾക്കും കാരണമാകുന്നു. അസ്ഥി, മജ്ജ തകർച്ച, ഡി എൻ എ മാറ്റം, പകർച്ചവ്യാധികൾ, കുടൽ, ശ്വസന നാളികളിൽ കാണപ്പെടുന്ന മുഴകൾ തുടങ്ങിയവയാണ് മറ്റ് ദോഷഫലങ്ങൾ. ഇതുകാരണം ക്യാൻസർ കോശങ്ങൾ രൂപപ്പെടാനുള്ള സാധ്യത 3%വരെ വർദ്ധിക്കുന്നു.

ബഹിരാകാശയാത്രികരുടെ ശരീരത്തിലേല്ക്കുന്ന വികിരണത്തിന്റെ അളവ് 'ലിഥിയം ഫ്ളൂറൈഡ്' ഉപയോഗിച്ച് നിരീക്ഷിക്കുന്നു. എന്നാൽ ഈ രീതികൾ നിരീക്ഷിക്കുന്നത് ചർമ്മത്തിലെ അളവുകൾ മാത്രമാണ് നൽകുന്നത്. തലച്ചോറ്, ഹൃദയം, വൃക്ക തുടങ്ങിയ ശരീരത്തിന്റെ വിവിധ ആന്തരിക ഭാഗങ്ങളിൽ എത്തുന്ന വികിരണം അളക്കാൻ നിലവിൽ ഉപകരണങ്ങളൊന്നുമില്ല. അതുപോലെ, വികിരണം മൂലമുള്ള കോശനാശനഷ്ടങ്ങളും എളുപ്പത്തിൽ കണ്ടെത്താനാകില്ല. എന്നിരുന്നാലും, ബഹിരാകാശയാത്രികർക്ക് മതിയായ സംരക്ഷണം നൽകുന്നതിന്, ബഹിരാകാശ സ്യൂട്ടുകളിലെ വികിരണ സംരക്ഷണ പാളികളുടെ രൂപകൽപ്പനയും നിർമ്മാണവും വളരെയധികം പ്രാധാന്യമർഹിക്കുന്നു.

ബഹിരാകാശത്തെ ഭക്ഷണരീതികൾ

മനുഷ്യന്റെ അടിസ്ഥാന ആവശ്യങ്ങളായ ഭക്ഷണം, പാർപ്പിടം, വസ്ത്രം എന്നിവയിൽ, ഭക്ഷണം പ്രാഥമികവും സുപ്രധാനവുമായ ആവശ്യമാണ്. ക്രൂ അംഗങ്ങളുടെ ഭക്ഷണാവശ്യങ്ങൾ ശരിയായി കൈകാര്യം ചെയ്തില്ലെങ്കിൽ ബഹിരാകാശത്തെ എല്ലാ ഗവേഷണങ്ങളും നിഷ്ഫലമാകും.

ബഹിരാകാശത്ത് എത്തിയ ഉടൻതന്നെ ഭൂമിയിലേക്ക് മടങ്ങുന്ന ഉപഭ്രമണപഥയാത്രകൾക്ക് ഭക്ഷണ ക്രമീകരണം ആവശ്യമില്ല. അത്തരം യാത്രകൾ ഏതാനും മിനിറ്റുകൾ മുതൽ മണിക്കൂറുകൾ വരെ മാത്രമേ നിലനിൽക്കൂ. ഭ്രമണപഥത്തിൽ ഒരു ദിവസത്തിലധികം നീണ്ടുനിൽക്കുന്ന ദൗത്യങ്ങൾക്ക്, ഭക്ഷണത്തിന്റെ മതിയായ ക്രമീകരണം അത്യാവശ്യമാണ്. അമേരിക്കയുടെ മെർക്കുറി ബഹിരാകാശ പേടകത്തിൽ സഞ്ചരിച്ച ജോൺ ഗ്ലെൻ ബഹിരാകാശത്ത് ഭക്ഷണം കഴിച്ച ആദ്യ മനുഷ്യനെന്ന ബഹുമതി സ്വന്തമാക്കി.

സ്കൈലാബ് ബഹിരാകാശ നിലയങ്ങളിൽ നടത്തിയ ഗവേഷണങ്ങളും പഠനങ്ങളുമാണ് അമേരിക്കയുടെ ബഹിരാകാശ പേടകങ്ങളിൽ ഉപയോഗിക്കുന്ന ഇന്നത്തെ ഭക്ഷണങ്ങളുടെ അടിസ്ഥാനം. സ്പേസ് ഷട്ടിലിന്റെ നാല് യാത്രകൾ ബഹിരാകാശ ഭക്ഷണവുമായി ബന്ധപ്പെട്ട പഠനങ്ങൾക്ക് മാത്രമായി പറന്നുവെന്നത് എടുത്തുപറയേണ്ടതാണ്. സോയൂസ് പേടകങ്ങളിലെയും സല്യൂട്ട് ബഹിരാകാശ നിലയങ്ങളിലെയും പഠനങ്ങളെ അടിസ്ഥാനമാക്കിയാണ് റഷ്യൻ ദൗത്യങ്ങളുടെ ഭക്ഷണരീതികൾ രൂപകൽപ്പന ചെയ്തിരിക്കുന്നത്. ഇതുവരെ, മനുഷ്യർ 15 മിനിറ്റ് മുതൽ 14 മാസം വരെ തുടർച്ചയായി ബഹിരാകാശത്ത് താമസിച്ചിട്ടുണ്ട്. ദീർഘകാല ബഹിരാകാശ യാത്രകൾക്ക് ഭക്ഷണം

ബഹിരാകാശത്ത് ഭക്ഷണം കഴിച്ച ആദ്യത്തെ അമേരിക്കൻ ബഹിരാകാശ സഞ്ചാരിയാണ് ജോൺ ഗ്ലെൻ. നാസയുടെ ഇൻ-ഫ്ളൈറ്റ് മെനുവിൽ ടൂത്ത് പേസ്റ്റ്-ട്യൂബ് പോലുള്ള ട്യൂബിൽ ആപ്പിൾ സോസും വെള്ളത്തിൽ ലയിപ്പിച്ച പഞ്ചസാരയും ആയിരുന്നു ആദ്യ ബഹിരാകാശ ഭക്ഷണം; image courtesy: NASA

അത്യന്താപേക്ഷിതമാണ്. മനുഷ്യന്റെ ബഹിരാകാശ യാത്രയുടെ ആദ്യ 25 വർഷത്തെ നിരീക്ഷണങ്ങളാണ് ഇന്നത്തെ ബഹിരാകാശ ഭക്ഷണങ്ങളുടെ അടിസ്ഥാനം.

ഭൂമിയിൽ ഉപയോഗിക്കുന്ന എല്ലാത്തരം ഭക്ഷണങ്ങളും ബഹിരാകാശത്തേക്ക് കൊണ്ടുപോകാൻ അനുയോജ്യമല്ല. മുൻ അധ്യായങ്ങളിൽ കണ്ടത് പോലെ, ബഹിരാകാശത്തേക്ക് ഒരു വസ്തു കൊണ്ടുപോകുന്നതിന്റെ ചെലവ് അതിന്റെ ഭാരത്തിന് ആനുപാതികമാണ്. അതിനാൽ ആളുകൾക്ക് പരമാവധി ഊർജം പ്രദാനം ചെയ്യാൻ കഴിയുന്ന ഏറ്റവും കുറഞ്ഞ ഭാരമുള്ള ഭക്ഷ്യ ഇനങ്ങൾ ബഹിരാകാശത്ത് ഉപയോഗിക്കുന്നതിന് പൊതുവെ മുൻഗണന നൽകുന്നു. ഭക്ഷണം സാധാരണയായി എല്ലാ ചേരുവകളും ചേർത്ത് നിർജ്ജലീകരിച്ച അവസ്ഥയിൽ സൂക്ഷിക്കുന്നു. ചൂടുവെള്ളം ഉപയോഗിച്ച് ബഹിരാകാശത്ത് വേഗത്തിൽ പാകം ചെയ്യാം. അത്തരം മാർഗ്ഗങ്ങളിലൂടെ ഭക്ഷണം വളരെക്കാലം സൂക്ഷിക്കാൻ കഴിയും. ചൂടുവെള്ളം ഉപയോഗിച്ച് ഭക്ഷണം പാകം ചെയ്ത ശേഷം അതിന്റെ ഭാരം 4-6 മടങ്ങ് വർദ്ധിക്കുന്നു. ബഹിരാകാശത്ത് ഉപഭോഗത്തിന് അനുയോജ്യമെന്ന് ഇതുവരെ ശീതളപാനീയങ്ങൾ ഉൾപ്പെടെ 150 ഓളം ഇനങ്ങൾ ഭക്ഷണം തിരിച്ചറിഞ്ഞിട്ടുണ്ട്.

കുട്ടികൾ ഭക്ഷണത്തോട് താൽപ്പര്യമില്ലായ്മ കാണിക്കുന്നതു പോലെ, സഞ്ചാരികൾക്കും ബഹിരാകാശത്ത് എത്തിയശേഷം ഭക്ഷണ

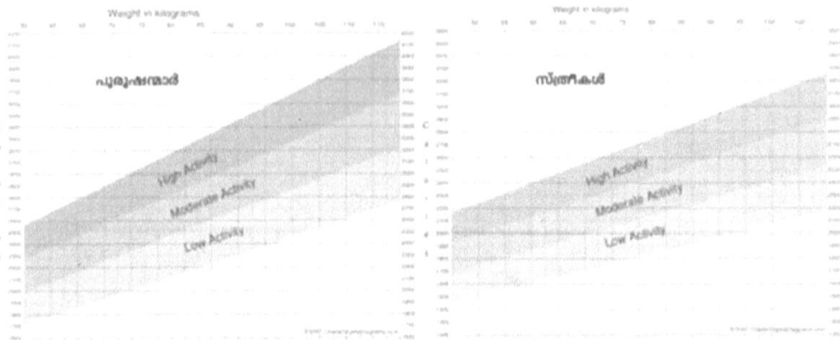

ദൈനംദിന പ്രവർത്തനങ്ങളെ അധികരിച്ച് ഭാരത്തിനനുസൃതമായി സ്ത്രീക്കും പുരുഷനും ആവശ്യമുള്ള പ്രതിദിന ഊർജ്ജം

ത്തോടുള്ള താൽപ്പര്യം നഷ്ടപ്പെടുന്നു. ഇതിന് നിരവധി കാരണങ്ങളുണ്ട്. നാവിലെ രുചിയില്ലായ്മയാണ് ഒന്നാമത്തെ കാരണം. തലയിലെ അധിക ജലനഷ്ടം രുചിയുടെ ഈ കുറവിന് കാരണമാകുന്നു. രണ്ടാമത്തെ കാരണം, ബഹിരാകാശ നിലയത്തിലെ അമിത ജോലിഭാരം കാരണം ഭക്ഷണം കഴിക്കേണ്ടതിന്റെ ആവശ്യകത മറക്കുകയും ഭക്ഷണം കഴിക്കുന്നത് മാറ്റിവയ്ക്കുകയും ചെയ്യുന്നു. വൈവിധ്യമാർന്നവയാണെങ്കിലും വളരെ പരിമിതമായ അളവിലുള്ള ഭക്ഷണത്തിന്റെ ലഭ്യതയുമാണ് അവസാനത്തേതും പ്രധാനപ്പെട്ടതുമായ കാരണം. ഒരേ വിഭവങ്ങൾ പല ദിവസങ്ങളിലായി ആവർത്തിച്ച് കഴിക്കുന്നത് ഭക്ഷണം കഴിക്കാനുള്ള അവരുടെ പ്രേരണയെ പ്രതികൂലമായി ബാധിക്കുന്നു.

പ്രധാനമായും മൂന്നുതരത്തിലുള്ള ഭക്ഷണ സ്രോതസ്സുകളിൽ നിന്നാണ് ശരീരം ഊർജ്ജം നേടുന്നത്. അവ ലിപിഡുകൾ, കാർബോഹൈഡ്രേറ്റ്സ്, പ്രോട്ടീനുകൾ എന്നിവയാണ്. കാർബോഹൈഡ്രേറ്റുകളും ലിപിഡുകളും പ്രധാനമായും ശരീരത്തിലെ പേശികളിലെ കലകളിലേക്ക് (TISSUE) സംഭാവന ചെയ്യുന്നു. ബഹിരാകാശത്ത് ഭക്ഷണം കഴിക്കുമ്പോൾ ലഭിക്കുന്ന ഊർജ്ജം ഭൂമിയിൽ അതേ ഭക്ഷണം കഴിക്കുമ്പോൾ ലഭിക്കുന്ന ഊർജ്ജത്തെക്കാൾ 10% കുറവാണെന്ന് കണ്ടെത്തിയിട്ടുണ്ട്. നിർജ്ജലീകരണം സംഭവിച്ച അവസ്ഥയിൽ ദീർഘകാലം സൂക്ഷിച്ചു വച്ചിരിക്കുന്നതിനാൽ ഭക്ഷണത്തിലും പോഷകാഹാരത്തിന്റെ അളവും കുറയുന്നു.

ജെമിനി ദൗത്യത്തിലാണ് ക്രൂ അംഗങ്ങളുടെ ദൈനംദിന ഊർജ്ജ ആവശ്യങ്ങളും ഭക്ഷണ ആവശ്യകതകളും ആദ്യമായി നിർവ്വചിച്ചത്. ശരീരത്തിനാവശ്യമായ ഊർജ്ജത്തിന്റെ 10% ഭക്ഷണത്തിലെ പ്രോട്ടീനുകളിൽ നിന്നാണ് ലഭിക്കുന്നത്. പ്രോട്ടീന്റെ അളവ് 15% കവിയുന്നുവെങ്കിൽ, ശരീരത്തിൽ അധിക നൈട്രജനും യൂറിയയും ഉൽപ്പാദിപ്പിക്കപ്പെടുന്നു. പിന്നീട് ഇവ വൃക്കയിലെ കല്ലുകളായി വികസിച്ച് ശരീരത്തിൽ വലിയ ആരോഗ്യ പ്രശ്നങ്ങൾ ഉണ്ടാക്കുന്നു.

ലിപിഡുകൾ, കാർബോഹൈഡ്രേറ്റ്സ്, പ്രോട്ടീനുകൾ എന്നിവ വലിയതോതിൽ അടങ്ങിയ ഭക്ഷണം, ശരീരത്തിലെ ധാതുനഷ്ടം കണക്കിലെടുത്ത് ബഹിരാകാശയാത്രികർക്കായി നൽകുന്നു; image courtesy: ESA

ഏകദേശം 25% ഊർജ്ജം ലഭിക്കുന്നത് ലിപിഡുകളിൽ നിന്നോ കൊളസ്ട്രോളിൽനിന്നോ ആണ്. ഇത് പരമാവധി 40% വരെ പോകാം. ഈ അളവ് കവിഞ്ഞാൽ, ഇത് ഹൃദയ രക്തക്കുഴലുകളിൽ തടസ്സങ്ങൾ സൃഷ്ടിക്കുകയും ഹൃദയസംബന്ധമായ പ്രശ്നങ്ങൾക്ക് കാരണമാവുകയും ചെയ്യും. ഊർജ്ജത്തിന്റെ അടുത്ത അവശ്യ സ്രോതസ്സാണ് കാർബോഹൈഡ്രേറ്റുകൾ. എല്ലാ ദിവസവും കുറഞ്ഞത് 25% ഊർജ്ജം കാർബോഹൈഡ്രേറ്റിൽ നിന്നാണ് ലഭിക്കുന്നത്. ശരീരത്തിലെ കാർബോഹൈഡ്രേറ്റിന്റെ അനുപാതം കുറയുകയും കൊളസ്ട്രോളിന്റെ അളവ് വർദ്ധിക്കുകയും ചെയ്താൽ, അത് 'കെറ്റോൺ' ബോഡി രൂപീകരണത്തിലേക്ക് നയിക്കുന്നു.

ശരീരത്തിന്റെ ആവശ്യകതയുമായി പൊരുത്തപ്പെടുന്ന സമീകൃതാഹാരമാണ് ശരിയായ ഭക്ഷണരീതി. നാം അളവ് കുറയ്ക്കുകയോ കൂട്ടുകയോ ചെയ്താൽ, ശരീരത്തിന് ഭക്ഷണത്തിൽ നിന്നുള്ള ഊർജ്ജം പൂർണ്ണമായും ലഭിക്കില്ല. അമിതമായ ഉപഭോഗം 20% വരെ ഊർജ്ജനഷ്ടത്തിലേക്ക് നയിക്കുന്നു. അതുപോലെ, കുറഞ്ഞ ഉപഭോഗം കാരണം 10% വരെ ഊർജ്ജം നഷ്ടപ്പെടുന്നു. ആവശ്യത്തിലധികം ഭക്ഷണം കഴിച്ചാൽ അത് ദഹിപ്പിക്കാൻ ശരീരത്തിന് അധിക ഊർജ്ജം ആവശ്യമാണ്. ഒരു നിശ്ചിത അളവിൽ കൂടുതൽ ഭക്ഷണം കഴിക്കുമ്പോൾ, ആ അധിക ഭക്ഷണത്തിൽ നിന്നുള്ള ഊർജ്ജം ശരീരം ആഗിരണം ചെയ്യുന്നില്ല. അവ ശരീരത്തിൽനിന്ന് മാലിന്യങ്ങളായി പുറത്തുവരുന്നു.

'അധികമായാൽ അമൃതും വിഷം' എന്ന ചൊല്ല് ഭൂമിയിലെന്നപോലെ ബഹിരാകാശത്തും ബാധകമാണ്.

ഒരു ഗ്രാം കൊളസ്ട്രോൾ ഏകദേശം 9 കിലോ കലോറി ഊർജ്ജം നൽകുന്നു. ഒരു ഗ്രാം പ്രോട്ടീൻ അല്ലെങ്കിൽ കാർബോഹൈഡ്രേറ്റ് നൽകുന്നത് 4 കിലോ കലോറി മാത്രമാണ്. മറ്റൊരു വിധത്തിൽ പറഞ്ഞാൽ, ഒരാൾക്ക് ശരീരത്തിന് ആവശ്യമായ എല്ലാ ഊർജ്ജവും കൊളസ്ട്രോൾ അടിസ്ഥാനമാക്കിയുള്ള ഭക്ഷണത്തിൽ നിന്ന് ലഭിക്കുകയാണെങ്കിൽ, ബഹിരാകാശത്തേക്ക് കൊണ്ടുപോകുന്ന ഭക്ഷണത്തിന്റെ ആകെ ഭാരം പകുതിയായി കുറയ്ക്കാൻ കഴിയും. എന്നാൽ നമുക്കറിയാവുന്നതുപോലെ, കൊളസ്ട്രോൾ അടിസ്ഥാനമാക്കിയുള്ള ഭക്ഷണങ്ങൾ മാത്രം കഴിച്ചുകൊണ്ട് ഒരു വ്യക്തിക്ക് ആരോഗ്യകരമായ ജീവിതം നയിക്കാൻ കഴിയില്ല.

ബഹിരാകാശത്ത്, ഒരാൾക്ക് പ്രതിദിനം ശരാശരി 2000 മുതൽ 3000 കിലോ കലോറി ഊർജ്ജം ആവശ്യമാണെന്ന് കണ്ടെത്തിയിട്ടുണ്ട്. ഈ ഊർജ്ജം ലഭിക്കാൻ ഏകദേശം 400 മുതൽ 600 ഗ്രാം വരെ ഭക്ഷണം കഴിക്കണം. ഉദാഹരണത്തിന്, 70 കിലോഗ്രാം ഭാരമുള്ള ഒരു മനുഷ്യന് വേണ്ടിയുള്ള ദൈനംദിന ഭക്ഷണ ക്രമത്തിൽ 56 ഗ്രാം പ്രോട്ടീനും 350 ഗ്രാം കാർബോഹൈഡ്രേറ്റും 100 ഗ്രാം ലിപ്ഡും അടങ്ങിയിരിക്കുന്നു, ഏകദേശം 2500 കിലോ കലോറി ഊർജ്ജം ഇതിൽനിന്ന് ലഭിക്കും.

അധികം ശാരീരികാധ്വാനം ചെയ്യാതെ തന്നെ ശരിയായ സമയങ്ങളിൽ ശരീരത്തിന് വിശപ്പ് അനുഭവപ്പെടുന്നത് നമ്മൾ ശ്രദ്ധിച്ചിട്ടുണ്ടാകും. ശാരീരിക പ്രവർത്തനങ്ങളിൽ ഒന്നും ഏർപ്പെടാതിരുന്നാൽ പോലും ശരീരത്തിൽ നിരവധി ഉപാപചയ പ്രവർത്തനങ്ങൾ നടക്കുന്നു. ഈ ഉപാപചയ പ്രവർത്തനങ്ങൾക്ക് ശരീരത്തിന് ഊർജ്ജം ആവശ്യമാണ്. ഭക്ഷണമാണ് ശരീരത്തിന് ഊർജ്ജം നൽകുന്നത്. അതുകൊണ്ടാണ് അധികം ശാരീരികാധ്വാനം കൂടാതെ ഉറക്കത്തിൽ പോലും ശരീരത്തിന് വിശപ്പ് അനുഭവപ്പെടുന്നത്. എന്നിരുന്നാലും, ഉപാപചയ പ്രവർത്തനങ്ങൾക്ക് ആവശ്യമായ ഊർജ്ജം ശാരീരിക പ്രവർത്തനങ്ങൾക്ക് ആവശ്യമായ ഊർജ്ജത്തേക്കാൾ കുറവാണ്. ഉദാഹരണത്തിന്, ഉണർന്നിരിക്കുന്നതിന്റെ 50% ഊർജ്ജം ഉറക്കത്തിൽ ശരീരത്തിന് മതിയാകും. അതുപോലെ ശ്രമകരമായ പ്രവർത്തനങ്ങളിൽ ഏർപ്പെടുമ്പോൾ ശരീരത്തിന് സാധാരണ നിലയേക്കാൾ 10% അധിക ഊർജ്ജം ആവശ്യമായി വരും. ശാരീരിക അധ്വാനമില്ലാതെ തുടർച്ചയായി ടിവി കാണുന്നതിന് സാധാരണയേക്കാൾ 40% കുറഞ്ഞ ഊർജ്ജം മതിയാകും. മൃദുവായ നടത്തത്തിന് ഏകദേശം 80 ശതമാനവും കഠിനമായ വ്യായാമത്തിന് 100% ഊർജ്ജവും വേണ്ടിവരും.

ബഹിരാകാശ നിലയത്തിനുള്ളിൽ പ്രവർത്തിക്കുമ്പോൾ ഏകദേശം 2000 കിലോ കലോറി ഊർജ്ജം ആവശ്യമാണ്. അതേസമയം, പേടകത്തിന് പുറത്തുനടത്തുന്ന പ്രവർത്തനങ്ങളിൽ, അധികമായി 500

കിലോ കലോറി ഊർജ്ജം ആവശ്യമായി വരും. അവർ ശാരീരിക വ്യായാമങ്ങൾ നടത്തുമ്പോൾ അത് മേല്പ്പറഞ്ഞതിനെക്കാൾ കൂടുതൽ ആയിരിക്കും. ശരീരം ഉപയോഗിക്കുന്ന ഊർജ്ജം അവർ നടത്തുന്ന പ്രവർത്തനത്തിന്റെ തരവും ദൈർഘ്യവും അടിസ്ഥാനമാക്കിയാണ് കണക്കാക്കുന്നത്. ഈ കണക്കുകൂട്ടലുകളെ അടിസ്ഥാനമാക്കി, ഓരോ ക്രൂ അംഗത്തിനുമുള്ള ഭക്ഷണ രീതികൾ ഓരോ വ്യക്തിയുടെയും ആവശ്യങ്ങൾക്കും പ്രവർത്തന രീതിക്കും അനുയോജ്യമായ രീതിയിൽ ക്രമീകരിച്ചിരിക്കുന്നു. അതുവഴി ബഹിരാകാശത്തുള്ള ഓരോ വ്യക്തിക്കും ശരിയായ അളവിൽ ഊർജ്ജത്തിന്റെ ലഭ്യത ഉറപ്പാക്കപ്പെടുന്നു.

ശരീരഭാരത്തിനനുസരിച്ച് ഓരോ വ്യക്തിയുടെയും ഊർജ്ജത്തിന്റെ ആവശ്യകത വ്യത്യാസപ്പെടുന്നു. ഒരേ തരത്തിലുള്ള ജോലി രണ്ടുപേർ ചെയ്യുമ്പോൾ, ഭാരം കൂടിയ വ്യക്തിക്ക് കൂടുതൽ ഊർജ്ജം ആവശ്യമായി വരും. ഭൂമിയിലെ സ്ഥിതിവിവരക്കണക്കുകൾ പ്രകാരം, ഒരു പുരുഷന്റെ ശരാശരിഭാരം ഒരു സ്ത്രീയേക്കാൾ കൂടുതലാണ്. ബഹിരാകാശ സഞ്ചാരികൾക്കും ഇത് ബാധകമാണ്. സ്ത്രീ ബഹിരാകാശയാത്രികരുടെ ഊർജ്ജ ആവശ്യകതകൾ പുരുഷന്മാരുടെ ആവശ്യകതയേക്കാൾ കുറവാണെന്ന് കണ്ടെത്തിയിട്ടുണ്ട്. ഉദാഹരണത്തിന്, 70 കിലോഗ്രാം ഭാരമുള്ള പുരുഷനും 60 കിലോ ഭാരമുള്ള സ്ത്രീയും ബഹിരാകാശത്ത് ഒരേ തരത്തിലുള്ള ജോലി ചെയ്യുമ്പോൾ, പുരുഷന്മാർ സ്ത്രീകളേക്കാൾ 25% കൂടുതൽ ഊർജ്ജം ഉപയോഗിക്കുന്നതായി കണ്ടെത്തി. ബഹിരാകാശയാത്രികരുടെ ഊർജ്ജ ആവശ്യകതകൾ അവർ ബഹിരാകാശത്തേക്ക് സഞ്ചരിക്കുന്ന വാഹനത്തിന്റെയും പേടകത്തിന്റെയും തരത്തെക്കൂടി ആശ്രയിച്ചിരിക്കുന്നുവെന്ന് പഠനങ്ങൾ കാണിക്കുന്നു. സ്കൈലാബിലെയും അപ്പോളോയിലെയും ബഹിരാകാശയാത്രികരുടെ ഊർജ്ജ ആവശ്യകത സ്പേസ് ഷട്ടിൽ യാത്ര ചെയ്തവരേക്കാൾ 10% കൂടുതലാണെന്ന് ചില സ്ഥിതിവിവരക്കണക്കുകൾ കാണിക്കുന്നു.

കഠിനമായ ജോലിയിൽ ഏർപ്പെട്ടിരിക്കുന്ന ബഹിരാകാശ സഞ്ചാരികളിൽ ഉയർന്ന ഊർജ്ജ ഉപഭോഗവും തുടർന്നുള്ള ഭാരക്കുറവും നിരീക്ഷിക്കപ്പെടുന്നു. ഉദാഹരണത്തിന്, ബഹിരാകാശവാഹനത്തിലെ കേടുപാടുകൾ പരിഹരിക്കാൻ പേടകത്തിന് പുറത്ത് പ്രവർത്തനങ്ങൾ നടത്തിയ ബഹിരാകാശയാത്രികർ ചെലവഴിച്ച ഊർജ്ജം, അതുവരെയുള്ള ബഹിരാകാശവാഹന പ്രവർത്തനങ്ങളുടെ എല്ലാ കണക്കുകളിലും ഏറ്റവും കൂടിയതാണെന്ന് കണ്ടെത്തി. അതുപോലെ, ബഹിരാകാശ സ്യൂട്ടിൽ ആകസ്മികമായി അധിക മർദ്ദം നിറച്ചതിനാൽ റഷ്യൻ കോസ്മനോട്ട് അലക്സി ലിയോനോവ് കൈകളും കാലുകളും സ്വതന്ത്രമായി ചലിപ്പിക്കാൻ കഴിയാതെ ബുദ്ധിമുട്ടിയിരുന്നു. സ്വന്തം പ്രയത്നത്താൽ ഇതിൽനിന്ന് പൂർണമായും കരകയറിയ അദ്ദേഹം ഒടുവിൽ സ്യൂട്ട് സമ്മർദ്ദം കുറച്ചു. ഇത് ചെയ്യാൻ അദ്ദേഹത്തിന് കുറച്ച് മണിക്കൂറുകളെടുത്തു. അമിതമായ ഉത്കണ്ഠയും ഊർജ്ജ നഷ്ടവും

കാരണം, ആ ഒരു ദിവസം മാത്രം അദ്ദേഹത്തിന്റെ 2 കിലോ ശരീരഭാരം കുറഞ്ഞതായി കണ്ടെത്തി.

ബഹിരാകാശ യാത്രയുടെ ആദ്യ നാളുകളിൽ, ബഹിരാകാശയാത്രികർക്ക് അവരുടെ ദൈനംദിന ഭക്ഷണ ഉപഭോഗത്തിന്റെ വിശദാംശങ്ങൾ നോട്ട്ബുക്കുകളിലോ കമ്പ്യൂട്ടറുകളിലോ രേഖപ്പെടുത്തേണ്ടതുണ്ടായിരുന്നു. തുടർന്നുള്ള ദൗത്യങ്ങളിൽ, ഭക്ഷണ പാക്കറ്റുകളിലെ ബാർകോഡുകൾ ഉപയോഗിച്ച് ഭക്ഷണ ഉപഭോഗ വിശദാംശങ്ങൾ കണക്കാക്കി. ഗ്രൗണ്ട് കൺട്രോൾ സെന്ററിലെ പോഷകാഹാര, ആരോഗ്യ വിദഗ്ധർ ഓരോ വ്യക്തിയും ചെയ്യുന്ന ജോലിയുടെ അളവും അവർ കഴിക്കുന്ന ഭക്ഷണത്തിന്റെ അളവും നിരീക്ഷിക്കുകയും ആവശ്യമുള്ളപ്പോൾ ആവശ്യമായ ഉപദേശങ്ങൾ നൽകുകയും ചെയ്യുന്നു. ജോലിയുടെ തരത്തിന് പുറമേ, ബഹിരാകാശയാത്രികർ പുറന്തള്ളുന്ന കാർബൺ-ഡൈ-ഓക്സൈഡ് അളവ്, ഓക്സിജന്റെയും നൈട്രജന്റെയും അളവ്, വെള്ളം കുടിക്കുന്നത് തുടങ്ങി നിരവധി അളവുകൾ ബഹിരാകാശയാത്രികർ ചെലവഴിക്കുന്ന ഊർജ്ജം നിർണ്ണയിക്കാൻ ഉപയോഗിക്കുന്നു.

ബഹിരാകാശയാത്രികരുടെ പ്രവർത്തനങ്ങളുടെ നിരന്തരമായ നിരീക്ഷണവും ക്രമീകരണങ്ങളും ഊർജ്ജ ആവശ്യകതകൾ നിറവേറ്റുന്നതിനുള്ള ഭക്ഷണരീതികളും ഉണ്ടായിരുന്നിട്ടും, യാത്രികരുടെ ഭാരം കുറയുന്നത് ബഹിരാകാശയാത്രയുടെ പ്രധാന പ്രശ്നങ്ങളിലൊന്നായി തുടരുന്നു. സ്കൈലാബിൽ നടത്തിയ പഠനമനുസരിച്ച് ഒരാൾക്ക് ഒരു ദിവസത്തേക്ക് ഏകദേശം 2850 കിലോ കലോറി ഊർജ്ജം ആവശ്യമായിരുന്നു. അവർ കഴിച്ച ഭക്ഷണത്തിൽ നിന്ന് ഏകദേശം 1900 മുതൽ 3000 കിലോ കലോറി ഊർജ്ജം ലഭിച്ചു. എന്നിട്ടും അവർ ഭൂമിയിൽ തിരിച്ചെത്തിയപ്പോൾ ഏകദേശം 1.3 മുതൽ 3.5 കിലോഗ്രാം വരെ ഭാരം കുറഞ്ഞു. മിർ ബഹിരാകാശ നിലയത്തിൽ ജീവിച്ചിരുന്ന 40% ബഹിരാകാശ സഞ്ചാരികൾക്കും സമാനമായി ഭാരം കുറഞ്ഞതായി കണ്ടെത്തി.

ബഹിരാകാശ ഭക്ഷണസാധനങ്ങൾ, ആദ്യകാലങ്ങളിൽ, അന്തരീക്ഷമർദ്ദത്തിന്റെ 1/3ൽ താഴെയുള്ള അലുമിനിയം പെട്ടികളിൽ ആണ് കൊണ്ടുപോകുന്നത്. ഗുരുത്വാകർഷണത്തിന്റെ അഭാവത്തിൽ ഇവ ഒരു മേശപ്പുറത്ത് വെച്ചുകൊണ്ട് കഴിക്കാൻ സാധ്യമല്ല. റെസ്റ്റോറന്റുകളിൽ നിന്ന് വീടുകളിലേക്ക് ഭക്ഷണം വിതരണം ചെയ്യുന്നതിന് അധിക ചാർജുകൾ (PACKAGING CHARGE) ഈടാക്കുന്നത് നമുക്ക് കാണാം. അതുപോലെ, പായ്ക്ക് (മുൻകൂട്ടി പാചകംചെയ്ത സംരക്ഷിത പൊതികളിലാക്കിയവ) ചെയ്ത ഭക്ഷണം ബഹിരാകാശത്തേക്ക് കൊണ്ടുപോകുന്നത് പാക്കേജിങ്ങിനുപയോഗിക്കുന്ന വസ്തുക്കളുടെ അധിക ഭാരം കൂടി ചെലവ് വർദ്ധിപ്പിക്കുന്നു. അപ്പോളോയുടെയും സല്യൂട്ടിന്റെയും കാലത്ത് ബഹിരാകാശത്തേക്കുള്ള ഭക്ഷണം പാക്ക് ചെയ്യുന്ന രീതികൾ പൂർണ്ണമായി വികസിച്ചിരുന്നില്ല. പാക്കേജിംഗ്

സാമഗ്രികൾ ഭക്ഷ്യ വസ്തുക്കളുടെ ആകെ പിണ്ഡത്തിൽനിന്ന് വലിയ ഒരുഭാഗം അപഹരിച്ചിരുന്നു. പില്ക്കാലത്ത്, ഭക്ഷണങ്ങൾ കൃത്യമായും സുരക്ഷിതമായ രീതിയിലും മനുഷ്യ ഇടപെടൽ കൂടാതെ, പൂർണ്ണമായും യന്ത്രസംവിധാനങ്ങളുടെ സഹായത്തോടെ, പാക്ക് ചെയ്യപ്പെടുന്നു. ഇത് പാക്കേജിംഗ് സാമഗ്രികളുടെ ഭാരത്തിൽ ഗണ്യമായ കുറവുണ്ടാക്കുകയും ചെയ്തതായി കാണപ്പെടുന്നു.

ഭക്ഷണത്തിന്റെ രുചി മാത്രമല്ല ചുറ്റുപാടുമുള്ള അന്തരീക്ഷം, ചുറ്റുമുള്ള പ്രകാശം, ഭക്ഷണത്തിന്റെ അവതരണം, പാചക മേഖലയുടെ ശുചിത്വം എന്നിവ ഉപഭോഗത്തെ സ്വാധീനിക്കുന്ന ഘടകങ്ങളാണ്. ശരീരത്തിൽ നിന്ന് വലിയ അളവിൽ വെള്ളം പുറന്തള്ളുമ്പോൾ, അത് നാവിന്റെ രുചി മുകുളങ്ങളെ ബാധിക്കുന്നു. അതിനാൽ അത്തരം സാഹചര്യങ്ങളിൽ ഭക്ഷണത്തിൽ മസാലകൾ പോലുള്ള രുചി പ്രേരണ കളുടെ വലിയൊരു ഭാഗം ആവശ്യമാണ്.

ഗുരുത്വാകർഷണത്തിന്റെ അഭാവത്തിൽപോലും, ദഹനവ്യവ സ്ഥയുടെ ചലനം കാരണം ഭക്ഷണം എളുപ്പത്തിൽ 'അലിമെന്ററി കനാ ലിലൂടെ' (ALIMENTARY CANAL) കടന്നുപോകും. ഇത് ബഹിരാ കാശത്ത് വലിയ പ്രശ്നമുണ്ടാക്കുന്നില്ല.

ക്രൂ അംഗങ്ങൾക്ക് ഇടയ്ക്കിടെ പ്രത്യേകം പാകം ചെയ്ത ഭക്ഷണം കഴിക്കണമെങ്കിൽ ബഹിരാകാശ നിലയത്തിൽ ഒരു ചെറിയ അടുക്കളയും ലഭ്യമാണ്. എന്നാൽ പാചക പ്രക്രിയ ഭൂമിയിലേതുപോലെ ആയിരിക്കില്ല എന്നുമാത്രം. കുറഞ്ഞ മർദ്ദം കാരണം ആവശ്യമുള്ള താപനില ക്രമീക രിക്കാൻ കഴിയാതെ വരികയും വെള്ളം തിളപ്പിക്കൽ പോലുള്ള പ്രക്രി യകൾ ഭൂമിയിലേതുപോലെ നടക്കാതിരിക്കുകയും ചെയ്യുന്നു. അതിനാൽ ഭക്ഷണം എളുപ്പത്തിൽ പാകം ചെയ്യാൻ കഴിയാതെ വരുന്നു. ഈ ബുദ്ധി മുട്ടുകൾ ഉണ്ടെങ്കിലും ബഹിരാകാശ സഞ്ചാരികൾ പലതരത്തിലുള്ള ഭക്ഷണം തയ്യാറാക്കുന്നു എന്നത് ശ്രദ്ധേയമാണ്.

ജലത്തിന്റെ ആവശ്യകതയെ സൂചിപ്പിക്കുന്ന ദ്രാവക നിയന്ത്രണ സംവിധാനങ്ങളുടെ പ്രവർത്തനം ബഹിരാകാശത്ത് കുറയും. ജലത്തിന്റെ ആവശ്യകതയെക്കുറിച്ചുള്ള സൂചനയോ നാവ് ഉണങ്ങുമ്പോൾ ദാഹം അനുഭവപ്പെടുകയോ ചെയ്തേക്കില്ല. എന്നാൽ ഓരോ വ്യക്തിയും അവരുടെ പ്രവർത്തനങ്ങളുടെ അളവും തത്ഫലമായുണ്ടാകുന്ന ഊർജ്ജനഷ്ടവും അനുസരിച്ച് ആവശ്യത്തിന് വെള്ളം കുടിക്കേണ്ടത് അത്യാവശ്യമാണ്. 2500 കിലോ കലോറി ഊർജ്ജം ചെലവഴിക്കുന്ന ഒരു ബഹിരാകാശയാത്രികൻ കുറഞ്ഞത് ഒന്നര മുതൽ രണ്ടര ലിറ്റർ വരെ വെള്ളമെങ്കിലും കുടിക്കണം.

യാത്രികർക്ക് എന്തെങ്കിലും കാരണത്താൽ ഛർദ്ദിയുണ്ടായാൽ, അത് ശരിയായ രീതിയിൽ നിർമ്മാർജ്ജനം ചെയ്യേണ്ടത് അത്യാ വശ്യമാണ്. അല്ലാത്തപക്ഷം അതു പേടകത്തിനുള്ളിലെ ഉപകരണങ്ങളെ ബാധിക്കുകയും ദുർഗ്ഗന്ധമുണ്ടാക്കുകയും ചെയ്യും.

ബഹിരാകാശത്ത് ഗുരുത്വാകർഷണത്തിന്റെ അഭാവം പ്രതലബലത്തിന്റെ പ്രഭാവം വർധിപ്പിക്കുകയും, ജലം കുമിളകളാകുകയും ചെയ്യുന്നു; image courtesy: NASA

മെർകുറി ദൗത്യങ്ങളിൽ, പ്രോട്ടീൻ, കൊഴുപ്പുള്ള ഭക്ഷണങ്ങൾ, പഞ്ചസാര, ഡ്രൈ ഫ്രൂട്ട്സ് തുടങ്ങിയ ഉയർന്ന കലോറി ഭക്ഷണ പദാർത്ഥങ്ങൾ കൊണ്ടുപോയി. ചാന്ദ്ര യാത്രക്കാർക്കായി, ചന്ദ്രന്റെ ഉപരിതലത്തിൽ തങ്ങുന്ന സമയത്ത് അവരുടെ ഉപഭോഗത്തിനായി പ്രത്യേക ഭക്ഷണ സാധനങ്ങൾ ബഹിരാകാശ സ്യൂട്ടുകളിൽ ക്രമീകരിച്ചിരുന്നു. ഇതുകൊണ്ട് സ്യൂട്ടുകൾ നീക്കം ചെയ്യാതെ തന്നെ അവർക്ക് ഭക്ഷണം കഴിക്കാൻ സാധിച്ചു. ചന്ദ്രനിലെ സൂക്ഷ്മാണുക്കൾ ഭക്ഷണത്തിൽ എന്തെങ്കിലും തരത്തിലുള്ള അണുബാധ ഉണ്ടാക്കുന്നത് തടയുന്നതിനാണ് ഈ രീതി സ്വീകരിച്ചത്.

ബഹിരാകാശ യാത്രയ്ക്ക് 5 മാസം മുമ്പ് സഞ്ചാരികൾക്ക് അവർക്കുള്ള ഭക്ഷണം തെരഞ്ഞെടുക്കാം. നിർജ്ജലീകരണം ചെയ്തതും ശീതീകരിച്ചതുമായ കടൽ ഭക്ഷണങ്ങളായ കൊഞ്ച് മുതലായവയും ബഹിരാകാശ ഭക്ഷണ മെനുവിന്റെ ഭാഗമാണ്. ഭക്ഷണ സാധനങ്ങൾ ബഹിരാകാശത്തേക്ക് കൊണ്ടുപോകുന്നതിനായി വായു കടക്കാത്ത അലുമിനിയം പാത്രങ്ങളിലാണ് പാക്ക് ചെയ്തിരിക്കുന്നത്. രണ്ട് വർഷം വരെ അവ ഉപയോഗിക്കാം. സാധാരണഗതിയിൽ, ബഹിരാകാശയാത്രികരോട് പെട്ടെന്ന് ഉപയോഗശൂന്യമായിത്തീരുന്ന ഭക്ഷണം കഴിച്ചു തീർക്കാൻ നിർദ്ദേശിക്കാറുണ്ട്.

ഭക്ഷണത്തിന്റെ ആകെ ഭാരം കുറയ്ക്കുന്നതിന്, ഒരേ ചേരുവകൾ ഉപയോഗിച്ച് പലതരം വിഭവങ്ങൾ ഉണ്ടാക്കാൻ കഴിയുന്ന ഇനങ്ങൾക്ക് മുൻഗണന നൽകുന്നു. ഉദാഹരണത്തിന്, സോയ സോസ്, സോയ പ്രോട്ടീൻ, സോയ പാൽ തുടങ്ങി നിരവധി വസ്തുക്കൾ ഉൽപ്പാദിപ്പിക്കാൻ സോയ ബീൻസ് ഉപയോഗിക്കാം. ഇവയെല്ലാം ഉണ്ടാക്കിയശേഷം

ശേഷിക്കുന്ന സോയ, ഭക്ഷണത്തിന് ഉപയോഗിക്കുന്നു.

ആദ്യമായി ഒരു വ്യക്തി ഒരു വർഷത്തിലധികം ബഹിരാകാശത്ത് താമസിച്ചത് മിർ ബഹിരാകാശ നിലയത്തിലാണ്. മിർ നിലയത്തിലേക്കുള്ള ഷട്ടിൽ സന്ദർശന വേളയിൽ ബഹിരാകാശത്ത് ആദ്യമായി അമേരിക്കൻ, റഷ്യൻ ഭക്ഷണങ്ങൾ കൈമാറ്റം ചെയ്യപ്പെട്ടു. അതുവരെ, റഷ്യ

ബഹിരാകാശത്ത് പ്രത്യേകം സജ്ജീകരിച്ചിട്ടുള്ള അടുക്കളയിൽ ഭക്ഷണം പാകം ചെയ്യുന്ന യാത്രിക (ഇടത്); ഭൂമിയിൽ നിന്ന് എത്തിക്കുന്ന ഭക്ഷണ പാക്കറ്റുകൾ, ഒരിടത്തുതന്നെ സൂക്ഷിക്കാൻ വെൽക്രോകളും ക്ലിപ്പുകളും ഉപയോഗിക്കുന്നു (വലത്); image courtesy: NASA

ക്കാർ സ്വീകരിച്ച ബഹിരാകാശ ഭക്ഷണതരങ്ങളെക്കുറിച്ച് അമേരിക്കക്കാർക്ക് അറിവില്ലായിരുന്നു, തിരിച്ചും അങ്ങനെതന്നെയായിരുന്നു. ഈ സംഭവത്തിന് ശേഷം മാത്രമാണ്, ഇരു രാജ്യങ്ങളും സ്വീകരിച്ച ബഹിരാകാശ ഭക്ഷണത്തോടുള്ള സമീപനത്തിലെ വ്യത്യാസങ്ങൾ അവർക്ക് മനസ്സിലായത്.

റഷ്യൻ സമ്പ്രദായത്തിൽ, 50 ഡിഗ്രി സെൽഷ്യസ് താപനിലയ്ക്ക് മുകളിൽ രണ്ട് മണിക്കൂറിലധികവും, അല്ലെങ്കിൽ 35 ഡിഗ്രി സെൽഷ്യസ് താപനിലയ്ക്ക് മുകളിൽ 3 മണിക്കൂറിലധികവും സമ്പർക്കം പുലർത്തുന്ന ഭക്ഷ്യവസ്തുക്കൾ ഉപഭോഗത്തിന് അനുയോജ്യമല്ലെന്ന് കണക്കാക്കപ്പെടുന്നു. അതേസമയം, അമേരിക്കൻ ഭക്ഷണങ്ങൾ എല്ലായ്പ്പോഴും 25 ഡിഗ്രി സെൽഷ്യസ് താപനിലയിൽ സൂക്ഷിക്കേണ്ടതുണ്ടായിരുന്നു. അതിനാൽ ഷട്ടിൽ നിന്നുള്ള എല്ലാ ഭക്ഷ്യവസ്തുക്കളും ബഹിരാകാശ നിലയത്തിന് അനുയോജ്യമാണെന്ന് കണ്ടെത്തി. മിറിൽ അമേരിക്കക്കാർ താമസിച്ചിരുന്ന സമയത്ത്, അവർ അമേരിക്കൻ, റഷ്യൻ ഭക്ഷണങ്ങൾ ഒന്നിടവിട്ട ദിവസങ്ങളിൽ കഴിച്ചിരുന്നതായി പറയപ്പെടുന്നു.

അമേരിക്കൻ, റഷ്യൻ യാത്രികരുടെ സൗകര്യാർത്ഥം ഭക്ഷണപ്പൊതികളിലെ ലേബലുകൾ രണ്ട് ഭാഷകളിലാണ് അച്ചടിച്ചിരുന്നത്. ഭക്ഷണത്തിന്റെ തരം, അളവ്, കാലഹരണപ്പെടുന്ന തീയതികൾ തുടങ്ങി എല്ലാ പാക്കേജുകളുടെ വിശദാംശങ്ങളും ബാർകോഡുകൾ ഉപയോഗിച്ച് തിരിച്ചറിയുന്നു. ഉപയോഗിക്കാത്തതും ശേഷിക്കുന്നതുമായ ഭക്ഷണപ്പൊതികൾ

2002 ൽ വിക്ഷേപിച്ച നാസയുടെ STS 110 ദൗത്യത്തിൽ, സ്പേസ് ഷട്ടിൽ അറ്റ്ലാന്റിസ് ബഹിരാകാശനിലയത്തിൽ ബന്ധിപ്പിച്ച ശേഷം ഭക്ഷണം കഴിക്കുന്ന ക്രൂ അംഗങ്ങൾ

ബഹിരാകാശ നിലയങ്ങളിൽനിന്നുള്ള മറ്റ് പാഴ് വസ്തുക്കളോടൊപ്പം ഭൂമിയിലേക്ക് തിരിച്ചയക്കുന്നു.

ക്രൂ അംഗങ്ങൾക്ക് ആവശ്യമായ ഊർജ്ജം നൽകാൻ മാത്രമല്ല, ബഹിരാകാശത്ത് സംഭവിക്കുന്ന ധാതു നഷ്ടം നികത്തേണ്ടതിനുകൂടി ഭക്ഷണം അത്യാവശ്യമാണ്. ശരീരത്തിലെ സോഡിയത്തിന്റെ അളവ് കുറയുന്നത് തടയാൻ, സോഡിയം വെള്ളം ബഹിരാകാശയാത്രികർ പതിവായി ഉപയോഗിക്കുന്നു. അതേസമയം, സോഡിയം അധികമായി കഴിക്കുന്നത് ശരീരത്തിൽനിന്ന് കാൽസ്യം നഷ്ടപ്പെടുന്നതിനു കാരണമാകുന്നു, ഇത് വൃക്കയിലെ കല്ലുകൾ രൂപപ്പെടുന്നതിന് കാരണമാകുന്നു. പേശികളുടെ നഷ്ടം നികത്താൻ പൊട്ടാസ്യം കഴിക്കുന്നത് വർദ്ധിപ്പിക്കേണ്ടതുണ്ട്. അപ്പോളോ ദൗത്യങ്ങളിൽ ഇത് വിജയകരമായി പരീക്ഷിക്കപ്പെട്ടു. ഇതിനോടനുബന്ധിച്ച മാർഗ്ഗ നിർദ്ദേശങ്ങളുടെ അടിസ്ഥാനത്തിൽ ബഹിരാകാശയാത്രികർക്ക് പ്രതിദിനം ഏകദേശം 3.5 ഗ്രാം സോഡിയവും 2-3 ഗ്രാം പൊട്ടാസ്യവും നൽകിവരുന്നു.

ശരീരത്തിന്റെ എല്ലാ ഉപാപചയ പ്രവർത്തനങ്ങൾക്കും പ്രോട്ടീൻ അത്യാവശ്യമാണ്. 40 ശതമാനത്തിലധികം പ്രോട്ടീൻ നഷ്ടപ്പെടുന്നത് മരണത്തിലേക്ക് നയിച്ചേക്കാം. ബഹിരാകാശത്ത് ജീവിച്ച് ആദ്യ മാസത്തിനുള്ളിൽ ശരീരത്തിലെ പ്രോട്ടീൻ ഗണ്യമായ അളവിൽ കുറയുന്നത്, സ്കൈലാബ് നിലയത്തിൽ നടന്ന ഗവേഷണത്തിൽ കണ്ടെത്തി. മേൽപ്പറഞ്ഞ ധാതുക്കൾക്ക് പുറമേ, ബഹിരാകാശത്ത്

സംഭവിക്കുന്ന വിവിധ നഷ്ടങ്ങൾ നികത്താൻ ശരീരത്തിന് വിറ്റാമിനുകൾ, സിങ്ക്, കോപ്പർ, അയഡിൻ, ഫ്ളൂറൈഡ്, ക്രോമിയം, മഗ്നീഷ്യം, മോളിബ്ഡിനം തുടങ്ങിയവയും ആവശ്യമാണ്.

ശരീരത്തിലെ 300 ലധികം തരത്തിലുള്ള ഉപാപചയ പ്രവർത്തനങ്ങളിൽ സിങ്ക് ഒരു പ്രധാന പങ്ക് വഹിക്കുന്നു. കോപ്പറിന്റെ കുറവ് വിളർച്ച, ക്ഷയം, അമിതമായ കൊഴുപ്പ് തുടങ്ങിയ പല രോഗങ്ങളിലേക്കും നയിക്കുന്നു. തൈറോയ്ഡ് ഗ്രന്ഥിയുടെ മതിയായ പ്രവർത്തനം ഉറപ്പാക്കാൻ അയോഡിൻ അത്യാവശ്യമാണ്. ബാക്ടീരിയയുടെ രൂപീകരണം തടയാൻ, ബഹിരാകാശത്തേക്ക് കൊണ്ടുപോകുന്ന വെള്ളത്തിൽ ചെറിയ അളവിൽ അയോഡിൻ ചേർക്കുന്നു. ഒരു വ്യക്തിക്ക് പ്രതിദിനം 0.5 മുതൽ 1 ഗ്രാം വരെ അയോഡിൻ ആവശ്യമാണ്. ശരീരത്തിലെ ഇൻസുലിൻ അളവും ഗ്ലൂക്കോസിന്റെ അളവും നിയന്ത്രിക്കാൻ ക്രോമിയം ആവശ്യമാണ്. അത്തരം ധാതുക്കളുടെ നഷ്ടം മൂലമുണ്ടാകുന്ന ശാരീരിക പ്രത്യാഘാതങ്ങളെക്കുറിച്ചുള്ള വിശദമായ ഗവേഷണം ബഹിരാകാശ ഗവേഷണങ്ങളുടെ ഭാഗമായി നടക്കുന്നുണ്ട്.

വ്യത്യസ്ത താപനില സാഹചര്യങ്ങളുമായി പൊരുത്തപ്പെടാൻ ശരീരം സ്വയം ക്രമീകരിക്കുന്നതുപോലെ, ആവശ്യമായ അളവിൽ പ്രോട്ടീനുകൾ ഉൽപ്പാദിപ്പിച്ച് ബഹിരാകാശത്തിന്റെ വികിരണങ്ങളുമായി പൊരുത്തപ്പെടാനും ശ്രമിക്കുന്നു. ബഹിരാകാശത്ത് അമിതമായി പ്രോട്ടീൻ കഴിക്കുന്നത് ശരീരത്തിലെ കാൽസ്യത്തിന്റെ അളവ് വർദ്ധിപ്പിക്കുന്നു എന്ന് പറഞ്ഞല്ലോ. ബഹിരാകാശത്തിന്റെ വികിരണ പ്രത്യാഘാതങ്ങളെ മറികടക്കാൻ ആവശ്യമായ ഏറ്റവും അനുയോജ്യമായ ഭക്ഷണരീതികൾ മനസ്സിലാക്കാൻ മതിയായ ഗവേഷണം ഇനിയും നടന്നിട്ടില്ല. വിദൂരഗ്രഹ പര്യവേക്ഷണങ്ങൾക്കുള്ള രൂപരേഖകൾ തയ്യാറാകുന്ന ഈ കാലഘട്ടത്തിൽ, സമീപഭാവിയിൽ ഇത്തരം പഠനങ്ങൾ ഉണ്ടാകുമെന്ന് പ്രതീക്ഷിക്കാം.

വെല്ലുവിളികൾ

ചുറ്റുമുള്ള സാഹചര്യങ്ങളെ ഏറ്റവും നല്ല രീതിയിൽ കൈകാര്യം ചെയ്യുന്നതാണ് നിലനിൽപ്പിന്റെ ആധാരം എന്ന് ഡാർവിന്റെ സിദ്ധാന്തം പറയുന്നു. ജീവിത സാഹചര്യങ്ങളുമായി പൊരുത്തപ്പെടാത്ത ജീവ ജാലങ്ങൾ കാലക്രമേണ വംശനാശം സംഭവിക്കുന്നതായി കാണാം. ബഹിരാകാശ പരിതസ്ഥിതികളിലും ഇത് ബാധകമാണ്. അവിടുത്തെ സാഹചര്യങ്ങളുമായി പൊരുത്തപ്പെടാൻ മനുഷ്യന് കഴിയാത്തിടത്തോളം ബഹിരാകാശ ജീവിതം വെല്ലുവിളി നിറഞ്ഞതായിരിക്കും. ഭൂമിയിലെ ജീവന്റെ കാലയളവുവച്ചു നോക്കിയാൽ, ഇതുവരെ മനുഷ്യർ നടത്തി യിട്ടുള്ള എല്ലാ ബഹിരാകാശ ദൗത്യങ്ങളും വളരെ ഹ്രസ്വകാല ദൗത്യ ങ്ങളാണ്. ഇത്തരം ഹ്രസ്വകാല ദൗത്യങ്ങളിൽ പോലും നേരിടുന്ന വെല്ലു വിളികൾ ഇപ്പോഴും പൂർണ്ണമായി നേരിടാൻ നമ്മൾ പ്രാപ്തരായിട്ടില്ല. നാലുതരം പ്രശ്നങ്ങളാണ് പ്രധാനമായും ഇത്തരം സാഹചര്യങ്ങൾ വെല്ലുവിളി നിറഞ്ഞതാക്കുന്നത്.

- ജീവശാസ്ത്രപരമായ പ്രശ്നങ്ങൾ
- പാരിസ്ഥിതിക പ്രശ്നങ്ങൾ
- മനഃശാസ്ത്രപരമായ വെല്ലുവിളികൾ
- വ്യക്തിബന്ധങ്ങൾ

ഇവ ഓരോന്നും ഏതൊക്കെ തരത്തിൽ ബാധിക്കുന്നുവെന്നും ഏതൊക്കെ തരത്തിൽ അവയോടു പ്രതികരിക്കണമെന്നും നോക്കാം.

ജീവശാസ്ത്രപരമായ പ്രശ്നങ്ങൾ

ഭൂമിയിൽനിന്ന് ഗുരുത്വാകർഷണം ഇല്ലാത്ത സ്ഥലത്തേക്ക് പോകുമ്പോൾ, മനുഷ്യ ശരീരത്തിന്റെ ഘടനകളും സംവിധാനങ്ങളും

ഭൂമിയിലേതിൽനിന്നും വ്യത്യസ്തമായി പ്രവർത്തിക്കാൻ തുടങ്ങുന്നു എന്ന് നമ്മൾ മുൻ അധ്യായങ്ങളിൽ കണ്ടു. ഭക്ഷണം കഴിക്കാനും മറ്റ് ദൈനംദിന ആവശ്യങ്ങൾ നിറവേറ്റാനും പോലും വ്യത്യസ്തമായ രീതി അവലംബിക്കേണ്ടതുണ്ട്. ഒരു കുട്ടി ആദ്യമായി നിൽക്കാനും നടക്കാനും പഠിക്കാൻ ശ്രമിക്കുന്നതുപോലെ, പൂജ്യം ഗുരുത്വാകർഷണ സാഹചര്യങ്ങളിൽ ആളുകൾ നടക്കാനും മറ്റ് പ്രവർത്തനങ്ങൾ ചെയ്യാനും പഠിക്കുകയും പരിശീലിക്കുകയും വേണം. ഏകദേശം 45 ഓളം അസുഖങ്ങൾ ബഹിരാകാശ യാത്രികരെ ബാധിക്കുന്നതായി കണ്ടെത്തിയിട്ടുണ്ട്. അസ്ഥി സംബന്ധമായ പ്രശ്നങ്ങൾ, വൃക്കയിലെ കല്ലുകൾ, ഹൃദയസംബന്ധമായ പ്രശ്നങ്ങൾ, പ്രതിരോധശേഷി കുറവ്, പകർച്ചവ്യാധികൾ, പേശികളുടെ ബലം നഷ്ടപ്പെടൽ, വികിരണങ്ങളുടെ അനന്തര ഫലങ്ങൾ എന്നിവയാണ് അവയിൽ ചിലത്. ഇവയിൽ പലതിനെപ്പറ്റിയും മുൻപുള്ള അധ്യായങ്ങളിൽ ചർച്ചചെയ്തിരുന്നു. ദൈനംദിന ഭൗമ സാഹചര്യം പോലെ എപ്പോഴും ഒരു ഡോക്ടറുടെ, അല്ലെങ്കിൽ ഒരു ആശുപത്രിയുടെ വൈദ്യസഹായം ബഹിരാകാശത്തു കിട്ടണമെന്നില്ല. അസുഖം ബാധിച്ചാൽ അല്ലെങ്കിൽ വൈദ്യസഹായം വേണ്ടിവരുന്ന സാഹചര്യങ്ങളുണ്ടായാൽ, അവിടെ ലഭ്യമായ കാര്യങ്ങളുപയോഗിച്ചു ചികിത്സ തേടേണ്ട അവസ്ഥയാണ് നിലനില്ക്കുന്നത്. ആരോഗ്യപ്രശ്നങ്ങൾ ഒഴിവാക്കാൻ ബഹിരാകാശത്ത് ഉപയോഗിക്കുന്ന നിരവധി പ്രതിരോധ മാർഗങ്ങളുണ്ട്. ഇവയുപയോഗിച്ച് അവിടെ നേരിടുന്ന ആരോഗ്യപ്രശ്നങ്ങൾ നിയന്ത്രണത്തിലാക്കുകയും അവരെ ഉടൻതന്നെ ഭൂമിയിലെത്തിച്ച് വേണ്ട വിദഗ്ദ്ധ ചികിത്സ ലഭ്യമാക്കുക എന്നതുമാണ് പ്രായോഗികമായ കാര്യം.

ബഹിരാകാശ വൈദ്യശാസ്ത്ര ശാഖയുടെ ഭാഗമായി, ബഹിരാകാശത്തെത്തിയ ആദ്യത്തെ ഡോക്ടറാണ് 'ബോറിസ് ബോറിസോവിച്ച് യെഗോറോവ്.' വോഷ്ഖോഡ്-1 ൽ യാത്രചെയ്ത ഇദ്ദേഹം, ഇന്ദ്രിയങ്ങളുടെ പ്രവർത്തനങ്ങളിൽ പഠനം നടത്തിയിരുന്നു

ബഹിരാകാശ യാത്രയ്ക്കായി തെരഞ്ഞെടുക്കപ്പെട്ടവർ നേരിടേണ്ട വൈദ്യപരിശോധനയും ശാരീരികക്ഷമതാ പരിശോധനയും വളരെ പ്രധാനപ്പെട്ട ഒരു മാനദണ്ഡമാണ്. യാത്രയ്ക്ക് മുമ്പുള്ള അവസാന നിമിഷങ്ങളിൽ പോലും, അവർ വൈദ്യപരിശോധനയിൽ അനുയോജ്യരെന്നു തെളിയിക്കേണ്ടതുണ്ട്. എല്ലാ യാത്രയിലും ഒരു ഡോക്ടർ ഉണ്ടായിരിക്കുന്നത് സാധ്യമല്ല എന്നതുകൊണ്ട് ക്രൂ അംഗങ്ങളിൽ ഒരാൾക്ക് വൈദ്യപരിശോധനയ്ക്കുള്ള പ്രാഥമിക പരിശീലനങ്ങൾ നൽകുന്നു. കൂടാതെ, ഓരോ ക്രൂ അംഗങ്ങൾക്കും പ്രഥമശുശ്രൂഷ പരിശീലനവും നൽകുന്നു.

ആവശ്യമുള്ളപ്പോഴെല്ലാം വൈദ്യസഹായം നൽകുന്നതിന് ഭൗമ നിയന്ത്രണ കേന്ദ്രങ്ങളിൽ (GROUND CONTROL CENTRE) ഒരു വൈദ്യസഹായ സംഘം ഉണ്ടാകും. അവർ ക്രൂവിന്റെ ആരോഗ്യപ്രശ്നങ്ങളും രോഗലക്ഷണങ്ങളും ശ്രദ്ധിക്കുകയും ആവശ്യമായ ഉപദേശം നൽകുകയും ചെയ്യുന്നു. ബഹിരാകാശത്തേക്ക് കൊണ്ടുപോകുന്ന മരുന്നുകൾ പ്രത്യേകമായി നിർവചിക്കപ്പെട്ടിട്ടുള്ള നിറങ്ങളുള്ള (COLOUR CODED) പാക്കറ്റുകളിൽ സൂക്ഷിക്കുന്നു. ഭൂമിയിലെ കൺട്രോൾ സെന്ററിലും സമാനമായ കളർ കോഡുള്ള പാക്കറ്റുകൾ ഉണ്ടായിരിക്കും. നിർദ്ദിഷ്ട മരുന്നുകൾ കഴിക്കുന്നത് സംബന്ധിച്ച് കൺട്രോൾ സെന്ററിലുള്ള ഡോക്ടർ ഉപദേശം നൽകുമ്പോൾ, അദ്ദേഹം അതേ പ്രക്രിയ തന്നെ ചെയ്യുന്നു. അതുവഴി മനുഷ്യ ഇടപെടൽ മൂലമുള്ള പിശകുകളുടെ സാധ്യത വളരെ കുറയുന്നു. സാഹചര്യങ്ങൾ അതിതീവ്രമായാൽ, സ്കാൻ, എക്സ്-റേ റിപ്പോർട്ടുകൾ പോലുള്ളവ ബഹിരാകാശ നിലയത്തിൽനിന്ന് ഭൂമിയിലേക്ക് അയയ്ക്കുകയും, അതുവഴി ഭൂമിയിലുള്ള ഡോക്ടർമാർക്ക് പ്രശ്നത്തിന്റെ വ്യക്തവും പൂർണ്ണവുമായ ചിത്രം ലഭിക്കുകയും ചെയ്യുന്നു.

പലപ്പോഴും, ബഹിരാകാശയാത്രികർ അവരുടെ ആരോഗ്യത്തെ അവഗണിക്കുകയും അവരുടെ ജോലിയിൽ പൂർണ്ണമായും വ്യാപൃതരാവുകയും ചെയ്തേക്കാം. ശരീരത്തിൽ സംഭവിക്കുന്ന മാറ്റങ്ങൾ ശ്രദ്ധിക്കുന്നതിൽ അവർ ഒരുപക്ഷേ, പരാജയപ്പെട്ടേക്കാം. എന്നാൽ ഭൂമിയിലുള്ള വൈദ്യസഹായ സംഘം, ഓരോ ക്രൂ അംഗത്തിന്റെയും ശാരീരിക ഘടകങ്ങൾ തുടർച്ചയായി നിരീക്ഷിക്കുകയും, വേണ്ടുന്ന കാര്യങ്ങൾ നിർദ്ദേശിക്കുകയും ചെയ്യുന്നു. അവർ കഴിക്കുന്ന ഭക്ഷണത്തിന്റെയും വെള്ളത്തിന്റെയും അളവ്, ശ്വസിക്കുന്ന വായുവിന്റെ ഗുണനിലവാരം മുതലായവ ഇതിൽ ഉൾപ്പെടുന്നു.

ആവശ്യമായ വിശ്രമം നിലയങ്ങളിൽ ജോലിചെയ്യുന്ന യാത്രികർക്ക്/ ഗവേഷകർക്ക് നൽകേണ്ടത് അത്യന്താപേക്ഷിതമാണ്. നമ്മൾ സ്ഥിരം ഉറങ്ങുന്ന സ്ഥലം മാറിയാൽ, നമുക്ക് സുഖമായി ഉറങ്ങാൻ കഴിയില്ല എന്നതുപോലെ തന്നെ ബഹിരാകാശത്ത് ഉറക്കം ഒരു വെല്ലുവിളിയാണ്.

ഇതിന്റെ കാരണങ്ങൾ ആരാഞ്ഞാൽ, ആദ്യത്തേത് പകലിന്റെയും രാത്രിയുടെയും ദൈർഘ്യമാണ്. ഭൂമിയിൽ നമുക്ക് 12 മണിക്കൂർ പകലും 12 മണിക്കൂർ രാത്രിയും ഉണ്ട്. രാത്രികൾ മിക്കവാറും നിശ്ശബ്ദമാണ്, അത് നമ്മെ സമാധാനത്തോടെ ഉറങ്ങാൻ അനുവദിക്കുന്നു.

ഭൂമിയോടടുത്ത, താഴ്ന്ന ഭ്രമണപഥങ്ങളിൽ യാത്രികർ 1.5 മണിക്കൂർ കൊണ്ട് ഒരു ഭ്രമണം പൂർത്തിയാക്കുന്നു. ഇതിൽ തന്നെ ഒരു മണിക്കൂർ സൂര്യപ്രകാശവും അര മണിക്കൂർ ഇരുട്ടിലും ആയിരിക്കും. അതായത്, ഭൂമിയിലേത് പോലെ തുടർച്ചയായ ഇരുണ്ട രാത്രികൾ ഉണ്ടാകില്ല. നിലയത്തിലെ എല്ലാ യന്ത്രങ്ങളും ഉപകരണങ്ങളും തുടർച്ചയായി മുഴങ്ങുന്നതാണ് അസ്വസ്ഥതയുടെ മറ്റൊരു ഉറവിടം. കൂടാതെ, നമ്മുടെ വീടുകളിൽ നിന്ന് വ്യത്യസ്തമായി, ബഹിരാകാശ നിലയത്തിലെ എല്ലാ

അംഗങ്ങളും ഒരേ സമയം ഉറങ്ങുകയില്ല. ഒരു കൂട്ടം ആളുകൾ ജോലി ചെയ്യുന്നുണ്ടാകാം, മറ്റൊരു കൂട്ടർ ആ സമയം ഉറങ്ങുകയാണ് ഇവിടുത്തെ പതിവ്. ജോലി ചെയ്യുന്നവർ അവരുടെ പ്രവർത്തനത്തിന്റെ ഭാഗമായി പരസ്പരം സംസാരിക്കുന്നുണ്ടാകാം, അതിനോടനുബന്ധിച്ച ശബ്ദങ്ങളുമുണ്ടാകാം. ഇവ ആ സമയത്തു ഉറങ്ങുന്നവരെ ബാധിച്ചേക്കാം.

മൂന്നാമത്തെ ഘടകം ഗുരുത്വാകർഷണത്തിന്റെ അഭാവമാണ്. ഇക്കാരണത്താൽ, ഭൂമിയിലെപോലെ കട്ടിലിൽ ഉറങ്ങുമ്പോൾ ഒരിടത്തു അമർന്നുകിടന്നുറങ്ങാൻ സാധിക്കാതെവരികയും ശരീരം നിലംതൊടാത്ത അവസ്ഥയിൽ ഉറങ്ങേണ്ടിവരികയും ചെയ്യുന്നു. ഗുരുത്വാകർഷണത്തിന്റെ അഭാവംമൂലം പറന്നുനടക്കുന്ന മറ്റേതെങ്കിലും വസ്തുക്കൾ ഒരുപക്ഷേ, അവർക്കു ബുദ്ധിമുട്ടുണ്ടാക്കിയേക്കാം. എന്നാൽ, ഓരോ ക്രൂ അംഗ ങ്ങൾക്കും മതിയായ വിശ്രമം ഉറപ്പാക്കാൻ, ഓരോരുത്തർക്കും, പ്രത്യേകം വിശ്രമ സമയം ക്രമീകരിച്ചിട്ടുണ്ട്. ഇതനുസരിച്ച് നിശ്ചിതസമയം ഉറങ്ങാനും വിശ്രമിക്കാനും അവർ നിർദേശിക്കപ്പെടുന്നു. സൂര്യപ്രകാശം, അനഭിലഷണീയമായ ശബ്ദങ്ങൾ മൂലമുണ്ടാകുന്ന അസ്വസ്ഥതകൾ എന്നിവ കുറയ്ക്കുന്നതിന് 'ഐ മാസ്കുകൾ', 'ഇയർ പ്ലഗുകൾ' തുടങ്ങിയ കണ്ണ്, ചെവി മൂടുന്ന ഉപകരണങ്ങൾ അവർക്ക് നൽകാറുണ്ട്.

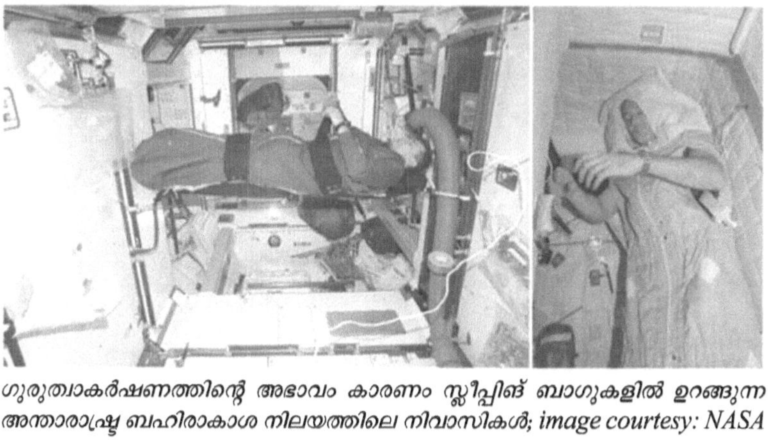

ഗുരുത്വാകർഷണത്തിന്റെ അഭാവം കാരണം സ്ലീപ്പിങ് ബാഗുകളിൽ ഉറങ്ങുന്ന അന്താരാഷ്ട്ര ബഹിരാകാശ നിലയത്തിലെ നിവാസികൾ; image courtesy: NASA

ബഹിരാകാശയാത്രികർ ഉറങ്ങുന്നത് പർവ്വതാരോഹകർ ഉപയോഗി ക്കുന്നത് പോലുള്ള 'സ്ലീപ്പിംഗ് ബാഗുകളിൽ' ആണ്. ഇവ നിലയങ്ങളിൽ പ്രത്യേക ഇടങ്ങളിൽ ബന്ധിപ്പിച്ചാണ് ഉറക്കം. ഇതുകാരണം, അവ ഒഴുകിനടക്കുകയോ മറ്റേതെങ്കിലും വസ്തുവുമായി കൂട്ടിയിടിക്കുകയോ ചെയ്യുന്നില്ല.

ബഹിരാകാശത്ത് നേരിടുന്ന എല്ലാ അസുഖങ്ങളും മരുന്നുകൾ ഉപയോഗിച്ചാണ് ചികിത്സിക്കുന്നത്. അവിടെ ഏതെങ്കിലും രീതിയിലുള്ള ശസ്ത്രക്രിയ നടത്തുന്നത് ഇതുവരെ പ്രായോഗികമായിട്ടില്ല. ചെറിയ

അളവിൽ വികിരണങ്ങൾ നിലയങ്ങളിലും പേടകങ്ങളിലും എത്തുന്നു എന്ന് മുൻപ് പറഞ്ഞല്ലോ. അതുകാരണവും, ഗുരുത്വാകർഷണത്തിന്റെ അഭാവവും കാരണം ശരീരഭാഗങ്ങൾ പഴയവിധം ശരിയാക്കാൻ ശസ്ത്രക്രിയയിലൂടെ സാധിക്കില്ല എന്നതും വസ്തുതയാണ്. ഇതിനെപ്പറ്റിയുള്ള ഒട്ടനേകം പഠനങ്ങൾ ഇന്നും ബഹിരാകാശ ഗവേഷണങ്ങളുടെ ഭാഗമായി നടന്നുവരുന്നു.

ഗുരുത്വാകർഷണത്തിന്റെ അഭാവംമൂലം, വൈദ്യശാസ്ത്ര/ശസ്ത്രക്രിയ ഉപകരണങ്ങളുടെ പ്രവർത്തന തത്വങ്ങളിലും ബഹിരാകാശ സാഹചര്യങ്ങളിൽ ഭൂമിയിലേതിൽ നിന്ന് വ്യത്യസ്തമാണ്. ഉദാഹരണത്തിന്, ഹൃദയസ്തംഭനം സംഭവിച്ച ഒരു വ്യക്തിയിൽ ഹൃദയമിടിപ്പ് തിരിച്ചുകൊണ്ടുവരുവാൻ ആശുപത്രികളിലും മറ്റും ഉപയോഗിക്കുന്ന 'ഡിഫിബ്രിലേറ്റർ' ബഹിരാകാശത്ത് അതേപടി പ്രവർത്തിക്കില്ല. ഹൃദയസ്തംഭനമുണ്ടായാൽ, ഡിഫിബ്രിലേറ്ററിന്റെ 'പാഡുകൾ' രോഗിയുടെ നെഞ്ചിൽ 11 കിലോഗ്രാം ശക്തിയിൽ അമർത്തേണ്ടതുണ്ട്. എന്നാൽ ബഹിരാകാശത്ത് ഗുരുത്വാകർഷണത്തിന്റെ അഭാവത്തിൽ, ഇത്തരമൊരു കാര്യം സാധ്യമല്ല. അതിനാൽ ബഹിരാകാശ പരിതസ്ഥിതികളിൽ ശരീരത്തിൽ ഒട്ടിച്ചു ചേർക്കുന്നവിധത്തിലുള്ള ഡിഫിബ്രിലേറ്ററുകൾ ഉപയോഗിക്കുന്നു.

ബഹിരാകാശത്ത് തങ്ങുമ്പോൾ ദൗർഭാഗ്യവശാൽ ഒരു ഗവേഷകൻ/സഞ്ചാരി മരണപ്പെട്ടാൽ ചെയ്യേണ്ടുന്ന നടപടികളെക്കുറിച്ച് കൃത്യമായ ഒരു നിർവചനം ഇല്ല. ഇത്തരം ഒരു സാഹചര്യം ഉണ്ടായിട്ടില്ല

ഭൂമിയിൽ ഡിഫിബ്രിലേറ്ററുകൾ ഉപയോഗിക്കാൻ അതിന്റെ ടെർമിനലുകൾ ശക്തിയായി രോഗിയുടെ നെഞ്ചിൽ അമർത്തുന്നു (ഇടത്), ബഹിരാകാശ സാഹചര്യങ്ങളിൽ ഇത്തരം ബലം പ്രയോഗിക്കുക സാധ്യമല്ലാത്തതിനാൽ ശരീരത്തിൽ ഒട്ടിച്ച് വയ്ക്കാവുന്ന ടെർമിനലുകൾ ആണ് ഉപയോഗിക്കുന്നത് (വലത്)

എന്നതുതന്നെയാണ് ഇതിന്റെ പ്രധാന കാരണവും. എന്നാൽ, ദീർഘകാല ദൗത്യങ്ങൾ ഏറ്റെടുക്കുമ്പോൾ ഇത്തരം കാര്യങ്ങൾ കൂടി കൃത്യമായി നിർവചിക്കപ്പെടേണ്ടത് അത്യന്താപേക്ഷിതമാണ്.

1976 ൽ സല്യൂട്ട്-5 ൽ ഉണ്ടായിരുന്ന ഒരു ബഹിരാകാശയാത്രികന് 49 ദിവസം നിലയത്തിൽ താമസിച്ചശേഷം കടുത്ത തലവേദന അനുഭവപ്പെടുകയും അദ്ദേഹത്തെ ഉടനടി ഭൂമിയിലെത്തിക്കുകയും ചികിത്സ

നൽകുകയും ചെയ്തു. അതുപോലെ, 216 ദിവസത്തെ ദൗത്യത്തിൽ ഏർപ്പെട്ടിരുന്ന സല്യൂട്ട്-7 ലെ മറ്റൊരു ബഹിരാകാശ സഞ്ചാരിക്ക് 56-ാം ദിവസം രോഗബാധയുണ്ടാകുകയും അത് ബാക്കി അംഗങ്ങളിലേക്ക് പകരാതിരിക്കാൻ, അദ്ദേഹത്തെ ഉടൻതന്നെ ഭൂമിയിലേക്ക് തിരികെ കൊണ്ടുവരികയും ചെയ്തു. മിർ നിലയത്തിന്റെ 15 വർഷത്തെ ചരിത്രത്തിൽ, അസുഖം കാരണം താമസക്കാരെ അവരുടെ നിശ്ചിത ദൗത്യ പൂർത്തീകരണത്തിന് മുമ്പായി ഭൂമിയിലേക്ക് തിരികെ കൊണ്ടുവന്നത് മൂന്ന് തവണ ആയിരുന്നു. അപ്പോളോ ബഹിരാകാശയാത്രികർക്ക് അത്തരം പെട്ടെന്നുള്ള മടങ്ങിവരവ് സാധ്യമായിരുന്നില്ല. ഇപ്രകാരം, ചൊവ്വയിലേക്കും അതിനപ്പുറമുള്ളതുമായ ദീർഘദൂര ദൗത്യങ്ങളിൽ ഭൂമിയിലേക്കുള്ള പെട്ടെന്നുള്ള തിരിച്ചുവരവ് സാധ്യമല്ലെന്നത് ശ്രദ്ധിക്കേണ്ടതാണ്.

ഭാരക്കുറവ് മൂലമുള്ള ആരോഗ്യപ്രശ്നങ്ങൾ ഒഴിവാക്കാൻ ഒരു വ്യക്തി 24 മണിക്കൂറും ഭൂമിക്ക് സമാനമായ ഗുരുത്വാകർഷണത്തിൽ ആയിരിക്കേണ്ടത് അത്യാവശ്യമല്ലെന്നും, ഇതിനായി കുറഞ്ഞ ദൈർഘ്യത്തിൽ കൃത്രിമ ഗുരുത്വാകർഷണവും കൃത്യമായ വ്യായാമവും

കൃത്രിമ ഗുരുത്വാകർഷണം സൃഷ്ടിക്കാൻ ബഹിരാകാശത്ത് തിരിയുന്ന ഘടകം അപകേന്ദ്രബലം സൃഷ്ടിക്കുകയും, അതിലൂടെ കാല്കുത്തി നില്ക്കുന്ന ദിശയിലേക്ക് ഭാരം തോന്നിപ്പിക്കുകയും ചെയ്യുന്നു (ഇടത്), ഭൂമിയിലേതിന് സമാനമായ ഗുരുത്വാകർഷണ സാഹചര്യം നല്കാൻ സാധിക്കുന്ന നിലയത്തിന്റെ ഭാഗം, ചിത്രകാരന്റെ ഭാവനയിൽ (വലത്)

മതിയാകും എന്ന് മുൻ അധ്യായങ്ങളിൽ നമ്മൾ കണ്ടു. 20 മിനിറ്റ് കൃത്രിമ ഗുരുത്വാകർഷണത്തിന്റെ പ്രതിദിന ഡോസ് ഉപയോഗിച്ച് ഹൃദയത്തിന്റെ പ്രവർത്തനത്തിൽ കാര്യമായ പുരോഗതി കണ്ടെത്തിയിട്ടുണ്ട്. ബഹിരാകാശത്ത് കൃത്രിമ ഗുരുത്വാകർഷണം സൃഷ്ടിക്കാൻ പ്രത്യേക ഉപകരണങ്ങൾ വികസിപ്പിച്ചെടുക്കുന്നതിൽ ഇതുവരെയുള്ള പര്യവേക്ഷണ ദൗത്യങ്ങൾ വലിയ പങ്കുവഹിച്ചിട്ടുണ്ട്. യാത്രാ പരിശീലനവേളയിൽ ഉപയോഗിക്കുന്ന 'സെൻട്രിഫ്യൂജ്' (CENTRIFUGE) പോലുള്ള ഉപകരണമാണ് ഇതിനുവേണ്ടി രൂപകല്പന ചെയ്തിരിക്കുന്നത്. പരീക്ഷണാ

ടിസ്ഥാനത്തിൽ വിജയിച്ചെങ്കിലും, അത്തരം ഉപകരണങ്ങൾ ഇതുവരെ ഒരു ബഹിരാകാശ നിലയത്തിലും പൂർണ്ണമായി സ്ഥാപിക്കാനോ പ്രവർത്തിപ്പിക്കുകയോ ചെയ്തിട്ടില്ല എന്നത് ശ്രദ്ധേയമാണ്.

പാരിസ്ഥിതിക പ്രശ്നങ്ങൾ

ബഹിരാകാശ യാത്രയിൽ സാധാരണയായി രണ്ട് തരം ജീവന പരിതസ്ഥിതികൾ അല്ലെങ്കിൽ താമസിക്കാവുന്ന ക്യാബിനുകൾ ഉണ്ട്. സോയൂസ് അല്ലെങ്കിൽ സ്പേസ് ഷട്ടിൽപോലുള്ള ഗതാഗത വാഹനങ്ങളിലുള്ള, ഏതാനും മണിക്കൂറുകൾ മുതൽ ദിവസങ്ങൾ വരെ ഹ്രസ്വകാലത്തേക്ക് താമസിക്കാൻ ഉതകുന്ന ചെറിയ സംവിധാനങ്ങളും, ദീർഘകാല ദൗത്യങ്ങൾക്കായുള്ള ബഹിരാകാശ നിലയങ്ങളിലെ ആവാസ വ്യവസ്ഥകളും ആണ് ഇത്. ബഹിരാകാശ നിലയങ്ങളുടെ ആവാസ വ്യവസ്ഥകൾ, ഗതാഗത സംവിധാനങ്ങളിലെ ക്യാബിൻ സ്ഥലത്തേക്കാൾ പലമടങ്ങ് വലുതായിരിക്കും. ഒരു കാറിൽ ലഭ്യമായ സ്ഥലവും നമ്മുടെ വീടുകളിൽ ഉള്ള സ്ഥലത്തിന്റെ ലഭ്യതയുമായി ഇവയെ താരതമ്യം ചെയ്യാം. വിക്ഷേപണത്തിന് ഏതാനും മണിക്കൂറുകൾക്ക് മുമ്പ് ക്രൂ അംഗങ്ങൾ പേടകത്തിൽ കയറുകയും അവരവർക്കുള്ള ഇരിപ്പിടങ്ങളിൽ ബന്ധിപ്പിക്കപ്പെടുകയും വേണം. ഇതുകൂടാതെ അവർ 'സ്പേസ് സ്യൂട്ടുകൾ' ധരിച്ചിരിക്കുകയും വേണം എന്ന് നമ്മൾ മുൻ അധ്യായങ്ങളിൽ കണ്ടതാണ്. ഇത് അവരുടെ ചലനങ്ങൾ പരിമിതപ്പെടുത്തുകയും അത്യാവശ്യ കാര്യങ്ങളിൽ പലതും ഇരിപ്പിടത്തിൽത്തന്നെ നിറവേറ്റേണ്ടതുമാണ്.

വിക്ഷേപണ വാഹനങ്ങൾ ബഹിരാകാശത്തിലെത്തുന്ന യാത്രയിൽ ഒരുപക്ഷേ, ഭ്രമണപഥങ്ങളിലുള്ള ചെറു അവശിഷ്ടങ്ങളും മറ്റും വന്നിടിക്കാൻ സാധ്യതയുണ്ട്. ഇത്തരം പരിക്രമണ അവശിഷ്ടങ്ങൾ വിക്ഷേപണത്തിന് മുൻപുതന്നെ തിരിച്ചറിയാനും അവയോടുള്ള സമ്പർക്കം ഒഴിവാക്കാനും ഇന്ന് സംവിധാനങ്ങളുണ്ട്. സ്പേസ് ഷട്ടിൽ പ്രവർത്തിച്ചിരുന്ന കാലത്ത്, യാത്ര ചെയ്യുന്നവർ പരമാവധി ഒന്നോ രണ്ടോ ദിവസം മാത്രമേ

എന്റീവർ സ്പേസ് ഷട്ടിലിലെ ഫ്ളൈയിറ്റ് ഡെക്ക് (ഇടത്), ഐ എസ് എസ് കമാന്റർ സുനിതാ വില്ല്യംസ് നിലയത്തിന്റെ പ്രവർത്തനം വിശദീകരിക്കുന്നു (വലത്); image courtesy: NASA

അതിനുള്ളിൽ കഴിയുമായിരുന്നുള്ളു. ലക്ഷ്യസ്ഥാനത്ത് (നിലയങ്ങളിൽ) എത്തിയാലുടൻ അവർ സ്പേസ് ഷട്ടിലിൽനിന്ന് ബഹിരാകാശ നിലയങ്ങളിലേക്കു മാറുന്നു.

ബഹിരാകാശ നിലയങ്ങളിലെ താമസക്കാർക്ക് ദൗത്യങ്ങളുടെ രീതിയനുസരിച്ച് ഏതാനും ദിവസങ്ങളോ മാസങ്ങളോ അവിടെ തങ്ങേണ്ടി വന്നേക്കാം. അവിടെ പ്രവർത്തിക്കുന്ന യന്ത്രസംവിധാനങ്ങളുടെ തുടർച്ചയായ ശബ്ദമാണ് ബഹിരാകാശനിലയത്തിൽ താമസിക്കുന്നതിന്റെ പ്രാഥമിക വെല്ലുവിളികളിലൊന്ന്. നിലയത്തിന്റെ പ്രവർത്തനം തുടരുന്നതിന്, നിരവധി ഗവേഷണ പ്രവർത്തനങ്ങൾ നടത്തുന്നതിനും, വ്യത്യസ്ത യന്ത്രങ്ങളും ഉപകരണങ്ങളും സംവിധാനങ്ങളും അവിടെ തുടർച്ചയായി പ്രവർത്തിക്കുന്നു. അവ പ്രകമ്പനങ്ങളും, വിവിധ തരം മുഴങ്ങുന്ന ശബ്ദങ്ങളും സൃഷ്ടിച്ചുകൊണ്ടിരിക്കുന്നു. ഇതിനെല്ലാം പുറമേ, ക്രൂ അംഗങ്ങൾ തമ്മിലുള്ള തുടർച്ചയായ സംഭാഷണങ്ങളും, ഭൂമിയിലെ കേന്ദ്രങ്ങളുമായുള്ള ആശയവിനിമയ ശബ്ദങ്ങളും എപ്പോഴും ഉണ്ടായിരിക്കും. ഈ യന്ത്രങ്ങളും ഉപകരണങ്ങളും സൃഷ്ടിക്കുന്ന ശബ്ദം 65 മുതൽ 100 ഡെസിബെൽ വരെ തീവ്രതയുള്ളതായിരിക്കും. ഇത് ഭൂമിയിലെ ഒട്ടുമിക്ക ജോലിസ്ഥലങ്ങളിലെയും ശബ്ദത്തിന്റെ അളവ് പോലെയാണ്.

അടുത്തത് താപനിലയാണ്. ബഹിരാകാശത്ത് കാണപ്പെടുന്ന താപനില വ്യത്യാസങ്ങൾ ഭൂമിയിൽ കാണുന്നതിനേക്കാൾ മൂന്നിരട്ടിയാണ്. സൂര്യനെ അഭിമുഖീകരിക്കുന്ന ഭാഗങ്ങൾ 175 ഡിഗ്രി സെൽഷ്യസും സൂര്യനിൽ നിന്ന് അകലെയുള്ള ഭാഗങ്ങൾ -150 ഡിഗ്രി സെൽഷ്യസും വരെ വ്യത്യാസപ്പെടാം. നിലയത്തിലെ താമസ ക്യാബിനുകൾ ഈ ബാഹ്യ താപനില വ്യത്യാസങ്ങളിൽ നിന്ന് പൂർണ്ണമായും സംരക്ഷിതമായിരിക്കുകയും 20 മുതൽ 25 ഡിഗ്രി സെൽഷ്യസ് വരെ സുഖപ്രദമായ

ബഹിരാകാശ യാത്രാ പേടകങ്ങളായ സോയൂസ് (ഇടത്), സ്പേസ് എക്സ് ക്രൂ ഡ്രാഗൺ എന്നിവയിൽ യാത്രികർക്ക് ലഭ്യമായ സ്ഥലം; image courtesy: ESA/

നിലയിലുമാണ് പരിപാലിക്കപ്പെടുന്നത്. ഈ ക്യാബിനുകൾക്ക് പുറത്തുള്ള പ്രവർത്തനങ്ങളിൽ (ഈ വീ എ), ശരീരത്തിന് ചുറ്റും സുഖപ്രദമായ താപനില നൽകുന്നതിൽ സ്പേസ് സ്യൂട്ടുകൾ ഒരു പ്രധാന പങ്ക് വഹിക്കുന്നു. ഇതൊക്കെയാണെങ്കിലും, ബഹിരാകാശ

യാത്രികർ നിലയങ്ങളിലുള്ള തങ്ങളുടെ താമസ സമയത്ത് ഗണ്യമായ താപനില ചക്രങ്ങൾക്ക് വിധേയരാകുന്നു.

ക്യാബിനിൽ ജീവൻ നിലനിർത്താനാവശ്യമായ അനുപാതത്തിൽ മിശ്രിത വാതകങ്ങളാൽ കൃത്രിമമായി ഭൂമിക്കുസമാനമായ വായു ഘടന സൃഷ്ടിക്കുന്നു. ക്യാബിനുകളിലെ വായുവിന്റെ ശുദ്ധതയും കൃത്യമായി നിലനിർത്തേണ്ടതുണ്ട്. കൃത്രിമമായി സജ്ജീകരിച്ചിട്ടുള്ള സംവിധാനങ്ങളിലൂടെ മലിനമായ വായു വലിച്ചെടുക്കുകയും അവ ശുദ്ധീകരിച്ചു യാത്രികർക്കാവശ്യമുള്ളത് നൽകുകയും ചെയ്യുന്നു. അതുപോലെ അവിടെയുള്ള മനുഷ്യരും മൃഗങ്ങളും പുറന്തള്ളുന്ന കാർബൺ-ഡൈ-ഓക്സൈഡും യന്ത്ര സംവിധാനങ്ങളിൽ നിന്ന് ഉൽപ്പാദിപ്പിക്കുന്ന മറ്റ് വിഷവാതകങ്ങളും ക്യാബിനിൽ നിന്ന് നീക്കം ചെയ്യപ്പെടുന്നു. വായുവിലെ കാർബൺ-ഡൈ-ഓക്സൈഡിന്റെ അളവ് വർദ്ധിക്കുന്നത് ഹൃദയമിടിപ്പ് വർദ്ധിപ്പിക്കുന്നതിനും ശ്വസന പ്രവർത്തനത്തിനു ദോഷമായി ഭവിക്കുകയും ചെയ്യും. ഇതുപോലെതന്നെ ജലത്തിന്റെ ലഭ്യത ബഹിരാകാശത്തെ മറ്റൊരു വെല്ലുവിളിയാണ്. ബഹിരാകാശത്ത് ജലം അമൂല്യമായ ഒരു വസ്തുവാണ് എന്ന് നമ്മൾ മുൻ അധ്യായങ്ങളിൽ നിന്ന് മനസ്സിലാക്കി. ബഹിരാകാശ സഞ്ചാരികൾ അവരുടെ ആരോഗ്യം നിലനിർത്താൻ ആവശ്യമായ അളവിൽ വെള്ളം കുടിക്കണം എന്നും നമ്മൾ ചർച്ചചെയ്തു.

ബഹിരാകാശ സഞ്ചാരികൾ ആഴ്ചയിൽ ഒരിക്കൽ മാത്രമാണ് വസ്ത്രം മാറുന്നത്. രണ്ട് ദിവസം കൂടുമ്പോൾ അടിവസ്ത്രങ്ങളും, സോക്സും മാറ്റുന്നു. നിലയങ്ങളിൽ ഉപയോഗിച്ച വസ്ത്രങ്ങൾ അലക്കാറില്ല, അവിടെ ഉൽപ്പാദിപ്പിക്കപ്പെടുന്ന മറ്റ് മാലിന്യങ്ങൾക്കൊപ്പം അവ സംസ്കരിക്കപ്പെടുകയാണ് ചെയ്യുന്നത്. സ്കൈലാബ് നിലയത്തിൽ യാത്രികർക്ക് കുളിക്കുന്നതിനായി ചൂടുവെള്ളം വരുന്ന 'ഷവറുകൾ' സ്ഥാപിച്ചിരുന്നു. എന്നാൽ, ഇത് നിലയത്തിനുള്ളിൽ ജലം അനിയന്ത്രിതമായി വെള്ളത്തുള്ളികളായി എത്തുകയും അവ നിർമ്മാർജ്ജനം ചെയ്യാൻ വളരെ ബുദ്ധിമുട്ടുകയും ചെയ്തതായി രേഖപ്പെടുത്തിയിട്ടുണ്ട്. അതിനാൽ പിന്നീടുള്ള നിലയങ്ങളിൽ, സോപ്പ്, ഷാംപൂ എന്നിവ ഉപയോഗിച്ചുള്ള ഒറ്റത്തവണ ഉപയോഗിച്ച് കളയാവുന്ന തുണികളും, 'വൈപ്പുകളും'/WIPES

അന്താരാഷ്ട്ര ബഹിരാകാശ നിലയത്തിലെ ശൗചാലയം (ഇടത്), നിലയത്തിൽ വച്ച് ശരീരം വൃത്തിയാക്കുന്ന നാസയുടെ യാത്രികക്കാരൻ നൈബെർഗ് (വലത്); image courtesy: NASA

ശരീരം ശുദ്ധീകരിക്കാൻ ഉപയോഗിക്കുന്നു. ബഹിരാകാശത്തെ ശുചിമുറികൾ ഉപയോഗിക്കുന്നതിന് പ്രത്യേക പരിശീലനം വേണ്ടിവരുന്നു എന്നത് ശ്രദ്ധേയമാണ്. 'കത്തീറ്റർ' (ശരീരത്തിലെ ചില ദ്രവങ്ങൾ ഊറ്റിയെടുക്കുവാൻ ഉപയോഗിക്കുന്ന നേർത്ത കുഴൽ) പോലുള്ള സംവിധാനങ്ങളുള്ള നീളമുള്ള ട്യൂബുകളാണ് ഇവയിൽ ഉപയോഗിക്കുന്നത്. കളർ കോഡുകൾ ഉപയോഗിച്ച് സ്ത്രീകൾക്കും പുരുഷന്മാർക്കും അവ വേർതിരിക്കപ്പെടും. ഖര-ദ്രവമാലിന്യങ്ങൾ പ്രത്യേകം ടാങ്കുകളിൽ ശേഖരിക്കപ്പെടുകയും ചെയ്യുന്നു. ശുചിമുറികൾ ഉപയോഗിക്കുന്ന സമയം, യാത്രികർ സ്വയം ഇത്തരം സംവിധാനത്തിലേക്ക് ബന്ധിപ്പിക്കുന്നതിന് സഹായകരമാകും. ഇത്തരം മാലിന്യങ്ങൾ, വായു കടക്കാത്ത ടാങ്കുകളിൽ സൂക്ഷിക്കുകയും നിലയത്തിൽ നിന്ന് മടങ്ങുന്ന പേടകങ്ങൾ ഭൗമാന്തരീക്ഷത്തിലേക്കു പുനഃപ്രവേശിക്കുമ്പോൾ അവയിലെ സർവീസ് മൊഡ്യൂൾ വഴി സംസ്കരിച്ച് അന്തരീക്ഷത്തിൽ കത്തിക്കുകയും ചെയ്യുന്നു.

ശരിയായ രീതിയിൽ ശ്രദ്ധിച്ചില്ലെങ്കിൽ ദുർഗന്ധവും പഴകിയ വായുവും നിലയങ്ങൾ താമസത്തിനു ഹിതകരമല്ലാതാക്കും. ഒരേ വായു തന്നെ തുടർച്ചയായി പുനഃ ചംക്രമണം ചെയ്യപ്പെടുകയും പുതിയ വായു അതിലേക്കു ചേർക്കാതിരിക്കുകയും ചെയ്താൽ, ഉപയോഗത്തിന് നല്ലതല്ലാതാകുന്നു. യന്ത്രങ്ങളും, ഉപകരണങ്ങളും പുറപ്പെടുവിക്കുന്ന വാതകങ്ങൾ മാത്രമല്ല, നിലയത്തിന്റെ ചുവരുകളും മറ്റും നിർമ്മിക്കാനുപയോഗിക്കുന്ന വസ്തുക്കൾ കാലക്രമേണ ദ്രവിക്കുകയും അവ ചില പ്രത്യേക വാതകങ്ങൾ പുറപ്പെടുവിക്കുകയും ചെയ്യുന്നതിനാ

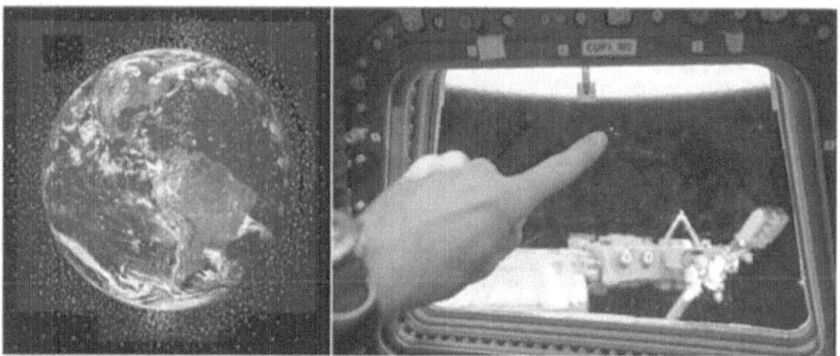

ഭൂമിക്ക് ചുറ്റുമുള്ള മനുഷ്യനിർമ്മിതവും അല്ലാത്തതുമായ വസ്തുക്കൾ നാസയുടെ വിവരശേഖരത്തിൽ നിന്ന് (ഇടത്), അന്താരാഷ്ട്ര ബഹിരാകാശ നിലയത്തിൽ നിന്ന് കാണുന്ന ക്ഷുദ്രഗ്രഹ വസ്തുക്കൾ (വലത്); image courtesy: NASA

ലാണ് ഇത്തരം പ്രശ്നം ഉണ്ടാകുന്നത്. അത്തരം ഘടനകൾ നിർമ്മിക്കുന്നതിന് ഉപയോഗിക്കുന്ന വസ്തുക്കൾ ശ്രദ്ധാപൂർവം തെരഞ്ഞെടുക്കുകയും അവയുടെ സ്ഥിരത പരിശോധിച്ച് ഉറപ്പുവരുത്തിയ ശേഷം ഉപയോഗിക്കുകയും വേണം.

ഇവയെ കൂടാതെ, ക്രൂ അംഗങ്ങളിൽ നിന്നുള്ള സ്വാഭാവിക ശരീര ദുർഗന്ധവും ക്യാബിൻ ദുർഗന്ധത്തിന് കാരണമാകുന്നു എന്നതും വസ്തുതയാണ്.

മനഃശാസ്ത്രപരമായ വെല്ലുവിളികൾ

ഏതൊരു യാത്രയിലും, അതിപ്പോൾ ഭൂമിയിലായാലും ബഹിരാകാശയാത്രയിലായാലും, സഹയാത്രികരോട് സംസാരിക്കാനുള്ള വിഷയങ്ങൾ കാലക്രമേണ കുറയുകയും പതിയെ യാത്രാന്തരീക്ഷം നിശ്ശബ്ദതയ്ക്കു വഴിമാറുകയും ചെയ്യാറുണ്ട്. ഇത് ഒരുപക്ഷേ, ചിലരിൽ ഏകാന്തതയ്ക്കു കാരണമാകുന്നു. ആരോടും ഒന്നും സംസാരിക്കാനില്ലാതെ ഒതുങ്ങിപ്പോകുന്ന ഒരു തോന്നൽ അവർക്ക് അനുഭവപ്പെടാൻ തുടങ്ങിയേക്കാം. മാസങ്ങളോളം ബഹിരാകാശത്ത് താമസിക്കുന്നത് ക്രൂ അംഗങ്ങളുടെ കുടുംബജീവിതത്തെയും ബാധിക്കുന്നു. അവരുടെ പങ്കാളികളുമായും കുട്ടികളുമായും വൈകാരിക അകലം സൃഷ്ടിക്കുന്നു. പ്രായമായ മാതാപിതാക്കൾക്കും ആവശ്യമായ പരിചരണം നൽകാൻ അവർക്ക് കഴിഞ്ഞേക്കില്ല. ഈ വസ്തുതകൾ അവരെ മാനസിക സമ്മർദങ്ങളിലേക്കും അസന്തുഷ്ടിയിലേക്കും നയിച്ചേക്കാം. ഈ അവസ്ഥകളെ മറികടക്കാൻ, അവർക്ക് അവരുടെ കുടുംബാംഗങ്ങളുമായി ദിവസേന കുറച്ച് മിനിറ്റ് ഇടപഴകാൻ അവസരം നൽകുന്നു.

ഒരു ബഹിരാകാശ ദൗത്യത്തിൽ യാത്രികൻ, നിയുക്ത ബഹിരാകാശ ഗവേഷണ പ്രവർത്തനങ്ങൾ നടത്തുകയും, നിലയത്തിന്റെ വൃത്തിയുള്ള പ്രവർത്തനസാഹചര്യങ്ങൾ നിലനിർത്തുകയും, ഭൂമിയിലുള്ള നിയന്ത്രണ കേന്ദ്രങ്ങളുമായി ഇടയ്ക്കിടെ ആശയവിനിമയം നടത്തുകയും നിലയത്തിലെ സാഹചര്യങ്ങൾ അറിയിക്കുകയും ഭൂമിയിൽ നിന്ന് നിർദ്ദേശങ്ങൾ സ്വീകരിക്കുകയും, സ്റ്റേഷൻ അറ്റകുറ്റപ്പണി പ്രവർത്തനങ്ങൾ നടത്തുകയും ചെയ്യുന്നു. ഇവയ്ക്കെല്ലാം ഇടയിൽ, ദൈനംദിന ആവശ്യങ്ങൾക്ക് ഭക്ഷണം തയ്യാറാക്കാൻ അവർക്ക് സമയം ലഭിക്കില്ല.

ആദ്യ ബഹിരാകാശ യാത്രികനായ യൂറി ഗഗാറിൻ മടങ്ങിയെത്തിയപ്പോൾ ലഭിച്ച സ്വീകരണം (ഇടത്), അപ്പോളോ–11 ൽ ചന്ദ്രനിൽ കാലുകുത്തിയ യാത്രികരുടെ ദൗത്യ വിജയം ലോകം മുഴുവൻ ആഘോഷിച്ചപ്പോൾ (വലത്); image courtesy: NASA

അതിനാൽ ഭക്ഷ്യവസ്തുക്കൾ ഭൂമിയിൽനിന്ന് തയ്യാറാക്കുകയും, കൊണ്ടുപോകുകയും ചെയ്യുന്നു. കൂടാതെ കുറച്ച് വെള്ളം ഉപയോഗിച്ച് ചൂടാക്കുന്നത് പോലെ കുറഞ്ഞ പരിശ്രമത്തോടെ പാകം ചെയ്യുന്ന സാഹചര്യങ്ങളും ഉണ്ട്. അവരുടെ രുചി മുകുളങ്ങളുടെ സംവേദനക്ഷമത കുറയുന്നതിനാൽ, ഭക്ഷണത്തിന്റെ മുഴുവൻ രുചിയും അവർക്ക് അനുഭവിക്കാൻ കഴിയുന്നില്ല. ഭക്ഷണത്തിലെ വൈവിധ്യങ്ങളുടെ അഭാവം ഒരേ ഭക്ഷണം ആവർത്തിച്ച് കഴിക്കുന്നതിനോടുള്ള അവജ്ഞയിലേക്ക് നയിച്ചേക്കാം. ഇവയ്ക്കെല്ലാം ഉപരിയായി, ഏതെങ്കിലും പുതിയ ഇനങ്ങൾ എടുക്കുന്നതിന് മുമ്പ് പെട്ടെന്ന് കാലഹരണപ്പെടുന്ന ഭക്ഷണം കഴിക്കാൻ അവർ പലപ്പോഴും നിർബന്ധിതരാകുന്നു. എന്നിരുന്നാലും, അവരുടെ അഭിരുചിക്കും ഇഷ്ടത്തിനും അനുസരിച്ച് ഇടയ്ക്കിടെ പുതിയ ഭക്ഷണം തയ്യാറാക്കുന്നതിനായി നിലയത്തിൽ ഒരു ചെറിയ പാചക സൗകര്യം ലഭ്യമാണ്. ഭക്ഷണ ഉപഭോഗം സൂക്ഷ്മമായി നിരീക്ഷിക്കുകയും നിയന്ത്രിക്കുകയും ചെയ്തിട്ടും, യാത്രികർ ബഹിരാകാശത്ത് പോകുമ്പോൾ പലപ്പോഴും ശരീരഭാരം കുറയുന്നതായി കണ്ടെത്തിയിട്ടുണ്ട്.

മുൻപ് ചർച്ചചെയ്തതുപോലെ, ഭാരക്കുറവുമൂലമുണ്ടാകുന്ന ആരോഗ്യപ്രശ്നങ്ങളെ മറികടക്കാനും തടയാനും ബഹിരാകാശ യാത്രികർ നിർബന്ധമായും ശാരീരിക വ്യായാമങ്ങൾ ചെയ്യേണ്ടതുണ്ട്. ഇഷ്ടമില്ലെങ്കിലും താൽപ്പര്യമില്ലെങ്കിലും അവർ അത് ചെയ്യേണ്ടതുണ്ട്. ഒരേ സ്ഥലത്ത് ഒരേ രീതിയിൽ എല്ലാ ദിവസവും ഒരേ വ്യായാമങ്ങൾ ആവർത്തിച്ച് ചെയ്യുന്നത് അവർക്കിടയിൽ ക്ഷീണവും വിരസതയും ഉണ്ടാക്കുന്നു. ഈ താൽപ്പര്യമില്ലായ്മയെ ഒരു പരിധിവരെ മറികടക്കാൻ, വ്യായാമങ്ങൾക്കിടയിൽ അവരുടെ ഇഷ്ടപ്പെട്ട സംഗീതം കേൾക്കാൻ അവസരമൊരുക്കുന്നു.

ആദ്യകാലങ്ങളിൽ, ബഹിരാകാശയാത്രികരുമായി ബന്ധപ്പെട്ട് വലിയ അഭിമാനവും നേട്ടങ്ങളും ജനപ്രീതിയും ഉണ്ടായിരുന്നു. അവരെ രാഷ്ട്രങ്ങളുടെ ആരാധ്യരായി കണക്കാക്കിയിരുന്നു. ഇത് ബഹിരാകാശ സഞ്ചാരികൾക്ക് വലിയ പ്രചോദനമായിരുന്നു. ഇത്രയധികം ദൗത്യങ്ങൾക്കും യാത്രകൾക്കുംശേഷം ബഹിരാകാശയാത്രകൾക്ക് തുടക്കത്തെ പകിട്ട് നഷ്ടപ്പെട്ടു എന്ന തോന്നൽ ഉള്ളവരുണ്ട്. ഉദാഹരണത്തിന്, ചന്ദ്രനിൽ ആദ്യമായി കാലുകുത്തിയ മനുഷ്യനായി നീൽ ആംസ്ട്രോങ്ങിനെ എല്ലാവർക്കും അറിയാം. എന്നാൽ അദ്ദേഹത്തിന് പിന്നാലെ ചുവടുവെച്ച ബസ് ആൽഡ്രിനെയോ അതിനു ശേഷം ചന്ദ്രനിലേക്ക് പോയ നിരവധി ബഹിരാകാശ സഞ്ചാരികളെയോ അധികമാരും ഓർക്കാറില്ല.

ചില പ്രത്യേക ഗവേഷണ പ്രവർത്തനങ്ങൾക്കായി ബഹിരാകാശ സഞ്ചാരികൾ യാത്ര ചെയ്യുകയും പ്രവർത്തനങ്ങൾ നടത്തുന്നതിനുള്ള പരിമിതമായ സാമഗ്രികളും ഉപകരണങ്ങളും ഉപയോഗിച്ച്, അവരുടെ

പ്രവർത്തനങ്ങൾ ഒരു നിശ്ചിത കാലയളവിനുള്ളിൽ പൂർത്തിയാക്കണം. ഏതെങ്കിലും പരീക്ഷണങ്ങൾ പ്രതികൂല ഫലങ്ങൾ ഉണ്ടാക്കിയാൽ, അത് അവരുടെ മനസ്സിൽ അതൃപ്തിയും വിരസതയും ഉണ്ടാക്കുന്നു. ഒരേ പരീക്ഷണങ്ങൾ ഒന്നിലധികം തവണ പലതരത്തിൽ ആവർത്തിക്കുകയും ചെയ്യുന്നത് അവരിൽ മാനസിക ബുദ്ധിമുട്ടുകൾ സൃഷ്ടിക്കുന്നു. ഗവേഷണ സംവിധാനങ്ങളിലെ പരാജയങ്ങൾ സ്വയം പരിഹരിക്കപ്പെടേണ്ടതാണ്. ഇതുമൂലമുള്ള അധിക ജോലിഭാരം അവരുടെ ജോലിസമയം അപഹരിക്കുകയും വ്യായാമം, ഭക്ഷണം, ഉറക്കം എന്നിങ്ങനെയുള്ള ദിനചര്യകൾ സമയബന്ധിതമായി നിലനിർത്തുന്നതിൽ ഇത് തടസ്സങ്ങൾ സൃഷ്ടിക്കുകയും ചെയ്യുന്നു. ഇവ അവരെ ആത്യന്തികമായും മാനസികമായും ബാധിക്കുന്നു.

പലപ്പോഴും ബഹിരാകാശ സഞ്ചാരികൾക്ക് അവരുടെ വൈദഗ്ധ്യമോ താൽപ്പര്യമോ ഉള്ള മേഖലയുമായി ബന്ധമില്ലാത്ത ജോലികൾ നൽകാറുണ്ട്. പുതിയ വിഷയങ്ങളായാൽ ഒരുപക്ഷേ, ഇത് പിഴവുകൾക്ക് കാരണമാകുന്നു. ഉദാഹരണത്തിന്, സ്പേസ്ഷട്ടിൽ ഒരിക്കൽ നടത്തിയ ഭ്രൂണ പരീക്ഷണത്തിൽ, ഒരു ഗവേഷകൻ അണുവിമുക്തമാക്കാത്ത 'റാപ്പർ' (പൊതിഞ്ഞു സൂക്ഷിക്കാനുപയോഗിക്കുന്ന വസ്തു) ഉപയോഗിക്കുകയും, അത് ആ മുഴുവൻ പഠനത്തിന്റെയും ഫലങ്ങളെ പൂർണ്ണമായും അസാധുവാക്കുകയും ചെയ്തു.

വ്യക്തികളുടെ സാംസ്കാരിക പശ്ചാത്തലം, ജീവിതശൈലി തുടങ്ങിയ പല ഘടകങ്ങളെയും ആശ്രയിച്ചാണ് ചുറ്റുമുള്ളവരോട് വൈകാരികവും മാനസികവുമായ അടുപ്പം ഉണ്ടാകുന്നത്.

ഇത്തരം ബന്ധങ്ങൾ സാങ്കല്പികമായ ഒരു വലയം സൃഷ്ടിക്കുകയും നമുക്ക് വേണ്ടതും വേണ്ടാത്തതുമായവയെ ഈ വലയത്തിന്റെ ഉള്ളിലോ പുറത്തോ ആയി കണക്കാക്കുകയും ചെയ്യുന്നു. അതുപോലെ ആണ് ഭാഷകൾ സൃഷ്ടിക്കുന്ന അതിർവരമ്പുകൾ, പല രാജ്യങ്ങളിൽ നിന്നുള്ളവരാകുമ്പോൾ യാത്രികർ പൊതുവായുള്ള ഒരു ഭാഷ ഉപയോഗിക്കാൻ നിർബന്ധിതരാകുന്നു.

ബഹിരാകാശ യാത്രയിൽ ഉൾപ്പെട്ടിരിക്കുന്ന മേൽപ്പറഞ്ഞ മാനസിക വെല്ലുവിളികളെ മറികടക്കാൻ നിരവധി രീതികൾ പിന്തുടരുന്നു. അവർക്കിഷ്ടപ്പെടുന്ന സംഗീതവും, പുസ്തകങ്ങളും, ഇഷ്ടപ്പെട്ട ഭക്ഷണവും യാത്രയിൽ കൂടെ കൊണ്ടുപോകാൻ അവർക്ക് അനുവാദമുണ്ട്. അവരുടെ ഗവേഷണ ഫലങ്ങൾ ലോകോത്തരമായ പ്രസിദ്ധീകരണങ്ങളിൽ എത്തിക്കാനും അതുവഴി ഭൂമിയെക്കുറിച്ചുള്ള ഗവേഷണത്തിന്റെ പുതിയ ദിശകൾക്ക് വഴിയൊരുക്കാനും അവരെ പ്രോത്സാഹിപ്പിക്കുന്നു. ബഹിരാകാശ സഞ്ചാരികളിൽ നല്ല മാനസിക സാഹചര്യം നിലനിർത്താൻ പ്രചോദനം നൽകേണ്ടത് മനുഷ്യരാശിയുടെ മുമ്പോട്ടുള്ള പ്രയാണങ്ങൾക്കു ആവശ്യമായ ഒരു ഘടകമാണ്.

വ്യക്തിബന്ധങ്ങൾ

ബഹിരാകാശയാത്രികർ തമ്മിലുള്ള സംഭാഷണങ്ങളെക്കുറിച്ചുള്ള പഠനങ്ങൾ രസകരമായ നിരവധി നിരീക്ഷണങ്ങൾ വെളിപ്പെടുത്തിയിട്ടുണ്ട്. ബഹിരാകാശത്ത് എത്തി എല്ലാവരും പരസ്പരം സംസാരിക്കുന്നു. ഏതാനും ദിവസങ്ങൾക്കുള്ളിൽ ഇടപെടലുകൾ കുറയാൻ തുടങ്ങും. എന്നാൽ കാലക്രമേണ, സമാന ചിന്താഗതിക്കാരായ ആളുകളുടെ ഒറ്റപ്പെട്ട സംഘങ്ങൾ രൂപപ്പെടും. എന്നാൽ സംഭാഷണത്തിന്റെ അഭാവം വ്യക്തിഗത ക്രൂ അംഗങ്ങളുടെ ഏകാന്തതയിലേക്ക് നയിച്ചേക്കാം. യാത്രികരിൽ മിക്കപ്പോഴും സ്ത്രീകളും പുരുഷന്മാരും ഉൾപ്പെടുന്നു. അവർ ഒരേ ക്യാബിനുകളിൽ ഒരുമിച്ച് താമസിക്കുകയും ഏതാണ്ട് ഒരേ തരത്തിലുള്ള ജോലികൾ ചെയ്യുകയും ചെയ്യുന്നു. ചിലപ്പോൾ അവർ തമ്മിൽ അഭിപ്രായവ്യത്യാസങ്ങൾ ഉണ്ടായേക്കാം. പലതരം സംസ്കാരങ്ങളിൽ നിന്ന് വരുന്നവർ തമ്മിൽ സമാധാനപരമായി വർത്തിക്കാൻ, അവരിൽ മാനസികവും വൈകാരികവുമായ പക്വത അത്യന്താപേക്ഷിതമാണ്. 25 ലധികം രാജ്യങ്ങളിൽ നിന്നുള്ളവർ ഇതുവരെ ബഹിരാകാശ യാത്ര നടത്തിയിട്ടുണ്ട്. അതിൽ ഭൂരിഭാഗംപേരും റഷ്യയിലോ അമേരിക്കയിലോ നിന്നുള്ളവരായിരുന്നു. മറ്റ് രാജ്യങ്ങളിൽ നിന്നുള്ളവരിൽ ചിലർക്ക് പൊതുവായ ഭാഷയായ ഇംഗ്ലീഷിൽ ആവശ്യമായ പ്രാഗൽഭ്യം ഉണ്ടാകണമെന്നില്ല. ഇത് കാരണം പരസ്പര ധാരണയ്ക്ക് കോട്ടം വന്നേക്കാം. സംയോജിത ജോലികളിലേർപ്പെടുന്നവർ തമ്മിൽ ഒന്നിലധികം അഭിപ്രായങ്ങളും വന്നേക്കാം.

അധികാരശ്രേണിയുടെയും കീഴ്വഴക്കത്തിന്റെയും ചോദ്യം അത്തരം സാഹചര്യങ്ങളിൽ ഉയർന്നുവന്നേക്കാം.

മിർ നിലയത്തിൽ പരസ്പര പ്രശ്നങ്ങളെ തുടർന്ന് ദൗത്യം മുടങ്ങിയ സംഭവം ഉണ്ടായിട്ടുണ്ട്. 1987 ൽ 11 മാസക്കാലത്തെ ദൗത്യത്തിനായി, മിർ നിലയത്തിലേക്ക് യാത്ര ചെയ്ത ബഹിരാകാശയാത്രികരിലൊരാൾ, സഹപ്രവർത്തകരുമായുള്ള തർക്കങ്ങൾ കാരണം 6 മാസത്തിനുള്ളിൽ തിരിച്ചയക്കപ്പെട്ടു.

ബഹിരാകാശ നിലയത്തിലെ ക്രൂ അംഗങ്ങൾ തമ്മിലുള്ള പരസ്പര ബന്ധത്തിന് സമാനമായി, അവരും ഭൂമിയിലുള്ള നിയന്ത്രണ സംഘത്തിലെ അംഗങ്ങളും തമ്മിലുള്ള ബന്ധവും വളരെ പ്രധാനമാണ്. ക്രൂ അംഗങ്ങളുടെ ഓരോ പ്രവർത്തനവും നിയന്ത്രണ സംഘം തുടർച്ചയായി നിരീക്ഷിക്കുന്നു.

ബഹിരാകാശ സഞ്ചാരികൾക്ക് അവരുടെ വ്യക്തിഗത ആരോഗ്യം, ഗവേഷണ പ്രവർത്തനങ്ങൾ എന്നിവയുമായി ബന്ധപ്പെട്ട പ്രശ്നങ്ങൾക്ക് ആവശ്യമായ നിർദ്ദേശങ്ങളും പരിഹാരങ്ങളും അവർ നൽകുന്നു.

അപ്പോളോ ദൗത്യങ്ങളിൽ, യാത്രികരെ ബഹിരാകാശത്തേക്ക് എത്തിച്ച ആദ്യത്തെ ദൗത്യം അപ്പോളോ-7 ആയിരുന്നു. വിക്ഷേപണ

ത്തിന് മുമ്പുള്ള പ്രവർത്തനങ്ങളിൽ നിന്ന് ആരംഭിച്ച് ദൗത്യത്തിലുടനീളം ക്രൂവും നാസയിലെ കൺട്രോൾ സെന്ററും തമ്മിലുള്ള തുടർച്ചയായ തർക്കങ്ങളും അഭിപ്രായവ്യത്യാസങ്ങളുമാണ് ആ ദൗത്യത്തിന്റെ ശ്രദ്ധേയമായ സവിശേഷതകളിലൊന്ന്. ദൗത്യം പൂർണ വിജയമായിരുന്നെങ്കിലും, ഈ ദൗത്യത്തിലെ ക്രൂ അംഗങ്ങൾക്ക് പിന്നീട് ബഹിരാകാശത്തേക്ക് പോകാനുള്ള കൂടുതൽ അവസരങ്ങൾ നൽകിയില്ല.

അതുപോലെ, 1960 കളിലെ ഒരു ദൗത്യത്തിൽ, കൺട്രോൾ സംഘം മതിയായ ഇടവേളകളില്ലാതെ യാത്രികർക്ക് ഒന്നിനുപുറകെ ഒന്നായി ചുമതലകൾ നൽകിക്കൊണ്ടിരുന്നു. ഏൽപ്പിച്ച ജോലികൾ പൂർത്തീകരിക്കുന്നതിലായിരുന്നു അവരുടെ ചർച്ചകൾ എപ്പോഴും ശ്രദ്ധ കേന്ദ്രീകരിച്ചിരുന്നത്. ചെയ്ത ജോലിക്കു വിലനൽകാതെ, ഏൽപ്പിച്ച ജോലികൾ പൂർത്തിയാക്കുന്നതിന്റെ അവസ്ഥയെക്കുറിച്ച് മാത്രമാണ് അവർ ചോദിച്ചുകൊണ്ടിരുന്നത്.

ഒടുവിൽ തുടർച്ചയായുള്ള ജോലികളിൽ വിരസത തോന്നിയ അവർ, ഭൂമിയുമായുള്ള ആശയവിനിമയ ബന്ധം വിച്ഛേദിക്കുകയും ചെയ്തു. ആശയവിനിമയ സംവിധാനങ്ങളിൽ എന്തോ തകരാർ സംഭവിച്ചു എന്ന് കരുതി കൺട്രോൾ സെന്റർ ജീവനക്കാർ അസ്വസ്ഥമാകുകയും ചെയ്തു. ഇതിൽ നിന്ന് പാഠമുൾക്കൊണ്ട് പിന്നീട് മൃദുവായ സമീപനമാണ് അവർ സ്വീകരിച്ചത്. ഇത്തരത്തിലുള്ള പ്രശ്നങ്ങൾ മുന്നിൽകണ്ടുകൊണ്ട് യാത്രികരുടെ പ്രശ്നപരിഹാരത്തിനും മറ്റുമായി നാസ ഒരു കൗൺസിലറെ നിയമിച്ചു. കുടുംബാംഗങ്ങളുമായും സുഹൃത്തുക്കളുമായും സംവദിക്കാനും അവരെ അനുവദിച്ചു. ബഹിരാകാശയാത്രികരുമായി ആശയവിനിമയം നടത്തുന്നതിനായി ഗ്രൗണ്ട് കൺട്രോൾ സെന്ററിൽ

ഡ്യൂക്, ലവ്വൽ, ഹായിസ് എന്നിവർ അപ്പോളോ-11 ദൗത്യ സമയം, നാസയുടെ ജോൺസെൺ സ്പേസ് സെന്ററിലെ കാപ്കോമിൽ, 1969 ജൂലൈ 20 ലെ ചിത്രം (ഇടത്), അപ്പോളോ ദൗത്യത്തിന്റെ വിജയകരമായ മടങ്ങിവരവ് ആഘോഷിക്കുന്ന നാസയുടെ കൺട്രോൾ സെന്റർ (വലത്); image courtesy: NASA

വിദഗ്ധ സംഘം എല്ലായ്പ്പോഴും സന്നദ്ധമായി ഉണ്ടാകും. ഈ സംഘത്തിലെ അംഗങ്ങളെ ചുരുക്കത്തിൽ 'ക്യാപ്സ്യൂൾ കമ്മ്യൂണിക്കേറ്റർമാർ'

അല്ലെങ്കിൽ 'ക്യാപ്കോംസ്'/ CAPCOMS എന്നാണ് അറിയപ്പെടുന്നത്. അവർ സാങ്കേതിക വൈദഗ്ധ്യവും മനഃശാസ്ത്രപരവുമായ കഴിവുകളും ഉള്ള ബഹുസ്വരരായ ആളുകളായിരിക്കും.

മറ്റ് വെല്ലുവിളികൾ

ഗതാഗത മാർഗ്ഗങ്ങൾ

ഏതൊരു ബഹിരാകാശ ദൗത്യത്തിന്റെയും ആധാരം വിശ്വസനീയമായ ഗതാഗത സംവിധാനങ്ങളാണ്. ഭക്ഷണം, വെള്ളം, വായു, മറ്റ് സഹായങ്ങൾ എന്നിവ കൃത്യസമയത്ത്. ബഹിരാകാശ നിലയങ്ങളിൽ എത്തിയില്ലെങ്കിൽ ഗുരുതരമായ അപകടങ്ങൾക്ക് അത് വഴിവച്ചേക്കാം. അവിടെ താമസിക്കുന്ന ഗവേഷകർക്ക് വരുന്ന ആറ് മാസത്തേക്ക് വേണ്ടുന്ന സാധനങ്ങൾ ഭൗമ നിയന്ത്രണ കേന്ദ്രങ്ങളിൽ അറിയിക്കുകയും, അവർ ഇത് ചരക്ക് ദൗത്യങ്ങൾ വഴി നിലയങ്ങളിൽ എത്തിക്കുകയും ചെയ്യുന്നു. ഒരു സമയത്തും അവശ്യവസ്തുക്കളുടെ അഭാവം മൂലം നിലയത്തിലുള്ളവർ ബുദ്ധിമുട്ടരുത് എന്നതാണ് നിബന്ധന. ഇതുപോലെ തന്നെ ഉപയോഗം കഴിഞ്ഞ പാഴ്വസ്തുക്കൾ ബഹിരാകാശത്ത് സംസ്കരിക്കാൻ സാധ്യമല്ലാത്തതിനാൽ, അവ ദൗത്യം പൂർത്തീകരിച്ച് മടങ്ങുന്ന പേടകങ്ങളുടെ സർവ്വീസ് മൊഡ്യൂളുകളിൽ നിറയ്ക്കുകയും അവ അന്തരീക്ഷ പുനപ്രവേശന സമയത്ത് കത്തി നശിക്കുകയും ചെയ്യുന്നു.

ഭൗമ നിയന്ത്രണ കേന്ദ്രം/EARTH CONTROL CENTRE

ഉപഗ്രഹങ്ങൾ, ബഹിരാകാശ പേടകങ്ങൾ, നിലയങ്ങൾ തുടങ്ങി ബഹിരാകാശത്തെ പ്രവർത്തനക്ഷമമായ എല്ലാ വസ്തുക്കളും അതത് ഭൗമ നിയന്ത്രണ സംഘങ്ങൾ നിരീക്ഷിക്കുകയും നിയന്ത്രിക്കുകയും ചെയ്യേണ്ടതുണ്ട്. പേടക/നിലയ സംവിധാനങ്ങളുടെ കൃത്യമായ പ്രവർത്തനങ്ങൾക്കും ദൗത്യത്തിന്റെ പൂർണ്ണമായ വിജയത്തിനും ഭൂമിയിലെ കൺട്രോൾ സെന്ററുകൾ വളരെ വലിയ സ്ഥാനം വഹിക്കുന്നു. ഏതെങ്കിലും വിധത്തിലുള്ള അപകടങ്ങൾ മുൻകൂട്ടി പ്രവചിക്കാനും അവ ഒഴിവാക്കുന്നതിനോ മറികടക്കുന്നതിനോ വേണ്ടിയുള്ള പ്രതിരോധ നടപടികൾ സ്വീകരിക്കുന്നതിനും ഇത് സഹായിക്കും. ബഹിരാകാശ പേടകങ്ങൾ, സ്പേസ് ഷട്ടിൽ, ബഹിരാകാശ നിലയം തുടങ്ങിയ ദൗത്യങ്ങൾ ഉപരിതലത്തിൽ നിന്ന് 300 മുതൽ 600 കിലോമീറ്റർ വരെ ഉയരത്തിൽ ഭൂമിയെ ചുറ്റുന്നു. ഈ ഉയരങ്ങളിൽ, പേടകം ഓരോ 90 മിനിറ്റിലും ഭൂമിയെ ഒരു പ്രദക്ഷിണം പൂർത്തിയാക്കുന്നു. അതിനാൽ അവർക്ക് ഭൂമിയിലെ ഏത് സ്ഥലവുമായും ഏകദേശം 10 മുതൽ 15 മിനിറ്റ് വരെ മാത്രമേ സമ്പർക്കം പുലർത്താൻ കഴിയൂ. മറ്റൊരു വിധത്തിൽ പറഞ്ഞാൽ, ഏതൊരു ഭൗമ നിലയത്തിനും, പേടകങ്ങളുടെ പരിക്രമണ

കാലയളവിന്റെ 10% മാത്രമേ അവയുമായി ബന്ധപ്പെടാൻ കഴിയൂ.

ഇപ്രകാരം ബഹിരാകാശ നിലയങ്ങളും, പേടകങ്ങളുമായി ബന്ധപ്പെടുത്തുന്ന കാലയളവ് വർദ്ധിപ്പിക്കുന്നതിന്, അത്തരം ഭൗമ നിലയങ്ങൾ ഒന്നിലധികം സ്ഥലങ്ങളിൽ സ്ഥാപിക്കേണ്ടതുണ്ട്. ഇത്തരം ഭൗമ നിലയങ്ങളിലുള്ള ആന്റിനകൾ ഉപയോഗിച്ച് ബഹിരാകാശ പേടകം കടന്നുപോകുമ്പോൾ അവയിൽ നിന്നുള്ള സിഗ്നലുകൾ പിടിച്ചെടുക്കുകയും നിർദ്ദേശങ്ങൾ നല്കുകയും ചെയ്യുന്നു. ഉദാഹരണത്തിന്, അന്താരാഷ്ട്ര ബഹിരാകാശ നിലയത്തിന്റെ ഉയരത്തിൽ, ആവശ്യമായ ആശയവിനിമയ ദൈർഘ്യം കൈവരിക്കുന്നതിന് കുറഞ്ഞത് 15 മുതൽ 20 വരെ ഭൗമ നിലയങ്ങൾ ലോകമെമ്പാടും സ്ഥാപിക്കേണ്ടതുണ്ട്. നിരീക്ഷിക്കേണ്ട ഭ്രമണപഥത്തിലെ വസ്തുവിന്റെ ഉയരത്തെയും ചെരിവിനെയും ആശ്രയിച്ചാണ് ആവശ്യമായ ഭൗമ നിലയങ്ങളുടെ എണ്ണം കണക്കാക്കുന്നത്.

ഭൗമ നിലയങ്ങളിൽ ലഭിക്കുന്ന എല്ലാ വിവരങ്ങളും കൺട്രോൾ സെന്ററിലേക്ക് അയയ്ക്കുകയും വിശകലനം ചെയ്യുകയും ചെയ്യുന്നു. തുടർച്ചയായുള്ള വിവരശേഖരണത്തിനായി മറ്റുരാജ്യങ്ങളുടെ അതിർത്തിക്കുള്ളിലും സമുദ്രങ്ങളുടെ മധ്യത്തിലും ഇത്തരം നിരീക്ഷണ ആന്റിനകൾ സ്ഥാപിക്കേണ്ടി വന്നേക്കാം.

ഈ പ്രശ്നങ്ങൾ ഒഴിവാക്കാൻ, 'ട്രാക്കിംഗ് ആൻഡ് ഡാറ്റ റിലേ സാറ്റ്ലൈറ്റ് സിസ്റ്റംസ്' / TRACKING AND DATA RELAY SATELLITE SYSTEMS (TDRSS) എന്നറിയപ്പെടുന്ന മറ്റൊരു സമീപനം പിന്തുടരുന്നു.

നാസയിലെ ബഹിരാകാശ ദൗത്യങ്ങൾ ഏകീകരിക്കുകയും നിയന്ത്രിക്കുകയും ചെയ്യുന്ന ദൗത്യ നിയന്ത്രണ കേന്ദ്രം; image courtesy: NASA

36000 കിലോമീറ്റർ ഉയരത്തിൽ ഭ്രമണം ചെയ്യുന്ന ഉപഗ്രഹങ്ങളാണിവ. ഭൂമിയിലെ നിരീക്ഷണ നിലയങ്ങളേക്കാൾ, താഴ്ന്ന ഭ്രമണപഥത്തിലെ ഉപഗ്രഹങ്ങളുടെ വിവരങ്ങൾ ഇവയ്ക്ക് ലഭിക്കുന്നു. അതായത്, ഈ 'ഡാറ്റ റിലേ' ഉപഗ്രഹങ്ങൾ ബഹിരാകാശത്ത് പരിക്രമണം ചെയ്യുന്ന നിരീക്ഷണ നിലയങ്ങളായി പ്രവർത്തിക്കുന്നു. അത്തരം 4 ഉപഗ്രഹങ്ങൾ ഉപയോഗിച്ച്, ബഹിരാകാശ നിലയങ്ങൾ 24 മണിക്കൂറും ഇടവേള കളില്ലാതെ നിരീക്ഷിക്കാനാകും. നിലയത്തിൽനിന്നുള്ള സിഗ്നലുകൾ ആദ്യം റിലേ ഉപഗ്രഹങ്ങൾ സ്വീകരിക്കുകയും, തുടർന്ന് അവയെ ഭൂമിയിലെ നിയന്ത്രണ കേന്ദ്രത്തിലേക്ക് അയക്കുകയും ചെയ്യുന്നു. അതുപോലെ, ഭൂമിയിലെ നിയന്ത്രണ കേന്ദ്രത്തിൽ നിന്നുള്ള കൺട്രോൾ സിഗ്നലുകൾ ആദ്യം ഈ റിലേ ഉപഗ്രഹങ്ങളിൽ എത്തുകയും, അവയെ വീണ്ടും ബഹിരാകാശ നിലയത്തിലേക്ക് കൈമാറുകയും ചെയ്യുന്നു.

വിക്ഷേപണ വാഹനത്തിനും സമാനമായ ക്രമീകരണങ്ങൾ ആവശ്യമാണ്. വിക്ഷേപണ വാഹനം സഞ്ചരിക്കുന്ന മുഴുവൻ പാത യിലും ഭൗമാധിഷ്ഠിത നിരീക്ഷണ നിലയങ്ങൾ സ്ഥാപിക്കേണ്ടതുണ്ട്. വിക്ഷേപണ വാഹനത്തിന് സമുദ്രത്തിന് മുകളിലൂടെ സഞ്ചരിക്കേണ്ടി വരുന്ന സാഹചര്യത്തിൽ, അത്തരം ആന്റിനകൾ ഘടിപ്പിച്ച പ്രത്യേക കപ്പലുകൾ വിക്ഷേപണ വാഹനങ്ങളുടെ പാതയിൽ നിലയുറപ്പിക്കും. ഇവയെ 'ഷിപ്പ് ബോൺ ടെർമിനലുകൾ'/SHIP BORNE TERMINALS അല്ലെങ്കിൽ കപ്പൽ-വേധ സംവിധാനം എന്ന് വിളിക്കുന്നു. വിക്ഷേപണ വേളയിൽ, വാഹനത്തിൽ നിന്നുള്ള സിഗ്നലുകൾ ഇത്തരം സംവിധാ നങ്ങൾ സ്വീകരിച്ച് വിക്ഷേപണ നിയന്ത്രണ കേന്ദ്രത്തിലേക്ക് അയയ് ക്കുന്നു.

ഇത്തരം ക്രമീകരണങ്ങളെല്ലാം ഉണ്ടായിരുന്നിട്ടും, അപ്രതീ ക്ഷിതമായ കാരണങ്ങളാൽ വിക്ഷേപണ വാഹനത്തിന് നിയന്ത്രണ കേന്ദ്രവുമായുള്ള ബന്ധം നഷ്ടപ്പെടാൻ പലപ്പോഴും സാധ്യതയുണ്ട്. ഇവയെ 'കമ്മ്യൂണിക്കേഷൻ ഔട്ടേജുകൾ' അഥവാ ആശയവിനിമയ തടസ്സങ്ങൾ എന്ന് വിളിക്കുന്നു. ഇത്തരം തകരാറുകൾ സംഭവിക്കുന്നത് കുറഞ്ഞ സമയത്തേക്കാണെങ്കിൽ, പുനഃസമ്പർക്കം സ്ഥാപിച്ചാലുടൻ സാധാരണ നില തുടരാൻ കഴിയും. എന്നാൽ കൂടുതൽ സമയ ത്തേക്കാണ് മുടക്കം സംഭവിക്കുന്നതെങ്കിൽ, അത് വാഹനത്തിന്റെ നിയന്ത്രണം നഷ്ടപ്പെടുന്ന അവസ്ഥ വരെ എത്തിയേക്കാം. അത്തരം സാഹചര്യങ്ങൾ ഒഴിവാക്കാൻ, നിരീക്ഷണ നിലയങ്ങൾ തമ്മിൽ നിലനിർത്തേണ്ടുന്ന കുറഞ്ഞ അകലം വളരെ പ്രധാനപ്പെട്ട ഒന്നാണ്.

ബഹിരാകാശ നിലയത്തിലെ സംവിധാനങ്ങളെല്ലാം ഭൂമിയിലെ കേന്ദ്രങ്ങളിൽ നിന്ന് തുടർച്ചയായി നിരീക്ഷിക്കപ്പെടുന്നു. ആവശ്യമായ തിരുത്തൽ പ്രവർത്തനങ്ങളും ഇത്തരം കേന്ദ്രങ്ങളിൽ നിന്ന് നടത്തുന്നു. ഒഴിവാക്കാനാവാത്ത സാഹചര്യങ്ങളിൽ മാത്രം നിലയത്തിലെ ക്രൂവിനോട് ഇടപെടാൻ ആവശ്യപ്പെടുന്നു.

പരീക്ഷണങ്ങൾ

ബഹിരാകാശത്ത് ജീവിക്കാനുള്ള മാർഗങ്ങൾ ആരായുമ്പോൾ, അവിടെ നടത്തിയ പരീക്ഷണങ്ങളെയും ശാസ്ത്ര ഗവേഷണങ്ങളെയും കുറിച്ച് അറിഞ്ഞിരിക്കേണ്ടതുണ്ട്. ബഹിരാകാശ ഗവേഷണങ്ങളെ പൊതുവെ മൂന്നായി തരം തിരിക്കാം. മൃഗങ്ങളെ ഉപയോഗിച്ച് നടത്തുന്ന പരീക്ഷണങ്ങൾ, സസ്യങ്ങളുടെ സ്വഭാവം പഠിക്കുന്നതിനുള്ള പരീക്ഷണങ്ങൾ, ബഹിരാകാശത്ത് പുതിയ കണ്ടുപിടുത്തങ്ങളും സാങ്കേതിക വിദ്യകളും വികസിപ്പിക്കുന്നതിനും 'ബഹിരാകാശത്ത് നടത്തുന്ന നിർമ്മാണം' കൊണ്ടുള്ള നേട്ടങ്ങൾ പഠിക്കുന്നതിനുമുള്ള ശാസ്ത്രീയ പരീക്ഷണങ്ങൾ എന്നിവ ഇതിൽപ്പെടുന്നു.

മൃഗങ്ങളെ ഉപയോഗിച്ചുള്ള പരീക്ഷണങ്ങൾ

ബഹിരാകാശത്തേക്ക് സഞ്ചരിക്കുമ്പോൾ മനുഷ്യശരീരത്തിൽ പലതരത്തിലുള്ള മാറ്റങ്ങളും കണ്ടുവരുന്നു. എന്നാൽ അത്തരം മാറ്റങ്ങളുടെ ദീർഘകാല പ്രത്യാഘാതങ്ങൾ നിരീക്ഷിക്കുന്നതിനും പഠിക്കുന്നതിനുമായി യാത്രികരെ വളരെക്കാലം ബഹിരാകാശത്ത് നിർത്തുന്നത് അപ്രായോഗികമാണ്. ഇത്തരം സാഹചര്യങ്ങളിൽ മൃഗങ്ങളിൽ ഇത്തരം പഠനങ്ങൾ ആദ്യം നടത്തുകയും അതിന്റെ ഫലങ്ങളുടെ അടിസ്ഥാനത്തിൽ യാത്രയിൽ വരുത്തേണ്ടുന്ന മാറ്റങ്ങളെപ്പറ്റി ചിന്തിക്കുകയും ചെയ്യുകയാണ് തുടർന്നുവരുന്ന രീതി. മനുഷ്യരിൽ ഉപയോഗിക്കുന്നതിന് മുമ്പ് മൃഗങ്ങളെ ഉപയോഗിച്ച് മരുന്നുകളും വാക്സിനുകളും പരീക്ഷിക്കുന്നതിന് സമാനമാണിത്. ആദ്യത്തെ മനുഷ്യനെ ബഹിരാകാശത്തേക്ക് അയക്കുന്നതിന് മുമ്പ്, ഒരു ചിമ്പാൻസിയെ അയച്ച് ബഹിരാകാശ വികിരണങ്ങളുടെ അളവും, അവയുണ്ടാക്കിയേക്കാവുന്ന പ്രത്യാഘാ

തങ്ങളും പഠനവിധേയമാക്കിയ ശേഷമാണ് യാത്രയ്ക്ക് അനുമതി ലഭിച്ചത്. ആ പഠനത്തിൽ നിന്ന് ലഭിച്ച നിരീക്ഷണങ്ങളെ അടിസ്ഥാനമാക്കിയാണ് ബഹിരാകാശ സ്യൂട്ടുകൾ രൂപകൽപ്പന ചെയ്തത്.

മുമ്പ് കണ്ടതുപോലെ, ഭൂമിയിലെ സാധാരണ ഗുരുത്വാകർഷണ ബലത്തിന്റെ അടിസ്ഥാനത്തിലാണ് മനുഷ്യശരീരം രൂപകൽപ്പന ചെയ്യുകയും ക്രമീകരിക്കുകയും ചെയ്തിരിക്കുന്നത്.

നടത്തം, ഭക്ഷണം, ഉറക്കം തുടങ്ങി എല്ലാ അടിസ്ഥാന പ്രവർത്തനങ്ങളും ഗുരുത്വാകർഷണത്തിന്റെ പ്രഭാവത്തിലാണ് സംഭവിക്കുന്നത്. മനുഷ്യരെപ്പോലെ, ഗുരുത്വാകർഷണം കുറയുന്നത് മൃഗങ്ങളിലും മാറ്റങ്ങൾക്ക് കാരണമാകുന്നു. ഗുരുത്വാകർഷണത്തിന്റെ സാന്നിധ്യം മനസ്സിലാക്കുന്നതിനോ അനുഭവിച്ചറിയുന്നതിനോ ഉള്ള സംവേദന സംവിധാനങ്ങൾ മനുഷ്യരുടേതിനു സമാനമായി മൃഗങ്ങളിലും കാണപ്പെടുന്നു. അതിനാൽ മനുഷ്യരിൽ ബഹിരാകാശ യാത്രയുടെ സാധ്യമായ പ്രത്യാഘാതങ്ങളെക്കുറിച്ച് പഠിക്കാൻ മൃഗങ്ങളെ ഉപയോഗിക്കുന്നത് പ്രായോഗികതലത്തിൽ ശരിയാണ് എന്നാണ് പൊതുവേയുള്ള വിലയിരുത്തൽ.

മനുഷ്യനേക്കാൾ എളുപ്പത്തിൽ ബഹിരാകാശ പരിസ്ഥിതിയുമായി പൊരുത്തപ്പെടാൻ മൃഗങ്ങൾക്ക് കഴിവുണ്ടെന്ന് പ്രാഥമിക പഠനങ്ങൾ വ്യക്തമായി സൂചിപ്പിച്ചു. ഉറുമ്പിന്റെ കഠിനാധ്വാനം, തേനീച്ചകളുടെ ചടുലത എന്നിങ്ങനെ ഭൂമിയിലെ വിവിധ ജീവജാലങ്ങളിൽനിന്ന് മനുഷ്യൻ പഠിക്കുന്ന നിരവധി കാര്യങ്ങൾക്ക് സമാനമായി, ഈ മൃഗങ്ങൾ ബഹിരാകാശത്ത് ജീവിക്കാൻ സ്വയം പൊരുത്തപ്പെടുന്ന രീതികളും നമ്മൾ പഠിക്കേണ്ടതുണ്ട്.

ബഹിരാകാശത്തെ മൃഗങ്ങളുടെ ജീവിതത്തെക്കുറിച്ച് പഠിക്കുന്നതിൽ നിന്നുള്ള മറ്റൊരു നേട്ടം പരാമർശിക്കേണ്ടതുണ്ട്. മനുഷ്യജീവിതത്തിന്റെ ഒരു തലമുറയുടെ ദൈർഘ്യം ഏകദേശം മുപ്പത് വർഷമായി കണക്കാക്കപ്പെടുന്നു. എന്നാൽ ഏതെങ്കിലും ഒരു പരീക്ഷണത്തിന്റെ പ്രഭാവം മനസ്സിലാക്കാൻ അത്രയും നാൾ കാത്തിരിക്കുക എന്നത് അപ്രായോഗികമാണ്. തുടർച്ചയായ തലമുറകളിൽ ബഹിരാകാശ യാത്രയുടെ സ്വാധീനം പഠിക്കാൻ, മനുഷ്യനു സമാനമായ ശരീരഘടനയുള്ളതും തലമുറകളുടെ ദൈർഘ്യം കുറഞ്ഞതുമായ മൃഗങ്ങളിൽ ഇത്തരം പഠനങ്ങൾ നടത്തുന്നതിലൂടെ, ഫലങ്ങൾ വളരെ വേഗത്തിൽ മനസ്സിലാക്കാൻ കഴിയും.

ഏതെങ്കിലും മൃഗത്തെ ബഹിരാകാശത്തേക്ക് കൊണ്ടുപോകുന്നതിന്, നിരവധി അനുമതികളും അംഗീകാരങ്ങളും ലഭിക്കേണ്ടതുണ്ട്. മൃഗങ്ങളുടെ തരം, പരീക്ഷണങ്ങളുടെ തരങ്ങൾ, ഭക്ഷണ, പാർപ്പിട സൗകര്യങ്ങൾ, സുരക്ഷ, ജീവൻ നിലനിർത്താനുള്ള സംവിധാനങ്ങൾ തുടങ്ങിയവയെക്കുറിച്ചുള്ള പൂർണ്ണമായ വിവരങ്ങൾ മൃഗക്ഷേമ സംഘടനകൾക്ക് നൽകേണ്ടതുണ്ട്. ഈ വിശദാംശങ്ങളുടെ സൂക്ഷ്മ

മായ അവലോകനത്തിന് ശേഷം മാത്രമേ അംഗീകാരങ്ങൾ ലഭിക്കുകയുള്ളു.

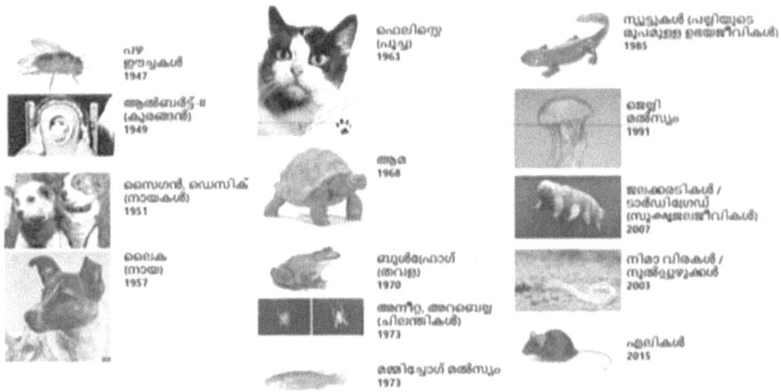

ബഹിരാകാശ യാത്ര നടത്തിയ ജന്തുവർഗങ്ങൾ പലതും പിൽക്കാലത്തുണ്ടായ മനുഷ്യ ദൗത്യങ്ങളുടെ അടിസ്ഥാന ഘടകങ്ങൾ വികസിപ്പിക്കാൻ സഹായിച്ചു

എലികൾ, മത്സ്യങ്ങൾ, തവളകൾ, പക്ഷികൾ, ഒച്ചുകൾ, ആമകൾ, ചിലന്തികൾ, പുൽച്ചാടികൾ എന്നിവയാണ് ബഹിരാകാശത്ത് ഇതുവരെ പഠനങ്ങൾക്ക് വിധേയമായിട്ടുള്ള മൃഗങ്ങൾ. ബഹിരാകാശത്തേക്ക് അയക്കുന്നതിന് മുമ്പ് ഈ ജീവികളെ പൂജ്യം-ജി പാരാബോളിക് വിമാനങ്ങളിൽ പരീക്ഷിച്ചിരുന്നു എന്നതും എടുത്തുപറയേണ്ടതാണ്.

സ്കോട്ടിഷ് രാജാവായ 'റോബർട്ട് ദി ബ്രൂസിന്റെ' കഥയിൽ വിവരിച്ച പോലെ, കഠിനാധ്വാനത്തിന്റെ പ്രതീകമായി കണക്കാക്കപ്പെടുന്ന ഒരു ചിലന്തിയെ ഒരിക്കൽ ബഹിരാകാശത്തേക്ക് കൊണ്ടുപോയി. ആവർത്തിച്ചുള്ള പരാജയങ്ങൾക്കിടയിലും ഒരു ഗുഹയിൽ വല നെയ്യുക എന്ന തന്റെ ദൗത്യം നിറവേറ്റാനുള്ള ചിലന്തിയുടെ നിരന്തരമായ ശ്രമങ്ങളിൽ നിന്നാണ് സ്കോട്ടിഷ് രാജാവിന് പ്രചോദനമായതെന്ന് കഥയിൽ പറയുന്നു.

ബഹിരാകാശത്തേക്ക് പോയ ഈ ചിലന്തിയിൽനിന്നും ഭൂമിയിലേതിനു സമാനമായ നേട്ടം പ്രതീക്ഷിക്കപ്പെട്ടു. ചിലന്തി തുടക്കത്തിൽ വൃത്താകൃതിയിലുള്ള ഒരു വലയ്ക്ക് പകരം ഒരു ദീർഘവൃത്താകൃതിയിലുള്ള വല നിർമ്മിക്കാൻ തുടങ്ങി. അശ്രാന്ത പരിശ്രമത്തിനൊടുവിൽ ഒരാഴ്ചയ്ക്കുള്ളിൽ, അത് വിജയകരമായി വല നെയ്തു. വിജയകരമായ ആ വലയിലെ നാരുകളെക്കുറിച്ചുള്ള പഠനം വളരെ പ്രധാനപ്പെട്ട ഒരു വിവരം വെളിപ്പെടുത്തി. ആ നാരുകൾക്ക് ഭൂമിയിൽ കാണുന്നതിനേക്കാൾ ഭാരവും ശക്തിയും കുറവായിരുന്നു.

അതുപോലെ, ഒരിക്കൽ ഒരു കൂട്ടം എലികളെ ബഹിരാകാശത്തേക്ക് കൊണ്ടുപോയി. തുടക്കത്തിൽ, വെള്ളം നൽകിയപ്പോൾ, അവയ്ക്ക് അത്

കുടിക്കാനുള്ള വഴി കണ്ടെത്താനായില്ല. പക്ഷേ, ഒരാഴ്ചയ്ക്കുള്ളിൽ, വെള്ളം കുടിക്കാനുള്ള വഴി കണ്ടെത്തുകയും സാഹചര്യങ്ങളോട് പൊരുത്തപ്പെടാനും അവയ്ക്ക് കഴിഞ്ഞു. ഭൂമിയിൽ തിരിച്ചെത്തിയതിന് ശേഷം എലികളിൽ ഏകദേശം 48% അസ്ഥികളുടെയും പേശികളുടെയും ഭാരക്കുറവ് നിരീക്ഷിക്കപ്പെട്ടു. മനുഷ്യശരീരത്തിലെ സ്വാധീനവും ഏതാണ്ട് സമാനമാണ് എന്ന് നമ്മൾ മനസ്സിലാക്കി.

ലളിതമായ ജോലികൾ പോലും ബഹിരാകാശത്ത് ചെയ്യുന്നത് വളരെ വെല്ലുവിളി നിറഞ്ഞതായിരിക്കും എന്ന് നമ്മൾ മുൻപുള്ള അധ്യായങ്ങളിൽ കണ്ടു.

ഭൂമിയിലെ ജീവജാലങ്ങളിൽ, അടുത്ത തലമുറയെ എല്ലാകാര്യങ്ങളും പഠിപ്പിക്കുന്നതും സ്വന്തമായി ചെയ്യാനുള്ള അവസരം പലപ്പോഴും നിഷേധിക്കുന്നതും നമ്മൾ മനുഷ്യർ മാത്രമാണ്. ഒരു മനുഷ്യ ശിശുവിന് സ്വന്തം കാലിൽ നിൽക്കാനും നടക്കാനും ഏകദേശം രണ്ട് വർഷമെടുക്കും. അതിന് സ്വയം കാര്യങ്ങൾ ചെയ്യാനും സ്വതന്ത്രമായി ജീവിക്കാനും ഏകദേശം 20 വർഷമെടുക്കും. എന്നാൽ മറ്റു സസ്തനികളിൽ അങ്ങനെയല്ല എന്ന് കാണാൻ സാധിക്കും, കുഞ്ഞ് ജനിച്ച് ഏതാനും മിനിറ്റുകൾക്കുള്ളിൽ അവ നടക്കാൻ തുടങ്ങുന്നു. ബഹിരാകാശത്തും സമാനമായ കാര്യങ്ങൾ നിരീക്ഷിക്കപ്പെട്ടു. ബഹിരാകാശത്തേക്ക് കൊണ്ടുപോയ ജെല്ലി ഫിഷുകൾ ആദ്യം നീന്താൻ കഴിയാതെ ടാങ്കിന്റെ ഒരു മൂലയിൽ കുടുങ്ങിയെങ്കിലും, കുറച്ച് സമയത്തിനുള്ളിൽ അവ അനായാസമായി നീന്താൻ തുടങ്ങി. എന്നാൽ ബഹിരാകാശത്തുവച്ച് ജനിച്ച കുഞ്ഞുങ്ങൾക്ക് ഉടൻ തന്നെ നീന്താൻ കഴിഞ്ഞു എന്നത് ശ്രദ്ധേയമാണ്. ബഹിരാകാശ സാഹചര്യം മൂലമുണ്ടാകുന്ന അസ്ഥി ധാതുക്കളുടെ നഷ്ടം മത്സ്യങ്ങളിൽ വളരെ കുറവാണെന്നും കണ്ടെത്തിയിട്ടുണ്ട്.

ആമകളും ഒച്ചുകളും ബഹിരാകാശത്ത് സുഖമായി ജീവിക്കുന്നതായി കണ്ടു. ബഹിരാകാശത്ത് നിന്ന് മടങ്ങിയെത്തിയശേഷം ഒച്ചുകൾ സാധാരണ പ്രത്യുൽപ്പാദന പ്രക്രിയ നടത്തുന്നതായും കാണപ്പെട്ടു.

ഉരഗങ്ങളെ അപേക്ഷിച്ച് പക്ഷികൾക്കുള്ള ബഹിരാകാശ യാത്ര കൂടുതൽ വെല്ലുവിളികൾ ഉയർത്തിയതായി വിവരങ്ങൾ രേഖപ്പെടുത്തിയിട്ടുണ്ട്. അതിനാൽ പക്ഷികളിൽ നടത്തിയ പഠനങ്ങളുടെയും പരീക്ഷണങ്ങളുടെയും അളവ് താരതമ്യേന കുറവാണ് എന്ന് കാണാം. ഇപ്പോഴും കാരണം അജ്ഞാതമായി തുടരുന്ന ഒന്നാണ്, ബഹിരാകാശത്തേക്ക് കൊണ്ടുപോയ ആൺപക്ഷികൾക്ക് പെൺപക്ഷികളേക്കാൾ വേഗത്തിൽ പ്രായമാകുന്നതായുള്ള കണ്ടെത്തൽ, അധികം പക്ഷികളെ ബഹിരാകാശത്തേക്ക് കൊണ്ടുപോയില്ലെങ്കിലും ബഹിരാകാശ സാഹചര്യങ്ങളിൽ അവയുടെ മുട്ടകൾ വിജയകരമായി വിരിയിച്ച് പഠനങ്ങൾ നടത്തപ്പെട്ടിട്ടുണ്ട്.

സൂക്ഷ്മാണുക്കളും ബാക്ടീരിയകളും മറ്റ് ജീവരൂപങ്ങളെക്കുറിച്ചുള്ള ബഹിരാകാശ ഗവേഷണമാണ് പ്രാധാന്യമർഹിക്കുന്ന മറ്റൊരുതരം

പരീക്ഷണം. 3 ബില്യൺ വർഷത്തിലേറെയായി നിലനിന്നിരുന്ന ജീവന്റെ ആദിമരൂപങ്ങളായിരുന്നു ഇത്തരം സൂക്ഷ്മാണുക്കളെന്ന് പരിണാമ സിദ്ധാന്തത്തിന്റെ പിതാവായ ചാൾസ് ഡാർവിൻ വിലയിരുത്തിയിരുന്നു.

ഇത്തരം ജീവരൂപങ്ങളിൽ നിന്നാണ് ഒടുവിൽ മനുഷ്യർ പരിണമിച്ചത് എന്നും കണക്കാക്കപ്പെടുന്നു. ഈ 3 ബില്യൺ വർഷങ്ങൾക്കിപ്പുറവും ഇവ നമ്മുടെ ഗ്രഹത്തിലെ സജീവമായ ഒരു ജീവരൂപമാണ്. മനുഷ്യശരീരത്തിലെ സൂക്ഷ്മാണുക്കൾ ഭൂമിയിലേതിനേക്കാൾ വേഗത്തിൽ ബഹിരാകാശത്ത് വളരുമെന്ന് നമ്മൾ നേരത്തെ കണ്ടതാണ്. സാധാരണയായി കാണപ്പെടുന്ന ഇ-കോളി ബാക്ടീരിയയുടെ വളർച്ചാനിരക്ക് ഭൂമിയേക്കാൾ പലമടങ്ങ് ബഹിരാകാശത്ത് കൂടുതലാണെന്ന് നിരീക്ഷിക്കപ്പെടുന്നു. ഭൂമിയിൽ സാധാരണ ഉപയോഗിക്കുന്ന അണുനാശിനികളോ ആന്റിമൈക്രോബയൽ മരുന്നുകളോ രാസവസ്തുക്കളോ ഉപയോഗിച്ച് ഈ അണുക്കളെ ബഹിരാകാശത്ത് നശിപ്പിക്കാൻ കഴിയില്ല എന്നതാണ് അതിശയിപ്പിക്കുന്ന കണ്ടെത്തലുകളിൽ ഒന്ന്. അതിനാൽ, അത്തരം സൂക്ഷ്മാണുക്കൾ ബാധിച്ച ഒരു വ്യക്തിയെ ബഹിരാകാശത്ത് ചികിത്സിക്കുന്നത് വളരെ ബുദ്ധിമുട്ടാണ്. ഒരു ബഹിരാകാശയാത്രികൻ അശ്രദ്ധമായി ബഹിരാകാശ നിലയത്തിലേക്ക് ഒരു പകർച്ചവ്യാധി അണുക്കൾ വഹിച്ചുകൊണ്ട് യാത്ര ചെയ്താൽ, അത് പെരുകുകയും സ്റ്റേഷനിലുള്ള എല്ലാവരെയും ബാധിക്കുകയും എല്ലാവരുടെയും ജീവൻ അപകടത്തിലാക്കുകയും ചെയ്യും.

മനുഷ്യശരീരത്തിലെ എല്ലാ ഭാഗങ്ങളും കോശങ്ങളാൽ നിർമ്മിതമാണ്. ശരീരത്തിൽ 200 ലധികം ഇനം കോശങ്ങളുണ്ട്. ഈ കോശങ്ങളുടെ തുടർച്ചയായ വളർച്ചയും പുനർനിർമ്മാണവുമാണ് ശരീരത്തെ സ്ഥിരമായി പുനരുജ്ജീവിപ്പിക്കുകയും നവോന്മേഷം നൽകുകയും ചെയ്യുന്നത്. പതിവായി മുറിച്ചാലും നഖങ്ങളുടെയും മുടിയുടെയും തുടർച്ചയായ വളർച്ച ഇത്തരത്തിലുള്ള പുനരുജ്ജീവനത്തിന്റെ ഉദാഹരണമാണ്. ഓരോ ദിവസവും ദശലക്ഷക്കണക്കിന് കോശങ്ങൾ മരിക്കുന്നുണ്ടെങ്കിലും, പുതിയ കോശങ്ങൾ തുടർച്ചയായി ജനിക്കുന്ന ഈ പ്രക്രിയയാണ് ശരീരത്തെ ജീവനോടെ നിലനിർത്തുന്നത്.

ബഹിരാകാശ യാത്രകൾ മൂലം മനുഷ്യശരീരത്തിലുണ്ടാകുന്ന മാറ്റങ്ങൾ, അസ്ഥികളുടെ ഭാരം, രക്തകോശങ്ങളുടെ സാന്ദ്രത എന്നിവയിൽ വരുന്ന വ്യതിയാനങ്ങൾ മുതലായവ മുൻ അധ്യായങ്ങളിൽ വിവരിച്ചിട്ടുണ്ട്. ബഹിരാകാശത്ത് നടത്തിയ വിവിധ പഠനങ്ങളിൽ നിന്ന് രേഖപ്പെടുത്തിയ വിവരങ്ങളുടെ അടിസ്ഥാനത്തിലാണ് ഇവ മനസ്സിലാക്കാൻ സാധിച്ചത്. വിക്ഷേപണത്തിന് ആറ് മാസം മുമ്പ് മുതൽ ബഹിരാകാശ സഞ്ചാരികളിൽ നിരവധി തരം പരിശോധനകൾ നടത്തുന്നു. ആ കാലയളവിൽ, ശാരീരികപ്രവർത്തനങ്ങളിൽ, വിക്ഷേപണ ദിവസം വരെ മാറ്റങ്ങളൊന്നുമില്ലെന്ന് ഉറപ്പാക്കാൻ അവരെ തുടർച്ചയായി നിരീക്ഷിക്കുന്നു. അസ്ഥികളുടെ സാന്ദ്രത, രക്തസാന്ദ്രത മുതലായവ അളക്കാൻ

ബഹിരാകാശ നിലയത്തിൽ നിരവധി ഉപകരണങ്ങൾ ഉണ്ട്. നിലയത്തിൽ താമസിക്കുന്ന സമയത്ത് പതിവായി ഇതെല്ലാം നിരീക്ഷിക്കുകയും രേഖപ്പെടുത്തുകയും ചെയ്യുന്നു. ഭൂമിയിൽ എത്തുമ്പോൾ ശരീരം ഭൂമിയുടെ ഗുരുത്വാകർഷണവുമായി പൊരുത്തപ്പെടാൻ ഏതാനും മണിക്കൂറുകൾ എടുക്കുന്നു. അതിനാൽ മനുഷ്യശരീരത്തിൽ ബഹിരാകാശ യാത്രയുടെ ഫലങ്ങളെക്കുറിച്ച് ധാരണ ലഭിക്കാൻ, അത്തരം നിരീക്ഷണങ്ങൾ ഭൂമിയിൽ തിരിച്ചെത്തി രണ്ട് മണിക്കൂറിനുള്ളിൽ രേഖപ്പെടുത്തുകയും വേണം.

സസ്യങ്ങളെക്കുറിച്ചുള്ള പരീക്ഷണങ്ങൾ

ഭൂമിയിൽ നിന്നുള്ള പിന്തുണയില്ലാതെ ബഹിരാകാശത്തും മറ്റ് ഗ്രഹങ്ങളിലും ജീവിക്കാൻ കഴിയുന്ന കാലം വിദൂരമല്ല. ഇതിനായി ഭൂമിയെപ്പോലെയുള്ള ചുറ്റുപാടുകളിൽനിന്ന് സ്വതന്ത്രമായി സുസ്ഥിരമായ സാങ്കേതികവിദ്യകൾ വികസിപ്പിക്കേണ്ടത് അത്യാവശ്യമാണ്. അതായത്, ബഹിരാകാശത്ത് എവിടെയും ഭക്ഷണം, വെള്ളം, വായു എന്നിവ ഉൽപ്പാദിപ്പിക്കാൻ നമുക്ക് കഴിയണം. ഇതിനായി സസ്യങ്ങൾ വളരുന്നതിന് ആവശ്യമായ ഉപകരണങ്ങൾ, സൗകര്യങ്ങൾ, അവയുടെ കൃത്രിമ വളർച്ചയ്ക്കുള്ള മാർഗങ്ങൾ എന്നിവയെക്കുറിച്ച് നിരവധി ഗവേഷണ പഠനങ്ങൾ നടക്കുന്നുണ്ട്. ഭൂമിയിൽ നാല് ലക്ഷത്തിലധികംവരുന്ന സസ്യജാലങ്ങളെക്കുറിച്ചുള്ള പഠനങ്ങളെ അടിസ്ഥാനമാക്കിയുള്ള ഒരു വിപുലീകരണം മാത്രമാണ് ബഹിരാകാശ പരീക്ഷണങ്ങൾ.

പരീക്ഷണങ്ങൾക്കല്ലാതെ, യാത്രികരുടെ വാസസ്ഥലങ്ങളിൽ കൃത്രിമമായി നിയന്ത്രിത അന്തരീക്ഷത്തിൽ ആവശ്യമായ ഭക്ഷണവും

അമേരിക്കയിലെ ഫ്ലോറിഡയിൽ, ഗ്രോയിംഗ് ബിയോണ്ട് എർത്ത് ഗ്രോത്ത് ചേമ്പറിൽ പുതുതായി നട്ടുപിടിപ്പിച്ച വിത്തുകൾക്ക് നനയ്ക്കുന്ന ആറാം ക്ലാസ് വിദ്യാർത്ഥി കൈലാനി ലബാഡി (ഇടത്); ഡോ. ഷാനൺ വാക്കർ ഇതേ ഗവേഷണത്തിന്റെ ഭാഗമായി അന്താരാഷ്ട്ര ബഹിരാകാശ നിലയത്തിൽ തൈകൾ നനയ്ക്കുന്നു (വലത്); image courtesy: NASA

ഓക്സിജനും ഉൽപ്പാദിപ്പിക്കുന്നതിന് സസ്യങ്ങൾ സാധാരണയായി ബഹിരാകാശത്ത് വളർത്തുന്നു. ഭൂമിയിൽനിന്നുള്ള പിന്തുണയില്ലാതെ സ്വയം നിലനിൽക്കുന്ന ഒരു വാസയോഗ്യമായ സംവിധാനം വികസിപ്പിക്കാൻ മനുഷ്യരാശിയെ പ്രാപ്തമാക്കുന്നതിൽ സസ്യങ്ങൾ ഒരു പ്രധാന പങ്ക് വഹിക്കും. വളർച്ച, പരാഗണം, തുടർച്ചയായ വികസനം മുതലായവ പഠിക്കാൻ ബഹിരാകാശനിലയങ്ങളിൽ നിരവധി പരീക്ഷണങ്ങൾ നടക്കുന്നു, മറ്റേതൊരു ജീവിവർഗ്ഗത്തേയും പോലെ, ബഹിരാകാശത്തെ വികിരണം സസ്യങ്ങളെയും ബാധിക്കുന്നു. സസ്യങ്ങളുടെ ആരോഗ്യത്തിലും അവയുടെ വളർച്ച നിലനിർത്താനുള്ള കഴിവിലും അത്തരം വികിരണങ്ങളുടെ സ്വാധീനം ഇത്തരം പഠനങ്ങളുടെ പ്രധാന ഘടകങ്ങളായി മാറുന്നു. ഉദാഹരണത്തിന്, ഭൂമിയിൽ വിത്തുകൾ ദിവസങ്ങളോളം സൂക്ഷിക്കുകയാണെങ്കിൽ, അവയുടെ പ്രത്യുല്പാദനശേഷി കുറയുന്നതായി കാണാം. അതേസമയം, 5 വർഷത്തിലേറെ ബഹിരാകാശത്ത് സൂക്ഷിച്ച ശേഷം ഭൂമിയിലേക്ക് തിരികെ കൊണ്ടുവന്ന തക്കാളി വിത്തുകൾക്ക് മുളയ്ക്കാനും, പ്രശ്നങ്ങളൊന്നുമില്ലാതെ സാധാരണഗതിയിൽ വളരാനും കഴിയുന്നതായി കണ്ടു.

പ്രകാശസംശ്ലേഷണത്തിനും സസ്യങ്ങളുടെ വ്യാപനത്തിനും സൂര്യപ്രകാശത്തിന്റെയും കാർബൺ-ഡൈ-ഓക്സൈഡിന്റെയും

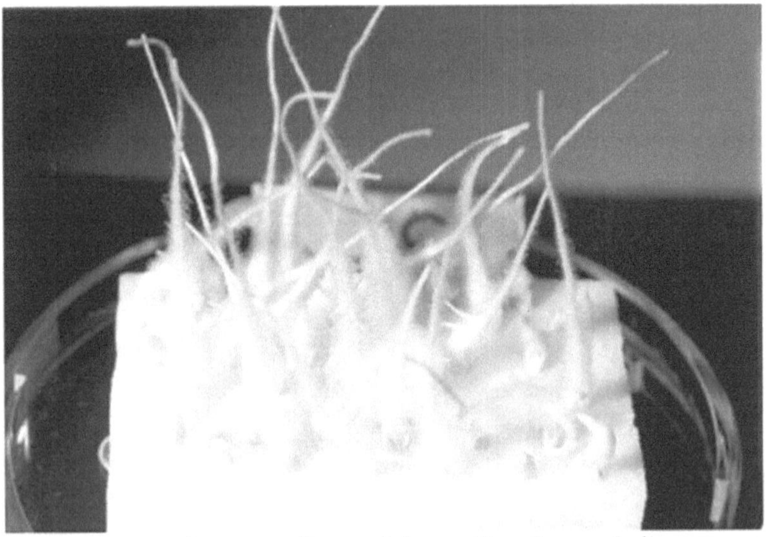

അന്താരാഷ്ട്ര ബഹിരാകാശ നിലയത്തിൽ മുളപ്പിച്ച വിത്തുകൾ; image courtesy: NASA

ലഭ്യത പ്രാഥമിക ആവശ്യകതകളാണ്. തേനീച്ചകൾ, ചിത്രശലഭങ്ങൾ, മറ്റ് പരാഗണ കാരണമാകുന്ന ജീവികൾ എന്നിവയുടെ സാന്നിധ്യവും

ഇതിന് ആവശ്യമാണ്. ബഹിരാകാശത്തെ താപനില കൊടും ചൂടിൽനിന്ന് കൊടും തണുപ്പിലേക്ക് മാറിക്കൊണ്ടിരിക്കുന്നു എന്ന് നമുക്കറിയാം. അതിനാൽ ചെടികൾക്ക് ഭൂമിയിലേതിനുസമാനമായി അവയുടെ വളർച്ചയ്ക്ക് ആവശ്യമായ സാധാരണ താപനില ലഭിക്കുകയില്ല. താപനില നിയന്ത്രിതമായി നിലനിർത്തുന്ന മനുഷ്യർ അധിവസിക്കുന്ന ഭാഗങ്ങളിൽ മാത്രമേ അവ വളർത്താൻ കഴിയൂ. പരിമിതമായ വലുപ്പമുള്ള ജാലകങ്ങളായതിനാൽ, ഇത്തരം ഇടങ്ങളിൽപോലും പരിമിതമായ സൂര്യപ്രകാശത്തിന്റെ ലഭ്യത സസ്യങ്ങളുടെ വളർച്ചയെ ബാധിക്കുന്നു. എൽ ഇ ഡി, വൈദ്യുത വിളക്കുകൾ തുടങ്ങിയ കൃത്രിമ സ്രോതസ്സുകൾ ഉപയോഗിച്ച് ഇവയ്ക്ക് വേണ്ടുന്ന പ്രകാശം ലഭ്യമാക്കാവുന്നതാണ്. ബഹിരാകാശത്ത് ഈ കൃത്രിമ പ്രകാശസ്രോതസ്സുകൾക്കുകീഴിലുള്ള സസ്യങ്ങളുടെ വളർച്ച നിരവധി പ്രായോഗിക പഠനങ്ങളിലൂടെ സ്ഥിരീകരിച്ചിട്ടുണ്ട്. എന്നിരുന്നാലും, അത്തരം സസ്യങ്ങളിൽ നിന്നുള്ള ഉൽപ്പന്നങ്ങളിൽ ലഭ്യമായ പ്രോട്ടീൻ ഉള്ളടക്കങ്ങളും മറ്റ് പോഷകങ്ങളും സ്വാഭാവികമായി വളരുന്ന സസ്യങ്ങളിൽ നിന്ന് വളരെ വ്യത്യസ്തമാണ് എന്നതും ശ്രദ്ധേയമായ കാര്യമാണ്.

ഭൂമിയിലെ സസ്യവളർച്ചയുടെ ഘട്ടങ്ങൾ നോക്കിയാൽ, മണ്ണിൽ പാകിയ ഒരു വിത്ത് മുളയ്ച്ച് അതിൽ വേരും തണ്ടും വരുന്നു. ഭൂമിയിലെ ഗുരുത്വാകർഷണ സാന്നിദ്ധ്യം മൂലം വേരുകൾ ലംബമായി താഴേക്ക്

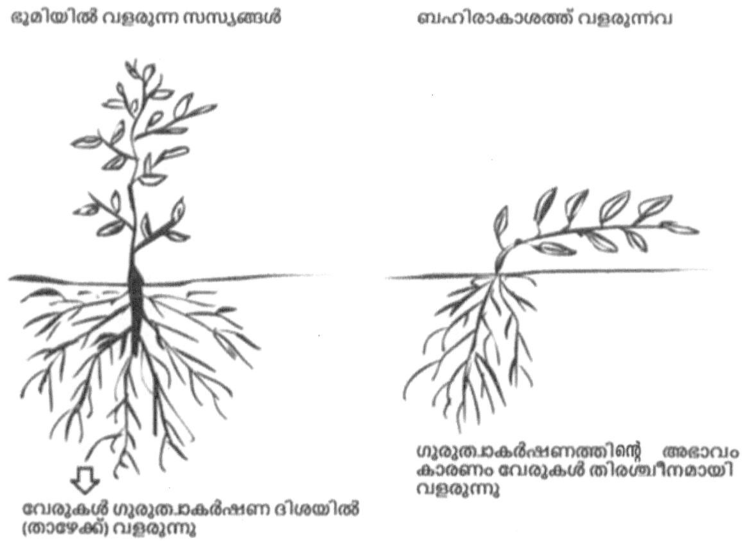

ഗുരുത്വാകർഷണ പ്രഭാവം സസ്യങ്ങളുടെ വളർച്ചയിൽ

വളരുന്നു, തണ്ടുകൾ ഗുരുത്വാകർഷണ ദിശയിൽ ലംബമായി മുകളിലേക്ക് വളരുന്നു. ഗുരുത്വാകർഷണമില്ലാത്ത അവസ്ഥയിൽ, വേരുകൾ തിരശ്ചീനമായി വളരാൻ തുടങ്ങും. ദിവസേന ഏതാനും മണിക്കൂറുകളോളം ഈ ചെടികൾ ഗുരുത്വാകർഷണത്തിന് വിധേയമായാൽ, അവ പൂർണ്ണമായും ലംബമായോ അല്ലെങ്കിൽ തിരശ്ചീന ദിശയിലുള്ള ചരിഞ്ഞ കോണിലേക്കോ വളരാൻ തുടങ്ങും. ചെടികൾ ഭൂമിയിലെന്നപോലെ ലംബമായി വളരാൻ 25 സെക്കൻഡ് ഗുരുത്വാകർഷണത്തിന്റെ പ്രതിദിന ഡോസ് മതിയാകും എന്ന് പരീക്ഷണങ്ങളിലൂടെ കണ്ടെത്തിയിട്ടുണ്ട്. ഏറ്റവും കുറഞ്ഞ അളവിൽ അവശിഷ്ടങ്ങൾ ഉൽപ്പാദിപ്പിക്കുന്ന സസ്യങ്ങൾ ബഹിരാകാശത്ത് വളർത്താൻ തെരഞ്ഞെടുക്കേണ്ടതുണ്ട്. അത്തരം ചെടികളുടെ എല്ലാ ഭാഗങ്ങളും ഭക്ഷണമായി ഉപയോഗിക്കാവുന്ന രീതിയിലാവണം ഈ തെരഞ്ഞെടുപ്പ്. ഇലകളും വേരുകളും ഉപയോഗിക്കാവുന്ന റാഡിഷ് ഇതിന് ഏറ്റവും നല്ല ഉദാഹരണം ആണ്.

അങ്ങനെ, സസ്യങ്ങളും മനുഷ്യരും ബഹിരാകാശ ആവാസവ്യവസ്ഥയിൽ ഒരേ ഇടം പങ്കിടുന്നു. സാധാരണയായി വാസസ്ഥലങ്ങളുടെ അന്തരീക്ഷ വായു മനുഷ്യർക്ക് ആവശ്യമായ ഘടകങ്ങളുടെ (പ്രധാനമായും ഓക്സിജനും നൈട്രജനും) മിശ്രിതമാണ്. മനുഷ്യരും മൃഗങ്ങളും പുറന്തള്ളുന്ന കാർബൺ-ഡൈ-ഓക്സൈഡ് സാധാരണയായി ക്യാബിൻ പരിതസ്ഥിതിയിൽ നിന്ന് നീക്കം ചെയ്യപ്പെടുന്നു. അതേസമയം, കാർബൺ-ഡൈ-ഓക്സൈഡ് സസ്യങ്ങളുടെ വളർച്ചയ്ക്ക് അത്യന്താപേക്ഷിതമായ ഒരു ഘടകമാണ് എന്ന് നമുക്കറിയാം. കാർബൺ-ഡൈ-ഓക്സൈഡ് സാന്ദ്രത ഒരു പ്രത്യേക പരിധിയേക്കാൾ കുറവാണെങ്കിൽ, സസ്യങ്ങൾ നിലനിൽക്കില്ല എന്ന് പഠനങ്ങൾ വ്യക്തമാക്കുന്നു. അതിനാൽ ചെടികൾ വളരുന്ന പ്രദേശങ്ങൾക്ക് ചുറ്റുമുള്ള വായുവിൽ ആവശ്യത്തിന് കാർബൺ-ഡൈ-ഓക്സൈഡ് നിലനിർത്തേണ്ടത് പ്രധാനമാണ്. ഭൂമിയിൽ, അന്തരീക്ഷതാപനിലയും മർദ്ദവും വായു സഞ്ചാരം സാധ്യമാക്കുകയും, മരങ്ങളാലും ചെടികളാലുമുള്ള ചലനങ്ങളും വായു സഞ്ചാരത്തെ സഹായിക്കുന്നു. ഈ പ്രവർത്തനങ്ങൾ വായുവിലെ കാർബൺ-ഡൈ-ഓക്സൈഡ് അളവ് സന്തുലിതമാക്കുകയും ചെടികൾക്ക് ലഭ്യത ഉറപ്പാക്കുകയും ചെയ്യും. അത്തരം സാഹചര്യങ്ങൾ ബഹിരാകാശ ആവാസവ്യവസ്ഥയിൽ ഇല്ലാത്തതിനാൽ, വാതകങ്ങളുടെ മിശ്രിത അനുപാതങ്ങളും സാന്ദ്രതയും അവയുടെ ചംക്രമണവും കൃത്രിമ മാർഗങ്ങൾ ഉപയോഗിച്ച് നിലനിർത്തേണ്ടതുണ്ട്.

ഇത്തരത്തിൽ ബഹിരാകാശത്ത് വളർത്തുന്ന ചെടികളിൽനിന്ന് അടുത്ത തലമുറയിലെ ചെടികൾ ഉൽപ്പാദിപ്പിക്കുന്നതിന്, അവയുടെ വിത്തുകൾ നല്ല ഗുണനിലവാരമുള്ളതായിരിക്കണം. എന്നാൽ ബഹിരാകാശത്ത് വളരുന്ന സസ്യങ്ങളുടെ വിത്തുകൾ ഭൂമിയിൽ ഉൽപ്പാദിപ്പിക്കപ്പെടുന്നതിനേക്കാൾ മുളയ്ക്കാനുള്ള ശേഷി വളരെ കുറവായിരുന്നുവെന്ന് പഠനങ്ങൾ കാണിക്കുന്നു. ആദ്യമായി, 1997 ൽ മിർ ബഹിരാകാശ

നിലയത്തിൽ, ബഹിരാകാശത്ത് വളർത്തിയ ചെടികളിൽ നിന്ന് ലഭിച്ച വിത്തുകൾ ഉപയോഗിച്ച് രണ്ടാം തലമുറ സസ്യങ്ങൾ വിജയകരമായി വളർത്തി. എന്നാൽ പൂർണ്ണമായും ബഹിരാകാശത്ത് ഉൽപ്പാദിപ്പിച്ച വിത്തുകൾ ഉപയോഗിച്ച് തുടർച്ചയായി സസ്യങ്ങൾ വികസിപ്പിക്കാനുള്ള അത്തരം ശ്രമങ്ങൾ ഇതുവരെ വ്യാപകമായ വിജയം നേടിയിട്ടില്ല.

ബഹിരാകാശത്ത് വളരുന്ന സസ്യങ്ങൾ സാധാരണയായി ഭൂമിയിലേതിനോട് താരതമ്യപ്പെടുത്തുമ്പോൾ വലിപ്പത്തിൽ ചെറുതും ചെറിയ ഇലകളോടുകൂടിയതുമാണ്. ഇവ വളരുന്ന മണ്ണിൽ ആവശ്യമായ എല്ലാ പോഷകങ്ങളും ലഭ്യമല്ലാത്തതാകാം ഇതിന് കാരണം. ജൈവ വസ്തുക്കളാൽ മണ്ണ് ആവശ്യത്തിന് സമ്പുഷ്ടമാക്കാതെ വീണ്ടും ഒരേ മണ്ണിൽ ചെടികൾ വളർത്തിയാൽ, ആത്യന്തികമായി മണ്ണിന്റെ ഫലഭൂയിഷ്ഠിയെ ബാധിക്കുകയും അത് ചെടികൾ വളർത്താൻ അനുയോജ്യമല്ലാത്തതുമായി മാറുകയും ചെയ്യും. ഓരോ വിളവെടുപ്പിനും ശേഷം ആവശ്യത്തിന് ജൈവ പോഷകങ്ങൾ മണ്ണിൽ ഇടുന്നത് ഗുണം ചെയ്യും. എന്നാൽ അത്തരം ജൈവ പോഷകങ്ങൾ ബഹിരാകാശത്ത് എളുപ്പത്തിൽ ലഭ്യമാകില്ല എന്നതുകൊണ്ട് പ്രത്യേക തരം സമ്പുഷ്ടമായ മണ്ണ് (സിയോലൈറ്റ്) ഉപയോഗിക്കുന്നു.

കുറഞ്ഞ അന്തരീക്ഷമർദ്ദത്തിൽ സസ്യവളർച്ച ഭൂമിയിലെ സാധാരണ വളർച്ചയുടെ 20% മാത്രം സംഭവിക്കുന്നതായി കണ്ടെത്തിയിട്ടുണ്ട്. ഭൂമിയുടെ അന്തരീക്ഷത്തിലെ നൈട്രജന്റെ സാന്നിധ്യം ചെടികൾക്കും മരങ്ങൾക്കുമിടയിൽ തീ പടരുന്നത് നിയന്ത്രിക്കുന്നു. അതിനാൽ ബഹിരാകാശ ക്യാബിനുകളിൽ ഭൂമിയുടേത് പോലെയുള്ള അന്തരീക്ഷം നിലനിർത്തുന്നത് ചെടികളുടെ വളർച്ചയ്ക്കും മനുഷ്യന്റെ സുരക്ഷയ്ക്കും അനുയോജ്യമാണ്. എന്നിരുന്നാലും, ബഹിരാകാശ ക്യാബിൻ പരിതസ്ഥിതികളിലും ഭൂമിയുടെ അന്തരീക്ഷത്തിലും ഒഴിവാക്കാനാവാത്ത വ്യത്യാസങ്ങളുണ്ട്. അടച്ചിട്ട ക്യാബിനുകളിൽ മനുഷ്യനോടൊപ്പം സസ്യങ്ങൾ വളർത്തുന്നതിന്റെ ഫലങ്ങൾ പഠനവിധേയമാക്കേണ്ടതുണ്ട്. അതുപോലെ, അവയുടെ തുടർന്നുള്ള തലമുറകളെപ്പറ്റിയും പഠിക്കേണ്ടതുണ്ട്. ഉദാഹരണത്തിന്, പരീക്ഷണശാലയിലുണ്ടായിരുന്ന 'എഥിലീൻ' വാതകം ഉൽപ്പാദിപ്പിക്കുന്ന സസ്യങ്ങൾക്ക് അടുത്ത തലമുറയ്ക്ക് ആവശ്യമായ വിത്തുകൾ ഉൽപ്പാദിപ്പിക്കാൻ കഴിഞ്ഞില്ല എന്നതാണ് കണ്ടെത്തൽ.

വായുവിലെ മാലിന്യങ്ങൾ നിശ്ചിത അളവുകൾക്കപ്പുറമാണെങ്കിൽ, അത് ബഹിരാകാശ നിലയങ്ങളിലെ സസ്യങ്ങളെ പൂർണ്ണമായും നശിപ്പിക്കും. അതുപോലെ, സസ്യങ്ങളും മൃഗങ്ങളും സൃഷ്ടിക്കുന്ന മാലിന്യങ്ങൾ ക്രൂ അംഗങ്ങളേയും ബാധിക്കുന്നു. അവയെ പൊതുവെ മൂന്ന് ഘട്ടങ്ങളായാണ് ഇത്തരം ബുദ്ധിമുട്ടുകളുണ്ടാകുന്നത്. ആദ്യഘട്ടത്തിൽ ഇത് തലവേദനയും അസ്വസ്ഥതകളും ഉണ്ടാക്കാം. അടുത്ത ഘട്ടം ബോധക്ഷയം, മസ്തിഷ്ക പ്രശ്നങ്ങൾ എന്നിവയ്ക്ക് കാരണമായേക്കാം.

മൂന്നാം ഘട്ടത്തിൽ അർബുദത്തിനുവരെ കാരണമായേക്കാം.

അടച്ച ക്യാബിനുകളിൽ ചെടികൾ വളർത്തുമ്പോൾ, പ്രകാശസംശ്ലേഷണത്തിന് ആവശ്യമായ പ്രകാശം പ്രകൃതിദത്ത സൂര്യപ്രകാശത്തിന് പകരം വൈദ്യുത വിളക്കുകളിൽനിന്നുള്ള കൃത്രിമ വെളിച്ചത്തിൽ നിന്നാണ് നൽകുന്നത്. അത്തരം പ്രകാശസംശ്ലേഷണത്തിൽ നിന്ന് ഉൽപ്പാദിപ്പിക്കപ്പെടുന്ന കാർബോഹൈഡ്രേറ്റുകൾ പ്രകൃതിദത്ത സൂര്യപ്രകാശത്തിൽ നിന്ന് ലഭിക്കുന്നതിനേക്കാൾ വ്യത്യസ്ത തന്മാത്രാഘടനയുള്ളതായി കണ്ടെത്തി.

ബഹിരാകാശത്ത് സസ്യവളർച്ച ഭൂമിയിലേതിനേക്കാൾ 30% വരെ കുറവാണ്. അവയുടെ ഇലകളുടെ വലിപ്പവും എണ്ണവും ഭൂമിയിലേതിനേക്കാൾ കുറവായിരുന്നതായി കണ്ടെത്തിയിട്ടുണ്ട്. പലതിന്റേയും വിത്തുകളിൽനിന്ന് അടുത്ത തലമുറ ചെടികൾ വളർത്താനുള്ള ശ്രമങ്ങൾ വിജയിച്ചില്ല എന്നും പരീക്ഷണഫലങ്ങളിൽ രേഖപ്പെടുത്തിയിട്ടുണ്ട്. ബഹിരാകാശത്ത് വളരുന്ന സസ്യങ്ങളുടെ ദ്രുതഗതിയിലുള്ള വിഘടനമാണ് ഇതിന് ഒരു പ്രധാന കാരണം. ക്യാബിനിലെ എല്ലാ ഉപകരണങ്ങളിൽനിന്നും ഉൽപ്പാദിപ്പിക്കുന്ന വിവിധ രാസവസ്തുക്കൾ കാരണം ഫലഭൂയിഷ്ഠമായ വിത്തുകൾ ഉൽപ്പാദിപ്പിക്കാൻ കഴിയാത്തതാണ് മറ്റൊരു കാരണം. സാധാരണയായി മൃഗങ്ങളുടെ, ഗർഭധാരണം, ജനനം, പൂർണ്ണ വളർച്ച എന്നിവയിൽ ബാഹ്യ ഘടകങ്ങളുടെ സ്വാധീനം വളരെ കുറവാണ്. എന്നാൽ സസ്യങ്ങളിൽ ഇത് തികച്ചും വ്യത്യസ്തമാണ്.

ഉദാഹരണത്തിന്, ഓക്ക് മരങ്ങളുടെ പരാഗണം നടക്കുന്നത് അണ്ണാൻമാരുടെ സഹായത്തോടെയാണ്. പൂച്ചെടികളുടെയും മരങ്ങളുടെയും പരാഗണത്തിൽ തേനീച്ചകളുടെ പങ്ക് എല്ലാവർക്കും അറിയാം. തേനീച്ചയില്ലാത്ത ലോകം ഉടനടി നശിപ്പിക്കപ്പെടും എന്ന് പറയുന്നത് ഇതുകൊണ്ടാണ്. ബഹിരാകാശത്ത് ഈ പ്രകൃതിദത്ത മാർഗങ്ങൾ സാധ്യമല്ല. ബഹിരാകാശത്ത് വളരുന്ന സസ്യജാലങ്ങളിൽ പുഴുക്കളുടെയും പ്രാണികളുടെയും രൂപീകരണത്തിനുള്ള സാധ്യതകൾ കുറയുന്നു. പരീക്ഷണാടിസ്ഥാനത്തിൽ, ഈ പ്രാണികളെ ബഹിരാകാശത്തേക്ക് കൊണ്ടുപോകാത്തിടത്തോളം, അവയുടെ സ്വാഭാവിക തലമുറരൂപീകരണത്തിനുള്ള സാധ്യതകൾ (ചെടികളുടെ പുനരുൽപ്പാദനത്തിന് വേണ്ടുന്ന പരാഗണം/POLLINATION തുടങ്ങിയവ) വളരെ കുറവാണ്. ഫലപ്രദമായി, ബഹിരാകാശത്ത് അടുത്ത തലമുറ സസ്യങ്ങൾ ഉൽപ്പാദിപ്പിക്കുന്നതിനുള്ള വിജയകരമായ വഴികൾ ഇപ്പോഴും പൂർണ്ണമായി വികസിപ്പിച്ചിട്ടില്ല എന്ന് വേണം കരുതാൻ.

ഭൂമിയുടെ ഭക്ഷ്യ ശൃംഖലയിൽ, ഒരു ജീവജാലം മറ്റൊരു ജീവജാലത്തെ പോഷിപ്പിക്കുന്നു, ഇത് മൊത്തത്തിലുള്ള പാരിസ്ഥിതിക വ്യവസ്ഥയെ സന്തുലിതമാക്കുന്നു. അതുപോലെ, പാരിസ്ഥിതിക സന്തുലിതാവസ്ഥ നിലനിർത്താൻ ഒരുതരം ജീവികൾ സൃഷ്ടിക്കുന്ന മാലിന്യങ്ങൾ മറ്റൊരുതരം ജീവികൾ ഉപയോഗിക്കുന്നു. ഉദാഹരണത്തിന്, കഴുകന്മാർ

ചത്ത മൃഗങ്ങളുടെ ശരീരം ഭക്ഷിക്കുന്നു. സസ്യാവശിഷ്ടങ്ങൾ ഭക്ഷിക്കുകയും അവ സംസ്കരിക്കാൻ മനുഷ്യനെ സഹായിക്കുകയും ചെയ്യുന്ന ഒരു തരം മത്സ്യമാണ് 'തെലോപ്പിയ.' ചില രാജ്യങ്ങളിൽ, കൊതുകുകളുടെ ലാർവകളും മറ്റ് മാലിന്യങ്ങളും വൃത്തിയാക്കാൻ ഈ മത്സ്യങ്ങളെ ജലാശയങ്ങളിലും കുളങ്ങളിലും വളർത്തുന്നു. ഭൂമിയിലെ മനുഷ്യരുടെയും മൃഗങ്ങളുടെയും മാലിന്യങ്ങൾ നീക്കം ചെയ്യുന്നതിൽ പക്ഷികളും ഒരു പ്രധാന പങ്കുവഹിക്കുന്നു. എന്നാൽ ബഹിരാകാശത്ത് പക്ഷികളെ പാർപ്പിക്കുന്നത് നിരവധി വെല്ലുവിളികൾ ഉയർത്തിയേക്കാം. അവർക്കായി പ്രത്യേകം രൂപകല്പന ചെയ്ത സ്പേസ് സ്യൂട്ടുകൾ ആവശ്യമാണ്. അത്തരം ബുദ്ധിമുട്ടുകൾ ഒഴിവാക്കാൻ, ബഹിരാകാശത്തെ ജൈവ മാലിന്യങ്ങൾ വൃത്തിയാക്കാൻ മത്സ്യങ്ങൾ വ്യാപകമായി ഉപയോഗിക്കപ്പെടുന്നു. ഈ ദിശയിൽ നിരവധി ഗവേഷണ പ്രവർത്തനങ്ങൾ നടക്കുന്നുണ്ട്.

ബഹിരാകാശത്ത് മേൽപ്പറഞ്ഞ പ്രവർത്തനങ്ങൾ നടത്തുന്നതിന് മുമ്പ്, അവ ഭൂമിയിലെ സമാനമായ പാരിസ്ഥിതിക സാഹചര്യങ്ങളുള്ള നിയന്ത്രിത പരീക്ഷണശാലകളിൽ നടത്തുന്നു. 1987 നും 1991 നും ഇടയിൽ അമേരിക്കയിലെ അരിസോണ സംസ്ഥാന വനങ്ങളിൽ ഇത്തരം നിരവധി ഗവേഷണങ്ങൾ നടന്നതായി പറയപ്പെടുന്നു. അവയെ 'ബയോസ്ഫിയറുകൾ' എന്ന് വിളിക്കുന്നു. മനുഷ്യർക്കും മൃഗങ്ങൾക്കും

ഭൂമിയിൽ, തേനീച്ചകളും ശലഭങ്ങളും സസ്യങ്ങളിലെ പരാഗണം നടത്തുകയും, അവയുടെ വ്യാപനത്തിനും പ്രത്യുൽപ്പാദനത്തിനും സഹായിക്കുകയും ചെയ്യുന്നു. ബഹിരാകാശത്ത് ഇത് സാധ്യമല്ല എന്നത് സസ്യങ്ങളുടെ സ്വാഭാവിക തലമുറ രൂപീകരണത്തെ ബാധിക്കുന്നു

സസ്യ ഉൽപ്പന്നങ്ങൾ ഭക്ഷിക്കാൻ കഴിയുന്ന പരസ്പര പൂരക ജൈവ ആവാസവ്യവസ്ഥയാണ് ഇത്. രണ്ട് ഘട്ടങ്ങളിലായാണ് ഇതിന് വേണ്ടിയുള്ള ഗവേഷണങ്ങൾ നടത്തിയത്. പുനഃചംക്രമണം ചെയ്ത ഉൽപ്പന്നങ്ങൾ മാത്രം ഉപയോഗിച്ച് ഉപജീവനം പൂർണ്ണമായും സാധ്യമല്ലെന്ന് ശാസ്ത്രജ്ഞർ കണ്ടെത്തി. അതിനാൽ ബഹിരാകാശത്ത് ഒരു സ്വയംപര്യാപ്തമായ ആവാസവ്യവസ്ഥ എന്ന ആശയം സാക്ഷാൽക്കരിക്കാൻ ഇനിയും അനേകം പരീക്ഷണങ്ങളും ഗവേഷണങ്ങളും വേണ്ടിവരും.

എന്നിരുന്നാലും, മനുഷ്യർക്ക് ആവശ്യമായ വെള്ളവും ഓക്സിജനും സസ്യങ്ങളുടെ സഹായമില്ലാതെ സാധ്യമായ പരിധിവരെ പേടകങ്ങളിൽ/ നിലയങ്ങളിൽ ഉൽപ്പാദിപ്പിക്കപ്പെടുന്നു.

ചെടികളിൽനിന്നുള്ള മാലിന്യ സംസ്കരണത്തിലും കാര്യമായ ശ്രദ്ധ ആവശ്യമാണ്. ഒന്നും തന്നെ ബഹിരാകാശത്തേക്ക് ഉപേക്ഷിക്കാൻ പാടില്ല. ഈ അവശിഷ്ടങ്ങൾ വളരെ ഉയർന്നവേഗതയിൽ ഭൂമിയെ ചുറ്റിക്കൊണ്ടിരിക്കുകയും പരിക്രമണപഥത്തിലെത്തുന്ന ബഹിരാകാശ പേടകങ്ങൾക്കും, ബഹിരാകാശ നിലയത്തിനും, ഭൂമിയെ ചുറ്റുന്ന ഉപഗ്രഹങ്ങൾക്കും ഗുരുതരമായ പ്രശ്നങ്ങൾ സൃഷ്ടിക്കും. ഇക്കാരണത്താൽ മറ്റ് അവശിഷ്ടങ്ങൾപോലെതന്നെ ചെടികളുടെ അവശിഷ്ടങ്ങളും ബഹിരാകാശത്തേക്ക് കളയാൻ കഴിയില്ല. അമേരിക്കയുടെ ബഹിരാകാശ ഏജൻസിയായ നാസ ബഹിരാകാശത്തുള്ള അവശിഷ്ടങ്ങളെക്കുറിച്ചുള്ള സ്ഥിതിവിവരക്കണക്കുകൾ ശേഖരിക്കുകയും അവയുടെ ഭ്രമണപഥങ്ങൾ നിരന്തരം നിരീക്ഷിക്കുകയും ചെയ്യുന്നു.

സസ്യാവശിഷ്ടങ്ങളിൽ നിന്ന് പ്രോട്ടീൻ ഉൽപ്പാദിപ്പിക്കാൻ നിരവധി പരീക്ഷണങ്ങൾ ബഹിരാകാശ നിലയങ്ങളിൽ നടന്നു. അവിടെ വളരുന്ന ചെടികളിൽനിന്നുണ്ടാകുന്ന ജൈവ മാലിന്യങ്ങളെ പ്രോട്ടീൻ സമ്പുഷ്ടമായ ഭക്ഷ്യ ഉൽപ്പന്നങ്ങളാക്കി മാറ്റുന്നതിൽ കൂൺ വളരെ ഫലപ്രദമാണ് എന്ന് കണ്ടെത്തിയിട്ടുണ്ട്. ചിലയിനം ജലസസ്യങ്ങൾ, കാരറ്റ്, പെരുംജീരകം, കുരുമുളക്, ഗോതമ്പ്, അരിയുടെ പല ഇനങ്ങൾ, ചോളം, സൂര്യകാന്തി, കടല, പരുത്തി, ഉള്ളി, പലതരം പുഷ്പ ഇനങ്ങൾ, ചണം, പുകയില, വെള്ളരിക്ക, ചീര, സോയ, ധാന്യം, ഗ്രാം, ചീര, ബീൻസ്, ഓട്സ്, പൈൻ, മധുരക്കിഴങ്ങ് എന്നിവയാണ് ബഹിരാകാശത്തേക്ക് കൊണ്ടുപോയ സസ്യങ്ങൾ. ചെടികളാൽ ചുറ്റപ്പെട്ട സ്ഥലങ്ങളിൽ താമസിക്കുന്ന ആളുകളിൽ മാത്രം കാണപ്പെടുന്ന മനസ്സിന്റെ ശാന്തത ബഹിരാകാശത്ത് ഇത്തരം സസ്യങ്ങൾ ഉൾക്കൊള്ളുന്ന വാസസ്ഥലങ്ങളിൽ താമസിക്കുന്ന സഞ്ചാരികളിൽ നിരീക്ഷിക്കപ്പെട്ടു. അവരുടെ പതിവ് ഗവേഷണ പ്രവർത്തനങ്ങളോടൊപ്പം സസ്യങ്ങളുമായി ബന്ധപ്പെട്ട പഠനങ്ങളിൽ ഏർപ്പെടുന്നത് മാനസികോല്ലാസം നൽകുന്നതായി കണ്ടു.

മറ്റ് പരീക്ഷണങ്ങൾ

മൂന്നാമത്തെ തരത്തിലുള്ള പരീക്ഷണങ്ങളിൽ ഭൂമിയിൽ നടത്തുന്നതിനെ അപേക്ഷിച്ച് പൂജ്യം-ജി അവസ്ഥയിൽ നടത്തുമ്പോൾ കൂടുതൽ ഉപയോഗപ്രദമാകുന്ന അടിസ്ഥാനപരമായ ഗവേഷണങ്ങൾ, സാങ്കേതിക വികാസങ്ങൾ മുതലായവ ഉൾപ്പെടുന്നു. പരിസ്ഥിതിയിലെ വിവിധ തരത്തിലുള്ള ശബ്ദങ്ങളും അസ്വസ്ഥതകളും ഗവേഷണ പ്രക്രിയയെ ബാധിക്കുകയും തെറ്റായ ഫലങ്ങൾ നൽകുകയും ചെയ്തേക്കാം. ചിലതരം സൂക്ഷ്മമായ പരീക്ഷണങ്ങളിൽ, ചുറ്റുപാടിൽ നിന്നുള്ള അസ്വസ്ഥതകൾ ഒരു പരിധിവരെ കുറയ്ക്കേണ്ടതുണ്ട്. ബഹിരാകാശത്തിന്റെ തടസ്സമില്ലാത്ത സാഹചര്യം ഇത്തരം പരീക്ഷണങ്ങൾക്ക് ഏറെ പ്രയോജനകരമാണ്. ഉൽപ്പാദനപ്രക്രിയകളിൽ ഗുരുത്വാകർഷണം ചെലുത്തുന്ന പ്രഭാവത്തെപ്പറ്റി വളരെയധികം ഗവേഷണങ്ങൾ നടക്കുന്നുണ്ട്. ഇത്തരം പ്രഭാവം ഒഴിവാക്കി നിർമ്മാണപ്രവർത്തനങ്ങൾ സാധ്യമായാൽ ബഹിരാകാശനിലയം ഭാവിയിൽ അത്തരം ഉൽപ്പന്നങ്ങളുടെ നിർമ്മാണ കേന്ദ്രമായി മാറും, പ്രത്യേകിച്ച് വിവിധ തരത്തിലുള്ള അസുഖങ്ങൾ ഭേദമാക്കുന്നതിന് ആവശ്യമായ മരുന്നുകളുടെ ഉൽപ്പാദനം.

ഓരോ വസ്തുക്കളും അവയുടെ അടിസ്ഥാനതലത്തിൽ രൂപപ്പെടുന്നതിന്, ഗുരുത്വാകർഷണം ചെറുതല്ലാത്ത ഒരു സ്ഥാനം വഹിക്കുന്നുണ്ട്. ഭൂമിയിലെ എല്ലാ വസ്തുക്കളുടെയും അടിസ്ഥാന തലത്തിൽ അവയുടെ ആന്തരിക ഘടന ഗുരുത്വാകർഷണകേന്ദ്രത്തിന്റെ ദിശയിലേക്കു ക്രമീകരിക്കപ്പെടുന്നു. എന്നാൽ ഗുരുത്വാകർഷണമില്ലാത്ത അവസ്ഥയിൽ ഇവയുടെ ഘടനയെപ്പറ്റി ഒട്ടനേകം പഠനങ്ങൾ നടക്കുന്നുണ്ട്.

അതുപോലെ, 'ടിഷ്യു കൾച്ചർ (TISSUE CULTURE)' ബഹിരാകാശ പരീക്ഷണങ്ങളിൽ ഒരു പ്രധാന ഗവേഷണമാണ്. ഏകദേശം 10,000 തരം പ്രോട്ടീനുകളും അവയുടെ 2000 തരം ഘടകങ്ങളും ഇതുവരെ മനുഷ്യകോശങ്ങളിൽ കണ്ടെത്തിയിട്ടുണ്ട്. ഇതിൽ 20 ഓളം പ്രോട്ടീനുകളെപ്പറ്റി ബഹിരാകാശത്ത് പഠനം നടന്നിട്ടുണ്ട്. ഇതിൽ ഇൻസുലിൻ സംബന്ധിച്ച പഠനങ്ങളും അവയുടെ ഫലങ്ങളും പ്രതീക്ഷ നൽകുന്ന ഒന്നാണ്. ബഹിരാകാശത്ത് ജൈവ ഗവേഷണത്തിന്റെ വാണിജ്യപരമായ പ്രയോഗങ്ങൾ ഭാവിയിൽ വർദ്ധിക്കുമെന്ന് വിശ്വസിക്കപ്പെടുന്നു.

ബഹിരാകാശ സംവിധാനങ്ങൾക്കായി വികസിപ്പിച്ചെടുത്ത സാങ്കേതികവിദ്യകൾക്ക് ഭൂമിയിലെ മറ്റ് മേഖലകളിൽ നിരവധി പ്രയോഗങ്ങളുണ്ട്. ഉദാഹരണത്തിന്, ബഹിരാകാശയാത്രികന്റെ ശരീരത്തിലെത്തുന്ന വികിരണം അളക്കാൻ ഉപയോഗിക്കുന്ന 'റേഡിയേഷൻ മോണിറ്ററിംഗ്' ഉപകരണങ്ങൾ, റേഡിയോ ആക്ടീവ് അധിഷ്ഠിത വ്യവസായങ്ങൾ, വൈദ്യശാസ്ത്രത്തിൽ ഉപയോഗപ്പെടുത്താവുന്ന റേഡിയേഷൻ അധിഷ്ഠിത ചികിത്സാരീതികൾ, എല്ലുകളുടെ വളർച്ചയും ശോഷണവും അളക്കുന്നതിനുള്ള ഉപകരണങ്ങൾ തുടങ്ങിയ വിവിധ മേഖലകളിൽ

ഇത്തരം സാങ്കേതികവിദ്യകൾ ഉപയോഗപ്രദമാണ്. മനുഷ്യ കോശങ്ങളിലെ സംവേദനക്ഷമത വിദൂരമായി കണ്ടെത്തുന്ന 'ഒപ്റ്റിക്കൽ സെൻസർ (OPTICAL SENSOR)' അധിഷ്ഠിത ഉപകരണങ്ങൾ കണ്ണിലെ ഞരമ്പുകളുമായി ബന്ധപ്പെട്ട പ്രശ്നങ്ങൾ കണ്ടെത്തുന്നതിൽ ഉപയോഗിക്കുന്നു. ബഹിരാകാശയാത്രികർക്കിടയിൽ പടർന്നു പിടിക്കാവുന്ന പകർച്ചവ്യാധികൾ കണ്ടെത്തുന്നതിനും നിയന്ത്രിക്കുന്നതിനുമായി വികസിപ്പിച്ചെടുത്ത സാങ്കേതികവിദ്യകൾ ഭൂമിയിലും അതേ ആവശ്യത്തിന് ഒരുപോലെ ഉപയോഗപ്രദമാണ്. ലോകമെമ്പാടുമുള്ള ജലദൗർലഭ്യത്തിന്റെ നിലവിലെ സാഹചര്യത്തിൽ മനുഷ്യ മാലിന്യങ്ങൾ കൈകാര്യം ചെയ്യുന്നതിനായി വികസിപ്പിച്ച മാലിന്യ സംസ്കരണ സംവിധാനങ്ങൾ വളരെ പ്രധാനപ്പെട്ടതും ഉപയോഗപ്രദവുമായ സംവിധാനങ്ങളാണ്. അതുപോലെ, ബഹിരാകാശത്ത് നിർജ്ജലീകരണം കണ്ടെത്തുന്നതിന് വികസിപ്പിച്ചെടുത്ത ഉപകരണങ്ങൾ ലോകമെമ്പാടുമുള്ള വൈദ്യശാസ്ത്ര വിദഗ്ദ്ധർ വ്യാപകമായി ഉപയോഗിക്കപ്പെടുന്നു.

ജ്വാല പരീക്ഷണങ്ങൾ

'ഊർജ്ജത്തെ സൃഷ്ടിക്കാനോ നശിപ്പിക്കാനോ കഴിയുകയില്ല, അതിനെ ഒരു രൂപത്തിൽനിന്ന് മറ്റൊന്നിലേക്കു പരിവർത്തനം ചെയ്യാൻ മാത്രമേ കഴിയുകയുള്ളു.'

സ്കൂളിൽ പഠിച്ച ഈ തത്വമാണ് ഊർജ്ജത്തിന്റെ അടിസ്ഥാന നിയമമായി കണക്കാക്കുന്നത് എന്ന് നമുക്കറിയാം. നമ്മൾ ചെയ്യുന്ന ഓരോ പ്രവർത്തികൾക്കും, ഉപയോഗിക്കുന്ന പലതരം ഉപകരണങ്ങൾക്കും ഊർജ്ജം ആവശ്യമാണ്. ഇന്ധനം കത്തിച്ചാണ് സാധാരണയായി ഊർജ്ജം ഉൽപ്പാദിപ്പിക്കുന്നത്. ഉദാഹരണത്തിന്, താപവൈദ്യുത നിലയങ്ങളിൽ വൈദ്യുതി ഉൽപ്പാദിപ്പിക്കാൻ ഉപയോഗിക്കുന്ന നീരാവി കൽക്കരി കത്തിച്ചാണ് ഉണ്ടാക്കുന്നത്. അതുപോലെ, വാഹനങ്ങളിൽ, പെട്രോളോ ഡീസലോ കത്തിച്ച് ഊർജ്ജം ഉൽപ്പാദിപ്പിക്കുന്നു. മനുഷ്യന്റെ ബഹിരാകാശ പര്യവേഷണങ്ങളിൽ സൗരോർജ്ജം ഒരു പ്രധാന സ്രോതസ്സാണ്. കത്തുന്ന ഒരു തീഗോളമാണ് സൂര്യനെന്ന് നമുക്കറിയാം. മറ്റേതു വസ്തുവിനെപ്പറ്റിയുള്ള പഠനംപോലെത്തന്നെ തീയും ബഹിരാകാശ ഗവേഷണങ്ങളിൽ സ്ഥാനം പിടിച്ചിട്ടുണ്ട്. പര്യവേഷണങ്ങളുടെ ആദ്യ കാലഘട്ടം മുതൽ തന്നെ, ഗുരുത്വാകർഷണം നന്നേ കുറവായ സാഹചര്യങ്ങളിൽ തീയും തീജ്വാലയും എപ്രകാരമാണ് നിലനിൽക്കുക എന്നത് മനുഷ്യനെ ചിന്തിപ്പിച്ചിട്ടുണ്ട്. ഇത്തരത്തിൽ ബഹിരാകാശത്ത് തീജ്വാലയുമായി ബന്ധപ്പെട്ട ഒട്ടനേകം പരീക്ഷണങ്ങൾ നടക്കാറുണ്ട്.

ഒരു മെഴുകുതിരിയുടെ ജ്വാല സങ്കല്പിച്ചാൽ, അത് കത്തുമ്പോൾ, ജ്വാലയ്ക്ക് ചുറ്റുമുള്ള ചൂടുള്ള വായുവിന്റെ സാന്ദ്രത കുറയുകയും അത് മുകളിലേക്ക് നീങ്ങുകയും ചെയ്യുന്നു. ഇതേസമയം, ഉയർന്ന സാന്ദ്രതയുള്ള, താരതമ്യേന തണുത്ത വായു താഴേക്ക് നീങ്ങുന്നു. തീജ്വാലയുടെ

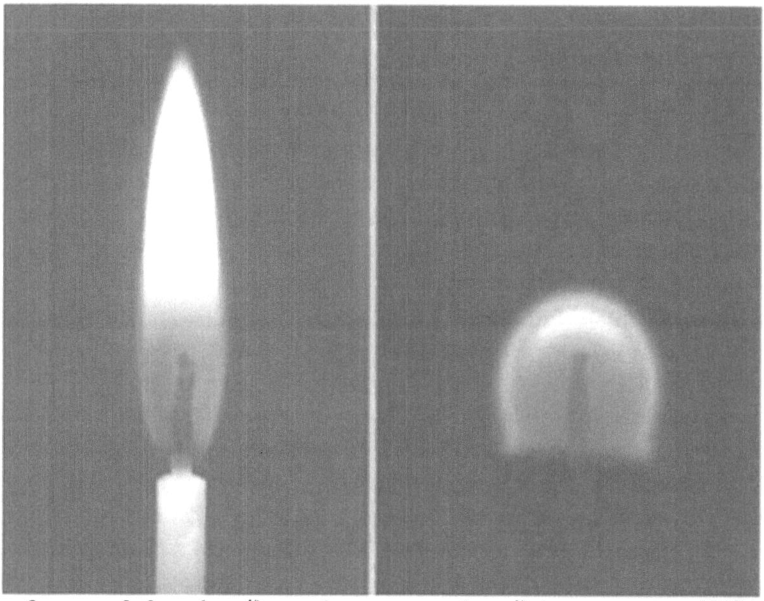

തീജ്വാല ഭൂമിയിലും (ഇടത്), ബഹിരാകാശത്തും (വലത്); image courtesy: NASA

നിലനിൽപ്പിന് ഓക്സിജൻ അത്യാവശ്യമായതിനാലും, ഓക്സിജന്റെ സാന്ദ്രത ചൂടുള്ള വാതകങ്ങളേക്കാൾ കൂടുതലായതിനാലും, അത് തീജ്വാലയുടെ അടിയിലേക്ക് നീങ്ങുന്നു. ഇത് നമ്മൾ ഭൂമിയിൽ മെഴുകുതിരികളിൽ കാണുന്ന ജ്വാലയുടെ ആകൃതിക്ക് കാരണമാകുന്നു. അതേസമയം, ബഹിരാകാശത്ത്, ഗുരുത്വാകർഷണത്തിന്റെ അഭാവം മൂലം ജ്വാല അതിന്റെ സാധാരണ രൂപത്തിന് പകരം ഒരു ദീർഘ വൃത്ത ആകൃതി കൈവരിക്കുന്നതായി കാണാം.

ബഹിരാകാശത്തെ അഗ്നിജ്വാലയുമായി ബന്ധപ്പെട്ട പഠനങ്ങൾ അതിന്റെ സവിശേഷതകൾ മനസ്സിലാക്കാൻ സഹായിക്കുന്നു. അപകട കരമായ അവസ്ഥകളിൽ തീ അണയ്ക്കുന്നതിനുള്ള മികച്ച രീതികൾ വികസിപ്പിക്കുന്നതിലേക്കും, കുറഞ്ഞ അളവിലുള്ള വസ്തുക്കൾ ഉപയോഗിച്ച് നിയന്ത്രിത തീ സൃഷ്ടിക്കുന്നതിനുള്ള രീതികൾ വികസിപ്പി ക്കുന്നതിലേക്കും ഇത്തരം ഗവേഷണങ്ങൾ ഉപയോഗപ്രദമാകും.

ആർക്കും നടത്താം ഗവേഷണം

നിരവധി ഘടകങ്ങളെ അടിസ്ഥാനമാക്കിയാണ് ബഹിരാകാശ ത്തേക്കുള്ള ഗവേഷണ നിർദ്ദേശങ്ങൾ വിലയിരുത്തുന്നത്. ഗവേഷണ ത്തിന്റെ ആവശ്യകത, ഭൂമിയിൽ നടക്കുന്ന സമാന ഗവേഷണ പ്രവർത്ത നങ്ങളെക്കുറിച്ചുള്ള വിശദാംശങ്ങൾ, ബഹിരാകാശത്ത് പരീക്ഷണം

നടത്തുന്നതിന്റെ ഗുണദോഷങ്ങൾ, ബഹിരാകാശ പരീക്ഷണ ശാലകളിലെ ഉപകരണങ്ങളുടെ ലഭ്യത, ആവശ്യമായ അധിക സംവിധാനങ്ങളുടെ ഭാരം എന്നിവ ഗവേഷണ നിർദ്ദേശങ്ങൾ വിലയിരുത്തുന്നതിന് പരിഗണിക്കുന്ന ചില ഘടകങ്ങളാണ്.

ലോകത്തിലെ ആർക്കും അവരുടെ താൽപ്പര്യങ്ങൾ പ്രകടിപ്പിക്കാനും ബഹിരാകാശ പരീക്ഷണശാലകളിൽ ഗവേഷണം നടത്തുന്നതിനുള്ള നിർദ്ദേശങ്ങൾ സമർപ്പിക്കാനും കഴിയും. അവർ ഏതെങ്കിലും ഗവേഷണ സ്ഥാപനത്തിലോ വിദ്യാഭ്യാസ സ്ഥാപനത്തിലോ പ്രവർത്തിക്കുന്നവരോ സ്വതന്ത്ര ഗവേഷകരോ ആകാം. നിർദ്ദേശം നടപ്പിലാക്കുന്നതിന് ആവശ്യമായ പരിശീലനവും വൈദഗ്ധ്യവുമുള്ള ബഹിരാകാശയാത്രികരുടെ ലഭ്യത നിർദ്ദേശം സ്വീകരിക്കുന്നതിനുള്ള പരിഗണനയുടെ ഒരു പ്രധാന ഘടകമാണ്.

ബഹിരാകാശത്ത് പരീക്ഷണങ്ങൾക്കായി ഉപകരണങ്ങൾ രൂപകൽപ്പന ചെയ്യുന്നത് ഒരു വെല്ലുവിളി നിറഞ്ഞ കാര്യമാണ്. ഉപകരണം ഭൂമിയിൽ ഒരു പ്രത്യേക രീതിയിൽ പ്രവർത്തിച്ചേക്കാം പക്ഷേ, ബഹിരാകാശ പരിസ്ഥിതിയിൽ അതേ ഉപകരണം പ്രവർത്തിക്കാൻ ചില മാറ്റങ്ങളും മാനദണ്ഡങ്ങളും ഉണ്ട്. അത്തരം ഉപകരണങ്ങളിൽ 40% ത്തിലധികം പൂർണ്ണമായോ ഭാഗികമായോ ബഹിരാകാശത്ത് പ്രവർത്തിച്ചിട്ടില്ല എന്നതാണ് ലഭ്യമായ സ്ഥിതിവിവരക്കണക്കുകളിൽ നിന്ന് കണ്ടെത്തിയ ഒരു ആശ്ചര്യകരമായ വസ്തുത, ഇത്തരം ഉപകരണങ്ങൾ അവിടെ എത്തിക്കാൻ ഉപയോഗിക്കുന്ന വിക്ഷേപണ വാഹനങ്ങളുടെ പ്രവേഗം കൊണ്ടുണ്ടാകുന്ന പ്രകമ്പനങ്ങളും ഗുരുത്വാകർഷണത്തിന്റെ അഭാവവുമാണ് ഇതിന് കാരണമായി പറയുന്നത്. ഉപകരണങ്ങൾ കൂട്ടിച്ചേർക്കാനും ബഹിരാകാശത്ത് പരീക്ഷണങ്ങൾ നടത്താനും എടുക്കുന്ന സമയം ഭൂമിയിൽ എടുക്കുന്ന സമയത്തേക്കാൾ ഏകദേശം 50% കൂടുതലാണ് എന്നതാണ് മറ്റൊരു രസകരമായ വസ്തുത.

പരീക്ഷണങ്ങളുടെ ഫലമായി ഉണ്ടാകുന്ന ഉൽപ്പന്നങ്ങൾ ബഹിരാകാശ പരീക്ഷണശാലയുടെ ആവാസവ്യവസ്ഥയുടെ ആരോഗ്യകരമായ അന്തരീക്ഷം നിലനിർത്തുന്നതിൽ ദോഷമായി ഭവിക്കാൻ പാടില്ല എന്നതുകൊണ്ട്, ഗവേഷണങ്ങൾ തെരഞ്ഞെടുക്കുമ്പോൾ ഇതിനും മതിയായ പ്രാധാന്യം നൽകേണ്ടതുണ്ട്.

ഗവേഷണത്തിന് ആവശ്യമായ മൃഗങ്ങളെയും സസ്യങ്ങളെയും തിരഞ്ഞെടുക്കുമ്പോൾ, ഏറ്റവും കുറഞ്ഞ പരീക്ഷണങ്ങളിലൂടെയോ നടപടിക്രമങ്ങളിലൂടെയോ പരമാവധി ഫലം നൽകാൻ കഴിയുന്നവയ്ക്ക് മുൻഗണന നൽകുന്നു. ഉദാഹരണത്തിന്, ജലജീവികളിലും കരയിലെ മൃഗങ്ങളിലും ചില പരീക്ഷണങ്ങൾ നടത്താൻ, കരയിലും വെള്ളത്തിലും ജീവിക്കാൻ കഴിയുന്ന തവളയെ തെരഞ്ഞെടുക്കാം.

ബഹിരാകാശത്തെ അടിസ്ഥാനമാക്കിയുള്ള പരീക്ഷണങ്ങളോ പഠനങ്ങളോ നടത്തുന്നതിന് സാധാരണയായി മൂന്ന് പ്രധാന

ഘട്ടങ്ങളുണ്ട്. പരീക്ഷണങ്ങളുടെ സ്വഭാവവും ഗവേഷണത്തിൽ നിന്ന് പ്രതീക്ഷിക്കുന്ന ഫലങ്ങളെപ്പറ്റിയും വ്യക്തമായ രൂപരേഖയുണ്ടാക്കുക എന്നതാണ് ആദ്യപടി. നിർവചിക്കപ്പെട്ട നടപടിക്രമങ്ങൾക്കനുസൃതമായി ബഹിരാകാശത്ത് ഗവേഷണം നടത്തുക എന്നതാണ് രണ്ടാമത്തെ ഘട്ടം. അതേ പരീക്ഷണം ഭൂമിയിൽ ആവർത്തിക്കുകയും ഫലങ്ങളുടെ താരതമ്യം ചെയ്യുകയുമാണ് മൂന്നാമത്തെ ഘട്ടം. ഫലങ്ങളും കണ്ടെത്തലുകളും പിന്നീട് ഗവേഷണ പ്രബന്ധമോ ലേഖനമോ ആയി പ്രസിദ്ധീകരിക്കുകയും ചെയ്യേണ്ടതുണ്ട്.

1970 മുതൽ 1985 വരെ ബഹിരാകാശത്തേക്ക് കൊണ്ടുപോകുന്ന മൃഗങ്ങളിൽ ജീവശാസ്ത്രപരമായ ഗവേഷണങ്ങൾ നടത്തി. 1986 മുതൽ 1996 വരെ, കോശങ്ങളിൽ ഉണ്ടായേക്കാവുന്ന മാറ്റങ്ങളെക്കുറിച്ച് പഠിക്കുന്നതിലാണ് ഗവേഷണങ്ങൾ ശ്രദ്ധ കേന്ദ്രീകരിച്ചത്. 1996 മുതൽ 2010 വരെ, ചില തരത്തിലുള്ള രോഗങ്ങൾക്കുള്ള ചികിത്സാ രീതികൾ വികസിപ്പിക്കുന്നതിനുള്ള ഗവേഷണ പ്രവർത്തനങ്ങൾ ആരംഭിച്ചു. പരീക്ഷണങ്ങൾ ആവർത്തിക്കുകയും ഫലങ്ങളുടെ സ്ഥിരത പരിശോധിക്കുകയും ചെയ്തുകൊണ്ടാണ് ജൈവ ഗവേഷണങ്ങൾ സാധാരണയായി സാധൂകരിക്കപ്പെടുന്നത്. വിവിധ പരീക്ഷണശാലകളിൽ ഒരേ തരത്തിലുള്ള പരീക്ഷണങ്ങൾ ആവർത്തിക്കുന്നു. പക്ഷേ, പരിമിതമായ സമയവും, സ്ഥലവും, സാഹചര്യങ്ങളും, വിഭവങ്ങളും കാരണം ബഹിരാകാശത്തുള്ള പരീക്ഷണശാലകളിൽ ഇത്തരം ആവർത്തനങ്ങൾ അനുവദിക്കുന്നില്ല. ബഹിരാകാശത്തെ ജീവശാസ്ത്രപരമായ ഗവേഷണങ്ങൾ ഇതുവരെ നിരവധി സസ്യങ്ങളിലും മൃഗങ്ങളിലും നടത്തിയിട്ടുണ്ടെങ്കിലും, ഇവയെല്ലാം വ്യത്യസ്ത സമയങ്ങളിൽ വ്യത്യസ്ത ബഹിരാകാശ പരീക്ഷണശാലകളിൽ നടത്തിയതാണ്. വ്യത്യസ്ത ഉപകരണങ്ങൾ ഉപയോഗിച്ച് വ്യത്യസ്ത ഗവേഷണ സംഘങ്ങൾ ബഹിരാകാശ പരീക്ഷണശാലകളിൽ വ്യത്യസ്ത സമയങ്ങളിൽ സമാനമായ ഗവേഷണങ്ങൾ നടത്തുമ്പോൾ, ലഭിക്കുന്ന ഫലങ്ങളിലും നിഗമനങ്ങളിലും വ്യത്യാസങ്ങളുണ്ട്. അതിനാൽ, മറ്റൊരു ബഹിരാകാശ പരീക്ഷണശാലയിൽ അതേ പഠനം നടത്തി ഫലങ്ങൾ സ്ഥിരീകരിക്കാതെ ഏതെങ്കിലും ബഹിരാകാശ ഗവേഷണത്തിന്റെ സാധുത ഉറപ്പിക്കാൻ പ്രയാസമാണ്. ഈ കാരണങ്ങളാൽ, ഒരൊറ്റ ഗവേഷണ പ്രവർത്തനത്തെ അടിസ്ഥാനമാക്കിയുള്ള നിരീക്ഷണങ്ങളുടെയും നിഗമനങ്ങളുടെയും വിശ്വാസ്യത ചോദ്യം ചെയ്യപ്പെട്ടേക്കാം.

അന്താരാഷ്ട്ര ബഹിരാകാശനിലയത്തിൽ വലിയ പരീക്ഷണശാലകളും സങ്കീർണ്ണമായ ഉപകരണങ്ങളും ലഭ്യമാണ്. ബഹിരാകാശനിലയത്തിന്റെ യൂറോപ്യൻ മൊഡ്യൂളിൽ, ജീവശാസ്ത്രം, ധാതു ഗവേഷണം, ദ്രാവക ഗവേഷണം എന്നിവയിൽ പഠനങ്ങൾ നടത്താനുള്ള സൗകര്യങ്ങൾ ലഭ്യമാണ്. മുട്ട വിരിയാനുള്ള ഇൻകുബേഷൻ സൗകര്യ

ങ്ങളും, മുട്ടകൾ വിരിഞ്ഞുണ്ടാകുന്ന കുഞ്ഞുങ്ങളുടെ വളർച്ചയ്ക്ക് ആവശ്യമായ മറ്റ് സൗകര്യങ്ങളും ഇവിടെ സജ്ജീകരിച്ചിട്ടുണ്ട്.

ആളില്ലാ ബഹിരാകാശ പേടകങ്ങളിലെ പരീക്ഷണങ്ങൾ.

ബഹിരാകാശ നിലയം സ്ഥാപിക്കുന്നതിന് മുമ്പ്, നിരവധി ആളില്ലാ ബഹിരാകാശ വാഹനങ്ങളിൽ പഠനങ്ങൾ നടന്നിരുന്നു. 1957 വരെ 61 ദൗത്യങ്ങളിലൂടെ ബഹിരാകാശ വാഹനങ്ങളിൽ നിരവധി മൃഗങ്ങളെ ബഹിരാകാശത്തേക്ക് കൊണ്ടുപോയി. വിവിധയിനം കുരങ്ങുകൾ, എലികൾ, നായ്ക്കൾ, പൂച്ചകൾ തുടങ്ങിയവ ഇതിൽ ഉൾപ്പെടുന്നു. 'ലൈക്ക' എന്ന നായയാണ് ജീവൻ നിലനിർത്താനുള്ള സമ്പൂർണ ഉപകരണങ്ങളുമായി ബഹിരാകാശത്തേക്ക് യാത്ര ചെയ്ത ആദ്യത്തെ മൃഗം.

ബഹിരാകാശത്തെ മൃഗങ്ങളുടെയും സസ്യങ്ങളുടെയും ജീവിതത്തെക്കുറിച്ച് പഠിക്കാൻ രൂപകൽപ്പന ചെയ്ത സ്വയം പ്രവർത്തിക്കുന്ന ബഹിരാകാശ ആവാസ വ്യവസ്ഥകളടങ്ങുന്ന പേടകങ്ങൾ 1966 മുതൽ സോവിയറ്റ് യൂണിയൻ വിക്ഷേപിച്ചിരുന്നു. വിവിധ ഇനം കുരങ്ങുകളെ അയച്ച് ബഹിരാകാശത്തിൽവച്ചുണ്ടാകാൻ സാധ്യതയുള്ള ശാരീരിക അസ്വസ്ഥതകൾ ആദ്യം പഠിച്ചു. വികിരണങ്ങളും മറ്റ് അപകടകരമായ പാരിസ്ഥിതിക സാഹചര്യങ്ങളും അവരുടെ ശരീരത്തിൽ വരുത്തുന്ന ആഘാതങ്ങളെപ്പറ്റിയായിരുന്നു അടുത്ത ഗവേഷണം. 1996 വരെ ഇത്തരം ദൗത്യങ്ങൾ ഏകദേശം 11 തവണ നടത്തുകയുണ്ടായി. 300 കിലോമീറ്റർ ഉയരത്തിൽവരെയുള്ള ഭ്രമണപഥത്തിലേക്ക് കൊണ്ടുപോയി 5 മുതൽ 22 ദിവസം വരെ താമസിപ്പിച്ചശേഷം ഇത്തരം പഠനങ്ങൾ നടത്തുകയാണ് പതിവ് രീതി.

അപകടങ്ങൾ

ഇതുവരെ നടന്ന 400 ലധികം ദൗത്യങ്ങളിലായി 1500 ലധികം യാത്രക്കാർ ബഹിരാകാശത്തേക്ക് യാത്ര ചെയ്തിട്ടുണ്ട്. അവരിൽ പലരും ഒന്നിലധികം തവണ ബഹിരാകാശത്തെത്തിയിട്ടുണ്ട്. വ്യക്തിഗത ബഹിരാകാശയാത്രികരുടെ എണ്ണം ഏകദേശം 600 ആണ്. നമ്മുടെ പതിവ് യാത്രകളിൽ നിന്ന് വ്യത്യസ്തമായി ബഹിരാകാശ യാത്ര വളരെ അപകടകരമായ കാര്യമാണ് എന്ന് എടുത്തുപറയേണ്ടതില്ലല്ലോ. രണ്ട് പ്രധാന കാരണങ്ങളാൽ ബഹിരാകാശത്ത് അപകടങ്ങൾ സംഭവിക്കുന്നു. ആദ്യത്തേത് മാനുഷിക പിഴവാണ്. രണ്ടാമത്തേത് വാഹന സംവിധാനങ്ങളിലെ പിഴവുകളാണ്. ഒരു ബഹിരാകാശ ദൗത്യത്തിലെ മിക്കവാറും എല്ലാ പ്രവർത്തനങ്ങളും സ്വമേധയാ ഉള്ളതും മനുഷ്യ ഇടപെടലുകളില്ലാത്തതുമാണ്. അതിനാൽ, മാനുഷിക പിശകുകൾ മൂലമുള്ള അപകടങ്ങളുടെ സാധ്യത താരതമ്യേന കുറവാണ്. ബഹിരാകാശത്തെ അപകടങ്ങളിൽ ഭൂരിഭാഗവും വാഹന സംവിധാനങ്ങളിലെ ഏതെങ്കിലും തകരാറാണ് എന്നതാണ് ഇതുവരെയുള്ള അനുഭവം.

ബഹിരാകാശ അപകടങ്ങളെക്കുറിച്ചുള്ള ചർച്ചകൾ സാധാരണയായി യഥാർത്ഥ ദൗത്യത്തിനിടെ സംഭവിക്കുന്ന വലിയ അപകടങ്ങളെ ചുറ്റിപ്പറ്റിയാണ് ഉണ്ടാകാറ്. എന്നാൽ ദൗത്യത്തിന് മുന്നോടിയായുള്ള പരിശീലനങ്ങൾക്കിടയിലും പരീക്ഷണ കാലയളവിലും നിരവധി മാരകമായ അപകടങ്ങൾ ഉണ്ടായിട്ടുണ്ട്. അത്തരം അപകടങ്ങളെക്കുറിച്ചുള്ള വിശദാംശങ്ങൾ വേണ്ടത്ര പ്രാധാന്യത്തോടെ രേഖപ്പെടുത്തിയിട്ടില്ല.

യൂറി ഗഗാറിന്റെ ആദ്യ ബഹിരാകാശ യാത്രയ്ക്ക് മുമ്പ്, അദ്ദേഹത്തിന്റെ ഒരു സുഹൃത്ത് മാരകമായ അപകടത്തിൽ മരണപ്പെട്ടു. ദൗത്യത്തിന് ഏകദേശം 18 ദിവസം മുമ്പ് ബഹിരാകാശ യാത്രയ്ക്കായുള്ള

പരിശീലനത്തിനിടെ ഗഗാറിന്റെ സുഹൃത്ത് അടച്ചിട്ട മുറിയിൽ പരിശീലനത്തിലായിരുന്നു. സ്പിരിറ്റിൽ കുതിർന്ന ഒരു തുണിക്കഷണം ഇലക്ട്രോണിക് ഉപകരണവുമായി അറിയാതെ സ്പർശിക്കുകയും അതിൽനിന്നുണ്ടായ തീപിടിത്തത്തിൽ അദ്ദേഹത്തിന് ജീവൻ നഷ്ടപ്പെടുകയും ചെയ്തു.

സോയൂസ്-1 അപകടത്തിൽ മരണപ്പെട്ട വ്ളാദിമിർ കൊമറോവ് (ഇടത്), അപകടം നടന്ന സ്ഥലം (വലത്); image courtesy: NASA,ROSCOSMOS

1966 ഫെബ്രുവരിയിൽ ജെമിനി -9 ൽ ബഹിരാകാശ യാത്രയ്ക്ക് തെരഞ്ഞെടുക്കപ്പെട്ട രണ്ട് യാത്രികർ അവരുടെ ദൗത്യത്തിന് മുമ്പ് ഒരു വിമാനാപകടത്തിൽ മരണത്തിന് കീഴടങ്ങി. അപ്പോളോ -12 ദൗത്യത്തിലെ ബഹിരാകാശയാത്രികരിൽ ഒരാൾ പരിശീലനത്തിനിടെ ഓക്സിജൻ ദൗർലഭ്യം കാരണം മരണപ്പെട്ടു. 1968 ൽ ഒരു പരിശീലനത്തിനിടെയുണ്ടായ വിമാന അപകടത്തിൽ ആദ്യ ബഹിരാകാശ യാത്രികൻ 'യൂറി ഗഗാറിന്' തന്നെ ജീവൻ നഷ്ടപ്പെട്ടു, വിമാനത്തിന്റെ ലാൻഡിംഗ് ഗിയർ തകരാറിലായതിനാൽ ആണ് ഈ അപകടം സംഭവിച്ചത്. 1998 ൽ ഒരു കൂട്ടം റഷ്യൻ ബഹിരാകാശയാത്രികർ പരിശീലനത്തിനിടെ കൊല്ലപ്പെട്ടു. നിരവധി ട്രെയിനികളുടെ വിലപ്പെട്ട ജീവൻ അപഹരിച്ചുകൊണ്ട്, പരിശീലന കാലയളവിൽ ഇത്തരം മാരകമായ നിരവധി അപകടങ്ങൾ ഉണ്ടായിട്ടുണ്ട്.

സോയൂസ് -1, 1967

അമേരിക്കയും റഷ്യയും തമ്മിലുള്ള ശീതയുദ്ധകാലത്ത് രൂപകൽപ്പനചെയ്ത ആദ്യകാല ബഹിരാകാശ പേടകങ്ങളിൽ ഒന്നായിരുന്നു സോയൂസ്. ഇതിന്റെ പിന്നീടുള്ള വികസനത്തിനും ഉപയോഗത്തിൽ കണ്ടെത്തിയ പ്രശ്നങ്ങൾ പരിഹരിക്കാനും മറ്റുമായി കൂടുതൽ സമയം വേണമായിരുന്നെങ്കിലും, ദൗത്യങ്ങളാരംഭിക്കാൻ രാഷ്ട്രീയ സാഹചര്യങ്ങളും മറ്റും, സമ്മർദ്ദം ചെലുത്തി. തിടുക്കത്തിൽ ആരംഭിച്ച ദൗത്യങ്ങളിൽ, ആദ്യമായി ബഹിരാകാശത്തെത്തിയതിന് ശേഷം ഭൂമിയുടെ

ഭ്രമണപഥത്തിൽ പതിമൂന്നുവട്ടം വലംവയ്ക്കുന്നതിനിടയിൽ പേടകത്തിനുള്ളിലെ പല സംവിധാനങ്ങളും പരാജയപ്പെടാൻ തുടങ്ങിയതായി കണ്ടെത്തി. അപകടം മണത്തപ്പോൾ ഭൂമിയിലെ കൺട്രോൾ സെന്റർ, യാത്രികനായിരുന്ന കോസ്മനോട്ട് വ്ളാദിമിർ കൊമറോവിനോട് ഉടൻ ഭൂമിയിലേക്ക് മടങ്ങാൻ നിർദ്ദേശം നൽകി. നിർദ്ദേശം ലഭിച്ചയുടൻ മടക്കത്തിനുള്ള തയ്യാറെടുപ്പുകൾ നടത്തുകയും പതിനെട്ടാമത്തെ ഭ്രമണപഥം പൂർത്തിയാക്കി യാത്രികൻ മടക്കയാത്ര ആരംഭിച്ചു. നിലത്തിറങ്ങാൻ നേരം പേടകത്തിന്റെ വേഗത കുറയ്ക്കാൻ പാരച്യൂട്ട് തുറക്കേണ്ടതുണ്ടായിരുന്നു. നിർഭാഗ്യവശാൽ, സാങ്കേതിക പ്രശ്നം കാരണം പാരച്യൂട്ട് പ്രവർത്തിക്കാതിരിക്കുകയും, മണിക്കൂറിൽ 140 കിലോമീറ്റർ വേഗതയിൽ പേടകം നിലംപതിക്കുകയും ചെയ്തു. ഈ വേഗത കാരണം താപം വർദ്ധിക്കുകയും പേടകം വായുവിൽ വച്ച് തീപിടിക്കുകയും 'വ്ലാദിമിർ കൊമറോവ്' എന്ന റഷ്യൻ കോസ്മനോട്ട് ദാരുണമായി മരണപ്പെടുകയും ചെയ്തു.

അപ്പോളോ-1, 1967

മനുഷ്യനെ ചന്ദ്രോപരിതലത്തിലിറക്കുക എന്ന കെന്നടിയുടെ ആഹ്വാനം നടപ്പിലാക്കുന്നതിനുള്ള തയ്യാറെടുപ്പുകൾക്കിടയിലാണ് അപ്പോളോ-1 ദുരന്തം സംഭവിക്കുന്നത്. 1967 ഫെബ്രുവരിയിൽ അപ്പോളോ -1 ദൗത്യം വിക്ഷേപിക്കാൻ അമേരിക്കൻ ബഹിരാകാശ ഏജൻസിയായ നാസ പദ്ധതിയിട്ടിരുന്നു. വിക്ഷേപണത്തിന് 25 ദിവസം മുൻപ് പതിവ് പരിശീലനങ്ങളിലായിരുന്നു ഗ്രിസ്സോം, വൈറ്റ്, ഷാഫീ എന്നിവർ. 1967 ജനുവരി 27 ന് ഇവർ നാസയുടെ 34-ആം വിക്ഷേപണത്തറയിൽ സജ്ജീകരിച്ചിരുന്ന ക്രൂ മൊഡ്യൂളിൽ വിക്ഷേപണത്തിന്റെ അവസാന തയ്യാറെടുപ്പുകൾക്കായി കയറി. പേടകത്തിന്റെ വാതിൽ അടച്ച ശേഷം 100% ശുദ്ധമായ ഓക്സിജൻ നിറയ്ക്കപ്പെട്ടു. ഏതാനും മിനിട്ടുകൾക്കു ശേഷം വൈദ്യുത കണക്ഷനിൽ നിന്നുണ്ടായ ഒരു തീപ്പൊരി പേടകത്തിനുള്ളിലെ ഓക്സിജൻ ആളിക്കത്തിച്ചു. 12 സെക്കൻഡിനുള്ളിൽ പേടകം പൂർണ്ണമായും കത്തി നശിച്ചു. പേടകത്തിനുള്ളിലെ എല്ലാ വസ്തുക്കളുടെയും ജ്വലനം കാരണം, ആന്തരിക മർദ്ദം പുറത്തെ അന്തരീക്ഷ മർദ്ദത്തിന്റെ ഏകദേശം 2.5 മടങ്ങ് ആയിരുന്നു. പേടകത്തിന്റെ വാതിൽ അകത്തുനിന്ന് മാത്രമേ തുറക്കാൻ കഴിയുമായിരുന്നുള്ളു. പക്ഷേ, പേടകത്തിനുള്ളിലെ ഈ ഉയർന്ന മർദ്ദം അതിനും തടസ്സമായി നിന്നു. ദുരന്തത്തിൽ നിന്ന് രക്ഷപ്പെടുന്നതിൽ നിന്ന് അവരെ തടഞ്ഞ മറ്റൊരു കാരണം ഇതായിരുന്നു. ഇതുകാരണം ഏകദേശം ഒന്നര മണിക്കൂർ എടുത്താണ് അകത്തുണ്ടായിരുന്നവരുടെ മൃതദേഹങ്ങൾ പുറത്തെടുത്തത്. പേടകത്തിനുള്ളിൽ 100% ശുദ്ധമായ ഓക്സിജൻ നിറച്ചതാണ് അപകടകാരണം എന്ന് പിന്നീട് കണ്ടെത്തി. അമൂല്യമായ മൂന്ന് മനുഷ്യജീവൻ

നഷ്ടപ്പെടുത്തിയാണ് ശാസ്ത്രജ്ഞർ ഈ പാഠം പഠിച്ചത്. തുടർന്നുള്ള ദൗത്യങ്ങളിൽ ആവശ്യമായ മാറ്റങ്ങൾ വരുത്തി, പേടകത്തിൽ 60% ഓക്സിജൻ നിറച്ച് ബഹിരാകാശത്തെത്തിയ ശേഷം 100% ആക്കി ഉയർത്താം എന്ന് കണ്ടെത്തി. സോയൂസും ബഹിരാകാശ നിലയങ്ങളും ഭൂമിയുടെ അന്തരീക്ഷത്തിന് സമാനമായ 21% ഓക്സിജൻ ആണ് പേടകത്തിനുള്ളിൽ ഉപയോഗിക്കുന്നത്.

ഗസ് ഗ്രിസോം, എഡ്വേഡ് ഹിഗ്ഗിൻസ് വൈറ്റ്, റോജർ ബ്രൂസ് ഷാഫി എന്നിവർ (ഇടത്), അപ്പോളോ-1 പേടകത്തിനുള്ളിൽ തീപിടിത്തം ആരംഭിച്ചുവെന്ന് കരുതപ്പെടുന്ന സ്ഥലം (വലത്); image courtesy:NASA

അപ്പോളോ -13, 1970

അപ്പോളോ-11 ൽ ചന്ദ്രനിൽ നീൽ ആംസ്ട്രോങ് കാലുകുത്തിയ ശേഷം തുടർഗവേഷണങ്ങൾക്കുവേണ്ടി വീണ്ടും അപ്പോളോ ദൗത്യങ്ങൾ തുടർന്നു. അപ്പോളോ-13 അത്തരത്തിൽ ഒരു ദൗത്യമായിരുന്നു. പേടകം നിർമ്മാണത്തിലിരുന്നപ്പോൾ അശ്രദ്ധമായ ചെറിയ തെറ്റുകൾമൂലമുണ്ടാകുന്ന ഏറ്റവും മോശമായ പ്രത്യാഘാതങ്ങളുടെ മികച്ച ഉദാഹരണമാണിത്.

ഇലക്ട്രോണിക്സ് സംവിധാനങ്ങളിലേക്കുള്ള വൈദ്യുതി വിതരണം നിയന്ത്രിക്കാൻ ഉപയോഗിക്കുന്ന ചില സ്വിച്ചുകൾ വാഹനത്തിലുണ്ടായിരുന്നു. 65 വോൾട്ട് 'പവർ ഇൻപുട്ടിൽ' (POWER INPUT) പ്രവർത്തിക്കാനാണ് ഇത് രൂപകൽപ്പന ചെയ്തിരിക്കുന്നത്. പേടകത്തിലെ 65 വോൾട്ട് ലൈനുകളുമായി അവ ബന്ധിപ്പിച്ചിരിക്കണം. നിർമ്മാണസമയത്ത് അബദ്ധത്തിൽ അവ 28 വോൾട്ട് ലൈനുകളുമായി ബന്ധിപ്പിച്ചിരിക്കുന്നു, വിക്ഷേപണത്തിന് മുമ്പ് വാഹന സംവിധാനങ്ങൾ വ്യത്യസ്ത പരിശോധനകളിൽ തെറ്റായ കണക്ഷൻ സൂചിപ്പിക്കുന്ന നിരവധി അടയാളങ്ങൾ നിരീക്ഷിക്കപ്പെട്ടുവെങ്കിലും അവ അവഗണിക്കുകയും ഇത് ശരിയാക്കാതെ വാഹനം പറക്കാൻ അനുവദിക്കുകയും ചെയ്തു എന്നതാണ് കണ്ടെത്തൽ.

അപ്പോളോ 13 ദൗത്യത്തിന്റെ ഭാഗമായ ജെയിംസ് ആർതർ ലവൽ ജൂനിയർ, ജോൺ ലിയോണാർഡ് സ്വഗർട്ട് ജൂനിയർ, ഫ്രെഡ് വാലയസ് ഹയ്സിജൂനിയർ എന്നിവർ മടങ്ങിയെത്തി ജനങ്ങളെ അഭിവാദ്യം ചെയുന്നു; image courtesy: NASA

ഈ ദൗത്യത്തിന്റെ കമാന്റർ 'ജേംസ് ലവ്വൽ' ആയിരുന്നു. കമാന്റ് മൊഡ്യൂളിന്റെ പൈലറ്റ് 'ജോൺ സ്വിഗെർട്ടും' ലൂണാർ മൊഡ്യൂളിന്റെ പൈലറ്റ് 'ഫ്രഡ് ഹയിസിയുമായിരുന്നു.' അപ്പോളോ -13 ന്റെ ബഹിരാകാശയാത്രികർ ചന്ദ്രന്റെ ഉപരിതലത്തിൽ 10 ദിവസം താമസിക്കാൻ നിശ്ചയിച്ചിരുന്നു. പുറപ്പെട്ട് രണ്ട് ദിവസത്തിനുള്ളിൽ, തെറ്റായ സ്വിച്ച് കണക്ഷൻ കാരണം, സർവീസ് മൊഡ്യൂളിലെ ഓക്സിജൻ ടാങ്ക് പൊട്ടിത്തെറിച്ചു. യാത്രികരിൽനിന്നുള്ള വിവരങ്ങളുടെയും വാഹന സംവിധാനങ്ങളിൽനിന്നും എന്താണ് ശരിക്കും സംഭവിച്ചതെന്ന് ഗ്രൗണ്ട് കൺട്രോൾ സംഘം വിശകലനം ചെയ്ത് കണ്ടെത്തി. ആവശ്യത്തിന് ഓക്സിജൻ ലഭ്യമല്ലാത്തതിനാൽ, ദൗത്യം വീണ്ടെടുക്കൽ നടപടിക്രമങ്ങൾ നിർവഹിക്കുന്നതിന് ക്രൂ അംഗങ്ങൾക്ക് സർവീസ് മൊഡ്യൂളിലേക്ക് പോകാൻ കഴിഞ്ഞില്ല. ഈ സംഭവം നടക്കുമ്പോൾ, പേടകം ഭൂമിയിൽ നിന്ന് 3.3 ലക്ഷം കിലോമീറ്റർ അകലെയായിരുന്നു. ഭാഗ്യവശാൽ, ലൂണാർ മൊഡ്യൂൾ അപ്പോഴും വാഹനത്തിൽനിന്ന് വേർപെടുത്തിയിട്ടില്ലായിരുന്നു. ബഹിരാകാശയാത്രികർക്ക് അവരുടെ ആവശ്യങ്ങൾ നിറവേറ്റാൻ ലൂണാർ മൊഡ്യൂളിൽ ലഭ്യമായ ഓക്സിജനും വിഭവങ്ങളും ഉപയോഗിക്കാൻ

നിർദ്ദേശിക്കപ്പെട്ടു.

ക്രൂവിനും ഗ്രൗണ്ട് കൺട്രോൾ സംഘങ്ങൾക്കും പതുക്കെ സാഹചര്യത്തെക്കുറിച്ച് വിലയിരുത്താനും മികച്ച ധാരണ നേടാനും കഴിഞ്ഞു. ക്രൂവിന്റെ സുരക്ഷ പരിഗണിച്ച് ചന്ദ്രനിൽ ഇറങ്ങാനുള്ള പദ്ധതി ഉപേക്ഷിക്കപ്പെട്ടു. ചന്ദ്രനിൽ ഇറങ്ങാതെ യാത്രികരെ സുരക്ഷിതമായി ചന്ദ്രനെ ചുറ്റി ഭൂമിയിലേക്ക് തിരികെക്കൊണ്ടുവരാനുള്ള രക്ഷാമാർഗങ്ങൾ ആവിഷ്കരിക്കപ്പെട്ടു.

പരിഷ്കരിച്ച ഈ ദൗത്യ പദ്ധതി കാരണം, അപ്പോളോ -13 ബഹിരാകാശവാഹനം ഭൂമിയിൽനിന്ന് 4 ലക്ഷം കിലോമീറ്ററിലധികം ദൂരത്തേക്ക് പോയി. മനുഷ്യരാശിയുടെ ചരിത്രത്തിൽ മനുഷ്യർ സഞ്ചരിച്ച ഏറ്റവും കൂടിയ ദൂരമാണിത്. യാത്രികരെ സുരക്ഷിതമായി ഭൂമിയിലേക്ക് തിരികെക്കൊണ്ടുവരാൻ പരിഷ്കരിച്ച ദൗത്യ പദ്ധതി വേഗത്തിൽ രൂപകൽപ്പന ചെയ്ത് നടപ്പിലാക്കിയ നാസ ശാസ്ത്രജ്ഞരെ ലോകം ഒന്നടങ്കം ഏകകണ്ഠമായി പ്രശംസിച്ചു.

സോയൂസ് -11, 1971

മനുഷ്യനിർമ്മിതമായ ആദ്യത്തെ ബഹിരാകാശ നിലയമായ സല്യൂട്ട് -1 ലേക്കുള്ള ദൗത്യമായിരുന്നു സോയൂസ് -11. ദൗത്യം നിറവേറ്റിയശേഷം, അതുവരെ ബഹിരാകാശത്ത് പരമാവധി ദിവസം ചെലവഴിച്ചതിന്റെ ഖ്യാതിനേടിയ ശേഷം 1971 ജൂൺ 29 ന് ഭൂമിയിലേക്ക് മടങ്ങുകയായിരുന്നു. പാരച്യൂട്ടുകളും ലാൻഡിംഗ് ത്രസ്റ്ററുകളും പോലുള്ള സംവിധാനങ്ങൾ നന്നായി പ്രവർത്തിച്ചു. ശരിയായ വേഗതയിൽ മുൻകൂട്ടി ആസൂത്രണം ചെയ്തപോലെ പേടകം കൃത്യമായി ഇറങ്ങി. പുറമേ നോക്കുമ്പോൾ വിജയകരമായ ദൗത്യം. എന്തുകൊണ്ടും ആഘോഷിക്കാൻ വകയുള്ളത്. വിജയം ആഘോഷിക്കാൻ വീണ്ടെടുക്കൽ സംഘം പേടകത്തിനടുത്തെത്തി. ഉള്ളിലുണ്ടായിരുന്ന യാത്രികരിൽ നിന്ന് പ്രതികരണമൊന്നും

സോയൂസ്-11 ദൗത്യത്തിൽ മരണപ്പെട്ട ജോർജി ടിമോഫെയ്യേവിച്ച് ഡബ്രോവോൾസ്ക്യ, വ്ലാഡിസ്ലാവ് നിലോക്കോയെവിച്ച് വോൾക്കോവ്, വിക്റ്റർ ഇവാനോവിച്ച് പാഡ്സയെവ് എന്നിവർ (ഇടത്), ഭൂമിയിൽ ഇറങ്ങിയ സോയൂസ്-11 പേടകം (വലത്); image courtesy: NASA

ലഭിക്കാതിരുന്നത് അവരിൽ ആശങ്കയുണ്ടാക്കി.

ഒടുവിൽ, പേടകം പൊളിച്ചു നോക്കുമ്പോൾ മൂന്നു യാത്രികരേയും മരിച്ചനിലയിൽ കണ്ടെത്തി. അവരുടെ മൂക്കിലൂടെയും ചെവികളിലൂടെയും രക്തസ്രാവമുള്ളതായി ശ്രദ്ധയിൽപ്പെട്ടു. മൃതദേഹങ്ങളും, പേടകത്തിനകവശവും മുഴുവൻ പരിശോധിച്ചപ്പോൾ. അവരുടെ രക്തത്തിൽ വലിയ അളവിലുള്ള നൈട്രജന്റെ സാന്നിധ്യം കണ്ടെത്തി. ഓക്സിജന്റെ അഭാവം മൂലം വളരെയധികം വേദനാജനകമായ ഒരു മരണമാണ് അവർക്കുണ്ടായതെന്ന് അന്വേഷണസംഘത്തിന് മനസ്സിലായി.

മൂന്ന് ഭാഗങ്ങളായാണ് സോയൂസ് വാഹനം നിർമ്മിച്ചിരിക്കുന്നത് എന്ന് മുമ്പ് പറഞ്ഞല്ലോ, അതിൽ നിലത്തിറങ്ങുന്നത് യാത്രികരടങ്ങുന്ന പേടകം മാത്രമാണ്. ബാക്കിയുള്ളവ ഏകദേശം 120 കിലോമീറ്റർ ഉയരത്തിൽവച്ച് വേർപെടുത്തുമ്പോൾ അത് പേടകത്തിൽ ഒരു പ്രകമ്പനം സൃഷ്ടിക്കാറുണ്ട്. ഈ പ്രകമ്പനം കാരണം സോയൂസ്-1 പേടകത്തിനുള്ളിലെ മർദ്ദം ക്രമീകരിക്കുന്ന വാൽവുകൾ ഒടിഞ്ഞുവീണതായി പിന്നീടുണ്ടായ അന്വേഷണത്തിൽ കണ്ടെത്തി. ഇത് പേടകത്തിൽ ഓക്സിജൻ ലഭ്യത പൂർണ്ണമായി ഇല്ലാതാക്കി. 25 സെക്കൻഡിനുള്ളിൽ മുഴുവൻ വായുവും പേടകത്തിൽ നിന്ന് പുറത്തേക്ക് പോകുകയും വെറും 20 സെക്കൻഡിനുള്ളിൽ യാത്രികർ മൂവരും പ്രാണവായു കിട്ടാതെ മരണപ്പെടുകയും ചെയ്തു.

വാൽവ് ശരിയായി അടച്ചിട്ടുണ്ടോയെന്ന് പരിശോധിക്കുന്നത് അവരുടെ ജോലിയുടെ ഭാഗമായിരുന്നു. അത് കേടായെങ്കിൽ, അവർ അത് സ്വയം ശരിയാക്കേണ്ടതുണ്ട്. ഭൂമിയിൽവച്ചുള്ള പരിശീലനങ്ങളുടെ അടിസ്ഥാനത്തിൽ, വാൽവ് കേടായതായി കണ്ടെത്തിയാൽ അത് ശരിയാക്കാൻ കുറഞ്ഞത് ഒരു മിനിറ്റ് എടുക്കുമെന്ന് കണ്ടെത്തി. അങ്ങനെ സോയൂസ് -11 പേടകത്തിനുള്ളിലെ വാൽവ് അവർ ഒരുപക്ഷേ, ശരിയാക്കാൻ ശ്രമിച്ചിരുന്നെങ്കിൽപോലും അവരെ രക്ഷിക്കാൻ കഴിയില്ലെന്ന് ഉറപ്പായിരുന്നു. ഇതേ സമയം ചന്ദ്രനിലേക്കുള്ള അടുത്ത അപ്പോളോ ദൗത്യത്തിനുവേണ്ടിയുള്ള തയ്യാറെടുപ്പുകൾ നടക്കുന്നുണ്ടായിരുന്നു. ഇത്തരം ഒരു അപകടം അവിടെ സംഭവിക്കാതിരിക്കാൻ അമേരിക്കൻ ബഹിരാകാശ ഏജൻസി റഷ്യൻ ഏജൻസിയുമായി ബന്ധപ്പെട്ട് കാര്യങ്ങൾ മനസ്സിലാക്കുകയും, വേണ്ട നടപടികൾ സ്വീകരിക്കുകയും ചെയ്തു.

അപ്പോളോ-സോയൂസ്, 1975

ശീതയുദ്ധത്തിന്റെ അവസാനം അമേരിക്കയും റഷ്യയും ബഹിരാകാശ ഗവേഷണരംഗത്ത് കൈകോർക്കാൻ തീരുമാനിച്ച ദൗത്യമായിരുന്നു അപ്പോളോ-സോയൂസ് ദൗത്യം. ഇതിനെ റഷ്യ ഔദ്യോഗികമായി സോയൂസ് 19 എന്ന് വിളിച്ചു. ഈ ദൗത്യത്തിൽ തോമസ് സ്റ്റാഫ്ഫോർഡ്,

വൺസ് ബ്രാൻഡ്, ഡികെ സ്ലേയ്ടോൻ എന്നിവർ അപ്പോളോ പേടകത്തിൽ അമേരിക്കയെ പ്രതിനിധാനം ചെയ്തപ്പോൾ, അലക്സി ലിയോനോവ്, വലേറി കുബസോവ് എന്നിവർ സോയൂസ് പേടകത്തിൽ റഷ്യയുടെ പ്രതിനിധികളായിരുന്നു. ദൗത്യം പൂർത്തിയാക്കിയശേഷം അപ്പോളോ പേടകം തിരിച്ചുവരികയായിരുന്നു. പെട്ടെന്ന്, പേടകത്തിന്റെ ഗതി നിയന്ത്രിക്കുന്ന റിയാക്ഷൻ കൺട്രോൾ സിസ്റ്റത്തിൽനിന്നു (ആർ സി എസ്) പുറത്തുവന്ന വിഷമയമായ ഹൈഡ്രജൻ, നൈട്രജൻ ടെട്രോക്സൈഡ് എന്നിവ പേടകത്തിനുള്ളിൽ നിറയുകയും യാത്രികർ ഇത് ശ്വസിക്കാനിടവരികയും ചെയ്തു. ഇക്കാരണത്താൽ പേടകത്തിലുണ്ടായിരുന്ന ബ്രാൻഡിന് അൽപ്പനേരത്തേക്ക് ബോധം നഷ്ടപ്പെട്ടു, അതേസമയം സ്റ്റാഫോർഡ് അടിയന്തര ഓക്സിജൻ മുഖാവരണങ്ങൾ (EMERGENCY OXYGEN MASK) പുറത്തെടുക്കുകയും, അവർ മൂവരും അത്, ധരിക്കുകയും ചെയ്തു. ഭൂമിയിൽ ഇറങ്ങിയശേഷം മൂന്നുപേരെയും ഹവായിയിലെ ഹോണോലുലുവിൽ രണ്ടാഴ്ചയോളം ആശുപത്രിയിൽ പ്രവേശിപ്പിച്ചു. പിന്നീട് അപകടത്തിന്റെ ഉത്തരവാദിത്വം ബ്രാൻഡ് ഏറ്റെടുത്തു. തിരിച്ചിറങ്ങുന്ന സമയത്ത് പേടകത്തിനുള്ളിലെ ഉയർന്ന ശബ്ദനില കാരണം, പരിശോധിച്ച് ബോധ്യപ്പെടേണ്ട പട്ടിക സ്റ്റാഫോർഡ് വായിക്കുന്നത് മുഴുവനായി കേൾക്കാൻ തനിക്ക് കഴിഞ്ഞില്ലെന്നും, അതിനോടനുബന്ധിച്ചു ചെയ്ത പ്രവർത്തനങ്ങളിൽ ആർ സി എസ് നിന്നുപോകുകയും ചെയ്തു. പതിവിലും വൈകിയാണ് ഈ നടപടിക്രമങ്ങൾ നടപ്പിലാക്കിയതെന്നും അക്കാരണത്താൽ വെന്റിലേഷൻ സംവിധാനത്തിലൂടെ വിഷമയമായ പുക അകത്തേക്ക് പ്രവേശിച്ചുവെന്നുമാണ് കണ്ടെത്തൽ. രണ്ടാഴ്ചത്തേക്ക് തീവ്രമായ വൈദ്യ പരിചരണത്തിലായിരുന്ന യാത്രികർ തുടർന്ന് സാധാരണ ആരോഗ്യ സ്ഥിതിയിലേക്ക് മടങ്ങി.

അസ്വാഭാവിക ഏപ്രിൽ 5, 1975

സോയൂസ് 18 a അല്ലെങ്കിൽ സോയൂസ് 18-1 എന്നും വിളിക്കപ്പെടുന്ന സോയൂസ് 7 കെടി നമ്പർ 39 ദൗത്യം ഏപ്രിൽ 5 അസ്വാഭാവികത എന്നപേരിൽ കുപ്രസിദ്ധമാണ്. ഏപ്രിൽ 5, 1975 ൽ വിക്ഷേപിച്ചതാണ് ഈ റഷ്യൻ ബഹിരാകാശ യാത്രാ ദൗത്യം. 60 ദിവസത്തെ ദൗത്യത്തിൽ വസിലി ലാസറേവ്, ഒലെഗ് മകറോവ എന്നീ കോസ്മോനോട്ടുകളുമായി സോയൂസ് 7 കെ ടി നമ്പർ 39 സല്യൂട്ട് -4 നിലയത്തിലേക്കു യാത്രതിരിച്ചു. വിക്ഷേപണ വാഹനത്തിന്റെ താഴത്തെ ഘട്ടങ്ങളിൽനിന്നുള്ള പ്രാരംഭ വിവരങ്ങൾ തികച്ചും സ്വാഭാവികമായിരുന്നു. ആസൂത്രിതമായ പാതയിലൂടെയാണ് വാഹനം സഞ്ചരിച്ചത്. 'ക്രൂ എസ്കേപ്പ് ടവർ' (അസ്വാഭാവിക സാഹചര്യങ്ങളിൽ യാത്രികർക്ക് രക്ഷപ്പെടാനുള്ള ഭാഗം) മുൻകൂട്ടി ആസൂത്രണം ചെയ്തതുപോലെ 140 സെക്കൻഡിൽ

വാഹനത്തിൽ നിന്ന് വേർപെട്ടു. വിക്ഷേപണം കഴിഞ്ഞ് 140 കിലോമീറ്റർ ഉയരത്തിൽ, ഏകദേശം 288 സെക്കൻഡുകൾക്ക് ശേഷം, മൂന്നാം ഘട്ട എഞ്ചിൻ ജ്വലിച്ചുതുടങ്ങേണ്ടിയിരുന്നു. എന്നാൽ അതിന്റെ ജ്വലനത്തോടെ ആസൂത്രിതമായ പാതയിൽനിന്ന് വാഹനം വ്യതിചലിക്കുന്നതായി നിരീക്ഷിക്കപ്പെട്ടു. ഉടൻ തന്നെ ദൗത്യം നിർത്തിവച്ച്, ബഹിരാകാശയാത്രികരെ സുരക്ഷിതമായി ഭൂമിയിലേക്ക് തിരികെ കൊണ്ടുവരുന്നതിനായി പേടകം വാഹനത്തിൽനിന്ന് വേർപെടുത്തി. അടുത്ത 15 മിനിറ്റിനുള്ളിൽ, വിക്ഷേപണ കേന്ദ്രത്തിൽ നിന്ന് 2500 കിലോമീറ്റർ അകലെ ഇത് ഇറങ്ങി. ആസൂത്രിതമല്ലാത്ത ഈ നീക്കത്തിൽ, ബഹിരാകാശയാത്രികർക്ക് തങ്ങളുടെ ശരീരഭാരത്തിന്റെ 14 മടങ്ങുവരെ ഭാരം അനുഭവപ്പെട്ടു. മനുഷ്യന്റെ ബഹിരാകാശയാത്രയുടെ ചരിത്രത്തിൽ ഇതുവരെ രേഖപ്പെടുത്തിയ പരമാവധി ജി-ഫോഴ്സ് ആയിരുന്നു ഇത്. അനിശ്ചിതത്വങ്ങൾക്കൊടുവിൽ അവർ സുരക്ഷിതമായി നിലത്തിറങ്ങിയെങ്കിലും അവരിൽ ഒരാളെ, ഇത്രയും ഭീമമായ ഗുരുത്വാകർഷണ ത്വരണം സാരമായി ബാധിക്കുകയും കൂടുതൽ ബഹിരാകാശ യാത്രകൾ നടത്താൻ അദ്ദേഹത്തിന് കഴിയാതാവുകയും ചെയ്തു.

സ്പേസ് ഷട്ടിൽ ചലഞ്ചർ, 1986

1986 ഓടുകൂടി അമേരിക്കയുടെ പുനരുപയോഗിക്കാവുന്ന ബഹിരാകാശവാഹനമായ സ്പേസ് ഷട്ടിൽ വിജയകരമായ ഒട്ടനേകം ദൗത്യങ്ങൾ പൂർത്തീകരിക്കുകയും വാഹനത്തിന്റെ വിശ്വാസ്യത നന്നായി സ്ഥാപിക്കുകയും ചെയ്തു. എന്നാൽ, 1986 ജനുവരി 28 ന്, സ്പേസ് ഷട്ടിൽ ചലഞ്ചറിന്റെ പത്താമത്തെ ദൗത്യമായ STS-51L, വിക്ഷേപണത്തറയിൽ നിന്നുയർന്ന് 73 സെക്കന്റ് കഴിഞ്ഞപ്പോൾ പൊട്ടിത്തെറിക്കുകയുണ്ടായി. ഈ ദൗത്യത്തിൽ, കമാന്ററായിരുന്ന 'ഫ്രാൻസിസ് സ്കൊബ്ബീ,' പൈലറ്റായിരുന്ന 'മൈക്കിൾ സ്മിത്ത്,' മിഷൻ സ്പെഷ്യലിസ്റ്റുകളയിരുന്ന 'റൊണാൾഡ് മക്നയർ,' 'ഏല്ലിസ്സൺ ഒനിസൂക്ക', 'ജൂഡിത്ത് റെസ്നിക്, പേലോഡ്' സ്പെഷ്യലിസ്റ്റുകളായിരുന്ന 'ഗ്രിഗറി ജാർവിസ്', 'ക്രിസ്റ്റ മകൗളിഫെ' എന്നിവർക്ക് ജീവൻ നഷ്ടപ്പെട്ടു. ഇവരിൽ 'ക്രിസ്റ്റ മകൗളിഫെ' ന്യൂ ഹാമ്പ്ഷയറിലുള്ള കോൺകോർഡ്രെ ഹൈ സ്കൂളിലെ സാമൂഹ്യ പാഠവിഷയത്തിന്റെ അധ്യാപിക ആയിരുന്നു. ബഹിരാകാശത്തെത്തുന്ന ആദ്യ അധ്യാപിക എന്ന നിലയ്ക്ക് അവിടെ നിന്ന് വിദ്യാർത്ഥിസമൂഹത്തെ അഭിസംബോധന ചെയ്യുക എന്ന മഹത്തായ ഉദ്ദേശ്യവും അവരുടെ യാത്രയുടെ ലക്ഷ്യങ്ങളിലൊന്നായിരുന്നു.

ചലഞ്ചർ വാഹനം ഉയർന്ന ശേഷം ഏതാനും നിമിഷങ്ങൾക്കുള്ളിൽ, വലത് വശത്തുള്ള ഖര ഇന്ധന റോക്കറ്റ് ബൂസ്റ്ററിൽ നിന്ന് ഒരു കറുത്ത പുക ഉയരുന്നത് ശ്രദ്ധിക്കപ്പെട്ടു. പരാജയപ്പെട്ട വിക്ഷേപണ വാഹനത്തിൽ നിന്ന് ബഹിരാകാശയാത്രികരെ സംരക്ഷിക്കുന്നതിനുള്ള രക്ഷപ്പെടൽ സംവിധാനങ്ങൾ ലഭ്യമല്ലാത്തതിനാൽ, വാഹനം പൊട്ടിത്തെറിക്കുമ്പോൾ

ബഹിരാകാശയാത്രികരെ സുരക്ഷിത സ്ഥാനത്തേക്ക് തള്ളിവിടാൻ കഴിഞ്ഞില്ല. ഇത് വാഹനത്തിലെ ഏഴ് ബഹിരാകാശയാത്രികരുടെയും വിലയേറിയ ജീവൻ അപഹരിക്കപ്പെടുന്നതിന് കാരണമായി.

ദുരന്തത്തിന്റെ കാരണം കണ്ടെത്താൻ ഉന്നതതല വിദഗ്ധ സമിതി

ചലഞ്ചർ അപകടത്തിൽ മരണപ്പെട്ട യാത്രികർ (ഇടത്), വിക്ഷേപണം കഴിഞ്ഞ് 73 സെക്കൻഡുകൾക്കുള്ളിൽ പൊട്ടിത്തെറിച്ച സ്പേസ് ഷട്ടിൽ ചലഞ്ചർ (വലത്); image courtesy: NASA

രൂപീകരിക്കപ്പെട്ടു. ദൗത്യം ജനുവരി 22 ന് ആരംഭിക്കാനാണ് ആദ്യം തീരുമാനിച്ചിരുന്നത്. വിവിധ കാരണങ്ങളാൽ 6 ദിവസത്തേക്ക് മാറ്റിവയ്ക്കപ്പെട്ടു. ഈ തീയതികളിൽ വിക്ഷേപണത്തറയുടെ പ്രദേശം അതിശൈത്യത്തിലായിരിക്കും. അന്തരീക്ഷ താപനില -10 ഡിഗ്രി സെൽഷ്യസിൽ കൂടുതലാണെങ്കിൽ മാത്രമേ വിക്ഷേപണ അനുമതി ലഭിക്കുകയുള്ളൂ. ഇത് നമ്മുടെ റഫ്രിജറേറ്ററുകളിലെ 'ഫ്രീസർ ബോക്സിന്റെ' താപനിലയോട് ഏതാണ്ട് സമാനമാണ്. എന്നിരുന്നാലും, ഷട്ടിലിന്റെ ഇരട്ട ഖര ഇന്ധന റോക്കറ്റ് ബൂസ്റ്ററുകൾ മുമ്പ് കുറഞ്ഞ താപനിലയിൽ പരീക്ഷിച്ചിട്ടില്ല. അതിനാൽ താപനില സുരക്ഷിതമായ നിലയിലേക്ക് ഉയരുന്നതുവരെ വിക്ഷേപണം മാറ്റിവയ്ക്കാൻ നിർദ്ദേശിക്കപ്പെട്ടു.

നമ്മുടെ വീടുകളിൽ ഉപയോഗിക്കുന്ന പ്രഷർ കുക്കറുകളുടെ പ്രവർത്തനത്തിൽ, കുക്കറിൽ വായുകടക്കാതെ നന്നായി അടച്ച അവസ്ഥയിൽ ചൂടാക്കുന്നു. കുക്കറിനുള്ളിലെ വെള്ളം തിളയ്ക്കുകയും ബാഷ്പീകരിക്കപ്പെടുകയും നീരാവി ഉൽപ്പാദിപ്പിക്കുകയും ചെയ്യുന്നു. ഇത് പാത്രത്തിനുള്ളിലെ മർദ്ദം വർദ്ധിപ്പിക്കുകയും അത്തരം ഉയർന്ന മർദ്ദ തലങ്ങളിൽ ജലത്തിന്റെ തിളയ്ക്കുന്ന താപനില വർദ്ധിക്കുന്നു. ഇത് പാചകം ചെയ്യുന്ന ഭക്ഷണത്തിലേക്ക് വലിയ അളവിൽ താപ കൈമാറ്റത്തിലേക്ക് നയിക്കുകയും കുറഞ്ഞ സമയത്തിനുള്ളിൽ ഭക്ഷണം പാകം ചെയ്യാൻ സഹായിക്കുകയും ചെയ്യുന്നു. അതുവഴി ഊർജ്ജ ഉപയോഗം കുറയുന്നു. കുക്കറിൽ നിന്ന് നീരാവി പുറത്തേക്ക് പോകുന്നത് തടയാൻ, അടപ്പിനും പാത്രത്തിനും ഇടയിലുള്ള വിടവ് നികത്താൻ ഒരു റബ്ബർ വളയം (GASKET) ഉപയോഗിക്കുന്നു. ദീർഘകാല ഉപയോഗത്തിന് ശേഷം, ഈ ഗാസ്കറ്റുകൾ ദ്രവിക്കുകയും ചോർച്ച അനുഭവപ്പെടുകയും

ചെയ്യുന്നതായി നമ്മൾ ശ്രദ്ധിച്ചുകാണും. ഈ ഗാസ്കറ്റുകൾ പതിവായി മാറ്റുന്നത് കുക്കറിന്റെ സാധാരണ പ്രവർത്തനത്തിന് സഹായകരമാകുന്നു.

ഇതേ രീതിയിൽ, സ്പേസ് ഷട്ടിലിന്റെ ഖര ഇന്ധന റോക്കറ്റ് ബൂസ്റ്ററുകളിൽ റബ്ബർ വളയങ്ങൾ (O-RINGS) ഉപയോഗിക്കുന്നു. ഖര ഇന്ധന റോക്കറ്റ് ബൂസ്റ്ററുകളുടെ രണ്ട് ഭാഗങ്ങൾ കൂട്ടിച്ചേർക്കുന്നിടത്ത് അവ സ്ഥാപിച്ചിരിക്കുന്നു. വാതകങ്ങളുടെ ചോർച്ച തടയുക എന്നതാണ് അവയുടേയും ഉദ്ദേശ്യം. ഈ ബൂസ്റ്ററുകൾക്കുള്ളിലെ മർദ്ദം നമ്മുടെ പ്രഷർ കുക്കറുകളേക്കാൾ 50 മടങ്ങ് കൂടുതലായിരിക്കും. അതിശൈത്യ കാലാവസ്ഥയുമായി ദീർഘനേരം സമ്പർക്കത്തിൽ വന്നതിനാൽ ഈ ഗാസ്കറ്റുകളിൽ ചിലതിന് അവയുടെ സ്വാഭാവിക ഗുണങ്ങൾ നഷ്ടപ്പെട്ടു. ബൂസ്റ്ററുകൾ കത്തുമ്പോളുണ്ടാകുന്ന മർദ്ദം താങ്ങാനാകാതെ വരികയും ചൂടുള്ള വാതകം പുകയായി ഇതുകാരണമുണ്ടായ വിടവിലൂടെ പുറത്തുവരികയും ബാഹ്യ ഇന്ധന ടാങ്കിനെ ഈ ചൂടുവാതകങ്ങൾ ബാധിക്കുകയും, അത് കൂടുതൽ വിനാശകരമായ സ്ഫോടനത്തിലേക്ക് നയിക്കുകയും ചെയ്തു.

വിക്ഷേപണശേഷം 60 സെക്കൻഡിനുള്ളിൽ ബൂസ്റ്ററുകളിൽ അസാധാരണമായ മർദ്ദം കുറഞ്ഞത് കണ്ടെത്തിയത് സമഗ്രമായ പരാജയ വിശകലനം നടത്തുന്നതിനായി സഹായിച്ചു.

സ്ഫോടനത്തിൽനിന്നുള്ള അവശിഷ്ടങ്ങൾ സൂക്ഷ്മമായി ശേഖരിച്ചതിൽ ഏകദേശം 111 ടൺ വരുന്ന വാഹനത്തിന്റെ 35% ഭാഗങ്ങളും, 500 കോടിയിലധികം ചെലവിൽ, വീണ്ടെടുത്തു. ചലഞ്ചർ ദുരന്തത്തെക്കുറിച്ചുള്ള പരാജയം വിശകലന പഠനം ഒരു അപകടത്തിന്റെ മൂലകാരണം തിരിച്ചറിയുന്നതിനായി നടത്തിയ വലിയ പരിശ്രമങ്ങളുടെയും പരിശോധനകളുടെയും അടിസ്ഥാനത്തിൽ മനുഷ്യചരിത്രത്തിലെ വിലപ്പെട്ട വിവരങ്ങളായി കണക്കാക്കപ്പെടുന്നു.

ഈ അപകടത്തിന് തൊട്ടുമുമ്പുള്ള വർഷം, സ്പേസ് ഷട്ടിൽ, 9 തവണ ബഹിരാകാശത്തേക്ക് അയച്ചിരുന്നു. എന്നാൽ ദുരന്തശേഷം, ദൗത്യങ്ങൾ രണ്ടര വർഷത്തേക്ക് നിർത്തിവയ്ക്കുകയും അതിന്റെ വിശ്വാസ്യതയും സുരക്ഷിത പറക്കലിനുള്ള യോഗ്യതയും സംബന്ധിച്ച് നിരവധി ചോദ്യങ്ങൾ ഉയർന്നു. 2011 ൽ അതിന്റെ വിരമിക്കൽ വരെ, ഒരു വർഷത്തിൽ പരമാവധി 8 ദൗത്യങ്ങൾ മാത്രമേ അനുവദിച്ചിരുന്നുള്ളു.

സ്പേസ് ഷട്ടിൽ കൊളംബിയ, 2003

2003 ജനുവരിയിൽ, സ്പേസ് ഷട്ടിൽ കൊളംബിയ അതിന്റെ 28-ാമത്തെ ദൗത്യത്തിനായി വിക്ഷേപണത്തിന് തയ്യാറായി. ചലഞ്ചറിന് സമാനമായി, 7 പേരടങ്ങുന്ന സംഘമാണ് കൊളംബിയയിൽ യാത്രയ്ക്കൊരുങ്ങിയത്. റിക്ക് ഹസ്ബന്റ്, വില്യം മക്കൂൾ, ഡേവിഡ് ബ്രൗൺ,

കല്പന ചാവ്‌ള, മൈക്കിൾ ആൻഡേഴ്സൺ, ലൗറെൽ ക്ലർക്ക്, ഇയാൻ റാമോൺ എന്നിവരായിരുന്നു യാത്രികർ. വിക്ഷേപണ സമയത്ത്, വാഹനത്തിലെ എല്ലാ സംവിധാനങ്ങളും, കമ്പ്യൂട്ടറുകളും ഗ്രൗണ്ട് കൺട്രോൾ സംഘം നിരീക്ഷിച്ചു. വിക്ഷേപണ സമയത്ത് ഇന്ധന ടാങ്ക് താപ സംരക്ഷണസംവിധാനത്തിന്റെ ഒരു ഭാഗം പൊട്ടി താഴെ വീഴുന്നതായി ശ്രദ്ധയിൽപ്പെട്ടു. വീണുപോയ ഭാഗത്തിന്റെ ആഘാതത്തെപ്പറ്റി ഒരു വിശകലനം നടത്തിയെങ്കിലും, ആ അവസ്ഥയോടെ ഷട്ടിൽ സുരക്ഷിതമായി ഭ്രമണപഥത്തിലെത്തി എന്നത് ആശ്വാസം പകർന്നു. നേരത്തെയുള്ള വാഹന ദൗത്യങ്ങളിലും ഇത്തരം സംഭവങ്ങൾ നാല് തവണ ഉണ്ടായിട്ടുണ്ടെന്നും, അതുകാരണം വലിയ പ്രത്യാഘാതങ്ങളൊന്നും നിരീക്ഷിക്കപ്പെട്ടിട്ടില്ലെന്നും നാസ വിലയിരുത്തി.

കൂടാതെ, ഈ അവശിഷ്ടങ്ങൾ വീഴുന്നത് വീഡിയോ റെക്കോർഡിംഗുകളിൽ പൂർണ്ണ വ്യക്തതയോടെ കാണാനായില്ലെന്നും ഇതുകാരണം കാര്യമായ നാശനഷ്ടങ്ങളൊന്നും സംഭവിച്ചിട്ടില്ലെന്ന് നിഗമനത്തിലെത്തി. ദൗത്യം അവസാനിച്ചശേഷം തിരിച്ചിറങ്ങുന്ന സമയം അധിക മുൻകരുതൽ ഒന്നുമില്ലാതെ സാധാരണ ഇറങ്ങുന്ന നടപടിക്രമങ്ങൾ

കൊളംബിയ അപകടത്തിൽ മരണപ്പെട്ട യാത്രികർ (ഇടത്), ദൗത്യം കഴിഞ്ഞ് ഭൂമിയിലേക്കുള്ള മടക്കത്തിനിടയിൽ അപകടമുണ്ടായപ്പോൾ അമേരിക്കയിലെ ടെക്സാസ് നഗരത്തിനു മുകളിൽ നിന്നുള്ള കാഴ്ച (വലത്); image courtesy: NASA

പിന്തുടരാൻ തീരുമാനിക്കപ്പെട്ടു.

ബഹിരാകാശത്ത് 16 ദിവസം ചെലവഴിച്ച ശേഷമാണ് മടക്കയാത്ര ആരംഭിച്ചത്. തിരിച്ചിറങ്ങുന്ന പ്രവർത്തനങ്ങൾ ആരംഭിക്കുന്നതിനുള്ള അനുമതി പ്രാദേശിക സമയം രാവിലെ 8 മണിക്ക് നിയന്ത്രണ കേന്ദ്രത്തിൽ നിന്ന് നൽകപ്പെട്ടു.

ഇറങ്ങുന്നതിന് ഏതാനും നിമിഷങ്ങൾക്ക് മുമ്പ്, ഷട്ടിൽ വായുവിൽ പൊട്ടിത്തെറിച്ചു. വിക്ഷേപണ സമയത്ത് ഇന്ധന ടാങ്കിൽ നിന്ന് വീണ അവശിഷ്ടങ്ങൾ ഷട്ടിലിന്റെ ഇടതുവശത്തുള്ള ചിറകിൽ 15 സെന്റീമീറ്റർ നീളമുള്ള താപ സംരക്ഷണ ടൈലുകൾക്ക് കേടുവരുത്തിയിരുന്നു. ഉണ്ടായ നാശനഷ്ടങ്ങൾ വേണ്ടത്ര തിട്ടപ്പെടുത്തുകയോ വേണ്ടത്ര പരിഗണിക്കുകയോ ചെയ്തിട്ടില്ല എന്നതും തിരിച്ചടിയായി. ഇതുകാരണം ബഹിരാകാശത്തുണ്ടായിരുന്നപ്പോൾ അത് തിരുത്താനുള്ള ശ്രമങ്ങളൊന്നും ഉണ്ടായതുമില്ല.

അപകടത്തിനുശേഷം, സ്ഫോടനം നടന്ന സ്ഥലത്തുനിന്ന് വാഹനത്തിന്റെ 42,000 ഭാഗങ്ങൾ ശേഖരിക്കപ്പെട്ടു. അപകടസമയത്ത്, കേടായ താപ കവച ടൈലുകളും അവയുടെ തൊട്ടടുത്തുള്ള ടൈലുകളും ചിറകുകളിൽനിന്ന് ഒന്നിനുപുറകെ ഒന്നായി പുറംതള്ളാൻ തുടങ്ങിയതായി കണ്ടെത്തി. അങ്ങനെ, അന്തരീക്ഷത്തിലൂടെയുള്ള തിരിച്ചിറക്കത്തിൽ നേരിടേണ്ടിവരുന്ന കടുത്ത ചൂടിനെ ചെറുക്കാനുള്ള ശേഷി ഷട്ടിലിന് നഷ്ടപ്പെടുകയും ഒടുവിൽ നിർഭാഗ്യകരമായ സ്ഫോടനത്തിലേക്ക് നയിക്കുകയും ചെയ്തു.

വിക്ഷേപണ വേളയിൽ, താപ സംരക്ഷണ ടൈലുകൾ ഇളകിയതും പതിച്ചതുമായ സ്ഥലങ്ങൾ അടയാളപ്പെടുത്തിയിരിക്കുന്നു (ഇടത്), വിക്ഷേപണത്തറയിൽ നിന്നുയരുന്ന സമയം കൊളംബിയയുടെ ഇടതു ചിറകിൽ നിന്ന് അസ്വാഭാവികമായി പുകപടലം ഉയരുന്നു (വലത്)

ഈ ദുരന്തത്തിന് ശേഷം, അടുത്ത രണ്ടര വർഷത്തേക്ക് ഷട്ടിൽ ദൗത്യങ്ങളൊന്നും നടന്നില്ല. അന്താരാഷ്ട്ര ബഹിരാകാശ നിലയത്തിന്റെ നിർമ്മാണ പുരോഗതിയെയും ഈ ദുരന്തം ബാധിച്ചു. 2005 ൽ വിക്ഷേപിച്ച ബഹിരാകാശവാഹനമായ സ്പേസ് ഷട്ടിൽ ഡിസ്കവറിയാണ് ഈ ദുരന്തത്തിന് ശേഷമുള്ള ആദ്യ ദൗത്യം. കൊളംബിയയിൽ സംഭവിച്ച അതേ രീതിയിൽ, സെറാമിക് ടൈലുകൾ ഡിസ്കവറിയിൽ വിക്ഷേപണ സമയത്ത് കേടുവന്നതായി ശ്രദ്ധയിൽപ്പെട്ടു. വാഹനം ബഹിരാകാശത്തുണ്ടായിരുന്നപ്പോൾ നാശനഷ്ടങ്ങൾ വിലയിരുത്തി. ബഹിരാകാശയാത്രികർക്ക് കേടുപാടുകൾ പരിശോധിക്കുന്നതിനും പരിഹരിക്കുന്നതിനും സാധിച്ചു. ഒടുവിൽ, അവർ സുരക്ഷിതമായി ഭൂമിയിൽ തിരിച്ചെത്തി.

മാരകമായ ഇത്തരം പരാജയങ്ങൾ കൂടാതെ, ബഹിരാകാശയാത്രികർക്ക് അടിയന്തര രക്ഷപ്പെടൽ സംവിധാനങ്ങൾ ഉപയോഗിച്ച് ജീവൻ രക്ഷിക്കാൻ കഴിയുമായിരുന്ന സാഹചര്യങ്ങളും ഉണ്ടായിരുന്നു.

അടിയന്തര രക്ഷപ്പെടൽ സംവിധാനങ്ങൾ

സാധാരണ സാഹചര്യങ്ങളിൽ വിക്ഷേപണത്തിന് മണിക്കൂറുകൾ മുൻപുതന്നെ യാത്രികർ പേടകത്തിൽ കയറുകയും ഇരിപ്പിടവുമായി ബന്ധിപ്പിക്കപ്പെടുകയും ചെയ്യുന്നു. വിക്ഷേപണത്തിനു മുൻപോ അല്ലെങ്കിൽ വിക്ഷേപണം കഴിഞ്ഞു എതാനും മിനുട്ടുകൾക്കുള്ളിൽ ഏതെങ്കിലും വിധത്തിലുള്ള അപ്രതീക്ഷിത അപകട സാധ്യത തെളിഞ്ഞാൽ, യാത്രികരെ വാഹനസംവിധാനത്തിൽനിന്നു അകറ്റേണ്ടതുണ്ട്. ഇതിനായി 'ക്രൂ എസ്കേപ് സിസ്റ്റം' അഥവാ അടിയന്തര രക്ഷപ്പെടൽ സംവിധാനങ്ങൾ ഉപയോഗിച്ച് ബഹിരാകാശ യാത്രികരെ വിക്ഷേപണ വാഹനത്തിൽനിന്നു ദൂരെ സുരക്ഷിത സ്ഥാനത്തേക്ക് മാറ്റുന്നു. വിക്ഷേപണ വാഹനത്തിന് മുകളിൽ സ്ഥാപിച്ചിരിക്കുന്ന ഗോപുരം പോലെയുള്ള ഘടനയാണിത്. വിക്ഷേപണത്തറയിലെ അടിയന്തര സാഹചര്യങ്ങളിൽ നിന്ന് രക്ഷപെടാനും അവശ്യ ഘട്ടങ്ങളിൽ 70 കിലോമീറ്റർ വരെ ഉയരത്തിൽ എത്താനും ഇത് ഉപയോഗപ്രദമാകും. ഈ ഉയരത്തിനപ്പുറം, ക്രൂ എസ്കേപ് സിസ്റ്റം പേടകത്തിൽനിന്നും വേർപ്പെടുകയും, ഇതിനു മുകളിലുള്ള ഉയരങ്ങളിൽ ഉണ്ടായേക്കാവുന്ന അടിയന്തര സാഹചര്യങ്ങളിൽ, യാത്രികരെ സുരക്ഷിതമായി ഭൂമിയിലേക്ക് തിരികെ കൊണ്ടുപോകാൻ പേടകത്തിന്റെ എഞ്ചിനുകൾ ഉപയോഗിക്കും.

രക്തസമ്മർദ്ദം, ഹൃദയമിടിപ്പ് തുടങ്ങിയ വിവിധ ശാരീരികാവസ്ഥകൾ ഉപയോഗിച്ച് മനുഷ്യശരീരത്തിന്റെ ആരോഗ്യം വിലയിരുത്തുന്നതുപോലെ, വാഹനത്തിൽ ഘടിപ്പിച്ചിട്ടുള്ള ധാരാളം സംവേദന സംവിധാനങ്ങൾ നൽകുന്ന ആയിരക്കണക്കിന് സ്ഥിതിവിവരങ്ങൾ നിരീക്ഷിച്ചുകൊണ്ട് ഒരു വിക്ഷേപണ വാഹനത്തിന്റെ ആരോഗ്യം വിലയിരുത്തപ്പെടുന്നു. വാഹനത്തിന്റെ യാത്രാപാത ഈ സ്ഥിതിവിവരങ്ങളുടെ ആസൂത്രിതമായ മൂല്യങ്ങളിൽനിന്ന് വ്യതിചലിക്കുകയാണെങ്കിൽ, രക്ഷപ്പെടൽ സംവിധാനങ്ങൾ സജീവമാക്കുകയും വാഹനത്തിൽനിന്ന് ബഹിരാകാശയാത്രികരെ വേർപെടുത്തുകയും ചെയ്യും.

1983 സെപ്റ്റംബറിൽ റഷ്യയുടെ സോയൂസ്-ടി -10-1 പേടകം വിക്ഷേപണവാഹനത്തിൽ സജ്ജമായി നിൽക്കുന്ന സമയം, വരാനിരിക്കുന്ന ദൗത്യങ്ങളിൽ യാത്രചെയ്യേണ്ടുന്നവരും, റഷ്യൻ ബഹിരാകാശ കേന്ദ്രത്തിൽ പരിശീലനം നേടുന്ന വിവിധ രാജ്യങ്ങളിൽ നിന്നുള്ള എല്ലാ ട്രെയിനികളും വിക്ഷേപണ സമുച്ചയത്തിൽ ഒത്തുകൂടിയിരുന്നു. ബഹിരാകാശത്തേക്ക് പറന്ന ആദ്യ ഇന്ത്യക്കാരൻ 'രാകേഷ് ശർമ്മയും' അവരിൽ ഒരാളായിരുന്നു. രാത്രി 07:37 ഓടുകൂടി നിശ്ചയിച്ചിരുന്ന വിക്ഷേപണം നടന്ന് നിമിഷങ്ങൾക്കകം വലിയ ഒരു സ്ഫോടനം ഉണ്ടായി. സംവേദന സംവിധാനങ്ങൾ നല്കിയ സ്ഥിതിവിവരങ്ങളുടെ അടിസ്ഥാനത്തിൽ ഈ സ്ഫോടനം പ്രവചിക്കുകയും ക്രൂ എസ്കേപ്പ് സംവിധാനം സജീവമാക്കുകയും ചെയ്തു. ഇപ്രകാരം സ്ഫോടനത്തിന്

6 സെക്കൻഡ് മുമ്പ് ക്രൂ എസ്കേപ്പ് സിസ്റ്റം പ്രവർത്തിക്കുകയും വിക്ഷേപണത്തറയിൽ നിന്ന് 4 കിലോമീറ്റർ അകലെ വരെ യാത്രികരെ എത്തിക്കാനും സാധിച്ചു.

35 വർഷങ്ങൾക്കിപ്പുറം 2018 ൽ സോയൂസ്-എം എസ് -10 വിക്ഷേപണ വാഹനം നിലത്തുനിന്ന് ഉയർന്ന് 118 സെക്കൻഡ് ജ്വലനം കഴിഞ്ഞിട്ടും കത്തിതീർന്ന ഭാഗങ്ങൾ വേർപെട്ടില്ല. ഇത് വാഹനത്തിന്റെ മുൻപോട്ടുള്ള പ്രയാണത്തെ ബാധിക്കുമെന്നായപ്പോൾ യാത്രികർ ദൗത്യത്തിന്റെ സുരക്ഷയെ മുൻനിർത്തി അടിയന്തര രക്ഷാമാർഗ്ഗങ്ങൾ ആരംഭിച്ചു. വേർപെടുത്തിയ പേടകം 19 മിനിറ്റിന് ശേഷമാണ് സുരക്ഷിതസ്ഥാനത്ത് നിലംതൊടുന്നത്.

ഇത്തരം അടിയന്തര സാഹചര്യങ്ങളിൽ സ്വമേധയാ പ്രവർത്തിക്കാൻ പ്രാപ്തമായ സാങ്കേതിക സംവിധാനങ്ങൾ, വിക്ഷേപണ വാഹനത്തിന്റെ പല ഭാഗങ്ങളിൽ നിന്ന് ലഭിക്കുന്ന സംവേദന സ്ഥിതിവിവരങ്ങളുടെ മൂല്യങ്ങളും അവയുടെ സ്വീകാര്യമായ പരിധികളുടേയും അടിസ്ഥാനത്തിൽ രക്ഷാമാർഗ്ഗങ്ങൾ സജീവമാക്കുകയും ചെയ്യുന്നു.

ഡോക്കിംഗ് അപകടങ്ങൾ

ഒരിക്കൽ, അപ്പോളോ -14 ബഹിരാകാശയാത്രികനായ 'സ്റ്റുവർട്ട് റൂസ' ഏറ്റവും വേഗത്തിൽ ഡോക്കിംഗ് പൂർത്തിയാക്കി റെക്കോർഡ് സൃഷ്ടിക്കാൻ ശ്രമിച്ചു. പക്ഷേ, ഡോക്ക് ചെയ്യാനുള്ള അദ്ദേഹത്തിന്റെ ശ്രമങ്ങൾ തുടർച്ചയായി പരാജയപ്പെട്ടുകൊണ്ടിരുന്നു. അദ്ദേഹം ഇത് ഗ്രൗണ്ട് കൺട്രോൾ സംഘത്തെ അറിയിച്ചു. മൂലകാരണങ്ങൾ തിരിച്ചറിയാൻ ഒന്നിനുപുറകെ ഒന്നായി കാരണങ്ങൾ വിശകലനം ചെയ്തു. ഒടുവിൽ ഡോക്കിംഗ് പോർട്ടിന്റെ ഒരു ഭാഗത്ത് തണുത്തുറഞ്ഞ ഐസ് ഇരിക്കുന്നതായി കണ്ടെത്തി. ഒടുവിൽ, അത് നീക്കം ചെയ്യുകയും ഡോക്കിംഗ് വിജയകരമായി പൂർത്തിയാക്കുകയും ചെയ്തു.

1971 ൽ സോയൂസ് -10 പേടകം ആദ്യത്തെ റഷ്യൻ ബഹിരാകാശ നിലയമായ സല്യൂട്ട് -1 ലേക്കുള്ള യാത്രയിലായിരുന്നു. രണ്ട് വസ്തുക്കളും ഒരേ ഭ്രമണപഥത്തിൽ വിന്യസിച്ച ശേഷം, ഡോക്കിംഗ് ശ്രമം ആരംഭിച്ചു. എന്നിരുന്നാലും, നിരവധി തവണ ശ്രമിച്ചിട്ടും ഡോക്കിംഗ് പൂർത്തിയാക്കാനായില്ല. ആദ്യമായി രൂപകൽപ്പന ചെയ്ത ഡോക്കിംഗ് സംവിധാനത്തിൽ പിഴവുകൾ ഉണ്ടായിരുന്നതിനാലാണ് ഇത് സംഭവിച്ചത്. തുടർച്ചയായ ഈ ശ്രമങ്ങൾ കാരണം പേടകത്തിന്റെ മടക്കയാത്രയ്ക്ക് ആവശ്യമായ ഇന്ധനം അവർ പാഴാക്കുകയായിരുന്നു. ഒടുവിൽ, ശ്രമങ്ങൾ ഉപേക്ഷിച്ച് ഭൂമിയിലേക്ക് മടങ്ങാൻ തീരുമാനിക്കുകയും രണ്ട് ദിവസത്തിന് ശേഷം അവർ സുരക്ഷിതമായി തിരിച്ചിറങ്ങുകയും ചെയ്തു.

മിർ നിലയത്തിനുള്ള കമ്പ്യൂട്ടർ അധിഷ്ഠിത ഡോക്കിംഗ് സംവിധാനം കൂടുതൽ ചെലവേറിയതായി കണ്ടെത്തിയതിനാൽ,

കുറഞ്ഞ ചെലവിൽ മനുഷ്യ സഹായത്തോടുകൂടി പ്രവർത്തിക്കുന്ന ഡോക്കിംഗ് സംവിധാനം വികസിപ്പിക്കാൻ തീരുമാനിച്ചു. 1997 ൽ ഒരു ചരക്ക് ദൗത്യത്തിൽ ഇത് നിലയത്തിലേക്ക് കൊണ്ടുപോയി അവിടെ സ്ഥാപിച്ചു. 75 ദിവസങ്ങൾക്ക് ശേഷം നിലയത്തിലെത്തിയ മറ്റൊരു പേടകത്തിനായി അവിടെയുണ്ടായിരുന്ന പേടകം മറ്റൊരിടത്തേക്ക് മാറ്റുന്നതിനിടെ നിലയവുമായി കൂട്ടിയിടിക്കപ്പെട്ടു. സൗരോർജ്ജ പാനലുകളുടെ കേടുപാടുകൾ ഉൾപ്പെടെ ഈ കൂട്ടിയിടി കാരണം നിലയത്തിന് കനത്ത നാശനഷ്ടമുണ്ടായി. ഈ അവസ്ഥയിൽ നിന്ന് മിർ പുനരുജ്ജീവിപ്പിക്കാനുള്ള ചെലവ് വളരെ വലുതാണെന്ന് കണ്ടെത്തിയതുകാരണം ഏതാനും വർഷങ്ങൾക്കുള്ളിൽ നിലയം പ്രവർത്തനങ്ങളിൽ നിന്ന് പിൻവലിക്കപ്പെട്ടു.

മറ്റ് ചെറിയ അപകടങ്ങൾ

1965 ൽ വോസ്റ്റോക്ക് -2 ബഹിരാകാശ പേടകത്തിൽ യാത്ര ചെയ്ത റഷ്യൻ കോസ്മനോട്ട് അലക്സി ലിയോനോവ് ആണ് ബഹിരാകാശ പേടകത്തിന് പുറത്ത് നടന്ന ആദ്യ മനുഷ്യൻ. പേടകത്തിന് പുറത്തായിരുന്നപ്പോൾ, അദ്ദേഹം അശ്രദ്ധമായി തന്റെ സ്യൂട്ടിന്റെ മർദ്ദം 5.8 പി എസ് ഐ (14.696 പി എസ് ഐ, 1 ബാർ മർദ്ദത്തിന് തുല്യം) ആയി ക്രമീകരിച്ചു. ഇത് സാധാരണയിലും വളരെ ഉയർന്ന മർദ്ദമാണ്. ഇതുകാരണം അദ്ദേഹത്തിന്റെ സ്യൂട്ട് ഒരു ഫുട്ബോൾ പോലെ വീർക്കുകയും ലിയോനോവിന് കൈകാലുകൾ സുഖമായി ചലിപ്പിക്കാനോ ഉപയോഗിക്കാനോ കഴിഞ്ഞില്ല. വളരെയധികം പരിശ്രമിച്ചുകൊണ്ട്, അദ്ദേഹത്തിന് ഒടുവിൽ മർദ്ദം 3.6 പി എസ് ഐ ആയി കുറയ്ക്കാൻ കഴിഞ്ഞു, ഈ പ്രവർത്തനം കാരണം ലിയോനോവിന്റെ ശരീരഭാരം ഏകദേശം 2 കിലോ കുറഞ്ഞതായി കാണപ്പെട്ടു.

നാസയുടെ ജമിനി പ്രോഗ്രാമിനുകീഴിലുള്ള ആറാം മനുഷ്യ ദൗത്യമാണ് ജമിനി-8 (1966). ക്രൂ അംഗങ്ങളായ 'നീൽ ആംസ്ട്രോങിന്റെയും' 'ഡേവിഡ് സ്കോട്ടിന്റെയും' ആദ്യ ബഹിരാകാശയാത്രയും ജമിനി-8 ആയിരുന്നു. മുൻപ് സൂചിപ്പിച്ച പോലെ രണ്ട് ബഹിരാകാശ പേടകങ്ങൾ ഭ്രമണ പഥത്തിൽ വച്ച് കൂട്ടിച്ചേർക്കുന്ന 'ഡോക്കിങ്' പ്രക്രിയ വിജയകരമായി പ്രദർശിപ്പിക്കേണ്ടതായിരുന്നു ജമിനി-8 ദൗത്യത്തിന്റെ ഉദ്ദേശ്യം. ഈ ദൗത്യം നിർവ്വഹിക്കുന്നതിനിടയിൽ നിയന്ത്രണം നഷ്ടപ്പെട്ടതിനാൽ ബന്ധിപ്പിക്കപ്പെട്ട രണ്ട് പേടകങ്ങളുടെ സംയോജിത സംവിധാനം തകരാൻ തുടങ്ങി. പക്ഷേ, ചെറിയ കൺട്രോൾ റോക്കറ്റ് ത്രസ്റ്ററുകൾ ഉപയോഗിച്ച് ഇത് വീണ്ടും നിയന്ത്രണത്തിലേക്ക് കൊണ്ടുവരാൻ സാധിച്ചു. എന്നാൽ ഈ ശ്രമത്തിൽ വളരെയധികം ഇന്ധനം നഷ്ടപ്പെടുകയും, ഇതുകാരണം ദൗത്യത്തിന്റെ ദൈർഘ്യം കുറച്ച് പേടകം ഭൂമിയിലേക്ക് തിരികെ കൊണ്ടുവരികയും ചെയ്തു. പേടകം വീണ്ടെടുക്കാൻ തയ്യാറായി നിന്ന ഹെലികോപ്റ്ററിന് അതുയർത്താൻ

സാധിക്കാത്തതിനാൽ സാധാരണയിലധികം സമയം യാത്രികർക്ക് വെള്ളത്തിൽ ചിലവഴിക്കേണ്ടതായി വന്നു.

1969 ൽ ഒരു സോയൂസ് ദൗത്യം തിരിച്ചിറക്കത്തിൽ ആസൂത്രണം ചെയ്തതിനേക്കാൾ വലിയ വേഗതയിൽ വന്നിടിച്ചിറങ്ങി. ഇതിന്റെ ആഘാതത്തിൽ യാത്രികരിലൊരാൾക്ക് പല്ലുകൾ നഷ്ടപ്പെട്ടു.

1976 ൽ സോയൂസ് -23 പേടകം കരയ്ക്ക് പകരം ഒരു തടാകത്തിൽ ഇറങ്ങാനിടയായി. തണുപ്പുള്ള സൈബീരിയൻ ശൈത്യകാലവും തടാകം തണുത്തുറഞ്ഞ അവസ്ഥയിലുമായിരുന്നതിനാൽ, നിലംതൊട്ട തിനുശേഷം പാരച്യൂട്ട് വേർപെടുത്താൻ യാത്രികർക്ക് കഴിഞ്ഞില്ല. ഉപ്പുമായുള്ള സമ്പർക്കം ഇലക്ട്രോണിക് ആശയവിനിമയ ഉപകര ണങ്ങളെ ബാധിക്കുകയും, വീണ്ടെടുക്കൽ സംഘങ്ങളെ തങ്ങളുടെ സ്ഥാനം അറിയിക്കാൻ അവർ ബുദ്ധിമുട്ടി. ഒടുവിൽ രക്ഷിക്കാൻ കഴിയു ന്നതിനുമുമ്പ് 9 മണിക്കൂറിലധികം അവർ തുളച്ചുകയറുന്ന തണുപ്പിൽ പേടകത്തിൽ താമസിക്കേണ്ടിവന്നു.

കൃത്യമായ ഉപയോഗങ്ങളോ ഉദ്ദേശ്യങ്ങളോ ഇല്ലാത്ത പല വസ്തു ക്കളും, പലപ്പോഴും സ്ഥലവും സമയവും അപഹരിക്കുന്നതായി നാം കാണാറുണ്ട്. ഇത്തരത്തിൽ ഒരിക്കൽ ബഹിരാകാശപേടകം വൃത്തിയാ ക്കാനുപയോഗിക്കുന്ന തുണിക്കഷണം എങ്ങനെയോ മിർ ബഹിരാകാശ നിലയത്തിലെത്തിപ്പെട്ടു. നിലയത്തിൽ ഓക്സിജൻ ഉൽപ്പാദിപ്പിക്കുന്ന സംവിധാനത്തിൽ കുടുങ്ങി തീപിടിക്കുകയും ചെയ്തു. 90 സെക്കന്റോളം ഈ തീ പടരുകയും നിലയത്തിലെ അന്തേവാസികളും യാത്രികരും ശ്രദ്ധയിൽപ്പെട്ടയുടൻതന്നെ തീയണയ്ക്കാൻ ശ്രമിക്കുകയും ചെയ്തു. ഇത്തരത്തിൽ വലിയ ഒരു ദുരന്തം ഒഴിവായി.

1991 ൽ, ഒരു ബഹിരാകാശയാത്രികൻ ഒരു പേടകത്തിനു പുറത്തുള്ള പ്രവർത്തനത്തിൽ ഏർപ്പെട്ടപ്പോൾ, തന്റെ ഹെൽമെറ്റ് വൈസറിൽ ഈർപ്പം രൂപപ്പെടുകയും അദ്ദേഹത്തിന്റെ കാഴ്ചയെ അത് തടസ്സ പ്പെടുത്തുകയും ചെയ്തതായി പറയപ്പെടുന്നു. തുടക്കത്തിൽ, കാരണം മനസ്സിലാക്കാൻ കഴിഞ്ഞില്ലെങ്കിലും, സ്യൂട്ടിന്റെ മലിനജലം ശേഖരിക്കുന്ന ഭാഗത്തെ ചോർച്ചയാണ് കാരണം എന്ന് പിന്നീട് കണ്ടെത്തി. മലിനജലം ഒഴുകി ബാഷ്പീകരിക്കപ്പെടുകയും. നീരാവിയായി ഹെൽമെറ്റിലെത്തി വൈസറുകളിൽ ഘനീഭവിച്ച് കാഴ്ച തടസ്സപ്പെടുത്തുകയും ചെയ്തു. ഇതിൽനിന്ന് പാഠമുൾക്കൊണ്ട് പിന്നീടുള്ള ദൗത്യങ്ങളിൽ ഇത്തരം പ്രശ്നങ്ങൾ ഒഴിവാക്കാനുള്ള മുൻകരുതലുകളെടുത്തു.

1981 ൽ സ്പേസ് ഷട്ടിൽ കൊളംബിയയുടെ രണ്ടാമത്തെ പറക്കലിൽ (STS-2), അതിന്റെ മൂന്ന് ഇന്ധന സെൽ സംവിധാനങ്ങളിൽ ഒന്ന് പ്രവർത്തിക്കാതെയായി. എന്നിരുന്നാലും, അവയിൽ രണ്ടെണ്ണം മാത്രം പ്രവർത്തിച്ചാലും മതിയായ വൈദ്യുതി ലഭ്യമായിരുന്നു. എന്നാൽ ജല ഉൽപ്പാദനവും ഈ ഇന്ധന സെല്ലുകളുടെ പ്രവർത്തനത്തെ ആശ്രയി ച്ചായിരുന്നു എന്നതുകൊണ്ട് അവയിലൊന്ന് പ്രവർത്തനരഹിത

മായതിനാൽ, ബഹിരാകാശയാത്രികർക്ക് ലഭ്യമായ ജലത്തിന്റെ അളവ് കുറഞ്ഞു.

7 ദിവസം നീണ്ട സ്പേസ് ഷട്ടിലിന്റെ നാലാമത്തെ പറക്കലിൽ (STS-4), വാഹനത്തിലെ കമ്പ്യൂട്ടറുകളിലൊന്ന് ദ്രാവക എഞ്ചിനുകൾ മൂലമുണ്ടാകുന്ന പ്രകമ്പനങ്ങൾ കാരണം പ്രവർത്തിച്ചില്ല. ഇതുപോലുള്ള സാഹചര്യങ്ങൾ മുൻകൂട്ടിക്കണ്ട് ഒന്നിലധികം കമ്പ്യൂട്ടറുകൾ വാഹന സംവിധാനങ്ങളിൽ ഉൾപ്പെടുത്തിയിരുന്നു.

മേൽപ്പറഞ്ഞവയെക്കൂടാതെ നിരവധി പേടകങ്ങളിൽ, തിരിച്ചിറക്കലിനിടെ യാത്രികർക്ക് നിസ്സാര പരിക്കുകളുണ്ടായതായും രേഖപ്പെടുത്തിയിട്ടുണ്ട്.

ഭാവി ദൗത്യങ്ങൾ

ബഹിരാകാശ യാത്ര കഴിഞ്ഞ് മടങ്ങിയെത്തുന്ന യാത്രികരുടെ ശാരീരികാവസ്ഥകളും ആരോഗ്യസംബദ്ധിയായ കാര്യങ്ങളും മനസ്സിലാക്കേണ്ടത് ദീർഘ കാല ബഹിരാകാശ പര്യവേക്ഷണങ്ങൾക്ക് വളരെ അത്യാവശ്യമാണ്.

ഭൂമിയിൽ ജനിച്ച ഒരു മനുഷ്യശരീരത്തിൽ ബഹിരാകാശയാത്ര ദീർഘകാലാടിസ്ഥാനത്തിൽ വരുത്തുന്ന ഫലങ്ങൾ എന്തൊക്കെയാണെന്ന് നോക്കാം.

2021 ഡിസംബർ മാസം വരെയുള്ള കണക്കനുസരിച്ച്, 600 ഓളം പേർ, 1300 ഓളം തവണയായി, ബഹിരാകാശത്തേക്ക് യാത്ര ചെയ്തിട്ടുണ്ട്. ഇവരിൽ മൂന്നിലൊന്നുപേർ റഷ്യക്കാരും ബാക്കിയുള്ളവർ അമേരിക്കയും മറ്റ് സഖ്യരാജ്യങ്ങളിൽ നിന്നുള്ളവരുമാണ്. 170 ഓളം മനുഷ്യ വർഷങ്ങളാണ് ഇവരുടെ ആകെയുള്ള വാസ ദൈർഘ്യം. അവരിൽ അഞ്ച് പേർ 750 ദിവസത്തിലധികം ബഹിരാകാശത്ത് താമസിച്ചു. മേൽപ്പറഞ്ഞ 600 പേരിൽ ഏതൊരു വ്യക്തിയും പരമാവധി 6 തവണ ബഹിരാകാശത്തേക്ക് യാത്ര ചെയ്തിട്ടുണ്ട്. 438 ദിവസമാണ് എറ്റവും കൂടുതൽ ബഹിരാകാശത്ത് തുടർച്ചയായി ഒരാൾ താമസിച്ച ദൈർഘ്യം, മിർ ബഹിരാകാശനിലയത്തിൽ 'വലേരി പോളിയാക്കോവാണ്' ഈ നേട്ടത്തിന്റെ ഉടമ.

നാസയുടെ എസ് റ്റി എസ് -47 സ്പേസ് ഷട്ടിൽ ദൗത്യത്തിൽ, ബഹിരാകാശത്തേക്ക് ഒരുമിച്ച് യാത്ര ചെയ്ത് ചരിത്രം സൃഷ്ടിച്ച ആദ്യത്തെ ദമ്പതികളായി 'ജാൻ ഡേവിസും', 'മാർക്ക് ലീയും'.

ശാരീരിക പ്രശ്നങ്ങൾ

മുൻപ് സൂചിപ്പിച്ചതുപോലെ, ബഹിരാകാശത്തുനിന്ന് തിരിച്ചെത്തിയ ഉടൻതന്നെ യാത്രികർക്ക് ശരീരത്തിൽ വ്യക്തമായ ബലഹീനത അനുഭവപ്പെടാറുണ്ട്. യാത്രാവേളയിൽ തലച്ചോറിലേക്കുള്ള രക്തചംക്രമണം ശരിയായി നടക്കാത്തത് കാരണം, തനിയെ എഴുന്നേറ്റു നടക്കാൻ പോലും ബുദ്ധിമുട്ടുന്നു. ഭൂമിയിൽ നിന്ന് ബഹിരാകാശത്തേക്ക് സഞ്ചരിക്കുമ്പോൾ മനുഷ്യശരീരത്തിൽ സംഭവിക്കുന്ന ശാരീരിക ക്രമീകരണങ്ങൾക്ക് സമാനമായി, ബഹിരാകാശത്തുനിന്ന് മടങ്ങുമ്പോളും ശരീരത്തിൽ ബുദ്ധിമുട്ടുകൾ അനുഭവപ്പെടുന്നു. അതിനാൽ, യാത്രികർ തിരിച്ചെത്തിയതിനുശേഷമുള്ള ആദ്യ കുറച്ച് ദിവസങ്ങളിൽ പുനരധിവാസ കേന്ദ്രങ്ങളിൽ പരിചരണവും ശ്രദ്ധയും നൽകുന്നു. ശരീരത്തിലെ എല്ലാ സുപ്രധാന സംവിധാനങ്ങളും ശ്രദ്ധാപൂർവ്വം നിരീക്ഷിക്കുകയും കഴിയുന്നത്ര വേഗത്തിൽ സാധാരണനിലയിലേക്ക് മടങ്ങാൻ ആവശ്യമായ പോഷകാഹാരവും അനുബന്ധഭക്ഷണങ്ങൾ നൽകുകയും ചെയ്യുന്നു.

ഒരാഴ്ച മുതൽ 10 ദിവസം വരെയുള്ള ഒരു ചെറിയ ദൗത്യം ആയാൽ പോലും, ഭൂമിയിലേക്ക് വേഗത്തിൽ മടങ്ങുമെന്ന് ശരീരം അറിയുന്നില്ല. ആയതിനാൽ, ഭ്രമണപഥത്തിലെത്തി രണ്ടോ മൂന്നോ ദിവസത്തിനുള്ളിൽ ബഹിരാകാശത്ത് ജീവിക്കാൻ ആവശ്യമായ ക്രമീകരണങ്ങൾ ശരീരത്തിൽ സംഭവിക്കും. ഉദാഹരണത്തിന്, ബഹിരാകാശത്ത് പൂജ്യം-ജി അവസ്ഥയിൽ തലയിലേക്കുള്ള രക്തപ്രവാഹം കാലുകളിലേക്കുള്ള രക്തപ്രവാഹത്തേക്കാൾ കൂടുതലായിരിക്കാം. അതിനാൽ ശരീരത്തിൽ അധിക ജലം ഉണ്ടെന്ന് തലച്ചോറ് മനസ്സിലാക്കുകയും അധിക ജലാംശം പുറന്തള്ളാൻ ശ്രമിക്കുകയും ചെയ്യും. അത്തരം അവസ്ഥയിൽ അവർ ഭൂമിയിലേക്ക് മടങ്ങുമ്പോൾ, രക്തം ഉടൻതന്നെ കാലുകളിലേക്ക് ഒഴുകാൻ തുടങ്ങും. അതിനാൽ തലയിലെയും മസ്തിഷ്ക മേഖലയിലെയും രക്തത്തിന്റെ അളവ് ആവശ്യമുള്ളതിനേക്കാൾ പെട്ടെന്ന് കുറയുകയും ഇക്കാരണത്താൽ തിരിച്ചെത്തിയ ഉടൻ അവർക്ക് ചെറിയ തലകറക്കം അനുഭവപ്പെടുന്നു. സ്വതന്ത്രമായി നിൽക്കാനും നടക്കാനും അവർക്ക് ക്ഷീണവും അസ്വസ്ഥതയും അനുഭവപ്പെടാം. ആവശ്യത്തിന് വെള്ളം കുടിക്കുന്നതിലൂടെ, രണ്ട് മണിക്കൂറിനുള്ളിൽ ഇത് മറികടക്കാൻ സാധിക്കുകയും ചെയ്യുന്നു.

ബഹിരാകാശ യാത്ര കാരണം രക്തക്കുഴലുകളിലും രക്തചംക്രമണ സംവിധാനങ്ങളിലും സംഭവിച്ച മാറ്റങ്ങൾ ഒന്നോ രണ്ടോ ദിവസത്തിനുള്ളിൽ പുനഃസ്ഥാപിക്കപ്പെടുന്നു. ചുവന്ന രക്താണുക്കളുടെ (ആർ ബി സി) ഉൽപ്പാദനവും പുനരുജ്ജീവന പ്രക്രിയയും ആറ് മുതൽ എട്ട് ആഴ്ചകൾക്കുള്ളിൽ സാധാരണ നിലയിലേക്ക് മടങ്ങുന്നു. രക്തചംക്രമണം സാധാരണ നിലയിലായാൽ, കണ്ണുമായി ബന്ധപ്പെട്ട

പ്രശ്നങ്ങളും സാധാരണ നിലയിലാകുന്നു. അതുപോലെ, സാധാരണ ഗുരുത്വാകർഷണാവസ്ഥയിൽ ശരീരത്തിന്റെ ഭാരം താങ്ങാൻ ആവശ്യമായ ശക്തിനേടാൻ തുടങ്ങുന്നതോടെ അസ്ഥികൂടവും പേശീവ്യൂഹങ്ങളും അവയുടെ യഥാർത്ഥ അവസ്ഥയിലേക്ക് മടങ്ങാൻ തുടങ്ങുന്നു. എന്നിരുന്നാലും, ബഹിരാകാശത്തു നിന്നുള്ള വികിരണങ്ങൾ കാരണമുണ്ടാകുന്ന ദോഷവശങ്ങൾ കണ്ടുതുടങ്ങാൻ കുറച്ച് വർഷങ്ങൾ എടുക്കും.

യാത്രയ്ക്ക് ശേഷം

ബഹിരാകാശ യാത്രയ്ക്ക് ശേഷം വിവാഹിതയായ ആദ്യ വനിതാ ബഹിരാകാശ സഞ്ചാരിയായ വാലന്റീന തെരേഷ്കോവ ആരോഗ്യപ്രശ്നങ്ങളൊന്നുമില്ലാതെ സുഖമായി ജീവിച്ചു. മുപ്പത്തിയഞ്ച് സ്ത്രീകൾ ഇതുവരെ ബഹിരാകാശയാത്ര നടത്തിയിട്ടുണ്ട്, ആർക്കും യാത്രയുമായി ബന്ധപ്പെട്ട ആരോഗ്യപ്രശ്നങ്ങളൊന്നും ഉണ്ടായതായി വിവരങ്ങളില്ല.

പ്രായമായവരിൽ ബഹിരാകാശ യാത്രയുടെ ഫലങ്ങൾ കാണുന്നതിന് ഒരു പഠനം ആസൂത്രണം ചെയ്തിട്ടുണ്ട്. നാസയുടെ മുൻ ബഹിരാകാശ സഞ്ചാരിയും 25 വർഷം അമേരിക്കൻ സെനറ്ററുമായിരുന്ന 'ജോൺ ഗ്ലെൻ' ആണ് ഈ പരീക്ഷണത്തിനായി തെരഞ്ഞെടുക്കപ്പെട്ടത്. 1998 ൽ, തന്റെ 77-ആം വയസ്സിൽ അദ്ദേഹം ബഹിരാകാശത്തിലേക്കുള്ള പത്തു ദിവസത്തെ ദൗത്യം വിജയകരമായി പൂർത്തിയാക്കി. ഗ്ലെനെപ്പോലെ, ബഹിരാകാശ യാത്ര നടത്തിയ എല്ലാവരും അവരുടെ യാത്രയ്ക്ക് ശേഷം മുൻപുണ്ടായിരുന്ന ജോലികളിലേക്ക് തിരിച്ചുപോയി.

അപ്പോളോ ദൗത്യങ്ങളിൽ ചന്ദ്രനിലേക്ക് യാത്ര ചെയ്ത ബഹിരാകാശയാത്രികരെ ഭൂമിയിൽ തിരിച്ചെത്തിയതിന് ശേഷം 21 ദിവസത്തേക്ക് ക്വാറന്റൈനിൽ പാർപ്പിച്ചു. ചന്ദ്രനിൽ രോഗാണുക്കൾ വസിക്കാൻ സാധ്യതയില്ലെന്നും ബഹിരാകാശയാത്രികന്റെ ശരീരത്തിൽ പകർച്ചവ്യാധികൾ പിടിപെടാനുള്ള സാധ്യതയില്ലെന്നും പിന്നീട് സ്ഥിരീകരിച്ചതിനാൽ, അപ്പോളോ-14 ന് ശേഷം അപ്പോളോ യാത്രികരെ ക്വാറന്റൈൻ ചെയ്യുന്ന ഈ രീതി പിന്നീട് ഉപേക്ഷിക്കപ്പെട്ടു.

അപ്പോളോ ബഹിരാകാശയാത്രികരുടെ ഭൗതിക ശാരീരികാവസ്ഥകൾ അവരുടെ യാത്രയ്ക്ക് ശേഷം വളരെക്കാലം നിരീക്ഷിക്കുകയും പഠിക്കുകയും ചെയ്തു. 1971 ലെ അപ്പോളോ 15 ദൗത്യത്തിൽ ചന്ദ്രനിൽ നടന്ന എട്ടാമത്തെ വ്യക്തിയായ ജെയിംസ് ഇർവിൻ ഇരുപത് വർഷങ്ങൾക്ക് ശേഷം, തന്റെ 61-ാം വയസ്സിൽ അന്തരിച്ചു. ഇദ്ദേഹത്തിന്റെ ഭൗതികശരീരം വൈദ്യശാസ്ത്രപരമായി ഒട്ടനേകം പഠനങ്ങൾക്ക് വിധേയമാക്കുകയും മരണകാരണം ചാന്ദ്രദൗത്യവുമായി ബന്ധമില്ല എന്ന് സ്ഥിരീകരിക്കുകയും ചെയ്തു.

ഇതുവരെ 50 പേർ മാത്രമാണ് 300 ദിവസത്തിലധികം (ഒന്നിലധികം

ബഹിരാകാശത്തെത്തിയ മൂന്നാമത്തെ അമേരിക്കൻ യാത്രികനും, ഭൂമിയെ മൂന്നുതവണ വലംവച്ച ആദ്യ ആസ്ട്രനോട്ടുമായ ജോൺ ഹെർഷെൽ ഗ്ലെൻ, അമേരിക്കൻ സെനറ്റർ കൂടി ആയിരുന്നു (ഇടത്), ഏറ്റവും കുറഞ്ഞ പ്രായത്തിൽ മരണപ്പെട്ട ചാന്ദ്ര ദൗത്യ ആസ്ട്രനോട്ടായിരുന്നു എട്ടാമനായി ചന്ദ്രനിൽ നടന്ന ജെയിംസ് ബെൻസൺ ഇർവിൻ (വലത്); image courtesy: NASA

ദൗത്യങ്ങളുടെ ആകെയുള്ള ദൈർഘ്യത്തോടെ) ബഹിരാകാശത്ത് ജീവിച്ചത്. 300 ദിവസത്തിലധികം തുടർച്ചയായി ബഹിരാകാശത്ത് ജീവിച്ചത് ഏഴ് പേർ മാത്രമാണ്. അപ്പോളോ ബഹിരാകാശയാത്രികർ ഒഴികെ ബാക്കിയുള്ളവർ ഭൂമിയിൽനിന്ന് പരമാവധി 600 കിലോമീറ്റർ ഉയരത്തിൽ മാത്രമേ സഞ്ചരിച്ചിട്ടുള്ളൂ. ഇതുകാരണം ഗ്രഹാന്തര യാത്രകൾക്കായി തയ്യാറെടുക്കുന്നവർ നേരിടേണ്ടിവരാവുന്ന ആരോഗ്യ പ്രശ്നങ്ങൾ വിശദമായ പഠനങ്ങൾക്ക് വിധേയമാകേണ്ടതുണ്ട്.

ദീർഘദൂര ബഹിരാകാശ ദൗത്യങ്ങളും വെല്ലുവിളികളും

നമ്മുടെ മാതൃ നക്ഷത്രമായ സൂര്യനിൽ നിന്നുള്ള കൃത്യമായ സ്ഥാനമാണ് ഭൂമിയിൽ ജീവൻ നിലനില്ക്കാൻ കാരണം എന്നു പറഞ്ഞല്ലോ. തണുത്ത കാലാവസ്ഥയിൽ തീയ്ക്കു ചുറ്റുമിരിക്കുന്ന ആളുകൾക്കിടയിൽ, താരതമ്യേന അകലെയുള്ളവരേക്കാൾ കൂടുതൽ ചൂട് അനുഭവപ്പെടുന്നത് തീയോട് അടുത്തിരിക്കുന്നവർക്ക് ആയിരിക്കും. അതുപോലെ, ബുധൻ, ശുക്രൻ, ഭൂമി തുടങ്ങിയ സൂര്യനോട് അടുത്തുള്ള ഗ്രഹങ്ങളിൽ ഉയർന്ന താപനില അനുഭവപ്പെടുന്നു, മറ്റ് ബാഹ്യഗ്രഹങ്ങൾക്ക് വളരെ താഴ്ന്ന താപനില അനുഭവപ്പെടും. മനുഷ്യശരീരത്തിന് ഭൂമിയുടേതിനുസമാനമായ താപനിലയിൽ മാത്രമേ ജീവിക്കാൻ കഴിയൂ,

ചന്ദ്രനിലും ചൊവ്വയിലും മാത്രമാണ് ഭൂമിയിലെ താപനിലയോട് അടുത്ത് നിൽക്കുന്ന സാഹചര്യം നിലനില്ക്കുന്നത്.

ഭൂമിയിലേതിനേക്കാൾ ഗുരുത്വാകർഷണം, അന്തരീക്ഷ ഘടന, എന്നിങ്ങനെ പല ഘടകങ്ങളും ഈ രണ്ട് ഗോളങ്ങളിലും വളരെ വ്യത്യസ്തമാണ്. ഇതുവരെ, ഈ ഗോളങ്ങളിലൊന്നും ജീവനുണ്ടെന്നതിന് നിർണായക തെളിവുകളൊന്നും ലഭിച്ചിട്ടില്ല. വാസയോഗ്യമായ അടിസ്ഥാന സൗകര്യങ്ങൾ നിർമ്മിച്ച് മനുഷ്യർ അവിടെ താമസിക്കാൻ തുടങ്ങിയാൽപോലും, ജീവിക്കാൻ ആവശ്യമായ എല്ലാ അവശ്യവസ്തുക്കളും ഭൂമിയിൽ നിന്ന് തുടർച്ചയായി കൊണ്ടുപോകുകയോ അവിടെയുള്ള വിഭവങ്ങൾ ഉപയോഗിച്ച് ഉൽപ്പാദിപ്പിക്കുകയോ വേണം.

ദീർഘദൂര ദൗത്യങ്ങൾക്ക് ഭക്ഷണം, വെള്ളം, വായു, തുടങ്ങിയവ സ്ത്രീകൾക്ക് താരതമ്യേന കുറഞ്ഞ വിഭവങ്ങൾവേണ്ടിവരുമെന്ന് പറയുന്ന ചില പഠനങ്ങളുണ്ട്. ഇതിനെ അധികരിച്ച് 2010 ൽ, നാസയിലെ ശാസ്ത്രജ്ഞർ ചൊവ്വാ യാത്രക്കാരുടെ ആദ്യ ബാച്ച് പൂർണ്ണമായും വനിതാ അംഗങ്ങളായിരിക്കണം എന്ന് ശുപാർശ ചെയ്തു. മറുവശത്ത്, പുരുഷന്മാരേക്കാൾ സ്ത്രീകൾക്ക് അസ്ഥികളിൽ കാൽസ്യം നഷ്ടപ്പെടുമെന്ന് വ്യക്തമായതിനാൽ, ഈ വാദം വ്യാപകമായി അംഗീകരിക്കപ്പെട്ടില്ല.

ആറ് ചാന്ദ്ര ദൗത്യങ്ങളിലായി 12 പേർ ചന്ദ്രോപരിതലത്തിൽ നടന്നു. ഈ ദൗത്യങ്ങൾക്കുവേണ്ടി ചന്ദ്രനിൽ എത്താനും ഇറങ്ങാനുമുള്ള മാർഗങ്ങളെക്കുറിച്ചും ഗവേഷണങ്ങൾ നടന്നുവെങ്കിലും, അത്തരം ഹ്രസ്വകാല പര്യവേക്ഷണങ്ങൾ മനുഷ്യശരീരത്തിൽ ചാന്ദ്ര അവസ്ഥകളുടെ ശരിയായ ഫലങ്ങളെക്കുറിച്ച് മതിയായ അറിവുകൾ നൽകിയിട്ടില്ല എന്നതാണ് വസ്തുത. കൂടാതെ, ദീർഘകാല മനുഷ്യവാസത്തിനായി ചാന്ദ്ര ആവാസവ്യവസ്ഥകൾ സ്ഥാപിക്കുന്നതിനുള്ള ചെലവേറിയ പദ്ധതികൾ ഇപ്പോൾ സാമ്പത്തികമായി ലാഭകരമാണോ എന്നും പരിശോധിക്കേണ്ടതുണ്ട്.

ജലത്തിന്റെയും ഓക്സിജന്റെയും പുനരുപയോഗം ഒരു പരിധി വരെ വിജയകരമായി സാധ്യമായിട്ടുണ്ടെങ്കിലും, കൃത്രിമമായി നിയന്ത്രിത പരിതസ്ഥിതിയിൽ ഭക്ഷ്യ ഉൽപ്പാദനത്തിനുള്ള ശ്രമങ്ങൾ ഭൂമിയിലോ ബഹിരാകാശത്തിലോ ഇതുവരെ പൂർണ്ണമായി വിജയിച്ചിട്ടില്ല. ബഹിരാകാശ നിലയത്തിന്റെ മധ്യമത്തിലൂടെ ബഹിരാകാശത്ത് ഭക്ഷ്യോൽപ്പാദനം സംബന്ധിച്ച ഗവേഷണങ്ങൾ ഇപ്പോളും തുടർന്നുകൊണ്ടിരിക്കുന്നു.

ചൊവ്വാ ഗ്രഹ പര്യവേക്ഷണം

ഭൂമിയുടെ ഭ്രമണപഥവുമായി താരതമ്യപ്പെടുത്തുമ്പോൾ ചൊവ്വയുടെ ഭ്രമണപഥം ദീർഘവൃത്താകൃതിയിലായതിനാൽ ഭൂമിയും ചൊവ്വയും തമ്മിലുള്ള ദൂരം 5.5 കോടി കിലോമീറ്റർ മുതൽ 40 കോടി കിലോമീറ്റർവരെ വ്യത്യാസപ്പെടും. നിലവിൽ ലഭ്യമായ റോക്കറ്റ് സാങ്കേതിക

വിദ്യകൾ ഉപയോഗിച്ച് ഒരാൾക്ക് സഞ്ചരിക്കാൻ കഴിയുന്ന പരമാവധി വേഗത മണിക്കൂറിൽ 40,000 കിലോമീറ്ററാണ്. ഈ നിരക്കിൽ, ചൊവ്വയിൽ എത്തിപ്പെടാൻ ഒരു വർഷവും ഭൂമിയിലേക്ക് മടങ്ങാൻ വീണ്ടും ഒരു വർഷവും എടുക്കും. കുറച്ച് നാൾ പര്യവേക്ഷണങ്ങൾക്കായി അവിടെ താമസിക്കുമ്പോൾ, മൊത്തം ദൗത്യ കാലയളവ് രണ്ട് വർഷത്തിന് മുകളിലായിരിക്കും.

ഒരാൾക്ക് ഒരു വർഷത്തേക്ക് 200 കിലോ ഭക്ഷണം ആവശ്യമാണ് എന്നതാണ് പഠനങ്ങൾ വ്യക്തമാക്കുന്നത്. ഇത്തരം ദീർഘദൂര ദൗത്യങ്ങൾക്ക് സാധാരണഗതിയിൽ രണ്ടോ മൂന്നോ പേരെങ്കിലും ഉണ്ടാകും. അറിയപ്പെടുന്ന ഭക്ഷണ സ്രോതസ്സുകളൊന്നുമില്ലാത്തതിനാൽ മുഴുവൻ സമയത്തേക്കുള്ള ഭക്ഷണവും മറ്റ് ജീവൻ നിലനിർത്തുന്ന ഉപഭോഗ വസ്തുക്കളും ഭൂമിയിൽനിന്ന് കൊണ്ടുപോകേണ്ടതുണ്ട്. അതേസമയം, ഇത്രയധികം വസ്തുക്കൾ ഭൂമിക്കുപുറത്തെത്തിക്കാനും ചൊവ്വയിൽ എത്തിക്കാനും കഴിയുന്ന ഒരു വിക്ഷേപണ വാഹനം ഇതുവരെ വികസിപ്പിക്കാൻ സാധിച്ചിട്ടില്ല എന്നത് വ്യക്തമായ ഒരു വസ്തുതയാണ്, പക്ഷേ, സമീപഭാവിയിൽ വന്നുകൂടായ്കയുമില്ല. നിലവിൽ, നിരവധി സ്വകാര്യ വാണിജ്യ സ്ഥാപനങ്ങൾ, അത്തരം നേട്ടങ്ങൾ കൈവരിക്കുന്നതിന്, വലിയ ഭാരം വഹിക്കാൻശേഷിയുള്ള വാഹനങ്ങൾ വികസിപ്പിക്കാൻ ശ്രമിക്കുന്നുണ്ട്. ഇപ്പോളുള്ളവയെക്കാൾ ഭാരം വഹിക്കാനും വേഗമേറിയതുമായ ശേഷിയുമുള്ള വാഹനങ്ങൾ വികസിപ്പിച്ചെടുത്താൽ, ചൊവ്വയിലേക്കുള്ള യാത്ര എളുപ്പമായേക്കാം.

അത്തരം വാഹനങ്ങൾ വികസിപ്പിച്ചാലും, ആശയവിനിമയത്തിൽ വന്നേക്കാവുന്ന കടുത്ത വെല്ലുവിളികൾ തുടങ്ങി മറ്റ് നിരവധി സാങ്കേതിക പ്രശ്നങ്ങൾ പരിഹരിക്കേണ്ടതുണ്ട്. ഇതുവരെ അറിയാവുന്ന

ചൊവ്വാ ഗ്രഹ പര്യവേക്ഷണത്തിനായി, ഇന്ന് സാധ്യമായ സാങ്കേതികവിദ്യയുപയോഗിച്ച് അവിടെയെത്താൻ, ഭൂമിയിൽ നിന്ന് ഒരുവർഷത്തോളം സമയമെടുക്കാം (ഇടത്), ചൊവ്വാ ഗ്രഹത്തിന്റെ ചിത്രം (വലത്); image courtesy: NASA

ഏറ്റവും വേഗതയിൽ സഞ്ചരിക്കുന്ന വൈദ്യുതകാന്തിക തരംഗങ്ങൾ ഉപയോഗിച്ചാണ് ബഹിരാകാശ യാനങ്ങളിലേക്ക് സന്ദേശങ്ങൾ അയയ്ക്കുന്നത്. സെക്കൻഡിൽ 3 ലക്ഷം കിലോമീറ്റർ വേഗത്തിലാണ് വൈദ്യുതകാന്തിക തരംഗങ്ങൾ സഞ്ചരിക്കുന്നത് എന്ന് നമുക്കറിയാം. ഈ വേഗതയിൽപോലും, ചൊവ്വയിലേക്ക് ആശയവിനിമയം നടത്തി ഭൂമിയിൽ പ്രതികരണം ലഭിക്കാൻ ഏകദേശം 40 മിനിറ്റ് വരെ എടുക്കും. ഒരു അടിയന്തര സാഹചര്യമുണ്ടായാൽ തീരുമാനങ്ങൾ എടുക്കുന്നതിനായി ഭൂമിയിലുള്ള കേന്ദ്രങ്ങളുമായി ബന്ധപ്പെടുക എന്നത് പ്രാവർത്തികമല്ല എന്നതുകൊണ്ട് യാത്രികർക്കുതന്നെ വേണ്ടുന്ന തീരുമാനങ്ങളെടുക്കാൻ കഴിയണം.

ബഹിരാകാശത്ത് ഇത്തരം ദീർഘദൂര യാത്രകൾ ചെയ്യുമ്പോൾ, മനുഷ്യശരീരത്തിലുണ്ടായേക്കാവുന്ന മാറ്റങ്ങളും പ്രഭാവങ്ങളും പഠനങ്ങൾക്ക് വിധേയമാക്കേണ്ടുന്നവയാണ്. ബഹിരാകാശ യാത്രയിൽ കാണപ്പെടുന്ന രണ്ട് പ്രധാന ആരോഗ്യപ്രശ്നങ്ങൾ അസ്ഥി ധാതുക്കളുടെ നഷ്ടവും വികിരണങ്ങളുടെ ദോഷഫലവുമാണ്. അസ്ഥികൾ ശരീരത്തിന്റെ ഏകദേശം 15% പിണ്ഡം ഉൾക്കൊള്ളുന്നു എന്ന് നമുക്കറിയാം. എന്നാൽ ചൊവ്വാ പര്യവേക്ഷണങ്ങളിൽ, ചൊവ്വയിലെത്തുമ്പോൾ അസ്ഥികളുടെ ഭാരം ശരീരഭാരത്തിന്റെ 10% ആയി കുറയുമെന്ന് കണക്കാക്കപ്പെടുന്നു. അതിനാൽ ചൊവ്വയിൽ ഇറങ്ങുന്ന മനുഷ്യൻ നിൽക്കാൻപോലും ബുദ്ധിമുട്ടുന്ന വളരെ ദുർബലനായിത്തീരാം. ഉദാഹരണത്തിന്, 40 വയസ്സുള്ള ഒരാൾ ചൊവ്വയിലേക്ക് യാത്ര ചെയ്താൽ, അയാളുടെ അസ്ഥികളുടെ സാന്ദ്രത 1.1 ഗ്രാം/ക്യൂബിക് സെന്റിമീറ്ററിൽനിന്ന് 0.8 ഗ്രാം/ക്യൂബിക് സെന്റിമീറ്റർ ആയി കുറയാം. ഇത് ഏകദേശം 80 വയസ്സുള്ള ഒരാളുടെ അസ്ഥികളുടെ സാന്ദ്രതയ്ക്ക് തുല്യമായിരിക്കും. പരിമിതമായ

ആസന്നഭാവിയിൽ, മനുഷ്യർ ചെന്നെത്തിയേക്കാവുന്ന ചൊവ്വാ ഗ്രഹത്തെപ്പറ്റി പഠിക്കാൻ അമേരിക്കയുടെ ബഹിരാകാശ ഏജൻസി നാസ അയച്ച പരീക്ഷണശാലകൾ അഥവാ റോവേറുകൾ; image courtesy: NASA

ഗവേഷണ വിവരങ്ങളുള്ള പ്രാഥമിക പ്രവചനങ്ങളാണെങ്കിലും, ദീർഘകാല ബഹിരാകാശ യാത്രയിൽ ഉണ്ടാകാവുന്ന ഇത്തരം പ്രശ്നങ്ങളെ മറികടക്കാൻ കൂടുതൽ പഠനങ്ങളും പരീക്ഷണങ്ങളും അനിവാര്യമാണ്.

രണ്ടാമത്തെ പ്രധാന പ്രശ്നം സൂര്യനിൽനിന്നും വിദൂര നക്ഷത്രങ്ങളിൽനിന്നുമുള്ള വികിരണങ്ങളുടെ ദോഷവശങ്ങളാണ്. ഇത്തരം വികിരണങ്ങളെ പ്രതിരോധിക്കാൻ തക്കതായ വസ്തുക്കൾ വികസിപ്പിക്കേണ്ടതുണ്ട്. വികിരണങ്ങൾ മനുഷ്യശരീരത്തെ ബാധിക്കുന്ന ഒരു പ്രധാന ഘടകമാകുമെന്ന് പരക്കെ വിശ്വസിക്കപ്പെടുന്നു എങ്കിലും, ദീർഘദൂര ബഹിരാകാശ യാത്രയുടെ ദൂഷ്യഫലങ്ങൾ വിലയിരുത്തുന്നതിന് മതിയായ ഗവേഷണവിവരങ്ങൾ ഇന്ന് ലഭ്യമല്ല. മനുഷ്യൻ ഇതുവരെ സഞ്ചരിച്ചിട്ടുള്ള പരമാവധിദൂരം ചന്ദ്രനിലേക്ക് മാത്രമാണ്. ചൊവ്വയിലേക്കുള്ള യാത്രയിൽ ഇതിനെ അപേക്ഷിച്ച് പലമടങ്ങ് ദൂരമുണ്ട്. അതിനാൽ ആ യാത്രയിൽ ഏല്ക്കേണ്ടിവരാവുന്ന വികിരണങ്ങൾ ഭൂമിയുടെ ഭ്രമണപഥത്തിലോ ചാന്ദ്ര ദൗത്യങ്ങളിലോ കാണുന്നതിനേക്കാൾ പലമടങ്ങ് കൂടുതലായിരിക്കുമെന്ന് പ്രവചിക്കപ്പെടുന്നു. അത്തരം വികിരണങ്ങളെപ്പറ്റി കൃത്യതയാർന്ന പഠനങ്ങൾ നടത്തുകയും അതിന്റെ ദൂഷ്യഫലങ്ങളിൽ നിന്ന് യാത്രക്കാരെ സംരക്ഷിക്കുന്നതിനായി പേടകങ്ങളും സ്പേസ് സ്യൂട്ടുകളും രൂപകൽപ്പന ചെയ്യുകയും വേണം. കൂടാതെ, ചൊവ്വയ്ക്കും വ്യാഴത്തിനും ഇടയിലുള്ള പ്രദേശം ഛിന്നഗ്രഹങ്ങളാൽ തിങ്ങിനിറഞ്ഞതാണെന്ന് നമുക്കറിയാം. പ്രവചനാതീതമായ ഇവയുടെ ആഘാതത്തിൽനിന്ന് പേടകത്തെയും ബഹിരാകാശയാത്രികരെയും സംരക്ഷിക്കാൻ വേണ്ടത്ര ശ്രദ്ധിക്കേണ്ടതുണ്ട്.

ചന്ദ്രൻ - വിദൂരഗ്രഹ പര്യവേക്ഷണങ്ങൾക്കായുള്ള ഇടത്താവളം

ചന്ദ്രനിൽ ഒരു ആവാസവ്യവസ്ഥ സ്ഥാപിക്കുന്നതിന് ചൊവ്വയെ അപേക്ഷിച്ച് കൂടുതൽ പ്രായോഗിക സാധ്യതയുണ്ടെന്ന് പൊതുവെ വിശ്വസിക്കപ്പെടുന്നു. ഭൂമിയിൽ നിന്ന് ഏകദേശം 3.84 ലക്ഷം കിലോമീറ്റർ അകലെയാണ് ചന്ദ്രൻ. ഇത് ഭൂമിയും ചൊവ്വയും തമ്മിലുള്ള കുറഞ്ഞ ദൂരത്തിന്റെ 200 മടങ്ങ് കുറവാണ്. അപ്പോളോ ദൗത്യങ്ങൾക്കുപയോഗിച്ച സാറ്റേൺ-വി പോലുള്ള കരുത്തുറ്റ വാഹനങ്ങൾ കുറഞ്ഞ ചെലവിൽ വികസിപ്പിച്ചെടുക്കാനായാൽ മൂന്ന് ദിവസത്തിൽ താഴെയുള്ള സമയത്തിൽ ചന്ദ്രനിലെത്താൻ സാധിക്കും. ചന്ദ്രനെ വിദൂരഗ്രഹ പര്യവേക്ഷണങ്ങൾക്കായുള്ള ഇടത്താവളമാക്കുന്നതിന് ഇത്തരം വികാസങ്ങൾ സഹായിക്കും.

ഇത്തരത്തിൽ ചന്ദ്രനിൽ ഒരു കോളനി സ്ഥാപിച്ചാൽ, അവിടെ ഒരു തലമുറ ജനിക്കുന്നു എന്ന് അനുമാനിച്ചാൽ, അത്തരം കുട്ടികളുടെ അസ്ഥി പിണ്ഡം ഭൂമിയിലെ കുട്ടികളേക്കാൾ 30% കുറവായിരിക്കും.

അതുപോലെ, കോശങ്ങളുടെയും കലകളുടേയും വളർച്ചയും

വ്യത്യസ്തമായിരിക്കും. അവരുടെ കോശങ്ങളുടെയും അസ്ഥികളുടെയും ഇത്തരം വ്യത്യാസങ്ങൾ അവരെ ഭൂമിയിലെ ആളുകളിൽനിന്ന് വ്യത്യസ്തരാക്കുകയും, ഭൂമിയിൽ ജീവിക്കാൻ പ്രാപ്തരല്ലാതാക്കാനും സാധ്യതയുണ്ട്. ബഹിരാകാശത്തെ ഗുരുത്വാകർഷണ സാഹചര്യങ്ങളിൽ ഭൂമിയിൽ പിന്തുടരുന്ന പല പൊതുതത്വങ്ങളും അപ്രായോഗികമായേക്കാം. ഭൂമിയിലെ ഗുരുത്വാകർഷണബലം അധികരിച്ച് പല രീതികളും നമ്മൾ സ്വീകരിക്കുന്നു, ഉദാഹരണത്തിന് ദൈനംദിന നടത്തം ശാരീരികക്ഷമത നിലനിർത്താൻ സഹായിക്കുമെന്ന് വൈദ്യശാസ്ത്രം അനുശാസിക്കുന്നു. അതുപോലെ, ചില തരത്തിലുള്ള ശാരീരിക വ്യായാമങ്ങൾ ധാതുക്കളുടെ നഷ്ടം നിയന്ത്രിക്കാൻ സഹായിക്കുന്നു. എന്നാൽ ഗുരുത്വാകർഷണം ഭൂമിയുടേതിനേക്കാൾ വ്യത്യസ്തമാകുമ്പോൾ മേൽപ്പറഞ്ഞ പ്രവർത്തനങ്ങൾ പര്യാപ്തമല്ലാതെവരുന്നു. അത്തരം പരിതസ്ഥിതികൾക്ക് അനുയോജ്യമായ രീതിയിൽ പുതിയ തരത്തിലുള്ള വ്യായാമങ്ങളും അവയുടെ ചിട്ടകളും വികസിപ്പിക്കേണ്ടിവന്നേക്കാം. അമേരിക്കൻ ബഹിരാകാശയാത്രികനായ അലൻ ഷെപ്പേർഡ് ഒരിക്കൽ ചാന്ദ്ര ദൗത്യത്തിനിടെ ചാന്ദ്രപ്രതലത്തിൽവച്ച് ഒരു ഗോൾഫ് പന്ത് അടിക്കുകയുണ്ടായി, ഇതിന്റെ ചലനം ഭൂമിയുടേതിൽനിന്ന് വളരെ വ്യത്യസ്തമായിരുന്നു. അതുപോലെ, നമ്മുടെ മിക്ക പ്രവർത്തനങ്ങളും വ്യത്യസ്ത ഗുരുത്വാകർഷണ സാഹചര്യങ്ങൾക്ക് അനുയോജ്യമായ രീതിയിൽ പുനർരൂപകൽപ്പന ചെയ്യേണ്ടതുണ്ട്.

ബഹിരാകാശ സ്യൂട്ടുകളുടെ രൂപകൽപ്പന ഓരോ വ്യക്തിക്കും ശരീരഘടനയ്ക്കനുസൃതമായി വ്യത്യസ്തമായിരിക്കും. എന്നാൽ ഇത് ദീർഘദൂര ബഹിരാകാശ യാത്രകൾക്ക് പ്രായോഗികമായേക്കില്ല. വലിയ എണ്ണത്തിൽ ആളുകൾ യാത്ര ചെയ്യുമ്പോൾ, ഓരോരുത്തർക്കും വ്യക്തിഗതമാക്കിയ സ്യൂട്ടുകളെ അപേക്ഷിച്ച് എല്ലാവർക്കും പൊതുവായ ഒരു കൂട്ടം സ്യൂട്ടുകൾ ഉണ്ടായിരിക്കുന്നത് കാര്യക്ഷമമായിരിക്കും. ഇത്, കൊണ്ടുപോകേണ്ട സ്യൂട്ടുകളുടെ എണ്ണം കുറയ്ക്കുകയും സ്യൂട്ടുകളുടെ ആകെ ഭാരം കുറയ്ക്കുകയും ചെയ്യും. അതിനാൽ എല്ലാത്തരം ആളുകൾക്കും ഉപയോഗിക്കാൻ കഴിയുന്ന സാർവത്രികമായ സ്യൂട്ടുകൾ വികസിപ്പിക്കേണ്ടതുണ്ട്. ഇപ്പോൾത്തന്നെ, ആശുപത്രികളിലും, പരീക്ഷണശാലകളിലും സാർവത്രികമായി യോജിക്കുന്ന അത്തരം വസ്ത്രങ്ങൾ പ്രചാരത്തിലുണ്ട്. ഇതേ രീതി ബഹിരാകാശ ആവാസവ്യവസ്ഥയിലും കൊണ്ടുവരേണ്ടതുണ്ട്. ഇപ്രകാരം, അവിടെ താമസിക്കുന്നവരോ പുതുതായി വരുന്നവരോ ആയ ആർക്കും അവിടെ നിന്ന് ആവശ്യമുള്ളപ്പോൾ അവ ഉപയോഗിക്കാൻ കഴിയും. ഇന്നത്തെ സാഹചര്യത്തിൽ, മനുഷ്യവാസത്തിന് ആവശ്യമായ എല്ലാ വസ്തുക്കളും ഭൂമിയിൽ നിന്ന് ചന്ദ്രനിലേക്കോ ചൊവ്വയിലേക്കോ കൊണ്ടുപോകുന്നത് പ്രായോഗികമായി അസാധ്യമാണ്. അതിനാൽ, ആ സ്ഥലങ്ങളിൽ തദ്ദേശീയമായി ലഭ്യമായ വിഭവങ്ങളിൽ നിന്ന് ആവശ്യമായ വസ്തുക്കൾ ഉൽപ്പാദിപ്പിക്കേണ്ടത്

അത്യാവശ്യമാണ്. എന്നാൽ അതിനുള്ള മാർഗ്ഗങ്ങൾ ഇനിയും വികസിപ്പിച്ചിട്ടില്ല.

ഉപഗ്രഹ ചിത്രങ്ങൾ ഉപയോഗിച്ച് ചന്ദ്രനിലും ചൊവ്വയിലും ജലത്തിന്റെ സാന്നിധ്യം കണ്ടെത്തിയിട്ടുണ്ടെങ്കിലും, അവ പ്രായോഗികമായി വിനിയോഗിക്കുന്നതിനുള്ള വ്യക്തമായ തെളിവുകൾ ഇതുവരെ കണ്ടെത്തിയിട്ടില്ല. അതായത്, വലിയൊരുകൂട്ടം ആളുകളെ അയയ്ക്കുന്നതിനും അധിവസിപ്പിക്കുന്നതിനും മുമ്പ് അത്തരം ആവാസ

വിദൂരഗ്രഹങ്ങളിലേക്കുള്ള പര്യവേക്ഷണങ്ങൾക്കായി ചന്ദ്രൻ ഒരു ഇടത്താവളമായേക്കാം, ചിത്രകാരന്റെ ഭാവന; image courtesy: NASA

വ്യവസ്ഥകളിൽ ഭക്ഷണം, പാർപ്പിടം, വസ്ത്രം എന്നിവയുടെ അടിസ്ഥാന ആവശ്യങ്ങൾ ഉറപ്പാക്കുന്നതിന് നിരവധി സാങ്കേതിക വികാസങ്ങൾ ആവശ്യമാണ്. പ്രത്യേകിച്ച്, ചന്ദ്രന്റെയും ചൊവ്വയുടെയും ഉപരിതലത്തിലുള്ള റിഗോലിത്തും, മണ്ണും അത്തരം സൗകര്യങ്ങൾ അവിടെ സ്ഥാപിക്കുന്നതിൽ കടുത്ത വെല്ലുവിളി ഉയർത്തും.

അത്തരം അടിസ്ഥാന സൗകര്യങ്ങൾ സ്ഥാപിച്ചതിന് ശേഷമുള്ള അടുത്ത വെല്ലുവിളിയായിരിക്കും, ഭൂമിയുടെ പിന്തുണയില്ലാതെ ആ ആവാസ വ്യവസ്ഥകളുടെ ദീർഘകാല പരിപാലനം. സാധ്യമായ പരമാവധി പരിധിവരെ സ്വയം ഉൾക്കൊള്ളുന്നതും സുസ്ഥിരവുമായ രീതിയിൽ ഇത്തരം ആവാസവ്യവസ്ഥകൾ രൂപകൽപ്പന ചെയ്തിരിക്കണം. ഇത് സാധ്യമാക്കുന്നതിന് വൈവിധ്യമാർന്ന സസ്യജന്തുജാലങ്ങൾ അവിടെ ലഭ്യമാകേണ്ടതുണ്ട്. ഈ ജീവജാലങ്ങൾക്ക് അനുയോജ്യമായ ജീവിത സാഹചര്യങ്ങളും സ്ഥാപിക്കേണ്ടതുണ്ട്. ഉദാഹരണത്തിന്, സസ്യങ്ങൾക്ക് വായുവിൽ നല്ല അളവിൽ കാർബൺ-ഡൈ-ഓക്സൈഡ് ആവശ്യമാണ്, അതേസമയം മനുഷ്യർക്കും മൃഗങ്ങൾക്കും വായുവിൽ ഓക്സിജൻ ആവശ്യമാണ്. ചൊവ്വ, ചന്ദ്രൻ തുടങ്ങിയ ഗൃഹാന്തരീക്ഷങ്ങളിൽ,

അത്തരം ആവശ്യകതകൾ സന്തുലിതമാക്കുന്നതിന്, ഉചിതമായ ഉപകരണങ്ങളും സാങ്കേതികവിദ്യകളും വികസിപ്പിക്കേണ്ടതുണ്ട്.

ദൈനംദിന പ്രവർത്തനങ്ങളുടെ ഫലമായി മാലിന്യങ്ങൾ സൃഷ്ടിക്കപ്പെടും. ഇവയെ പുനരുപയോഗിക്കാവുന്നവ, നിർമ്മാർജ്ജനം ചെയ്യേണ്ടവ എന്നിങ്ങനെ വേർതിരിക്കേണ്ടതുണ്ട്. ജലം, ഓക്സിജൻ തുടങ്ങിയവ നിർമ്മിക്കുന്നതിന് പുനരുപയോഗിക്കാവുന്ന എല്ലാ വസ്തുക്കളും പൂർണ്ണമായും ഉപയോഗപ്പെടുത്തുന്നുവെന്ന് ഉറപ്പാക്കാൻ ആവാസവ്യവസ്ഥയുടെ ഭാഗമായി സമഗ്രമായ പുനചംക്രമണ ഉപകരണങ്ങളും സംവിധാനങ്ങളും സ്ഥാപിക്കേണ്ടതുണ്ട്. വലിച്ചെറിയുന്ന മാലിന്യങ്ങൾ ആവാസവ്യവസ്ഥയുടെ ശുചിത്വത്തെയും ഗ്രഹോപരിതലത്തിലെ അന്തരീക്ഷത്തെയും ദോഷകരമായി ബാധിക്കാതെ സംസ്കരിക്കണം.

താമസസ്ഥലങ്ങളിലോ പരീക്ഷണശാലകളിലോ ഉണ്ടായേക്കാവുന്ന അപകടങ്ങളോ വാതകച്ചോർച്ചകളോ ജീവഹാനിക്ക് കാരണമാകാതിരിക്കാൻ ഒന്നിലധികം താമസസ്ഥലങ്ങൾ സ്ഥാപിക്കണം. അത്തരം ചോർച്ച സംഭവങ്ങളിൽ എല്ലാ അവശ്യ വസ്തുക്കളും വേഗത്തിൽ ഇതര സ്ഥലങ്ങളിലേക്ക് മാറ്റണം.

ഒരുപക്ഷേ, വാസസ്ഥലങ്ങളെല്ലാം അപകടാവസ്ഥയിലെത്തിയാൽ ധരിച്ചിരിക്കുന്ന സ്പേസ് സ്യൂട്ടുകൾ ആവശ്യമായ ജീവൻ-പിന്തുണ സാമഗ്രികൾ കരുതിവയ്ക്കണം. എന്നാൽ സ്പേസ് സ്യൂട്ടുകൾക്ക് ഒരു ചെറിയ കാലയളവ് മാത്രമേ പിന്തുണയ്ക്കാൻ കഴിയൂ എന്നത് ഒരു വെല്ലുവിളിയാണ്. ആ കാലയളവിനുള്ളിൽ, ഭൂമിയിലേക്കോ മറ്റേതെങ്കിലും സുരക്ഷിതമായ ബഹിരാകാശ നിലയത്തിലേക്കോ മടങ്ങാനുള്ള സംവിധാനങ്ങൾ മുൻകൂട്ടിക്കണ്ട് ഒരുക്കിവയ്ക്കണം. ഇത്തരം എല്ലാ സാഹചര്യങ്ങളും പൂർണ്ണമായി പരിഹരിക്കുന്നതിന്, ബഹിരാകാശ ആവാസ വ്യവസ്ഥകളെക്കുറിച്ചുള്ള വളരെ വിശദമായ രൂപകൽപ്പനയും പഠനവും അത്യാവശ്യമാണ്.

ബഹിരാകാശ ആവാസവ്യവസ്ഥയിലെ ദീർഘകാല താമസത്തെ പഴയ കാലത്തെ കൽക്കരി ഖനികളോട് താരതമ്യപ്പെടുത്താവുന്നതാണ്. പത്തൊൻപതാം നൂറ്റാണ്ടിന്റെ തുടക്കത്തിൽ, ഖനികളിൽനിന്നുള്ള വിഷലിപ്തമായ കാർബൺ മോണോക്സൈഡും മറ്റ് വാതകങ്ങളും മൂലം ഖനിത്തൊഴിലാളികളുടെ ജീവിതം പലപ്പോഴും ഗുരുതരമായി അപകടത്തിലായിരുന്നു. വാതകങ്ങളിൽ നിന്ന് രക്ഷപ്പെടാൻ യഥാസമയം ഒഴിപ്പിക്കാത്തതിനാൽ നിരവധി തൊഴിലാളികൾ ഇത്തരം സംഭവങ്ങളിൽ മരണപ്പെട്ടിരുന്നു. അക്കാലത്ത് അത്തരം വാതകങ്ങളുടെ അധിക സാന്നിധ്യം കണ്ടെത്താൻ, തൊഴിലാളികൾക്കൊപ്പം 'കാനറി' പോലുള്ള പക്ഷികളെ ഖനികൾക്കുള്ളിൽ കൊണ്ടുപോയിരുന്നു. തൽഫലമായി, വാതകങ്ങൾ ജീവനെ ബാധിക്കുന്നതിനുമുമ്പ് തൊഴിലാളികളെ ഒഴിപ്പിക്കുകയും അതുവഴി അവരുടെ ജീവൻ രക്ഷിക്കാനും സാധിച്ചിരുന്നു.

ഭാരമില്ലായ്മയിലും ഗുരുത്വാകർഷണം കുറയുന്ന അവസ്ഥയിലും

മനുഷ്യശരീരത്തിലെ ശാരീരിക മാറ്റങ്ങളെപ്പറ്റി വളരെയേറെ പഠനങ്ങൾ ഉണ്ടായിട്ടുണ്ട്. ഈ മാറ്റങ്ങൾ ശരീരത്തിലെ അവയവ വ്യവസ്ഥകളുടെയും ആരോഗ്യത്തെയും പ്രവർത്തനത്തെയും പ്രതികൂലമായി ബാധിക്കുന്നില്ലെന്ന് ഉറപ്പാക്കാൻ ആവശ്യമായ ജീവിതശൈലി പരിശീലനങ്ങളും വ്യായാമങ്ങളും വികസിപ്പിക്കേണ്ടതുണ്ട്. ഇതുവരെയുള്ള ബഹിരാകാശ സഞ്ചാരികളിൽ, ഏതാണ്ട് 75% പേരും ഒരു മാസത്തിൽ താഴെ സമയമേ അവിടെ തങ്ങിയിട്ടുള്ളു. അതിനാൽ, നിലവിൽ ലഭ്യമായ സ്ഥിതിവിവരക്കണക്കുകളുടെയും പഠനങ്ങളുടെയും അടിസ്ഥാനത്തിൽ ദീർഘകാല ദൗത്യം ആസൂത്രണം ചെയ്യുന്നത് വളരെ ബുദ്ധിമുട്ടാണ്. ഉദാഹരണത്തിന്, ഒമ്പത് മാസത്തിലേറെയായി ബഹിരാകാശയാത്രികന്റെ ഹൃദയത്തിൽവന്ന മാറ്റങ്ങളെക്കുറിച്ച് വ്യക്തവും മതിയായതുമായ നിരീക്ഷണ രേഖകളില്ല. അതുപോലെ, പൂജ്യം-ജി അവസ്ഥയിൽ സുരക്ഷിതമായ ശസ്ത്രക്രിയാ നടപടിക്രമങ്ങൾ ഇനിയും വികസിപ്പിച്ചിട്ടില്ല. പൂജ്യം-ജി അവസ്ഥയിലുള്ള പൊടിപടലങ്ങളും മലിനീകരണങ്ങളും ഭൂമിയിലേതുപോലെ നിക്ഷേപിക്കപ്പെടുകയില്ല. അന്തരീക്ഷത്തിൽ ശുദ്ധവായു നിലനിർത്തുന്നുണ്ടെങ്കിലും, മനുഷ്യശരീരത്തിലെ ശസ്ത്രക്രിയകൾക്ക് അത് സഹായകമായേക്കില്ല. അതിനാൽ, ബഹിരാകാശത്ത് ശസ്ത്രക്രിയകൾ നടത്തുന്നത് ഇപ്പോഴും ഒരു വെല്ലുവിളിയായി തുടരുന്നു. ഭൂമിയിലെ കൺട്രോൾ സെന്ററിന്റെ സഹായത്തോടെയുള്ള ശസ്ത്രക്രിയ പോലെയുള്ള വിദൂര ശസ്ത്രക്രിയ നടപടിക്രമങ്ങൾ അല്ലെങ്കിൽ റോബോട്ടിക് ശസ്ത്രക്രിയകൾ സമീപ ഭാവിയിൽ വികസിപ്പിച്ചേക്കാം.

മറ്റ് ലോകങ്ങളിലേക്ക്

ബഹിരാകാശത്ത് നിന്ന് മറ്റ് ഗ്രഹങ്ങളിലേക്കു യാത്രകൾ ആരംഭിക്കുന്നതിനു ധാരാളം ഗുണങ്ങളുണ്ട്. ഉദാഹരണത്തിന്, ചന്ദ്രനിൽ ധാരാളം ഹീലിയം -3 അടങ്ങിയിട്ടുണ്ടെന്ന് പര്യവേക്ഷണങ്ങളിലൂടെ കണ്ടെത്തിയിട്ടുണ്ട്. ഇത് വളരെ ഊർജ്ജ സമ്പന്നമായ ഇന്ധനമാണ്, പെട്രോൾ, ഡീസൽ തുടങ്ങിയ ഭൂമിയിലെ ഫോസിൽ ഇന്ധനങ്ങളുടെ മൊത്തം ഊർജ്ജത്തിന്റെ 10 ഇരട്ടിയിലധികം ഊർജ്ജം നൽകാൻ ഹീലിയം -3 ക്കു കഴിവുള്ളതായി പറയപ്പെടുന്നു.

ഈ പുസ്തകത്തിന്റെ തുടക്കത്തിൽ പറഞ്ഞതുപോലെ, അനുദിനം വർദ്ധിച്ചുവരുന്ന ജനസംഖ്യയും പ്രകൃതിവിഭവങ്ങളുടെ ചൂഷണവും കാരണം, ഭൂമിയിലെ ഊർജ്ജ സ്രോതസ്സുകൾ പൂർണ്ണമായും നശിപ്പിക്കപ്പെടുന്ന ഒരു സാഹചര്യത്തിലേക്ക് നീങ്ങുന്നു എന്നത് ആശങ്കാവഹമായ കാര്യമാണ്. ഇത് അമിതമായ വനനശീകരണത്തിനും ജലക്ഷാമത്തിനും അതുവഴി ആഗോളതാപനത്തിനും മറ്റ് നിരവധി പാരിസ്ഥിതിക പ്രശ്നങ്ങൾക്കും കാരണമാകുന്നു. ഇന്ന് നമ്മൾ അനുഭവിക്കുന്ന കാലംതെറ്റിയുള്ള മഴയും, അതുകാരണമുണ്ടാകുന്ന കെടുതികളും ഒക്കെ

നമ്മുടെ അപക്വമായ ഇടപെടൽ കാരണമാണ്. പ്രകൃതിയെ പരിഗണിക്കാതെയുള്ള പാറമടകളും, മലിനീകരണവും, അമിതമായ പ്ലാസ്റ്റിക് ഉപയോഗവും ഒക്കെ ഇതിന്റെ കാരണങ്ങളാണ്. പരിസ്ഥിതിലോലം എന്നത് പരിഗണിക്കപ്പെടേണ്ട ഒന്ന് തന്നെയാണ് എന്ന് ഒരോ മഴക്കെടുതികളും നമ്മെ ഓർമ്മിപ്പിക്കുന്നു.

ബഹിരാകാശ പര്യവേക്ഷണ സാങ്കേതികവിദ്യയിലെ പുരോഗതികൾ മറ്റുള്ള കാര്യങ്ങൾക്കും ഉപയോഗമുള്ളവയാണ്. ഉദാഹരണത്തിന് ഹൃദയ വാൽവിന്റെ നിർമ്മാണം സാധാരണക്കാർക്ക് താങ്ങാവുന്ന നിലയിലേക്ക് കൊണ്ടുവരാൻ ഇത്തരം സാങ്കേതികവിദ്യകൾ ഉപകരിക്കുന്നു. എലോൺ മസ്ക്കിന്റെ സ്പേസ് എക്സ് കമ്പനി ബഹിരാകാശ സഞ്ചാരത്തോടൊപ്പം വിമാനയാത്രയുടെ ചെലവും സമയവും ലാഭിക്കാനുള്ള സാങ്കേതികവിദ്യയും വികസിപ്പിക്കുന്നു എന്നത് ആശാവഹമായ വാർത്തകളിൽ ഒന്നാണ്. ബഹിരാകാശ പര്യവേക്ഷണ സാങ്കേതികവിദ്യയിലെ പുരോഗതിയും ബഹിരാകാശത്തേയും മറ്റ് ഗ്രഹങ്ങളിലേക്കും പ്രവേശിക്കുന്നതിനുള്ള ലളിതമായ മാർഗങ്ങളുടെ ലഭ്യതയോടെ, ഇന്നത്തെ വിമാനയാത്രപോലെ ഭാവിയിൽ ബഹിരാകാശ യാത്രയും ദൈനംദിന കാര്യമായി മാറുമെന്ന് ഉറപ്പാണ്.

അനുബന്ധം-1

ബഹിരാകാശ ഗവേഷണ കേന്ദ്രങ്ങൾ

ബഹിരാകാശത്തെക്കുറിച്ചുള്ള പഠനങ്ങളും, ഗവേഷണങ്ങളും മനുഷ്യനെ എപ്പോഴും കൗതുകപ്പെടുത്തിയിട്ടുണ്ട്. ഭൂമിയുടെ അന്തരീക്ഷത്തിനപ്പുറം എന്താണെന്ന് അറിയാനുള്ള അടങ്ങാത്ത ത്വരയാണ് ഇതിന്റെ കാരണം. ഓരോ രാജ്യവും അവരുടേതായ ബഹിരാകാശ ഉദ്ദേശ്യങ്ങളോടുകൂടി ഏജൻസികളും, ഗവേഷണ കേന്ദ്രങ്ങളും സ്ഥാപിച്ചു. ബഹിരാകാശം സമാധാനപരമായ ഉപയോഗങ്ങൾക്ക് വേണ്ടി വിനിയോഗിക്കണം എന്നതാണ് ഈ ഗവേഷണങ്ങളുടെ ആത്യന്തിക ലക്ഷ്യം. സാങ്കേതികവും ശാസ്ത്രീയവുമായ നേട്ടങ്ങൾകൊണ്ട് ശ്രദ്ധനേടിയ ഇത്തരം ബഹിരാകാശ ഗവേഷണ സ്ഥാപനങ്ങളുടെ വിവരങ്ങൾ ചുവടെ ചേർക്കുന്നു.

നാസ - നാഷണൽ എയറോനോട്ടിക്സ് ആൻഡ് സ്പേസ് അഡ്മിനിസ്ട്രേഷൻ

1958 ഒക്ടോബറിൽ സ്ഥാപിതമായ അമേരിക്കയുടെ ബഹിരാകാശ ഏജൻസിയായ നാസ, ബഹിരാകാശ പഠനങ്ങളിലും സാങ്കേതികത്തികവിലും മറ്റെല്ലാ രാജ്യങ്ങളുടെ ഗവേഷണകേന്ദ്രങ്ങൾക്കും മുന്നിലാണ്. 1950 കളുടെ അവസാനം സോവിയറ്റ് റഷ്യയുമായുള്ള ശീതയുദ്ധത്തിന്റെ ചുവടുപിടിച്ചു മനുഷ്യരാശിക്ക് അഭിമാനിക്കാവുന്ന പല ദൗത്യങ്ങളും നാസ ഏറ്റെടുത്തു. ചാന്ദ്രദൗത്യമായ അപ്പോളോയും ചൊവ്വയിൽ പര്യവേക്ഷണം നടത്തുന്ന ഉപരിതല പരീക്ഷണശാലകൾ അഥവാ 'റോവറുകളും, വിമാനംപോലെ പറന്നിറങ്ങാൻ പ്രാപ്തമായ സ്പേസ് ഷട്ടിലും, ബഹിരാകാശ നിലയവും, സൗരയൂഥത്തിന്റെ അതിർവരമ്പുകൾ വിട്ടു യാത്ര ചെയ്ത വോയേജർ പേടകങ്ങളും ഒക്കെ

ഇതിൽപ്പെടുന്നു. ഇവയെക്കൂടാതെ സൂര്യനെയും മറ്റ് ഗ്രഹങ്ങളെയും, പ്രപഞ്ചത്തിലെ അന്യ താരാപഥങ്ങളെയും, ജീവന്റെ ഉൽപ്പത്തിയെയും പറ്റിയൊക്കെ പഠിക്കുന്നതിനായി, ബാഹ്യപ്രപഞ്ചത്തിലേക്ക് തുറന്നുവച്ച മനുഷ്യരാശിയുടെ കണ്ണുകളായി ഹബ്ബിൾസ്, ജെയിംസ് വെബ് തുടങ്ങിയ ദൂരദർശിനികളും ബഹിരാകാശ ഗവേഷണങ്ങൾക്കായി നാസ സംഭാവന നൽകിക്കൊണ്ടിരിക്കുന്നു.

റോസ്കോസ്മോസ് - റഷ്യൻ ഫെഡറേഷൻ ബഹിരാകാശ ഏജൻസി

റഷ്യയുടെ ബഹിരാകാശ വിക്ഷേപണങ്ങളുടെയും, ബാഹ്യാകാശ ഗവേഷണങ്ങളുടെയും, മനുഷ്യ ബഹിരാകാശ ദൗത്യങ്ങളുടെയും ഉത്തര വാദിത്വമുള്ള സ്ഥാപനമാണ് റോസ്കോസ്മോസ്. 1950 കളിൽ സ്ഥാപിതമായ സോവിയറ്റ് ബഹിരാകാശ പദ്ധതിയിൽനിന്ന് ഉരുത്തിരിഞ്ഞ്, 1991 ൽ സോവിയറ്റ് യൂണിയന്റെ പിരിച്ചുവിടലിനെ തുടർന്ന് റോസ്കോസ്മോസ് എന്നപേരിൽ റഷ്യ ബഹിരാകാശ പര്യവേക്ഷണങ്ങൾ തുടർന്നു. ലോകത്തിലെ ആദ്യത്തേതും നിലവിൽ വലിപ്പത്തിൽ ഒന്നാമതുമായ ബഹിരാകാശ വിക്ഷേപണ കേന്ദ്രവുമായ കസാക്കിസ്ഥാനിലെ ബൈകോണൂർ കോസ്മോഡ്രോമിൽ നിന്നാണ് റോസ്കോസ്മോസിന്റെ ദൗത്യങ്ങൾ പലതും ആരംഭിച്ചിരുന്നത്. ബഹിരാകാശത്തെത്തിയ ആദ്യ മനുഷ്യ നിർമ്മിത വസ്തു, ഭൂമിയെ ഭ്രമണം ചെയ്ത ആദ്യ മനുഷ്യൻ, ആദ്യ വനിതാ ബഹിരാകാശയാത്രിക, ആദ്യ ബഹിരാകാശ നടത്തം, ചന്ദ്രനെ താണ്ടി യാത്രചെയ്ത ആദ്യ പേടകം, ആദ്യ ബഹിരാകാശ നിലയം തുടങ്ങിയ മികച്ച നേട്ടങ്ങൾ റഷ്യയുടെ ബഹിരാകാശ പര്യവേക്ഷണങ്ങളോട് ചേർത്ത് വക്കേണ്ടതാണ്. അന്താരാഷ്ട്ര ബഹിരാകാശ നിലയത്തിലേക്കുള്ള മനുഷ്യ, ചരക്ക് ഗതാഗതങ്ങൾക്ക് അമേരിക്കയുടെ സ്പേസ് ഷട്ടിലിനൊപ്പം തന്നെ ഏറ്റവും വിശ്വസനീയമായിരുന്ന സോയൂസ് പേടകം റഷ്യയുടെ സംഭാവനയാണ്.

ഈസ - യൂറോപ്യൻ സ്പേസ് ഏജൻസി

ബഹിരാകാശ ദൗത്യങ്ങൾക്കായി കരുത്തുറ്റതും വിശ്വസനീയവുമായ അനേകം വിക്ഷേപണ വാഹനങ്ങൾ മുതൽക്കൂട്ടായുള്ള ഏജൻസിയാണ് ഈസ. 1975 ൽ പത്ത് അംഗരാജ്യങ്ങളുടെ സംഘടനയായി സ്ഥാപിച്ച ഈസയിൽ ഇന്ന് 22 അംഗരാജ്യങ്ങളാണ് ഉള്ളത്. അമേരിക്കയ്ക്കൊപ്പം അന്താരാഷ്ട്ര ബഹിരാകാശ നിലയവും, ദൂരദർശിനി ദൗത്യങ്ങളിലും ഈസ പങ്കാളിയാണ്. ഫ്രഞ്ച് ഗയാനയിലുള്ള കൗറുവിൽ നിന്ന് വിക്ഷേപിക്കുന്ന ഏരിയാൻ-5 ആണ് ഈസയുടെ പ്രധാന വിക്ഷേപണ വാഹനം.

ഇസ്രോ/ഐ എസ് ആർ ഒ – ഭാരതീയ ബഹിരാകാശ ഗവേഷണ കേന്ദ്രം

1962 ൽ ഡോ. വിക്രം സാരാഭായിയുടെ നേതൃത്വത്തിൽ ബഹിരാകാശ ഗവേഷണത്തിനായി കേന്ദ്ര സർക്കാരിന്റെ ആണവോർജ്ജ വിഭാഗത്തിന് കീഴിൽ ആരംഭിച്ച സംഘടനയാണ് ഇന്ത്യൻ നാഷണൽ കമ്മിറ്റി ഫോർ സ്പേസ് റിസർച്ച് അഥവാ 'ഇൻകോസ്പാർ.' തിരുവനന്തപുരത്തെ മൽസ്യബന്ധന ഗ്രാമമായ തുമ്പയിൽ ആരംഭിച്ച തുമ്പ ഇക്വറ്റോറിയൽ റോക്കറ്റ് ലോഞ്ചിംഗ് സ്റ്റേഷൻ ആണ് ആദ്യ കാൽവയ്പ്പ്. 1969 ൽ ഇൻകോസ്പാർ 'ഇസ്രോ' ആയി പുനർ നാമകരണപ്പെടുകയും, ബഹിരാകാശ വിഭാഗത്തിന് കീഴിൽ പ്രവർത്തനമാരംഭിക്കുകയും ചെയ്തു. രാഷ്ട്രത്തിന്റെ വികസനത്തിൽ ബഹിരാകാശ സാങ്കേതികവിദ്യയുടെ പങ്കും, പ്രാധാന്യവും തിരിച്ചറിഞ്ഞ വിക്രം സാരാഭായ്, ഐ എസ് ആർ ഒയ്ക്ക് വികസനത്തിന്റെ പതാക വാഹകരാകുവാൻ ആവശ്യമായ ദിശാബോധം നൽകി. പിന്നീട് ബഹിരാകാശ അധിഷ്ഠിത സേവനങ്ങൾ പൊതുജനങ്ങൾക്കാവശ്യമായ രീതിയിൽ എത്തിക്കാനും, സാങ്കേതിക വിദ്യകളിൽ സ്വയംപര്യാപ്തമാകാനും വേണ്ടുന്ന ഗവേഷണങ്ങൾക്ക് ഊന്നൽ നൽകി. ആശയവിനിമയത്തിനും ഭൗമ നിരീക്ഷണത്തിനുമുള്ള ലോകത്തിലേതന്നെ മികച്ച ഉപഗ്രഹങ്ങൾ നിർമ്മിക്കുന്നതിലും വിക്ഷേപിക്കുന്നതിലും ഐ എസ് ആർ ഒ കരുത്തുതെളിയിച്ചു. പ്രക്ഷേപണങ്ങൾ, ആശയവിനിമയങ്ങൾ, കാലാവസ്ഥാ പ്രവചനങ്ങൾ, ദുരന്തനിവാരണ ഉപകരണങ്ങൾ, ഭൂമിശാസ്ത്ര വിവര സംവിധാനങ്ങൾ, കാർട്ടോഗ്രഫി, നാവിഗേഷൻ, ടെലിമെഡിസിൻ, വിദ്യാഭ്യാസാധിഷ്ഠിത ഉപഗ്രഹങ്ങൾ എന്നിവ അവയിൽ ചിലതാണ്.

ഡോ. എ പി ജെ അബ്ദുൾകലാം, ഡോ. സതീഷ് ധവാൻ, പ്രൊഫസ്സർ. യു ആർ റാവു തുടങ്ങിയ പ്രഗത്ഭരായ ശാസ്ത്രജ്ഞരുടെ കീഴിൽ, എസ് എൽ വി, ഏ എസ് എൽ വി തുടങ്ങിയ വിക്ഷേപണ വാഹനങ്ങളിലൂടെ ഇസ്രോയുടെ റോക്കറ്റ് സാങ്കേതികവിദ്യ പക്വത യാർജ്ജിച്ചു. പൂർണ്ണമായ സ്വാശ്രയത്വം കൈവരിക്കുന്ന പാതയിൽ, തദ്ദേശീയമായി വികസിപ്പിച്ചെടുത്ത ലോകത്തിലേതന്നെ ചെലവുകുറഞ്ഞതും വിശ്വസനീയവുമായ വിക്ഷേപണ വാഹനമായ പോളാർ സാറ്റലൈറ്റ് ലോഞ്ച് വെഹിക്കിൾ (പി എസ് എൽ വി), ക്രയോജനിക് സാങ്കേതികവിദ്യ ഉപയോഗിക്കുന്ന ജിയോസിൻക്രണസ് സാറ്റലൈറ്റ് ലോഞ്ച് വെഹിക്കിൾ (ജി എസ് എൽ വി), ചെറു ഉപഗ്രഹ വിക്ഷേപണത്തിനായുള്ള സ്മാൾ സാറ്റലൈറ്റ് ലോഞ്ച് വെഹിക്കിൾ (എസ് എസ് എൽ വി), ഭാരമേറിയ ഉപഗ്രഹങ്ങളെ ഭൗമ ഉപരിതലത്തിൽനിന്ന് 36,000 കിലോമീറ്ററുള്ള ഭ്രമണപഥങ്ങളിലെത്തിക്കാൻ കെൽപ്പുള്ള ലോഞ്ച് വെഹിക്കിൾ മാർക്ക്-3 (എൽ വി എം-3) എന്നിവ ഇസ്രോയുടെ അഭിമാനമാണ്.

ചന്ദ്രനിൽ ജലാംശം കണ്ടെത്തിയ ഉപകരണങ്ങൾ ഭ്രമണപഥത്തിലെത്തിച്ച 'ചന്ദ്രയാൻ' ദൗത്യം, ആദ്യശ്രമത്തിൽ തന്നെ 400 മില്ലിയൻ കിലോമീറ്റർ അകലെയുള്ള ചൊവ്വാ ഗ്രഹത്തിലെത്തിയ, ഏറ്റവും ചെലവുകുറഞ്ഞ ചൊവ്വാ ദൗത്യമായ 'മംഗൾയാൻ' എന്നിവ വർദ്ധിത വീര്യത്തോടെ കൂടുതൽ ശാസ്ത്രദൗത്യങ്ങളേറ്റെടുക്കുവാൻ പ്രചോദനമാകുന്നു. ലോകം ഉറ്റുനോക്കുന്ന ചെലവുകുറഞ്ഞ പുനരുപയോഗിക്കാവുന്ന വാഹന വികസനം, നാഴികക്കല്ലായി മാറാൻ പോകുന്ന മനുഷ്യ ദൗത്യമായ 'ഗഗൻയാൻ' എന്നിവ രാജ്യവികസത്തിനും, ജീവിതനിലവാരം മെച്ചപ്പെടുത്തുന്നതിനും, ശാസ്ത്ര ഗവേഷണങ്ങൾക്കും വേണ്ടിയുള്ള മുന്നോട്ടുള്ള ഒട്ടനേകം പ്രവർത്തനങ്ങളിലേക്ക് വിരൽചൂണ്ടുന്നു.

സി എൻ എസ് എ - ചൈന നാഷണൽ സ്പേസ് അഡ്മിനിസ്ട്രേഷൻ

ആശയവിനിമയവും ഭൗമ നിരീക്ഷണത്തിനുമായുള്ള ഉപഗ്രഹങ്ങളുടെ വിക്ഷേപണം, ചാന്ദ്ര ദൗത്യങ്ങളായ ചാങ് -ഇ, ചൊവ്വാ ഗ്രഹ പര്യവേക്ഷണങ്ങൾ, ബഹിരാകാശ നിലയങ്ങളായ തിയാങ്കോങ്, മനുഷ്യ ദൗത്യങ്ങൾ തുടങ്ങിയവയാണ് സി എൻ എസ് എയുടെ അഭിമാന ദൗത്യങ്ങൾ. ചന്ദ്രന്റെ ദൂരപക്ഷത്ത് ഇറങ്ങിയ ആദ്യ പേടകമായ ചാങ്-ഇ -4 , അതിന്റെ ഭാഗമായി ചന്ദ്രോപരിതലത്തിൽ പര്യവേക്ഷണം നടത്തിയ യുട്യൂ-2 റോവർ, 1976 ലെ സോവിയറ്റ് യൂണിയന്റെ ലൂണ 24 ന് ശേഷം ചാന്ദ്ര ഉപരിതല വസ്തുക്കൾ ഭൂമിയിലെത്തിച്ച ദൗത്യമായ ചാങ്-ഇ -5 എന്നിവ ചൈന നാഷണൽ സ്പേസ് അഡ്മിനിസ്ട്രേഷനെ മുൻനിര ബഹിരാകാശ കേന്ദ്രങ്ങൾക്കൊപ്പം നിർത്തുന്നു.

ജാക്സ - ജപ്പാൻ എയ്റോസ്പേസ് എക്സ്പ്ലോറേഷൻ ഏജൻസി

2003 ൽ സ്ഥാപിതമായ ജാക്സ അമേരിക്കയുടെ മിക്ക അന്താരാഷ്ട്ര ദൗത്യങ്ങളിലും പങ്കാളികളാണ്. അതോടൊപ്പംതന്നെ സാങ്കേതിക വികസനം, ഗവേഷണ പ്രവർത്തനങ്ങൾ, ഉപഗ്രഹ വിക്ഷേപണം, ഛിന്ന ഗ്രഹ പര്യവേക്ഷണങ്ങൾ എന്നിവയാണ് ബഹിരാകാശ ഗവേഷണ രംഗത്ത് ജാക്സയുടെ സംഭാവനകൾ. ഭൗമാന്തരീക്ഷത്തിലെ കാർബൺ ഡയോക്സൈഡ് വാതകത്തെയും, ആഗോളതലത്തിൽ മഴയും നിരീക്ഷിക്കുന്നതിനായുള്ള ആദ്യശ്രമങ്ങളിലൊന്ന് ജാക്സയുടെ ഭാഗത്തു നിന്നുണ്ടായതാണ്. സ്വകാര്യ കമ്പനികളുമായി ചേർന്ന് വികസിപ്പിച്ച കരുത്താർന്ന എച്-3 റോക്കറ്റ് ആണ് ജാക്സയുടെ വിക്ഷേപണ വാഹന വികസനരംഗത്തുള്ള സാങ്കേതികത്തികവിന്റെ ഉദാഹരണം.

മേൽപ്പറഞ്ഞവയെ കൂടാതെ ഫ്രാൻസ്, ഇറ്റലി, കൊറിയ, കാനഡ, ഓസ്ട്രേലിയ, അൾജീരിയ, ബെൽജിയം, സ്പെയിൻ, അർജന്റീന, ഇസ്രായേൽ, ബ്രസീൽ, ഇറാൻ തുടങ്ങിയ രാജ്യങ്ങൾക്കും അവരവരുടേതായ

ബഹിരാകാശ ഗവേഷണ സ്ഥാപനങ്ങളുണ്ട്.

സ്വകാര്യ ബഹിരാകാശ കമ്പനികളുടെ വിക്ഷേപണ വാഹനങ്ങളും പല രാജ്യങ്ങളും ദൗത്യങ്ങൾക്കായി ഉപയോഗിക്കാറുണ്ട്. ചുരുങ്ങിയ കാലം കൊണ്ടുതന്നെ അന്താരാഷ്ട്ര ബഹിരാകാശ നിലയത്തിലേക്കുള്ള ചരക്കു ഗതാഗതവും, മനുഷ്യ ദൗത്യങ്ങൾക്കും റഷ്യയുടെ സോയൂസിനൊപ്പം നാസ ഉപയോഗിക്കുന്ന വിക്ഷേപണ വാഹനമാണ് സ്വകാര്യ കമ്പനിയായ സ്പേസ്-എക്സ് ന്റെ 'ഫാൽക്കൺ-9 റോക്കറ്റ്.' ഇതിനോടകം 140 ഓളം വിക്ഷേപണങ്ങളും, അവയിൽ 100 ഓളം വിജയകരമായ തിരിച്ചിറക്കലുകളും നടത്തിയിട്ടുള്ള ഫാൽക്കൺ -9, 80 ഓളം തവണ പുനരുപയോഗിച്ചിട്ടുണ്ട് എന്നത് ശ്രദ്ധേയമാണ്.

1700 കളിലെ വ്യാവസായിക വിപ്ലവം ലോകത്തിന്റെ മുഖച്ഛായ മാറ്റിയതുപോലെ, വരാനിരിക്കുന്ന ബഹിരാകാശ വിപ്ലവത്തിന് മേൽപ്പറഞ്ഞ ഗവേഷണ കേന്ദ്രങ്ങൾക്കൊപ്പം 'സ്പേസ്-എക്സും,' 'വിർജിൻ ഗാലക്ടിക്കും,' 'ബ്ലൂ ഒറിജിനും,' 'റോക്കറ്റ് ലാബും,' 'സ്കൈറൂട്ടും,' 'അഗ്നികുൽ' ഉം ഒക്കെ അടങ്ങുന്ന സ്വകാര്യ കമ്പനികൾ കൂടി അണിനിരന്നേക്കാം.

അനുബന്ധം-2

പുസ്തകത്തിൽനിന്ന് ചില ചോദ്യങ്ങൾ

1. ബഹിരാകാശത്ത് വായു ഉണ്ടോ?
2. ഉയരമുള്ള കുന്നുകൾ കയറുമ്പോൾ ആളുകൾക്ക് ശ്വസിക്കാൻ ബുദ്ധിമുട്ട് ഉണ്ടാകുന്നത് എന്തുകൊണ്ട്?
3. മിസൈലും വിക്ഷേപണ വാഹനവും തമ്മിലുള്ള വ്യത്യാസം എന്താണ്?
4. സൂര്യൻ ഭൂമിയിൽ നിന്ന് എത്ര അകലെയാണ്?
5. താഴെപ്പറയുന്നവയിൽ ഏതാണ് ഭൂമിയോട് ഏറ്റവും അടുത്തിരിക്കുന്നത്: ചന്ദ്രനോ ചൊവ്വയോ?
6. യുദ്ധങ്ങളിൽ റോക്കറ്റുകൾ ഉപയോഗിച്ച ആദ്യത്തെ ഇന്ത്യൻ രാജാവ്?
7. വിമാനങ്ങൾ ഏത് ഉയരത്തിലാണ് പറക്കുന്നത്?
8. എന്താണ് ഒരു കൃത്രിമ ഉപഗ്രഹം?
9. ഉപഗ്രഹങ്ങളുടെ സഹായത്തോടെ പ്രവർത്തിക്കുന്ന ദൈനംദിന ജീവിതത്തിൽ നാം ഉപയോഗിക്കുന്ന ഉപകരണങ്ങൾ എന്തൊക്കെയാണ്?
10. നമ്മുടെ ദൈനംദിന ജീവിതത്തിൽ സാധാരണയായി ഉപയോഗത്തിൽവരുന്ന 4 ഉപഗ്രഹങ്ങളുടെ ഉപയോഗങ്ങൾ പട്ടികപ്പെടുത്തുക
11. രണ്ടാം ലോകമഹായുദ്ധത്തിൽ മിസൈലുകൾ ഉപയോഗിച്ച രാജ്യം ഏതാണ്?
12. റോക്കറ്റുകളുടെ ഭാഗങ്ങൾ വീണ്ടും ഉപയോഗിക്കാമോ?
13. ഭൂമിയുടെ ഉപരിതലത്തിൽനിന്ന് എത്ര ഉയരത്തിലാണ് ഉപഗ്രഹങ്ങൾ ഭൂമിയെ ചുറ്റുന്നത്?

14. ഭൂമിയുടെ ഉപരിതലത്തിൽ നിന്ന് വളരെ ഉയരത്തിൽ സ്ഥാപിക്കുന്ന ജിയോസ്റ്റേഷണറി ഉപഗ്രഹങ്ങളുടെ ഉപയോഗങ്ങൾ എന്തൊക്കെയാണ്?
15. എന്താണ് അപകേന്ദ്രബലം?
16. എപ്പോഴാണ് മനുഷ്യർ ആദ്യമായി ചന്ദ്രനിലേക്ക് യാത്ര ചെയ്തത്?
17. ഇതുവരെ എത്ര പേർ ചന്ദ്രനിൽ ഇറങ്ങി?
18. ഏതൊക്കെ രാജ്യങ്ങളാണ് ഇതുവരെ മനുഷ്യനെ ബഹിരാകാശത്തേക്ക് അയച്ചത്?
19. ബഹിരാകാശത്തേക്ക് യാത്ര ചെയ്ത ആദ്യത്തെ സ്ത്രീ?
20. നിലവിലെ അന്താരാഷ്ട്ര നിയമം പ്രകാരം ഒരാൾ ഭൂമിയിൽനിന്ന് എത്ര ഉയരത്തിലെത്തിയാലാണ് ബഹിരാകാശത്തെത്തി എന്ന് കരുതപ്പെടുന്നത്?
21. വിക്ഷേപണ വാഹനവും ഉപഗ്രഹവും തമ്മിലുള്ള വ്യത്യാസങ്ങൾ എന്തൊക്കെയാണ്?
22. ഏറ്റവും കൂടുതൽ തവണ മനുഷ്യനെ ബഹിരാകാശത്തേക്ക് കൊണ്ടുപോയ വാഹനം?
23. ബഹിരാകാശത്ത് അപകടങ്ങൾ സംഭവിച്ചിട്ടുണ്ടോ?
24. ബഹിരാകാശത്തേക്ക് പോകുന്ന ആളുകൾ എങ്ങനെയാണ് ഭൂമിയിലേക്ക് മടങ്ങുന്നത്?
25. ഭൂമിയിൽ നിന്ന് ബഹിരാകാശത്തേക്ക് പോകാൻ എത്ര സമയമെടുക്കും?
26. ഒരു ഉപഗ്രഹമോ ബഹിരാകാശനിലയമോ ഭ്രമണപഥത്തിൽ തുടരാനും ഭൂമിയിലേക്ക് തിരികെ വീഴാതിരിക്കാനും എത്ര വേഗത്തിൽ സഞ്ചരിക്കണം?
27. എന്താണ് ബഹിരാകാശ നിലയം?
28. ഇതുവരെ എത്ര ബഹിരാകാശ നിലയങ്ങൾ സ്ഥാപിച്ചിട്ടുണ്ട്?
29. ഭൂമിക്ക് ചുറ്റും കറങ്ങുന്ന വസ്തുക്കൾ എങ്ങനെ, എന്തുകൊണ്ട് ഭൂമിയിലേക്ക് തിരികെ വരുന്നു?
30. ബഹിരാകാശ സഞ്ചാരികൾ കഴിക്കുന്ന ഭക്ഷണം ഏതൊക്കെയാണ്?
31. ഒരു വർഷത്തിൽ കൂടുതൽ ബഹിരാകാശത്ത് തുടരാൻ കഴിയുമോ?
32. ബഹിരാകാശത്ത് രാവും പകലും വ്യത്യസ്തമായിരിക്കുന്നത് എന്തുകൊണ്ട്?
33. എന്താണ് അന്താരാഷ്ട്ര ബഹിരാകാശ നിലയം?
34. ബഹിരാകാശത്ത് നിന്ന് ഭൂമിയിലേക്ക് മടങ്ങുമ്പോൾ പേടകത്തിന്റെ വേഗത കുറയുന്നതിനുള്ള വഴികൾ എന്തൊക്കെയാണ്?
35. എന്താണ് സ്പേസ് ഷട്ടിൽ?

36. ദുരന്തങ്ങളുണ്ടായ ബഹിരാകാശ വാഹനങ്ങൾ ഏതൊക്കെയാണ്?
37. മനുഷ്യർ ഭൂമിയിൽ നിന്ന് ഏറ്റവും കൂടുതൽ ദൂരം സഞ്ചരിച്ച ദൗത്യം ഏതാണ്?
38. ബഹിരാകാശയാത്രികർ, വിക്ഷേപണത്തറയിൽ വിക്ഷേപണ വാഹനത്തിലിരിക്കുമ്പോൾ എന്തെങ്കിലും വിനാശകരമായ അപകടം സംഭവിച്ചാൽ അവരെ എങ്ങനെ സംരക്ഷിക്കും?
39. ഇതിനകം ഭ്രമണപഥത്തിലുള്ള ഒരു ബഹിരാകാശ നിലയത്തിൽ പുതുതായി വിക്ഷേപിച്ച ബഹിരാകാശ പേടകം ഘടിപ്പിക്കുന്നതിനുള്ള നടപടിക്രമം എന്താണ്?
40. സ്പേസ് സ്യൂട്ടുകൾ നമ്മുടെ സാധാരണ വസ്ത്രങ്ങളിൽ നിന്ന് എങ്ങനെ വ്യത്യാസപ്പെട്ടിരിക്കുന്നു?
41. ഒരു സ്പേസ് സ്യൂട്ടിന്റെ ഏകദേശ ഭാരം എന്താണ്? എന്തുകൊണ്ടാണ് ഇത്ര ഭാരമുള്ളത്?
42. എന്താണ് ബഹിരാകാശ നടത്തം?
43. ബഹിരാകാശ യാത്ര മൂലമുണ്ടാകുന്ന അസ്വസ്ഥതകൾ എല്ലാവർക്കും സംഭവിക്കുമോ?
44. എന്താണ് ചിക്കൻ-ലെഗ് സിൻഡ്രോം?
45. എന്തുകൊണ്ടാണ് ബഹിരാകാശത്ത് ഭക്ഷണം രുചിയില്ലാത്തതായി തോന്നുന്നത്?
46. ബഹിരാകാശത്തായിരിക്കുമ്പോൾ ആളുകൾക്ക് ഉയരം കുറയുന്നത് എന്തുകൊണ്ട്?
47. ബഹിരാകാശത്ത് എത്തിയ ശേഷം ആളുകൾക്ക് വിളർച്ച അനുഭവപ്പെടുന്നത് എന്തുകൊണ്ട്?
48. നമ്മൾ ഇരിക്കുകയാണോ നിൽക്കുകയാണോ എന്ന് ശരീരം എങ്ങനെ അറിയും?
49. റേഡിയേഷൻ ബെൽറ്റുകൾ എന്താണ്?
50. സൂര്യന്റെ താപനില എത്രയാണ്?
51. സൂര്യരശ്മികൾ ഭൂമിയിലെത്താൻ എത്ര സമയമെടുക്കും?
52. ആശുപത്രികളിൽ എക്സ്-റേ പരിശോധനകൾ നടത്തുമ്പോൾ നമ്മൾ റേഡിയേഷന് വിധേയരാണോ?
53. മനുഷ്യശരീരത്തിൽ അമിതമായ അളവിൽ റേഡിയേഷൻ സമ്പർക്കം പുലർത്തുന്നത് മൂലമുണ്ടാകുന്ന മൂന്ന് ദോഷഫലങ്ങൾ പട്ടികപ്പെടുത്തുക.
54. ബഹിരാകാശത്ത് ഏകാന്തത എങ്ങനെയാണ് കൈകാര്യം ചെയ്യുന്നത്?
55. ഒരു ബഹിരാകാശ നിലയത്തിൽ ജോലിക്കാർ താമസിക്കുന്ന സ്ഥലത്തിന്റെ വലുപ്പം എത്രയാണ്?

56. ബഹിരാകാശയാത്രികർ അവരുടെ കുടുംബാംഗങ്ങളുമായി ബഹിരാകാശത്ത് നിന്ന് എങ്ങനെ ആശയവിനിമയം നടത്തും?
57. ക്ലാസ് മുറികളിൽ സാധാരണയായി കേൾക്കുന്ന ശബ്ദം എത്ര ഡെസിബെൽ ആണ്?
58. ഇതുവരെ (ഈ പുസ്തകത്തെ ആധാരമാക്കി) ബഹിരാകാശത്ത് പോയിട്ടുള്ള ആളുകളുടെ പരമാവധി എണ്ണം എത്രയാണ്?
59. ഒരു ബഹിരാകാശ നിലയത്തിൽ നിന്ന് മറ്റൊരു ബഹിരാകാശ നിലയത്തിലേക്ക് പോകാൻ കഴിയുമോ?
60. യാത്രികർ ബഹിരാകാശത്ത് ഉറങ്ങുമ്പോൾ അവരെ കിടക്കയുമായി ദൃഢമായി ബന്ധിപ്പിക്കേണ്ടത് എന്തുകൊണ്ട്?
61. എന്താണ് ഭാരമില്ലായ്മ?
62. ഭൂമിയിലും ബഹിരാകാശത്തും നാം കഴിക്കുന്ന ഭക്ഷണം തമ്മിലുള്ള വ്യത്യാസം എന്താണ്?
63. ഒരു ജോലിയും ചെയ്തില്ലെങ്കിലും നമുക്ക് വിശപ്പ് തോന്നുന്നത് എന്തുകൊണ്ട്?
64. എങ്ങനെയാണ് ബഹിരാകാശത്ത് വായുവും വെള്ളവും പുനരുപ യോഗിക്കാവുന്ന അവസ്ഥയിലാക്കുന്നത്?
65. ബഹിരാകാശ ഭക്ഷണങ്ങൾ കാലഹരണപ്പെടാൻ എത്ര സമയ മെടുക്കും?
66. എന്താണ് ബഹിരാകാശ ആവാസ ഘടകം? ഒരു ബഹിരാകാശ ആവാസ മൊഡ്യൂളിൽ ആവശ്യമായ സൗകര്യങ്ങൾ എന്തൊക്കെ യാണ്?
67. ബഹിരാകാശത്തുനിന്ന് മടങ്ങുന്ന യാത്രാ പേടകം ആദ്യം തീരുമാ നിച്ച സ്ഥലത്തുനിന്ന് വ്യത്യസ്തമായ ഒരു സ്ഥലത്താണ് ഇറങ്ങുന്ന തെങ്കിൽ, യാത്രികർ തങ്ങളുടെ സ്ഥാനങ്ങൾ മിഷൻ കൺട്രോൾ ടീമിനെ എങ്ങനെ അറിയിക്കും?
68. ബഹിരാകാശ യാത്രയ്ക്ക് ആവശ്യമായ പരിശീലനങ്ങൾ എന്തൊ ക്കെയാണ്?
69. വ്യത്യസ്ത തരം മൈക്രോഗ്രാവിറ്റി പരീക്ഷണങ്ങൾ എന്തൊക്കെ യാണ്?
70. ഇന്ത്യൻ ബഹിരാകാശ പദ്ധതിയുടെ പിതാവ് എന്നറിയപ്പെടുന്ന വ്യക്തി ആര്?
71. ദീർഘദൂര ബഹിരാകാശ ദൗത്യങ്ങൾ ഏറ്റെടുക്കുമ്പോൾ നേരിടേ ണ്ടിവരുന്ന വെല്ലുവിളികൾ എന്തൊക്കെയാണ്?
72. അന്താരാഷ്ട്ര ബഹിരാകാശ നിലയത്തിന്റെ സ്ഥാനനിർണ്ണയം നടത്തുന്നത് എപ്രകാരമാണ്?
73. ഭൂമിയിൽ നിന്ന് ഏറ്റവും അകലെ വരെ മനുഷ്യർ യാത്രചെയ്ത ദൂരം എത്രയാണ്?

74. ഭൗമാന്തരീക്ഷത്തിൽ ആയിരിക്കുമ്പോൾ റോക്കറ്റ് ഇന്ധനം കത്തുന്നതിൽ നിന്നുള്ള വാതകങ്ങൾ ഉണ്ടാക്കുന്ന പ്രതിപ്രവർത്തനം റോക്കറ്റിനെ മുന്നിലേക്ക് നയിക്കുന്നു. അന്തരീക്ഷത്തിന് പുറത്ത് ഇത് സാധ്യമാകുമോ? എങ്കിൽ അത് സംവേഗശക്തി തത്വപ്രകാരം എങ്ങനെ വിവരിക്കാം.
75. ബഹിരാകാശ യാത്രികരുടെ പേശികൾക്കും അസ്ഥികൾക്കും കുറഞ്ഞ ഗുരുത്വാകർഷണ അവസ്ഥയിൽ എന്തുസംഭവിക്കുന്നു?

അനുബന്ധം-3

ബഹിരാകാശവുമായി ബന്ധപ്പെട്ട ചില പ്രധാന പദങ്ങൾ

ത്വരണം	ACCELERATION
ഗുരുത്വ ത്വരണം	ACCELERATION DUE TO GRAVITY
പ്രവർത്തനം-പ്രതിപ്രവർത്തനം	ACTION -REACTION
അന്തരീക്ഷമർദ്ദം	ATMOSPHERIC PRESSURE
മഹാസ്ഫോടന സിദ്ധാന്തം	BIG BANG THEORY
തമോഗർത്തം	BLACK HOLE
പ്ലവക്ഷമബലം	BUOYANT FORCE
ഗുരുത്വകേന്ദ്രം	CENTRE OF GRAVITY
അപകേന്ദ്രബലം	CENTRIFUGAL FORCE
അഭികേന്ദ്രബലം	CENTRIPETAL FORCE
രാസപ്രവർത്തനം	CHEMICAL REACTIONS
ജ്വലനം	COMBUSTION
വാർത്താവിനിമയം	COMMUNICATION
വൈദ്യുതകാന്തിക വികിരണം	ELECTROMAGNETIC RADIATION
ബലം	FORCE
നിർബാധ പതനം	FREE FALL
വാതകം	GAS
ഭൂസ്ഥിര ഭ്രമണപഥം	GEOSTATIONARY ORBIT
ഭൂസ്ഥിര ഉപഗ്രഹം	GEOSTATIONARY SATELLITE
ജഡത്വം	INERTIA
അന്താരാഷ്ട്ര ബഹിരാകാശ നിലയം	INTERNATIONAL SPACE STATION
ഗതികോർജ്ജം	KINETIC ENERGY

ആക്ക സംരക്ഷണ നിയമം	LAW OF CONSERVATION OF MOMENTUM
ദ്രാവകം	LIQUID
ഭൂമിക്ക് ചുറ്റുമുള്ള താഴ്ന്ന ഭ്രമണപഥം	LOW EARTH ORBIT
ക്ഷീരപഥം, ആകാശഗംഗ	MILKYWAY
ആക്കം	MOMENTUM
ഭ്രമണപഥം	ORBIT
ധ്രുവീയ ഭ്രമണപഥം	POLAR ORBIT
സ്ഥിതികോർജ്ജം	POTENTIAL ENERGY
വികിരണം	RADIATION
അഭികാരകങ്ങൾ	REACTANTS
വിദൂര സംവേദനം	REMOTE SENSING
മന്ദീകരണം	RETARDATION
പുനരുപയോഗിക്കാവുന്ന വിക്ഷേപണ വാഹനം	REUSABLE LAUNCH VEHICLE
വിക്ഷേപണ വാഹനം	ROCKET
ഉപഗ്രഹം	SATELLITE
അർദ്ധചാലകം	SEMICONDUCTOR
ഖരം	SOLID
ബഹിരാകാശം	SPACE
ബഹിരാകാശ യാത്രാവാഹനം	SPACE SHUTTLE
ബഹിരാകാശ നിലയം	SPACE STATION
ബഹിരാകാശ യാത്രികർ ധരിക്കുന്ന പ്രത്യേകതരം വസ്ത്രം	SPACE SUIT
ബഹിരാകാശ യാത്രികർ	SPACE TRAVELLER
വേഗത	SPEED
ഉപ പരിക്രമണപഥ യാത്ര	SUB-ORBITAL FLIGHT
താപനില	TEMPERATURE
മൂന്നാം ചലന നിയമം	THIRD LAW OF MOTION
വ്യാപക മർദ്ദം	THRUST
പ്രവേഗം	VELOCITY
വ്യാപ്തം	VOLUME
ഭൂഗുരുത്വമില്ലായ്മ	ZERO GRAVITY

കൂടുതൽ വായിക്കാൻ

1. George P. Sutton, Rocket Propulsion Elements, 978-0470080245
2. Comins, Neil F, Traveler's guide to space: For one-way settlers and round-trip tourists, New York Columbia University Press 2017 ISBN : 9780231177542
3. Aldrin, Buzz, No dream is too high: Life lesson from a man who walked on the moon, Washington D C National Geographic 2016, ISBN: 9781426216497
4. Manoranjan Rao, P V, Suresh, B N, Balagangadharan, V P, From Fishing Hamlet to Red Planet: India's space journey, India Harper Collins Publishers 2015, ISBN 9789351776895.
5. Phillips, Robert W, Grappling with gravity : How will life adapt to living in space? New York Springer 2012, ISBN 9781441968982
6. Manoranjan Rao, P V, Brief history of rocketry in ISRO, Hyderabad Universities Press 2012, ISBN 9788173717635.
7. Seedhouse, Erik., Trailblazing medicine: Sustaining explorers during interplanetary missions, New York Springer Science+ Business Media LLC 2011, ISBN 9781441978288.
8. Brinckmann, Enno, Biology in space and life on earth: Effects of spaceflight on biological sytems, Weinheim Wiley-VCH 2007, ISBN 9783527406685
9. Haris Prasad, V, Application of space technology for disaster management support with emphasis on flood risk management: Lecture notes, Dehra Dun NRSA 2007

10. Seedhouse, Erik,Tourists in space: A Practical guide,UK Springer 2008, ISBN 9780387746432.
11. Molins, Ricardo A | Longnecker, David E. Risk reduction strategy for human exploration of space: A review of NASA's bioastronautics roadmap, ISBN 9780309099486.
12. Zimmerman, Robert. Universe in a mirror: The saga of the Hubble Telescope and the visionaries who built it, Princeton Princeton University Press 2008, ISBN 9780691132976.
13. Shayler, David J.,Women in space - Following Valentina, Berlin Springer 2005, ISBN 9781852337445.
14. Cambridge Cambridge University Press 2008, Introduction to space weather, Moldwin, Mark., ISBN 9780521711128
15. Miroshnichenko, Leonty I., Radiation hazard in space, Boston Kluwer Academic Publishers 2003, ISBN 9781402015380
16. Manoranjan Rao, P V., 50 years of space: A global perspective, Universities Press (India) pvt. Ltd. 2007, ISBN 8173716005.
17. Kanas, Nick., Space psychology and psychiatry, Dordrecht Kluwer Academic Publishers 2003, 1402013418
18. Boca Raton CRC Press 2000, Nutrition in spaceflight and weightlessness models, Schoeller, Dale A | Lane, Helen W., ISBN 9780849385679.
19. Gilles, Clement, Fundamentals of space medicine Netherlands Springer 2005, ISBN 1402032463.
20. Slenzka, Klaus | Clement, Gilles, Fundamentals of space biology: Research on cells, Animals and plants in space, New York Springer Science 2006., ISBN 9780387331131
21. Planel, Hubert, Space and life: An introduction to space biology and medicine, Boca Raton CRC Press 2004, ISBN 415317592
22. Shayler, David J, Apollo: The lost and forgotten missions, Chichester Springer Praxis Publishing 2002, ISBN 1852335750
23. Noordwijk European Space Agency 2001, World without gravity: Research in space for health and industrial processes, ESA SP 1251. ISBN 92 9092 604 X.
24. Shayler, David J., Disasters and accidents in manned spaceflight, Chichester Praxis Publishing Ltd 2000, ISBN 1852332255.
25. BAUGHER, Joseph F, Space-age solar systems, New York John Wiley 1988

26. Harris, Philip R., Living and working in space: Human behaviour, culture and organization, New York Ellis Horwood 1992, ISBN 134010507
27. FINCH, Edward Ridley, Astrobusiness: A guide to the commerce and law of outer space, New York Preager publication, Inc 1985
28. Tattersfield, D,Mathematical problems in astronautics, London University of London Press 1964
29. https://www.nasa.gov/
30. https://www.esa.int/
31. http:/en.roscosmos.ru/
32. https://www.isro.gov.in/

www.ingramcontent.com/pod-product-compliance
Lightning Source LLC
LaVergne TN
LVHW090313051026
849518LV00005B/1766
9788119131846